விடுதலைப் போரில் தமிழ் நாடகங்கள்

முனைவர் கீரைத்தமிழன்

பாரதி
புத்தகாலயம்

Viduthalai Poril thamizh Nadagangal (Tamil)
Dr. Keeraithamizhan
First Published: September, 2022
Published by
BHARATHI PUTHAKALAYAM
7, Elango Salai, Teynampet, Chennai - 600 018
Email: thamizhbooks@gmail.com / www.thamizhbooks.com

விடுதலைப் போரில் தமிழ் நாடகங்கள்
முனைவர் கீரைத்தமிழன்
முதல் பதிப்பு: செப்டம்பர், 2022

வெளியீடு:

பாரதி புத்தகாலயம்

7, இளங்கோ சாலை, தேனாம்பேட்டை, சென்னை - 600 018
தொலைபேசி : 044-24332424, 24330024 | விற்பனை: 24332924

அருப்புக்கோட்டை: கதவுஎண் 49 A/4 மெயின் ரோடு, தெற்கு தெரு - 9994173551
ஈரோடு: 39: 39 ஸ்டேட் பாங்க் சாலை - 9245448353
கரூர்: நாரத கானசபா அருகில் (TNGEA OFFICE)- 9442706676
காரைக்குடி : 12, 2வது தெரு, கம்பன் மணிமண்டபம் பின்புறம் - 9443406150
கும்பகோணம்: 352, ரயில் நிலையம் எதிரில் - 9443995061
குன்னூர்: N.K.N வணிக வளாகம் பெட்போர்ட்
கோவை: 77, மசக்காளிபாளையம் ரோடு, பீளமேடு - 8903707294
சிதம்பரம்: 22A / 18B தேரடி கடைத் தெரு, கீழவீதி அருகில் - 9994399347
செங்கல்பட்டு: 1 D ஜி.எஸ்.டி சாலை - 044 27426964 | சேலம்: 15, வித்யாலயா சாலை சாலை
சேலம்: பாலம் 35, அத்வைத ஆஸ்ரமம் சாலை 0427 2335952
தஞ்சாவூர்: காந்திஜி வணிக வளாகம் காந்திஜி சாலை - 9655542400
திண்டுக்கல்: பேருந்து நிலையம் - 9942331105, 9976053719
திருச்சி: வெண்மணி இல்லம், கரூர் புறவழிச்சாலை - 9994289492
திருநெல்வேலி: 25A, ராஜேந்திரநகர் - 9442149981 | திருப்பூர்: 447, அவினாசி சாலை - 9486105018
திருவண்ணாமலை: முத்தம்மாள் நகர் | திருவல்லிக்கேணி: 48, தேரடி தெரு - 9444428358
திருவாரூர்: 35, நேதாஜி சாலை - 9442540543 | நாகர்கோவில்: 699 கே.பி.ரோடு R.V.புரம் - 9443450111
நெய்வேலி: பேருந்து நிலையம் அருகில், - 9443659147 | பழனி: பேருந்து நிலையம் அருகில் - 7010760693
பாண்டிச்சேரி : கிழக்கு கடற்கரைச்சாலை, இலாசுப்பேட்டை, 9486102777
பெரம்பூர்: 52, கூக்ஸ் ரோடு - 9444373716 | மதுரை: 37A, பெரியார் பேருந்து நிலையம் - 045 22324674
மதுரை: சர்வோதயா மெயின்ரோடு
வடபழனி: பேருந்து நிலையம் எதிரில் அடையார் ஆனந்தபவன் மாடியில் - 9444476967
விருதுநகர்: 131, கச்சேரி சாலை - 0456 2245300 | வேலூர்: பேஸ் III, சத்துவாச்சாரி - 9442553893

நினைத்த நூல்கள்... நினைத்த நேரத்தில்...

BharathiTV | www.bookday.in

thamizhbooks.com

8778073949

அச்சு : பிரிண்டெக், சென்னை - 600 005.

அர்ப்பணம்..

விடுதலைப் போராட்டத்தில் கலந்து கொண்டு தங்களையும், தங்கள் குடும்பங்களையும் இழந்து போன முகமறியா கலைஞர்களுக்கும், கவிஞர்களுக்கும் இந்நூல் அர்ப்பணம்...

என்னுரை..

இந்திய விடுதலைப் போராட்டம் என்பது அதன் வரலாற்றுப் பக்கங்களில் இரத்தக்கறைப் படிந்த துயர வரலாற்றின் வெளிப்பாடாகும். முகம் அறிந்தும், அறியாததுமான எண்ணற்ற தியாகச் சீலர்களின் வீரம் செறிந்த போராட்டத்தின் துயரக் கதைகளாகும். இன்றைய நம் கனவுகளுக்காக; நேற்றைய தம் வாழ்வைத் தொலைத்த தியாகச் சீலர்களின் தியாகப் போராட்டமாகும்.

தம் எண்ணத்தாலும்; கை வண்ணத்தாலும்; கருத்தாலும்; பேச்சாலும் விடுதலைப் போராட்டத்திற்கு வடிவம் கொடுத்தவர் பலர். தம் கவிதைகளால்; கட்டுரைகளால்; இதழ்களால்; பல்வேறு படைப்புகளால் ஆக்கம் தந்தவர் பலர். இவ்வகையில் தமிழ் நாடகங்களும்; தமிழ் நாடகக் கலைஞர்களும் ஆற்றிய பங்கு மகத்தானது.

தெருப்பாடல்கள், தெருக்கூத்துகளின் வழி வளர்ந்த நாடகக்கலை தொடக்கக் காலங்களில் புராண இதிகாசக் கதைகளையே கருப்பொருளாய் எடுத்தாண்டன. இராமயாண, மகாபாரதக் கதைகளைக் கொண்டே நாடகங்கள் பல உருவாக்கப்பட்டன. எந்த ஒரு கலையும் தான் வாழும் சமூகத்தை; சமூகச் சூழலை மக்களின் பிரச்சனைகளை வெளிப்படுத்துவதாக அமைய வேண்டும் என்பதற்கேற்ப தமிழ் நாடகக் கலையும் இவைகளை நோக்கியே முன்னேறியது.

பல்வேறு கால கட்டங்களில்; பல படிநிலை வளர்ச்சிகளைப் பெற்ற தமிழ் நாடகக் கலையும் இந்தியாவில் நிகழ்ந்த அரசியல், சமூக பொருளாதார மாற்றங்களுக்கு ஆட்பட்டன. இதன் விளைவாக சமூக நாடகங்கள் பல தோன்றின. மேலும் ஆங்கிலேயரின் தொடர்பால் ஏற்பட்ட கல்வி அறிவால், அறிவியல் சிந்தனைகளால் மக்களிடையே நிலவிய அறியாமை மற்றும் மூட நம்பிக்கைகள் ஒழியத் தொடங்கின.

கி.பி.1920 ஆம் ஆண்டுகளுக்குப் பின் மகாத்மா காந்தியடிகள் இந்திய தேசியக் காங்கிரசின் தலைமையை ஏற்றதும் இந்திய விடுதலைப் போராட்டம் மக்கள் போராட்டமாக உரு மாறியது. காந்தியின் அகிம்சைக் கொள்கைகள் மக்களை பெரிதும் ஈர்த்தன. காந்தியின் தலைமையில் மக்கள் ஒன்று திரண்டனர்.

இக்கால கட்டத்தில் தமிழ் இலக்கியங்களில் புதிய மாற்றங்கள் நிகழ்ந்தன. தமிழ் இலக்கியப் படைப்புகளில் முற்போக்குச் சிந்தனைகளை ஒட்டி புதிய படைப்புகள் வரத் தொடங்கின. இந்திய இலக்கியங்களும்; கலைகளும்; இதழ்களும்; ஊடகங்களும் மக்கள் கலைகளாக மாறத் தொடங்கின. இதையொட்டி தமிழ் நாடகத் துறையிலும் புதிய மாற்றங்கள் நிகழ்ந்தன. தமிழ் நாடகக் கலையும் தேசிய விடுதலையை நோக்கி நகர்ந்தது. அந்நேரத்தில்தான் ஆங்கிலேயரின் அடிமைத்தளையில்

அல்லலுற்ற மக்களை மீட்கும் வகையில் புதிய நாடகங்கள் வந்தன.

நாடகாசிரியர் சதாவதானி தெ.பொ.கிருஷ்ணசாமிப் பாவலரின் கதரின் வெற்றி, பதி பக்தி, பம்பாய் மெயில் போன்ற நாடகங்கள் நல்ல தொடக்கத்தை ஏற்படுத்தின. எஸ்.டி.சுந்தரம், வெ.சாமிநாத சர்மா, எஸ்.எம்.சச்சிதானந்தம் பிள்ளை, கு.சா.கிருஷ்ணமூர்த்தி போன்ற கலைஞர்களின் தொடர் முயற்சியால் தமிழக விடுதலைக் களம் சூடு பிடித்தது.

விடுதலையுணர்வு மிக்க தமிழ் நாடகங்களால் மக்கள் உணர்வு வயப்பட்டு விடுதலைப் போராட்டத்தில் பெருந்திரளாகப் பங்கு பெற்றனர். மக்கள் செல்வாக்குப் பெற்ற கவிஞராகத் திகழ்ந்த மதுரகவி பாஸ்கரதாசின் பாடல்களால் மக்கள் எழுச்சிப் பெற்றனர். மக்கள் கலைஞர் விஸ்வநாததாசின் நடிப்பால் மக்கள் விடுதலையுணர்வு பெற்றனர். தமிழக விடுதலைக் களம் சூடு பிடிக்க விடுதலையுணர்வு மிக்க தமிழ் நாடகங்களின் பங்களிப்பும்; தமிழ் நாடகக் கலைஞர்களின் பங்களிப்பும்; தமிழ் நாடகச் சபாக்களின் பங்களிப்பும் மகத்தானது. கால வெள்ளத்தில் கரைந்து போன இத்தகைய கலைஞர்களின் முயற்சிகளையும்; பங்களிப்புகளையும் வெளிப்படுத்துவதே இந்நூலின் நோக்கமாகும்.

தஞ்சை தமிழ்ப் பல்கலைக் கழகத்தில் முனைவர் பட்ட ஆய்வை மேற்கொண்ட போது எனது ஆசானாக நெறிமுறை நின்று என்னை ஊக்கப் படுத்தி; வழிப்படுத்திய தமிழ் நாடகத்துறை தலைவர் பெருந்தகையாளர் ஐயா க.இரவீந்திரன் அவர்களையும்; ஆய்வுப் பணியிலும், நூலாக்கப் பணியிலும் பலவிதங்களிலும் உறுதுணையாய் நின்ற துனைவியார் மற்றும் என் அன்பு மகனுக்கும்; எனை ஈன்ற தாய், தந்தை மற்றும் சகோதரி, சகோதரர்கள், உறவினர்கள், நண்பர்கள் உள்ளிட்ட அனைவரையும் இத்தருணத்தில் அன்புடன் நினைவு கூர்கிறேன்.

பாரதி புத்தகாலயத்தின் வாயிலாக இந்நூல் வெளிவர வேண்டும் என்று காத்திருந்தேன். இன்று அழகிய நூலாக நம் கரங்களில் தவழ்கிறது. இந்த அரிய வாய்ப்பைத் தந்த அன்பிற் சிறந்த தோழர் நாகராஜ் அவர்களுக்கும்; விரும்பிய வண்ணம் நூலாக்கித் தந்த பாரதி புத்தகாலயத்திற்கும்; புத்தகாலய தோழர்களுக்கும் நெஞ்சம் நிறைந்த அன்பின் நன்றிகள்.

ஆய்வுப் பணியில் கரம் நீட்டி உதவி செய்த தமிழ் நாட்டின் நூலகங்களுக்கும், நூல்கள் மற்றும் தரவுகள் தந்து உதவிய நாடகக் கலைஞர்களின் குடும்பத்தார்களுக்கும் என்றும் மாறா அன்பின் நன்றிகள்.

தோழமையுடன்,

கீரைத்தமிழன்

கைபேசி – 9787756551

antonylouis1968@gmail.com

அணிந்துரை

'நாடகம்' எனப்படுகிற உணர்வு நிலை சார்ந்த படைப்பு வடிமானது மனித மனங்களை மட்டுமன்றி, வாழ்வியல் சார்ந்த கட்டமைப்புகளையும்கூட அசைத்துப் பார்க்கும் வல்லமை கொண்டதாகும். குறிப்பாகத் தமிழ் நாடகம் இயல், இசை, நாடகம் எனப்படுகிற முக்கூட்டின் இணைவில் மெய்ப்பாட்டுக் கூறுகளுடன் வெளிப்பட்டு இயங்கு தளத்தில் வில்லினின்று புறப்படும் அம்புகளாய், சொற்களைச் சுவையோடும், காட்சியாக்கத்தோடும் கண்களுக்கும், மனதிற்கும் விருந்தும் மருந்துமாய் விளம்புதல் செய்யும் நிலையை தொன்மை இலக்கியங்களினூடாகவே அறிந்து வந்துள்ளோம்.

பொதுவாகவே நாடகக் கலையானது அறிவுப் புரட்சிக்கும், அறிவியல் புரட்சிக்கும் அழுத்தமான இயங்கு வடிவம் என்பதை உலகளாவிய நிலையிலான வரலாற்று நிகழ்வுகள் அறியத் தருகின்றன. குறிப்பாக அடிமை கொண்டோரின் உள்மனத்துள் கனலாய் கருக்கொண்டிருக்கும் விடுதலைத் தீயினை கொளுந்துவிடச் செய்யும் வண்ணம் உடனடி செயன்மையை அல்லது காரணியை உருவாக்கும் வல்லமை நாடகக் கலைக்கு உண்டு. அவ்வகையில் இயக்கங்களையும் இயக்கும் வல்லமையைக் கொண்டமைந்த நாடகக் கலை இந்திய விடுதலை இயக்கத்திற்காக மேடையில் ஏற்படுத்திய புரட்சி வியப்பிற்குரியது.

இந்திய நாட்டு விடுதலை இயக்கம் தனிநபர் சார்ந்தோ, தனி அமைப்பு சார்ந்தோ நடத்தப்பட்ட நிகழ்வு அல்ல. அது நாடெங்கிலும் விரிந்து பரந்த பலதரப்பட்ட மக்களாலும் முன்னெடுக்கப் பெற்ற நிகழ்வு! ஆங்காங்கே ஆட்சி புரிந்த குறுநில மன்னர்களும், குடிமக்களும், கலைஞர்களும், இயக்கத் தலைவர்களும் என உணர்வு நிலையில் மக்கள் இணைந்து போராடிய நிகழ்வு. அந்நிகவுக்காகத் தம்முயிர் நீத்து, துயரத்தை மட்டுமே துய்த்து மாய்ந்து போன போராளிகள் பலர். இவர்கள் தம் முகவரியை விட்டுச் செல்லாமல் அல்லது பிறர் அறியச் செய்யாமல் தியாகச் சுடர்களாய் ஆன நிலையை இன்றைய புதிய தலைமுறை மறந்து போன நிலையில் இந்திய நாட்டு

விடுதலைக்காக தமது நாடக மேடைகளை; விடுதலை இயக்க மேடைகளாக மாற்றிய தமிழ் நாடகக் கலைஞர்கள், நாடகக் குழுக்கள் மற்றும் படைப்பாசிரியர்கள் போன்றோரை மறு வெளிச்சப் படுத்துவதோடு அவர்களின் பங்களிப்பு தமிழ் மக்களிடையே ஊட்டிய விடுதலைத் தாகத்தையும் உணர்ச்சி வேகத்தையும் பதிவு செய்யும் முயற்சியாகவும், நாட்டு விடுதலைக்காக அயராது உழைத்த இந்திய நாட்டு தலைவர்களின் பங்குபணி குறித்தும் அழமாக அறியத் தருவதோடு நாட்டு விடுதலை இந்திய மக்களின் ஒற்றுமைப் பட்ட போராட்டத்திற்கான வெற்றி என்பதையும், அதற்கான பங்களிப்பை தமிழ் நாடக மேடையும் அளித்திருக்கிறது என்பதைச் சான்றோடு பதிவு செய்யும் முயற்சியாக இவ்வாய்வு நூல் அமைந்துள்ள நிலை காலத்திற்கான முயற்சியாகும்.

நூலாசிரியர் முனைவர் கீரைத்தமிழன் அவர்கள் தமிழ் மீது ஆழ்ந்த பற்றுள்ளம் கொண்டவர். எழுத்து, பேச்சு, நடிப்பு என பன்முகம் கொண்டவர். பேரறிஞர் அண்ணாவின் செவ்வாழை நாடகத்தினை 'அண்ணாவின் செவ்வாழை' என நான் எழுதி, இயக்கி தமிழ் பல்கலைக் கழகத்தில் 2008 இல் மேடையேற்றம் செய்தபோது அந்நாடகத்தின் தலைமை வேடமான செங்கோடன் பாத்திரத்தினை ஏற்றுப் பாராட்டுப் பெற்றவர். ஆழமான சிந்தனையாளரும் ஆவார். இத்தகு திறன் கொண்ட அவர் இந்நூலுக்கான தரவுகளான பனுவல்கள், கலைஞர்கள், படைப்பாசிரியர்கள் மற்றும் நாட்டு விடுதலையோடு தொடர்பு கொண்ட பழம்பெரும் அரசியல் இயக்கத் தலைவர்கள் என பல்நிலையில் களப்பணி கண்டு தெளிவாகச் செய்திகளைச் சுவைப்பட தந்துள்ளார்.

நாட்டு விடுதலையும் நாடகக் கலையும், தமிழ் நாடக மேடையில் விடுதலை வெளிப்பாடு, விடுதலை இயக்க நாடகங்களில் கருத்து வெளிப்பாடுகள், விடுதலை இயக்க நாடகங்களின் அமைப்பு கரு, உத்திகள் மற்றும் விடுதலையில் நாடகக் கலைஞர்களும் மக்கள் வெளிப்படுத்திய உணர்வலைகளும் போன்ற பகுக்கப் பெற்ற தலைப்புகளில் விடுதலைப் போரை நேரில் சந்தித்த உணர்வினை படிப்போருக்கு ஏற்படுத்தும் விதமாக செய்திகளை விரவியிருக்கும் விதம் பாராட்டுக்குரியது. நூலின் தொடக்கம் முதல் இறுதிவரையில் தமிழ் நாடக மேடை இயக்க நிலையில் மேற்கொண்ட விடுதலைப் பயணத்தினை உணர்வுப் பூர்வமாக விளக்கிச் செல்லும் விதம் சிறப்பு. மேலும் அக்கால

நாடகக் கலைஞர்கள் மற்றும் குழுக்களின் மீது பெரும் மதிப்பினை ஏற்படுத்துவதாக இந்நூல் அமைந்துள்ளது.

இந்திய நாட்டில் சுமார் நானூறு ஆண்டுகள் கோலோச்சிய ஆங்கிலேய ஆட்சியாளர்களோடு போர்ச்சுகீசியர், பிரெஞ்சுக்காரர், டச்சுக்காரர்கள் என வணிகர்கள் பலரும் இந்திய நாட்டுச் செல்வங்களைச் சூரையாட எண்ணிய போது நாட்டின் பல்வேறு மூலைகளிலும் நாட்டுக்கான குரல் தொடங்கிய போது தமிழ் நாட்டிலும் பூலித்தேவன், வீரபாண்டிய கட்டபொம்மன், மருது சகோதரர்கள், வேலுநாச்சியார் போன்றோர் முன் கட்டத்தில் குரல் எழுப்பி தமிழரின் வீரத்தைப் பறை சாற்றினர். வேலூரில் 1806 ஆம் ஆண்டு நடந்த வேலூர் புரட்சியும் புரட்சிக்கான முதல் விதையைத் தூவியது. காந்தி, சுபாஷ் சந்திர போஸ், நேரு என அரசியல் தலைவர்களும் பிற்காலத்தில் முன்னனியில் நின்ற போது தமிழகத்தில், வ.உ.சிதம்பரனார், பாரதியார், காமராசர் எனப் பல தலைவர்களும் மக்களை வழிநடத்தினர்.

இக்காலக் கட்டத்தில் தமிழ் நாடக மேடையில் அழுத்தமாக கால் பதித்து நின்ற `பாய்ஸ் கம்பெனிகள்` என்கிற பாலர் சபைகள், நாட்டு விடுதலை உணர்வு சார்ந்த பல நாடகங்களை மேடையேற்றத் தொடங்கின. கதராடை உடுத்திய கலைஞர்கள் மேடையில் தோன்றி நாட்டு விடுதலை முழக்கப் பாடல்களைப் பாடிய போது பார்வையாளர்கள் உணர்வு வயப்பட்டு முழக்கங்களை வெளிப்படுத்தி விடுதலை இயக்க பங்களிப்புக்குத் தயாரான நிகழ்வுகள் பல. இவ்வகையில் 1921 ஆம் ஆண்டு தெ. பொ.கிருஷ்ணசாமிப் பாவலர் எழுதி மேடையேற்றிய கதர்பக்தி மற்றும் 1931 இல் எழுதி மேடையேற்றிய பதிபக்தி, பம்பாய் மெயில் மற்றும் 1924இல் வெ.சாமிநாத சர்மா எழுதிய பாணபுரத்து வீரன் ஆகிய நாடகங்கள் முன்னோடி நாடகங்களாய் பெருத்த வரவேற்பினைப் பெற்றன. டி.கே.எஸ்.சகோதரர்களின் `மதுரை ஸ்ரீ பால சண்முகானந்த சபா`வின் பல நாடகங்கள் இவ்வகையில் சிறப்பு பெற்றவையாக விளங்கின.

கலைஞர்கள், பாரதியாரின் பாடல்களை மேடையில் பாடி மக்களை ஊக்கப்படுத்தினர். அன்னியர் ஆடைகளை மேடையில் தீயிட்டுக் கொளுத்தினர். ``வெள்ளைக் கொக்கு பறக்குது`` எனப் பாடல்களை தொன்ம நாடகத்துள்ளேயும் பாடினர். மதுரகவி விஸ்வநாததாஸ் என்ற கலைஞர் விடுதலை இயக்கப் பாடல்களைப் மேடையில் பாடிக் கொண்டிருந்த போதே உயிர் நீத்த நிகழ்வு

மக்களை உணர்வு வயப்படச் செய்தது. கலைஞர்கள் கையில் விடுதலை வேள்வி பற்றி எரியத் தொடங்கியது.

இந்நூல் நல்ல தமிழில் ஆக்கம் பெற்றுள்ளமை சிறப்புக்குரியது. நூலாசிரியர் முனைவர் கீரைத்தமிழன் எனது பெருமைக்குரிய ஆய்வு மாணவர்களுள் ஒருவர். மிகச் சிறந்த ஆசிரியராகவும் செயல்பட்டு மாணவர் நலனுக்காகப் பல முன்னெடுப்புகளைச் செய்துவரும் நல்லாசிரியரும்கூட. தமிழில் ஆழ்ந்த இலக்கண, இலக்கியப் புலமை கொண்டவர். அதை இந்த நூலும் புலப்படுத்துகிறது.

இளைய தலைமுறை அறிந்து பயன்பெற வேண்டிய நம் நாட்டின் விடுதலை குறித்த பதிவுகளை விளக்கமாகவும், குறிப்பாகத் தமிழ் நாடகக் கலைஞர்களும், குழுக்களும் விடுதலை இயக்கத்தை மக்களுக்குக் கொண்டுச் சேர்த்த நிலையை மிகச் சிறப்பாகவும், ஆழமாகவும், அழகு தமிழில் விடாமல் தொடர்ந்து படிக்கத் தக்க வகையில் நூலாசிரியர் நூலாக்கித் தந்துள்ளார். தமிழ் நாடகத்துக்கு அணியாகவும், தமிழ் இலக்கியத்திற்கு மணியாகவும், தமிழ் உலகுக்கு அருங் கொடையாகவும் இந்நூல் அமையத் தக்கது எனப் பாராட்டி மகிழ்கிறேன்,

இந்நூலை பதிப்பித்து வெளியிடும் பாரதி புத்தகாலயத்திற்கும் எனது பாராட்டு.

இளைய தலைமுறை இதனை ஏற்று மகிழும்!. மூத்த தலைமுறை இதனைப் போற்றி மகிழும்!

வாழ்த்துகள்...!

நற்றமிழில் நல் நாடகம் செய்வோம்!
முனைவர் **க.இரவீந்திரன்,**
(மே) தலைவர், நாடகத்துறை,
தமிழ்ப் பல்கலைக் கழகம், தஞ்சாவூர்.
கைபேசி - 9443412412

உள்ளே...

1

நாட்டு விடுதலையும் நாடகக் கலையும்

> **"தொன்று நிகழ்ந்த தனைத்து முணர்ந்திடு**
> **சூழ்கலை வாணர்களும் - இவள்**
> **என்று பிறந்தவள் என்றுண ராத**
> **இயல்பின ளாம்எங்கள் தாய்."[1]**

என்று நம் தமிழ் மொழியின் தொன்மையைப் படம்பிடிப்பார் மகாகவி பாரதியார். உலகின் தொன்மையான நாகரிகங்களுள், தமிழர் நாகரிகம் மிகத் தொன்மையானது. இந்தியாவின் வடகோடியில் கண்டறியப்பட்ட சிந்துவெளி நாகரிகம், தொன்மையான நாகரிகங்களுள் ஒன்றாகக் கருதப்படுகிறது. சிந்துவெளி நாகரிகம் தொட்டு, சுமேரிய, எகிப்திய, கிரேக்க நாகரிகம் பலவற்றுள்ளும் தமிழர் நாகரிகத்திற்கான தொடர்புகள் பல அண்மைக் காலமாக வெளிப்பட்டு வருகின்றன. தற்போது தமிழகத்தில் கீழடி, சிவகளை, ஆதிச்சநல்லூர் போன்ற இடங்களில் நிகழ்த்தப்பட்டு வரும் தொல்லியல் ஆய்வுகளும் மகாகவி பாரதியின் வாக்கை மெய்ப்பித்து வருகின்றது. இத்தகைய பழமை கொண்ட தமிழகத்தின் இயற்கை வளங்களும், கல்வி கேள்வி, கலை பண்பாட்டுச் சிறப்புகளும் உலகம் போற்றும் பெருமைக்குரியன.

மேலும்,

> **"பாரத தேசத்தின் பழமை அரியது பழம் புகழ்**
> **பெரியது. வரலாறு, மொழியாராய்ச்சி,**
> **இனவாராய்ச்சி, புதை - பொருளாராய்ச்சி ஆகிய**
> **பல துறைகளுக்குரிய கலைவாணர்கள் இவற்றை விளக்கி**
> **உள்ளார்கள்."[2]**

என்று இந்திய திருநாட்டின் பெருமைகளைப் பன்மொழிப் புலவர் அப்பாத்துரையார் அவர்கள் எடுத்துரைப்பார். இதன் மூலம் தமிழகத்தை உள்ளடக்கிய இந்திய துணைக்கண்டம் உலகத்தில் மிகப்பழைய இலக்கியங்களையும், பண்பாட்டையும்,

நாகரிகத்தையும் கொண்டதாகத் திகழ்வதை அறிய முடிகிறது. இதை உலகின் பல்துறை ஆய்வாளர்களும், அறிஞர்களும் ஏற்றுக்கொண்டுள்ளனர்.

அடிமைப் பயணம்!

"மாற்றம் என்பதே மாறாதது" என்ற தத்துவத்திற்கேற்ப நாளடைவில் இப்பெருமைகள் எல்லாம் குன்றின. இந்நாட்டின் மீது நிகழ்த்தப்பட்ட வேற்று நாட்டார்களின் படையெடுப்பால் நாடு பொலிவிழந்து, களையிழந்து சிதைந்தது. மன்னர்களிடம் காணப்பட்ட ஒற்றுமையின்மையினால் நாடு சிதறுண்டது. அந்நியர்களிடம் அடிமைப்பட நேர்ந்தது. இந்தியாவின்மீது தொடுக்கப்பட்ட அந்நிய படையெடுப்பில் ஆங்கிலேயரின் படையெடுப்பு குறிப்பிடத்தக்கது. வெறும் வியாபாரிகளாய் இந்தியாவில் காலடி வைத்தவர்கள், பின்னர் இத்தேசத்தையே தங்களுடையதாக்கிக் கொண்டார்கள்.

ஆங்கிலேயர் வருகையின்போது இத்தேசத்தில் இருந்த வளங்களையும், கலை பண்பாட்டுச் சிறப்புகளையும் அவர்களது வாய்மொழி வழியாகவே அறியும்போது பெருமையும், மகிழ்ச்சியும், வியப்பும் ஏற்படுகின்றன.

> **"நான் இந்தியாவின் எல்லாப் பகுதிகளுக்கும் பயணம் செய்துள்ளேன். ஆனால், நாட்டில் எங்கேனும் ஒரு இரவலரையோ, கள்வரையோ பார்க்க முடியவில்லை. அத்தகைய செழுமையையும், உயர்ந்த ஒழுக்க முறைமையையும், மனவலிமையையும் உடையவர்களாக இவர்களைப் பார்த்தேன். இத்தகைய நாட்டை கைப்பற்ற முடியும் என்று நான் நினைக்கவில்லை. கைப்பற்ற வேண்டுமானால் இந்நாட்டின் முதுகெலும்பாய்த் திகழும் அதன் கலாச்சாரத்தையும், பழம்பெருமையையும், ஆன்மீகத்தையும் முறித்தால்தான் சாத்தியமாகும்."[3]**

என்று இந்தியாவில் ஆங்கிலக் கல்வியை அறிமுகப்படுத்திய லார்டு மெக்காலே, 02-02-1835இல் பிரிட்டிஷ் பாராளுமன்றத்திற்கு எழுதிய இம்மடலின் வாயிலாக இத்தேசத்தின் பெருமைகளை அறிய முடிகிறது. இத்தகைய வளங்களின் காரணமாகவே இந்நாட்டின்மீது அடுக்கடுக்கான அந்நியர் படையெடுப்பும் நிகழ்ந்தது.

> **...மேல் நாட்டினின்றும் முதல் முதல் இந்தியா நோக்கியவர் போர்ச்சுக்கீசியர் அவருக்குப் பின்னே போந்தவர் டச்சுக்காரர்; டச்சுக்காரரைத் தொடர்ந்து வந்தவர் இங்கிலீஷ்காரர் இறுதியில்**

நண்ணியவர் பிரெஞ்சுக்காரர். இவரனைவரும் இந்தியாவில் வாணிபஞ் செய்யவே போந்தவர்.[4]

என்று இந்தியாவின் மீது அடுக்கடுக்காய் படையெடுப்பு நடத்திய ஐரோப்பியர்களைப் பட்டியலிடுவார் திரு.வி.க. அவர்கள். இத்தகைய அடுக்கடுக்கான படையெடுப்பால் நாட்டில் வறுமையும், ஏழ்மையும், துன்பமும், துயரமும்தான் மிஞ்சியது.

இங்கிலாந்து அரசி எலிசபெத் வழங்கிய பட்டயம் ஒன்றின்படி 'கிழக்கிந்தியக் கம்பெனி' என்னும் பெயரில் வாணிக நிறுவனம் (1600ஆம் ஆண்டு, டிசம்பர் 31 ஆம் தேதி) ஒன்று தொடங்கப்பட்டது.[5]

பேரரசர் அக்பரின் ஆசியோடு இந்தியாவின் சூரத் நகரில் காலூன்றிய கிழக்கிந்தியக் கம்பெனி படிப்படியாக அமதாபாத், பர்ஹம்பூர், அஜ்மீர், ஆக்ரா என்றும் பின்னர் சென்னை, பம்பாய், கல்கத்தா என்றும் இந்தியா முழுமையிலும் தனது வணிகத் தளங்களை விரிவுபடுத்திக் கொண்டது.

துவக்கத்தில், பிரிட்டிஷார் ஆட்டுத்தோல் வியாபாரிகளாகவே இங்கு வந்தனர் என்று சொல்லப்படுகிறது. ஆட்டுத்தோலைப் பதப்படுத்தும் தொழிற்சாலை அமைக்கவே சந்திரகிரி மன்னரிடம் நிலம் வாங்கினராம். அதனால்தான் பிற்காலத்தில் விடுதலைப்போர் எழுச்சி பெற்றபோது

"ஆட்டுத் தோலுக் கிடங்கொடுத்த
தாலே வந்த மோசம்."

என்ற பாட்டும் பிறந்தது. முதலில் இவர்கள் அனைவரும் வணிகம் நோக்கியே வருகை தந்திருந்தாலும் நாளடைவில் உலக அரங்கிலும் இந்திய அரசியலிலும் ஏற்பட்ட மாற்றங்கள் இவர்களை இந்திய நாட்டில் காலூன்றச் செய்து விட்டது.

பின்னர், ஐரோப்பாவில் நடைபெற்ற ஆஸ்திரிய அரசுரிமைப் போட்டியால் ஆங்கிலேயரும் பிரெஞ்சுக்காரரும் தங்களுக்குள்ளான போட்டிகளின் காரணமாக எதிர்க்கட்சிகளுக்குத் துணை நின்று ஏழாண்டுக் காலம் போரில் ஈடுபட்டிருந்தனர் (1742 - 1748). அக்காரணத்தால் இந்தியாவிலும் அவ்விரு நாட்டுக் கம்பெனிகளுக்குமிடையே பகையும் போரும் மூண்டன. இவ்விரு கம்பெனிகளுக்கிடையிலான போட்டி இந்திய ஆட்சியாளர்களுக்குள் போட்டியையும் பொறாமையையும் ஏற்படுத்தின. இதனைப் பயன்படுத்திக் கொண்ட ஆங்கிலேய அரசு படிப்படியாக இந்தியாவில் தன் ஆட்சியை நிறுவியது.

"1792இல்தான் ஒரு உடன்படிக்கையின் மூலம் ஆர்க்காட்டு நவாப்பிடமிருந்து ஆட்சிப் பொறுப்பை கிழக்கிந்திய கம்பெனி மேற்கொள்ளுகிறது. அதன் பிறகுதான் ரெவின்யூ போர்டை நியமிக்கின்றனர் ஆங்கிலேயர். இதை முதலாகக் கொண்டுதான் ஆங்கிலேயர் ஆட்சி தொடங்குகிறது"[7] என்கிறார் ம.பொ.சி. அவர்கள்.

இதன் மூலம் ஆங்கிலேயர் ஆட்சி கி.பி.1792க்குப் பிறகுதான் இந்தியாவிலே காலூன்றியது எனலாம். வெறும் வியாபாரக் கம்பெனியாய் கி.பி.1600இல் காலடி வைத்தவர்கள், இருநூறு ஆண்டுகளுக்குள் இந்நாட்டின் ஆட்சி பீடத்தையே பிடித்துவிட்டனர்.

இரு கருநாடகப் போர்களும், மைசூர்ப் போர்களும் ஆங்கிலேயர் ஆட்சியை தென்னகத்தில் வலுப்படுத்தவே உதவியது. மேலும் இந்நாட்டில் நிலவிய உட்பகையும், உட்பூசல்களும், குழப்பங்களும், மதமாச்சரியங்களும் ஒன்று சேர்ந்து இந்தியாவை முழு அடிமை நாடாக்கி விட்டது.

தனி வாழ்க்கைக்கேற்பட்ட மதிப்பு, சாதிப் பாகுபாடு, மதத்திலே உட்குழப்பங்கள், சம்பிரதாயக் கட்டுகள், கண்மூடி வழக்க ஒழுக்கங்கள், தீண்டாமை, பெண்ணடிமை முதலியன ஹிந்து ராஜ்யத்தை அழித்தன.

"சாதி முதலியனவும் ஹிந்து - முஸ்லிம் வேற்றுமையும் ஒன்றி, ஒருருக் கொண்டு வளர்ந்து, சுதேச ராஜ்யத்தை வீழ்த்திப் பரதேச ராஜ்யத்துக்கு அழைப்பு அனுப்பின. பரதேச ராஜ்யம், அழைப்புக்கிணங்கித் தற்கால இந்தியாவை மணஞ்செய்து கொண்டது. அதன் இயற்கை ஒருவிதம் இதன் இயற்கை வேறு விதம் இரண்டின் சேர்க்கையைப் பற்றியும், அச்சேர்க்கையின் விளைவைப் பற்றியும் விரிவுரை நிகழ்த்த வேண்டுவதில்லை. தற்கால இந்தியா செயற்கை வண்ணமாயிற்று என்று சுருங்கச் சொல்லலாம்."

"மேல்நாட்டுப் பித்து நம்மவர் தலைக்கேறியது. அப்பித்து இறங்குதல் வேண்டும், அப்பித்தும் நந்தாய்க்கு ஒரு விலங்காயிற்று. மேல் நாட்டுக் கல்வி, உடை, வழக்க ஒழுக்கம் முதலியன நம்மவர்க்குப் பித்தூட்டின. அப்பித்து இந்தியத்தாயின் பித்தச்சுரப்புக்குரிய ஈரலை ஊறுபடுத்தியது" என்று கூறுகிறார் திரு.வி.க.

இக்கருத்துகளின் அடிப்படையில் ஆங்கிலேயரின் படைவலிமையால் மட்டுமல்ல நமக்குள்ளே நிலவிய பல்வேறு காரணங்களாலும், சூழல்களாலும்தான் நாடு அடிமைப்பட நேர்ந்தது.

இதனால் மக்கள் சொல்லொண்ணாத் துன்பங்களையும், துயரங்களையும் சுமந்துகொண்டு வறுமையோடும், பிணியோடும் போராட வேண்டிய கட்டாயத்திற்கு ஆளாயினர். இந்தியாவின் செல்வங்கள் கொள்ளைபோயின. இயற்கை வளங்கள் அழிக்கப்பட்டன. மக்கள் விலங்குகளினும் கீழாய்த் தள்ளப்பட்டனர்.. இந்நிலையினை எண்ணியே மகாகவி பாரதியார்,

"நண்ணிய பெருங்கலைகள் - பத்து
நாலாயிரங் கோடி நயந்துநின்ற,
புண்ணிய நாட்டினிலே - இவர்
பொறியற்ற விலங்குள் போல வாழ்வார்".

என்று இத்தேசத்தின் துன்ப முகத்தையும், மக்களின் துயரத்தையும் நெஞ்சுருகப் பாடித் துயருறுவார். எல்லா வளமும் பெற்றிருந்த நாடு இன்று இந்நிலை அடைந்ததற்கு நம் ஒற்றுமையின்மையே காரணம்.

விடியலை நோக்கி...!

தாயினும் சிறந்த தாய்நாட்டை, அந்நியர் ஆள்வதோ? அதை நாம் காண்பதோ? என்று பொங்கி எழுந்தோர் பலர். ஆங்கிலேயர் ஆட்சி காலூன்றிய போதே அவர்களுக்கெதிராக தமிழ்நாட்டில் மட்டுமல்ல, நாடெங்கும் போராட்டம் வெடித்தது. மன்னர்களும் மக்களும் ஒன்று சேர்ந்து களத்தில் குதித்தனர். எனவே இவற்றை மன்னர் யுகம், மக்கள் யுகம் என பிரித்துப் பார்க்கலாம்.

மன்னர் யுகம்..!

இந்திய விடுதலை இயக்க வரலாற்றில் ஆங்கிலேயர் ஆதிக்கம் பரவிய அக்காலத்திலேயே அவர்களை எதிர்த்து வீரமுழக்கமிட்டு வீரமரணம் எய்திய முதல் இந்திய விடுதலைப் போராளி என்ற பெருமை பூலித்தேவனையே சாரும்.

கி.பி. 1755லேயே "இந்த மண்ணின் மைந்தனாகிய நான் யாருக்கும் வரி கொடுக்க மாட்டேன்" என்று கூறி முதன் முதலில் வெள்ளையனையும், நவாப்பையும், நாயக்கனையும் எதிர்த்து முதல் விடுதலை முழக்கம் செய்த முதல் புரட்சி சிங்கம் மாவீரன் பூலித்தேவனே என்று வரலாற்றாசிரியர்கள் குறிப்பிடுவர்.

நெற்கட்டான் பாளையத் தலைவனான பூலித்தேவன் ஆங்கிலேயரையும், ஆற்காட்டு நவாப்பையும் எதிர்த்து 1750 முதல் 1767 வரை பதினேழு ஆண்டுகள் தொடர்ந்து போரிட்டு வந்தான். வாசுதேவ நல்லூரில் நடைபெற்ற கடைசிப் போர் பலத்த மழையின் காரணமாக எவருக்கும் வெற்றி தோல்வியின்றி

> **முடிவுக்கு வந்தது. இருந்தாலும் இது பூலித்தேவனுக்குப் போர் முனையில் பெரும் பின்னடைவைத் தந்தது.**[12]

என்று பூலித்தேவனைக் குறித்து விரிவான ஆய்வு செய்துள்ள ஜோசப் ஆட்ரின் ஆண்டோ குறிப்பிடுகிறார்.

> **...பூலித்தேவன் வெள்ளையரை மட்டும் எதிர்க்கவில்லை. பிரெஞ்சுக்காரன், டச்சுக்காரர், ஆதிக்க வெறிப்பிடித்தோர், மதவெறி பிடித்தவர்கள், உள்நாட்டு ஐந்தாம் படைக்கூலிகள் ஆகிய பலவகை ஆதிக்கங்களை எதிர்த்து, விடுதலைப் போராட்டத்தில் முதல் முழக்கம் செய்த முதல் இந்தியன் பூலித்தேவனே.**[13]

என்பதன் மூலம் 1750 முதல் 1767 வரை தொடர்ந்து 17 ஆண்டுகள் ஆங்கிலேயரை மட்டுமல்லாது, அந்நியர் அனைவரையும் எதிர்த்து முதலில் களங்கண்டவர் பூலித்தேவர். இவரது மரணம் குறித்து பல்வேறு ஊகங்கள் சொல்லப்பட்டாலும் பூலித்வேரின் வீரம் என்றும் நினைவு கூரத்தக்கது.

மேலும் இவரைத் தொடர்ந்து தென் தமிழகத்தில் பல பாளையக்காரர்களும் ஆங்காங்கே எதிர்ப்புக் குரல் எழுப்பி கலகம் செய்தனர். கி.பி 1772இல் முத்துராமலிங்க விஜயரகுநாத சேதுபதி விடுதலை வேண்டி வீர முழக்கமிடுகிறார்.

> **1772இல் சின்ன மறவர் நாடு சிவகங்கைச் சீமையில் வெள்ளைப்படைத் தளபதி வெல்ஸ், அக்னியூ ஆகியோரை எதிர்த்துப் போரிட்டார் அரசர் முத்து வடுக நாதத் தேவர். வட்டுடை அணிந்து வாளெடுத்து வருபகையை எதிர்த்துச் சென்றார் மறக்குல மங்கை ராணி வேலு நாச்சியார்.**[14]

மேலும்,

> **1766 டிசம்பர் 26இல் கொல்லங் கொண்டான் குறுநில மன்னர் மாவீரன் வாண்டைத் தேவன் கும்பினிப் படைத்தளபதி பிளின்ட் என்பவனை எதிர்த்துப் போரிட்டார்**[15]

என்று வரலாறுகள் நமக்குச் சொல்கின்றன. இங்ஙனம் ஆங்கிலேயர் ஆட்சி இந்தியாவில் காலூன்றியபோதே அவர்களைத் தென்னாட்டில் எதிர்த்து நின்று போரிட்டு வீரமரணம் எய்தியவர் பலர். அவருள்ளும் கி.பி.1799இல் பாஞ்சாலம் பகுதியில் விடுதலைப் போரை முன்னின்று நடத்தி தூக்குக் கயிற்றை முத்தமிட்ட மாவீரன் **வீரபாண்டிய கட்டபொம்மன்** குறிப்பிடத்தக்கவர். அவரோடு மன்னர்களின் ஆட்சியும் மன்னர்களின் எழுச்சியும் தமிழகத்தில் முடிவுக்கு வருகிறது. அச்சூழலில் புதுக்கோட்டை சமஸ்தானம் மட்டுமே தனி அரசாக செயல்பட அனுமதிக்கப்படுகிறது. ஏனைய

பாளையங்கள் அனைத்தும் ஜமீன்தார் நிலைக்கு கீழிறக்கம் செய்யப்பட்டது.

கி.பி. 1799 இல் வீரபாண்டிய கட்டபொம்மன் தூக்கிலிடப்பட்டபின், 1806இல் வேலூரில் நிகழ்ந்த புரட்சியே வடக்கே நிகழ்ந்த சிப்பாய் புரட்சிக்கு ஒத்திகை என்பார் வீரசவர்க்கார். ஆயுதம் ஏந்தி தன்னெழுச்சியாக எழுந்த **வேலூர்ப் புரட்சியையே** இந்திய விடுதலை வரலாற்றில் **'முதல் இந்திய சுதந்திரப் போராக'** கருத வேண்டும் என்று அறிஞர் பெருமக்கள் குறிப்பிடுவர். குறிப்பாக ம.பொ.சிவஞானம் அவர்கள் இதற்கான பல காரணங்களை முன்வைப்பார்.

> **"1857 -இல் தொடங்கி சரியாக ஓராண்டுக் காலம் நடந்தபின் 1858 - இல் முடிந்த சிப்பாய் புரட்சியானது, கிழக்கே பிஷாவர் தொடங்கி மேற்கே கல்கத்தா வரையுள்ள நிலப்பரப்பு முழுவதும் நடந்திருக்கிறது. அந்த வகையிலே, இந்திய மண்ணில் பிரிட்டிஷ் ஆதிக்கத்துக்கு எதிராக நடந்த ஆயுதப் புரட்சிகளிலே, 1857இல் நடந்த சிப்பாய் புரட்சி தனிச் சிறப்பைப் பெற்றுவிட்டது"**[16]

என்பார் ம.பொ.சி அவர்கள். எனவே 1857இல் நடைபெற்ற சிப்பாய் புரட்சியை பெரியளவில் நடைபெற்ற முதல் போராட்டமாகக் கருதலாமே ஒழிய, அதற்கும் முன்பே ஆங்கிலேயரை எதிர்த்து ஆயிரக்கணக்கானோர் வீரமரணம் எய்தியதற்கு காரணமான **வேலூர்ப் புரட்சியை** முதல் சுதந்திரப் போராக கருத வேண்டும் என்பார்.

மக்கள் யுகம்

இந்நிலையில் மக்களிடையே ஏற்பட்ட கல்வியறிவு, விழிப்புணர்வின் காரணமாக மக்கள் விடுதலையின் சிறப்பை உணர ஆரம்பித்தனர்.

> **இந்தியா நோயாளியன்று. இந்தியா ஆண்டகைமையுடையது. ஆனால் உறங்கிவிட்டது, இப்பொழுது விழித்து வருகிறது. அடிமைத் தன்மை மக்களின் ஒழுக்கத்தைக் கெடுப்பது. சுய ஆட்சி ஒன்றே உரிய மருந்து.**[17]

என்று கோகுலே கூறியுள்ளதற்கேற்ப மக்களிடையே மண்டிக்கிடந்த அடிமை மோகம் களைந்து சுதந்திரத் தாகம் மேலிட தொடங்கியது.

> **"அடிமை நாட்டிற்கு அரசியல் இருக்க முடியாது" என்று அன்று கூறினார் கோபால கிருஷ்ண கோகலே. ஆதிக்கம் செலுத்திய அன்னிய ஆட்சியாளராகிய பொதுப் பகைவனை எதிர்த்து**

நடந்த போராட்டத்திலே நாடு ஈடுபட்டிருந்த நிலையிலே, வாழ்வா சாவா என்ற பிரச்சனையை எதிர்நோக்கியிருந்த நேரத்திலே, அரசியல் கட்சிகள் என்ற பாகுபாடுகளுக்கும் பிரிவுகளுக்கும் பிளவுகளுக்கும் இடமின்றி, நாடு ஒரே குரலில், ஒரே நோக்கில், ஒரே குறிக்கோள் கொண்டு இயங்கினால்தான் விமோசனம் கிட்டும் என்பதை உணர்ந்து[18]

ஆங்காங்கே மக்கள் கிளர்ந்தெழுந்து, ஒன்றுபட்டு விடுதலைப் போரை விடுதலை இயக்கமாக முன்னெடுத்துச் செல்ல தலைப்பட்டனர். மக்களிடையே இருந்த பிரிவினைகள், சாதி மத பேதங்கள் களைய ஆரம்பித்தன. கசப்புணர்வு நீங்கி மக்கள் போராட்டத்தில் ஈடுபடலாயினர்.

இடையே ஆங்கிலேய அதிகாரி கர்சான் அறிவித்த வங்கப் பிரிவினையை எதிர்த்து வங்காளத்தில் உருவான கிளர்ச்சி இந்தியாவெங்கும் பரவியது. இதனையொட்டி உருவான சுதேசி இயக்கம், சுயராஜ்யம், சுதேசி தொழில் முயற்சி, அந்நியப் பொருள் புறக்கணிப்பு. தேசியக் கல்வி ஆகியவற்றை முக்கிய குறிக்கோள்களாகக் கொண்டு மாபெரும் மக்கள் இயக்கமாக வளர்ந்து வந்தது[19]

என்று இப்போராட்டம் மக்கள் போராட்டமாக உருமாறுவதற்கு காரணமான நிகழ்வையும் எடுத்துரைப்பார் திரு. என்.திரவியம் அவர்கள். இந்நேரத்தில்தான் தென்னாட்டுத் திலகர் வ.உ.சி அவர்களின் தலைமையில் தமிழ்நாட்டில் சுதந்திரப்போர் ஒலிக்கத் தொடங்கியது.

பிரிட்டிஷ் ஏகாதிபத்தியத்திற்கு எதிராக மக்களை ஒன்று திரட்டி போராட்டத்திற்கு வித்தூன்றினார். பாட்டாளி மக்கள், சவரத் தொழிலாளிகள், சலவைத் தொழிலாளர்கள், மில் தொழிலாளர்கள் போன்றோர் வ.உ.சி.யின் படையில் சேர்ந்தனர். தென்னாடெங்கும் வ.உ.சி., சுப்பிரமணிய சிவா, மகாகவிபாரதி போன்றோரின் எழுச்சிமிகு உரைகளாலும், எழுத்தாலும், கவிதைகளாலும் மக்கள் கிளர்ந்தெழுந்தனர்.

வ.உ.சி., சுப்பிரமணிய சிவா இருவருக்கும் கடுந்தண்டனை விதிக்க காரணமாயிருந்த சொற்பொழிவு தாமிரபரணிக் கரையில் நடந்தது என்பதால், இந்திய சரித்திரம் பற்றிய ஆய்வைத் தொடங்க வேண்டிய இடம் கங்கைக் கரையல்ல காவிரிக் கரையேயாகும் என்கிறார் பேராசிரியர் சுந்தரம் பிள்ளை. தமிழக அரசியல் மறுமலர்ச்சியின் முதல் அத்தியாயம் தாமிரபரணிக் கரையில் எழுதப்பட்டது[20]

என்று தமிழகத்தில் ஏற்பட்ட மிகப்பெரிய எழுச்சிக்கு வ.உ.சியே காரணர் என்பர் வரலாற்றாசிரியர்கள். ஆங்கிலேயரை எதிர்த்த கட்டபொம்மன் பிறந்த அதே மண்ணில் மீண்டும் அதே கட்டபொம்மன் பிறந்ததைப் போல் அதே தீரத்தோடும், வீரத்தோடும் ஆங்கிலேயரை எதிர்த்தவர் சிதம்பரனார்.

“எங்கள் நாட்டில் கூடிப்பேச உங்கள் அனுமதி வேண்டுமா? தாய்நாடு வாழ்க என்று கோஷிப்பது குற்றமா? எங்கள் வாணிபம் வளர, வளம் பெருக, கப்பல் ஓட்டுவது குற்றமா? சதையை துண்டு துண்டாக வெட்டி எடுத்து வேதனைப் படுத்தினாலும் எங்கள் முடிவு மாறாது; இதயத்தே வளரும் சுதந்திரப் பற்றும் குறையாது இது திண்ணம். வந்தே மாதரம் என்று உயிர் போகும் வரை தாய்நாட்டை வாழ்த்துவேன்!”[21]

என்று அஞ்சாது முழங்கிய வ.உ.சியின் வீரமுழக்கம், வீரபாண்டிண்டிய கட்டபொம்மனின் அதேமுழக்கத்தைப் போன்று ஆங்கிலேயரை நடுங்கச் செய்தது. இதனால் 1908 ஜூலை 7ஆம் நாள் வ.உ.சிக்கு தீர்ப்பு வழங்கப்பட்டது.

“சுப்பிரமணிய சிவாவுக்கு இருப்பிடம் தந்து உதவியமைக்காக ஆயுள், நாடு கடத்தல் தண்டனையும் திருநெல்வேலியில் மார்ச் 9 ஆம் நாள் விபின் சந்திரபால் அவர்களின் விடுதலை நாள் கொண்டாட்டத்தில் ஆற்றிய சொற்பொழிவில் தேசவிரோதக் கருத்துகள் இருந்தது என்று ஆயுள், நாடுகடத்தல் தண்டனையும், இரு தண்டனைகளையும் ஒன்றன்பின் ஒன்றாக அனுபவிக்கும்படி நீதிபதி ஏ.எப் பின்ஹே தீர்ப்பு கூறினார்.”[22]

இங்ஙனம் வ.உ.சி.யையும், சுப்பிரமணிய சிவாவையும் சிறையிலிட்டதன் மூலம் தமிழகத்தில் விடுதலைப் போராட்டத்தை, அதன் எழுச்சியை முடக்கிப் போட்டது வெள்ளையர் அரசு. இதனால் கொதிப்புற்ற இளைஞர் படை வ.உ.சி.யின் தண்டனைக்குக் காரணமான ஆஷ் கலெக்டரை, 1911 சூன் 17இல் மணியாச்சி ரயில் நிலையத்தில் சுட்டுக் கொன்று வஞ்சம் தீர்த்துக் கொண்டது. இங்ஙனம் தென்னாட்டில் மக்கள் எழுச்சி ஏற்பட்டதையும், அதை ஆங்கிலேயர் அரசு அடக்கியாண்டதையும் அறிய முடிகிறது.

1806இல் வேலூர்ப் புரட்சி தோல்வியில் முடிந்த பின்னர், 1906 ஆம் ஆண்டுவரை அதாவது, தூத்துக்குடியில் வ.உ.சிதம்பரனார் சுதேசிக் கிளர்ச்சியைத் துவக்கும்வரை - சரியாக ஒரு நூற்றாண்டுக் காலம் தமிழகத்தில் அமைதி நிலவியது. ஆம் “சுடுகாட்டு அமைதி”[23]

என்று குறிப்பிடுகிறார் ம.பொ.சி.

"கிழக்கிந்தியக் கம்பெனியின் ஆட்சிக்கு எதிராகக் கிளர்ந்தெழுந்த இந்திய மன்னர்களின் பேரெழுச்சியும், முதல் இந்திய விடுதலைப் போரும் நர்மதை ஆற்றுக்குத் தெற்கே பரவாது நிற்க வடக்கே நிகழ்ந்த எந்த ஒரு மாற்றத்தாலும் அதிகம் பாதிக்கப்படாது இருந்த தமிழகம் இந்திய சுதந்திரப் போராட்டம் வடிவம் பெற்று வந்த தொடக்கக் காலங்களிலும், தமிழகத்தில் வ.உசிதம்பரம் பிள்ளை, சுப்பிரமணிய சிவா உள்ளிட்ட நெல்லை சதி வழக்கு 1911 வரையிலும் வட மாநிலங்களில் ஏற்பட்ட வீச்சின் அளவுக்குப் பாதிக்கப்படாமலே இருந்தது."[24]

என்று தென் தமிழகத்தின் அமைதிச் சூழலுக்கான காரணத்தை முன் வைப்பார் அஸ்வகோஷ் அவர்கள்.

விடுதலைக் கால வரலாறு

பொதுவாக இந்திய விடுதலைப் போராட்டக் காலத்தை பலரும் பல காலகட்டங்களாக வகைப்படுத்துவர்.

1857இல் வட இந்தியாவில் நடைபெற்ற சிப்பாய் கலகத்திலிருந்தே இந்திய விடுதலைப் போராட்டம் தொடங்கியதாகக் குறிப்பிடுவர். ஆனால், 18ஆம் நூற்றாண்டின் மத்தியில் துவங்கி ஏறக்குறைய 200 ஆண்டுகாலம் இப்போராட்டம் நடைபெற்றதாகக் கருதலாம். இக்காலத்தை மூன்று காலகட்டங்களாக வகைப்படுத்துவர்.

**"ஆங்கிலேயருக்கு எதிரான பாளையங்களின் போர்.
ஆங்கிலேயருக்கு எதிரான சிப்பாய் கலகம்
மகாத்மா காந்தியடிகளின் தலைமையிலான மக்கள் போராட்டம்."**[25]

என்று மூன்று காலகட்டங்களாக வகைப்படுத்துவார் ஜோசப் ஆட்ரின். ஆனால், ம.பொ.சி.அவர்கள் விடுதலைப் போராட்டத்தை இன்னும் நுட்பமாகப் பகுத்து ஐந்து கட்டங்களாக வகைப்படுத்துவார்.

1792க்கும் 1801க்கும் இடைப்பட்ட காலத்தில் வீரபாண்டிய கட்டபொம்மன், ஊமைத்துரை, மருது சகோதரர்கள் நடத்திய போராட்டமும் அதே காலத்தில் நிகழ்ந்த திப்புசுல்த்தானின் போராட்டமும், முதல் கட்டம் என்பார். 1857ல் வடக்கில் நிகழ்ந்த சிப்பாய் புரட்சியை இரண்டாம் கட்டம். இவைகளை 'மன்னர்கள் சகாப்தம்' என்றும்

1885 முதல் 1905 வரை அதாவது சுமார் இருபதாண்டு காலம் காங்கிரஸ் மகாசபை தலைமையின் கீழ் நடைபெற்ற உயர்தரக்

கல்வி கற்றவர்களின் உத்தியோகக் கிளர்ச்சியாகும். இதனை 'அரச விசுவாசிகள் சகாப்தம்' என்றும் அழைக்கலாம். இது மூன்றாவது கட்டமாகும்.

நான்காவது கட்டம், லோகமான்ய திலகரின் தலைமையின் கீழ் நடைபெற்ற அப்பட்டமான அரசியல் விடுதலைக் கிளர்ச்சியாகும். இந்தக் காலத்தை 'திலகர் சகாப்தம்' என்றும் அழைக்கலாம்.

ஐந்தாவது கட்டம், 1919 தொடங்கி பாரதம் விடுதலை பெற்ற 1947 ஆகஸ்ட் பதினைந்து வரை மகாத்மா காந்தியடிகளின் ஒப்பற்ற தலைமையின் கீழ் - தொடர்ந்த முப்பதாண்டுக் காலம் - சாத்வீக முறையில் நடைபெற்ற அரசியல் புரட்சியாகும். இந்த நீண்ட காலத்தை 'காந்தி சகாப்தம்' என்றும் இந்திய விடுதலைக் கால வரலாற்றை வகைப்படுத்தியிருப்பார்.

இத்தகைய காலகட்டங்களில், திலகரின் காலத்தில்தான் நாட்டுப்பற்றும் மொழிப்பற்றும் ஒன்று கலந்தன. 1906 முதல் 1920 வரையான இக்கால கட்டத்தில்தான் விடுதலை இயக்கம் வீறுகொள்ளத் தொடங்கியது. இதன் விளைவாய் எழுந்த அன்றைய இலக்கியங்களும் இதை எதிரொலிக்கத் தொடங்கின. மேலும்

> **"1906ஆம் ஆண்டு கல்கத்தா காங்கிரஸ் மாநாட்டில்தான் முதன் முதலாக விடுதலை என்னும் குறிக்கோள் வெளியிடப்பட்டது. சுயராஜ்யம் இந்தியருக்கு அளிக்கப்பட வேண்டும் என்னும் கோரிக்கை அப்போதுதான் எழுந்தது."**[26]

அதற்கு முன்புவரை காங்கிரசின் குரல் உரிமைக் குரலாய் ஒலிக்கவில்லை. திலகரின் வருகைதான் மக்களிடையே மிகப்பெரிய எழுச்சியைத் தோற்றுவித்தது. திலகரின் தலைமையில் விதைக்கப்பட்ட 'சுயராஜ்ய வித்து' காந்தியின் காலத்தில்தான் செழித்தோங்கியது.

காந்தியுகம்

1920இல் சி.விஜயராகவாச்சாரியர் தலைமையில் நாகபுரி நகரில் கூடிய காங்கிரஸ் மகாசபையிலே அடிகளாரின் ஒத்துழையாமைத் திட்டம் அங்கீகரிக்கப்பட்டது. அதனால் காங்கிரசை வழிநடத்திச் செல்லும் பொறுப்பை காந்தியடிகள் ஏற்றார். அந்த மகாசபையில்தான் 'காந்தி சகாப்தம்' தோன்றியது. இக்கால கட்டத்தில்தான் மக்கள் விடுதலையின் மேன்மையை உணரத் தலைப்பட்டனர். '**சுதந்திரம்**' நமது பிறப்புரிமை என்ற எண்ணக் கருத்தும் வலுப்பெற்றது.

> **"சுதந்திரம் என்ற தாரக மந்திரம் வெறும் வார்த்தையில் இல்லை. அது மகிழ்ச்சியிலும், அமைதியிலும், வளர்ச்சியிலும்,**

முன்னேற்றத்திலும், தனிமனித சுதந்திரத்திலும் அமைந்துள்ளது. பேச்சுரிமை, வேலை தேடும் உரிமை, எந்த சமயத்தையும் பின்பற்றும் உரிமை, இந்தியாவில் எங்கு வேண்டுமானாலும் வாழ்வதற்கான உரிமை, வாழ்க்கைத் துணையைத் தேடும் உரிமை, எந்தப் பொருளையும் வாங்க விற்க உரிமை, கல்வி நிலையங்களை அமைப்பதற்கான உரிமை, தொழிற்சாலைகள், நிறுவனங்கள் அமைப்பதற்கான உரிமை, உண்பதற்கான உரிமை என வாழ்வதற்கான அனைத்து உரிமைகளையும் பெறுவது. சமூக, பொருளாதார, நிர்வாக, மதசுதந்திரம் அனைத்தும் நாடு முழுமைக்கும் ஏன் ஒவ்வொரு குடும்பத்திற்கும் கிடைத்தல் வேண்டும்.''[27]

என்ற உண்மையை அனைவரும் உணர்ந்தனர். அதோடு நாம் பெற வேண்டிய விடுதலையின் அடித்தளம் அரசியல் விடுதலையிலேயே அமைந்துள்ளது என்ற தெளிவும் ஏற்பட்டது.

“விடுதலை பலவகை. அவற்றுள் சிறந்தது அரசியல் விடுதலை. அரசியல் விடுதலையிலும் பல கூறுகள் உண்டு, அவற்றுள் தலையாயது பொருளாதார விடுதலை. அரசியல் பொருளாதார விடுதலையுண்டானால் மற்ற சமூக சமுதாயமாகி விடுதலைகள் தாமே நிகழும். முதலில் வேண்டற்பாலது அரசியல் பொருளாதார விடுதலையே...''[28]

என்பதால் அனைத்து உரிமைகளுக்கும் அடித்தளம் அரசியல் விடுதலையே என்ற முனைப்பில் **'அரசியல் விடுதலையை'** நோக்கியே விடுதலைப் போராட்டம் வீறு கொண்டெழுந்தது.

விடுதலையும் கலை இலக்கியங்களும்

'காந்தியுகத்தையே' விடுதலைப் போராட்டக் காலத்தின் **'எழுச்சிக் காலம்'** என்று அறிஞர்கள் குறிப்பிடுவர். இக்கால கட்டத்தில்தான் சுதந்திர வேட்கையை மக்களிடம் கொண்டு செல்ல கலை இலக்கியங்களை 'ஆயுதமாக்கிக்' கொண்டனர் போராளிகள். விடுதலைப் போராட்ட வேள்வியில் இந்தியா தன்னைப் அர்ப்பணித்துக் கொண்டபோது, இந்திய மொழிகளும், கலை இலக்கியங்களும் அந்தப் புனிதப் போரில் தங்களையும் இணைத்துக்கொண்டு புதிய எழுச்சியையும் பரிமாணத்தையும் பெற்றன.

விடுதலை என்பது, வெளி நாட்டாரை விரட்டுவது மட்டுமன்று நம்மை நாமே உணர்வதுதான். அந்த அகவிழிப்பின் வெளிப்பாடுதான் இந்திய மொழி இலக்கியங்களின் மறுமலர்ச்சி[29]

என்கிற பணியில் இந்திய மொழிகள் பலவற்றுள்ளும் விடுதலையின் தாக்கம் வெளிப்பட்டது. விடுதலையை நோக்கி கட்டுரைகள், கதைகள், புதினங்கள், கூத்துக்கள், நாடகங்கள், திரைப்படங்கள் என்று பல புதிய பரிமாணங்கள் தோன்றின.

> **“நெல்லை சதி வழக்கால் விழிப்புணர்வு பெற்ற மக்கள் போராட்ட அலையில் தங்களையும் பிணைத்துக் கொண்டனர். 1919 ஜாலியன் வாலாபாக் படுகொலையைத் தொடர்ந்து 1920 ஒத்துழையாமை இயக்கத்திலும், 1930 சட்ட மறுப்பு இயக்கத்திலும், 1931 பகத்சிங் வீரமரணத்திலும் இந்தியா பூராவும் கொதித்தெழுந்ததைப் போலவே தாங்களும் கொதிந்தெழுந்தனர்.”**[30]

என்பதற்கேற்ப இந்தியக் கலை இலக்கியங்கள் யாவும் இவ்வறப் பணியில் கலந்துகொண்டன. தமிழ்கலை இலக்கியங்களும் இதைப் பிரதிபலித்தன. விடுதலைப் போராட்டத்தின் ஒவ்வொரு கட்டத்திலும் இலக்கியங்கள் விடுதலைப் போராட்டத்திற்கும், விடுதலைப் போராட்டம் கலை இலக்கிய வளர்ச்சிக்கும் ஒன்றுக்கொன்று தங்கள் பங்களிப்பைச் செய்து வந்துள்ளன.

> **“உரிமையுணர்வு உள்ளத்தில் ஊற்றெடுத்தபோது எழுந்த அரசியல் விழிப்புணர்வுடன், பந்தகமற்றுப் போராடும் வேகத்தை ஒட்டி, சொந்த மொழியில் ஆர்வமும் ஆக்கமும் பெருகின. தேசபக்தி தாய்மொழிப் பற்றை வளர்க்க, தாய்மொழி ஆர்வம் தேசிய உணர்வுக்குத் துணை நிற்க, விடுதலைப் போராட்ட இயக்கம் இந்திய மொழிகளின் வளத்துக்கும் வலுவுக்கும் வளர்ச்சிக்கும் வழி வகுத்தது”**[31]

என்பதற்கேற்ப இதுவரையில் விடுதலைப் போராட்டத்திற்கு எதிராக இருந்த தாய்மொழி உணர்வு வேறு; தாய்நாட்டு உணர்வு வேறு என்பதை மறந்து மக்கள் கலை இலக்கியங்களை போராட்டத்திற்கான ஆயுதங்களாக மாற்றிக்கொண்டனர்.

தமிழகத்தில் கவிஞர்களும், கலைஞர்களும், கதாசிரியர்களும், எழுத்தாளர்களும் தம் எழுத்தாலும், பேச்சாலும், கதைகளாலும், கவிதைகளாலும், நாவல்களாலும், நாடகங்களாலும், பத்திரிகைகளாலும், பாடல்களாலும் தேசிய உணர்வு பெருகிட பாடுபட்டனர். இத்தேசியப் பெருக்கினால் தமிழ் இலக்கியம் மறுமலர்ச்சிப் பெற்றது. தமிழில் எழுந்த பல இலக்கியங்களும், கலைகளும் ஏனைய மொழிகளுக்கு நிகராக விடுதலைப் போரில் தன் பங்களிப்பைச் சிறப்புறச் செய்துள்ளன. இப்பங்களிப்பை ஆய்வது இலக்கிய வளர்ச்சிப் போக்கில் விடுதலை நாடகங்களின்

பங்களிப்பை அறிய உதவும் என்பதால் இப்பகுதியில் இவ்வாய்வு செய்யப்பட்டுள்ளது.

விடுதலையில் இதழ்கள்

துவக்கக் காலத்தில், சமயம் மற்றும் சமூகக் கருத்துகளின் பரிமாற்றத்திற்குப் பயன்பட்டு வந்த தமிழ் இதழ்கள் நாடு தழுவிய அரசியல் போராட்டமான விடுதலை இயக்கக் காலத்தில் அரசியல் கருத்துகளைத் தாங்கி வரலாயின.

> **இந்திய விடுதலை இயக்கத்திற்கும் இந்திய இதழ்களின் வளர்ச்சிக்கும் நெருங்கிய தொடர்பு இருந்தது. மக்களிடம் விழிப்புணர்ச்சியை ஏற்படுத்தவும், மக்களை ஒன்று திரட்டி, அரசுக்கு எதிராகப் போராடச் செய்யவும் தலைவர்கள் இந்திய இதழ்களையே பயன்படுத்தினர்**[32]

என்பதற்கேற்ப தமிழகத்திலும் பாரதியார், திரு.வி.க, சுப்பிரமணிய சிவா போன்ற முதுபெரும் எழுத்தாளர்களும் இதழ்களைப் பயன்படுத்திக் கொண்டனர். தமிழ் இதழ்கள், நாடு தழுவிய அரசியல் போராட்டமான விடுதலை இயக்கக் காலத்தில், அரசியல் கருத்துகளைத் தாங்கி வளரலாயின. இந்தியாவின் பிற பகுதிகளைப் போன்றே, தமிழகத்திலும் விடுதலைப் போராட்டத் தலைவர்கள் பல இதழ்களை வெளியிடத் தொடங்கினர்.

> **அந்நாளில் சென்னையில் காசுலு லெட்சுமிநரசு என்ற வணிகர் இருந்தார். "இது நமது நாடு இந்த ஆட்சியில் நமக்கும் பங்கு வேண்டும்" என்று முதன் முதல் உணர்ந்தவர் அவரே. அதற்காக "மதியம்" (1844) என்ற தமிழ் - தெலுங்கு - ஆங்கில மும்மொழி மாத மும்முறை இதழைத் தொடங்கினார். தமிழ் நாட்டில் மக்கள் குரலை ஒலிப்பதற்கு என்றே தொடங்கப்பட்ட முதல் இதழ் இதுவே.**[33]

என்று தமிழில் தொடங்கப்பட்ட முதல் விடுதலை இதழ் குறித்து அ.மா.சாமி அவர்கள் குறிப்பிடுவார்.

> **"1882 ஆம் ஆண்டில்தான் விடுதலை இயக்கம் சார்ந்த இதழான 'சுதேசமித்ரன்' வார இதழாக அறிமுகமானது. இந்திய தேசியக் காங்கிரசை நிறுவியவர்களில் ஒருவரும் இந்து பத்திரிகை தொடங்க காரணமானவருமான ஜி.சுப்பிரமணிய ஐயர், சாதாரண மக்களுக்கு அறிவைப் பரப்பும் பொருட்டு இவ்விதழை தொடங்கினார்."**[34]

இங்ஙனம் 1844க்குப் பின் 1882இல்தான் விடுதலைக்கென தனி இதழ் தோற்றுவிக்கப்பட்டது. இவ்விதழில்தான் மகாகவி

பாரதியார் ஆசிரியராக இருந்து விடுதலைப் பணியாற்றினார் என்பது குறிப்பிடத்தக்கது. இங்ஙனம் இவ்விதழின் வழி பல இதழ்கள் தோன்றி தமிழ்நாட்டில விடுதலைப் போராட்ட இயக்கத்தை முன்னெடுத்துச் சென்றன. இவ்வாறு தமிழ் இதழ்களும் விடுதலைக்கு முன்னோடியாகத் திகழ்ந்ததை அறிய இயலுகிறது.

விடுதலையில் திரைப்படங்கள்

அறிவியல் தொழில் நுட்பத்தின் புதிய வரவாகிய திரைப்படங்களும் மக்களிடையே விடுதலையுணர்வைக் கொண்டு சென்றதில் பெரும் பங்கு வகித்தன. காந்தி சகாப்தத்திலேதான் பேசும்படம் தோன்றியது. அதனால், தேசியவாதிகள் திரைப்படத் துறையோடு தொடர்புகொண்டு தங்கள் பிரச்சாரத்தை நடத்த முயன்றனர்.

> **தேச பக்தியைப் பரப்புகின்ற அளவில் - காந்தியடிகள் போதித்த தீண்டாமை விலக்கு, மதுவிலக்கு, இந்து முஸ்லிம் ஒற்றுமை, தேசிய ஒருமைப்பாடு ஆகிய ஆக்க வழிப்பட்ட கொள்கைகளைப் பிரச்சாரம் செய்யும் சாதனமாகத் திரைப்படம் பயன்படுத்தப்பட்டது.**[35]

அப்பணியிலே முதல்வராக - முன்னோடியாக விளங்கிய பெருமை டைரக்டர் கே.சுப்பிரமணியம் அவர்களுக்கே உரியதாகும்.

> **"சுதந்திரப் போராட்டக் காலத்தில் தேசிய விடுதலை இயக்கத்தின் சமூக சீர்திருத்த கொள்கைகளான தீண்டாமை எதிர்ப்பு, மதுவிலக்கு, அந்நியப் பொருட்கள் புறக்கணிப்பு, குழந்தைத் திருமண எதிர்ப்பு, வரதட்சணை எதிர்ப்பு, கலப்புத் திருமண ஆதரவு - போன்ற இலட்சியங்களுக்கும் தமிழ் சினிமா பெரும் பணி புரிந்துள்ளது."**[36]

என்று 'சுதந்திரப் போரில் தமிழ்த் திரைப்படம்' என்ற நூலில் அறந்தை நாராயணன் குறிப்பிடுவார். இவ்வாறு நாடகத்தின் அடுத்த வளர்ச்சிக் கட்டமான தமிழ்த் திரைப்படங்களும் நாடகங்களைப் போலவே சுதந்திரப் போராட்டத்தில் பெரும் பங்காற்றியுள்ளது.

> **"1937இல் 'பாலயோகினி' என்ற சமூக சீர்திருத்த படத்தை தயாரித்து வெளியிட்டார். இதனை, அவரே டைரக்ட் செய்தார். தீண்டாதாருக்கு ஆலயப் பிரவேசம் அளிக்க வேண்டியதன் அவசியத்தையும் நியாயத்தையும் வற்புறுத்தும் பிரச்சாரப் படமாக இது அமைந்தது."**[37]

"1940இல் 'பக்த சேதா' என்னும் மற்றொரு படத்தைத் தயாரித்து வெளியிட்டார். இதன் மூலமும் ஆலயப் பிரவேசக் கொள்கைக்கு ஆக்கம் தேடினார். இதனைப் பார்த்ததனால் உணர்ச்சி பெற்ற மக்கள் பல ஊர்களில் அரிஜன மக்களை ஆலயத்துக்குள் கொண்டு செல்ல முயன்றனர். இதனால் உயர் சாதியினருக்கும் தாழ் சாதியினருக்கும் இடையே பூசல் தோன்றுவதாகக் காரணம் கூறி திருநெல்வேலி - மதுரை ஆகிய நகரங்களிலே இந்தப் படத்தைக் காட்டக் கூடாதென்று அரசாங்கம் தடை விதித்தது."[38]

தீண்டாமைக் கொடுமையை எதிர்த்து 1937இல் 'ஹரிஜனப் பெண் லெட்சுமி' என்ற திரைப்படம் வெளியானது. 1936-37இல் டைரக்டர் கே.பி.சுப்பிரமணியன் 'பாலயோகினி' என்ற படத்தையும், பெண்ணுரிமையை பேசிய 'சேவாசதமை' படத்தையும், 1939இல் 'தியாக பூமி' என்ற படத்தையும் இயக்கியுள்ளார். 1938இல் ஆலயப் பிரவேசத்தை வலியுறுத்தி 'தேச முன்னேற்றம்' என்ற திரைப்படம் வெளியானது. தீண்டாமை ஒழிப்பை வலியுறுத்தி 'ஸ்ரீராமானுஜர்' 1938இல் வெளியானது. 1939இல் பி.சம்பத்குமார் அவர்களின் டைரக்ஷனில் 'பம்பாய் மெயில்' திரைப்படம் வெளியானது.

இங்ஙனம் தமிழ்த் திரைப்படங்கள் காந்தியக் கொள்கைகளை நேரடியாக மக்களிடம் கொண்டு சென்றன. இதோடு கதைக்குச் சிறிதும் தொடர்பு இல்லாவிட்டாலும் திடீரென்று பாரதியார், பாஸ்கரதாஸ் போன்ற தேசியக் கவிஞர்களின் பாடல்களை இத்திரைப்படங்களின் இடையிடையே சேர்த்தும் விடுதலையுணர்வை ஊட்டினர்.

விடுதலையில் புதினங்கள்

இந்திய விடுதலை இயக்கத்திற்கு முன்னோடியாகத் திகழ்ந்த வங்கம், இந்திய இலக்கிய வளர்ச்சிக்கும் முன்னோடியாகத் திகழ்ந்தன. வங்க இலக்கியங்களின் வழிதொட்டு இந்திய மொழிகளின் இலக்கிய வளர்ச்சியும் இந்திய கலைகளின் வளர்ச்சியும் நிகழ்ந்தது எனலாம்.

வங்க மண்ணில் தொடங்கிய சுதந்திரப் போராட்டப் பின்னணியில் உருவான பக்கிம் சந்திரரின் 'ஆனந்த மடம்' இந்திய தேசிய எழுச்சியின் முதல் அங்கமாக மட்டுமன்றி இந்திய இலக்கிய மலர்ச்சியின் முதல் கட்டமாகவும் உள்ளது.[39]

இதே போல், தமிழின் முதல் நாவலான **'பிரதாப முதலியார் சரித்திரத்தில்'** தேசிய இயக்கப் பின்னணி அவ்வளவு இல்லாவிட்டாலும் தாய்மொழிப் பற்று, இந்தியப் பண்பாட்டுப் பற்று முதலியவற்றைக்

காண முடிகிறது. இந்த வகையில் வேதநாயகம் பிள்ளையின் புதினத்தில் செழிக்கும் தமிழ் உணர்வைத் தேசிய உணர்வின் முன்னோடியாகக் கருத வேண்டும்.

1952 இல் வெங்கடரமணி அவர்கள் எழுதிய **"தேசபக்தன் கந்தன்"** என்னும் புதினம் முழுமையான அரசியல் விழிப்புணர்வு புதினமாகும். தேசியம், காந்தியத்தின் தாக்கத்தால் பின்னப்பட்ட இந்நாவலில் கதைத்தலைவி ரங்கனிடம் பேசும் சொல் தேசிய உணர்வுக்கு சிறந்த அடையாளம்.

> **'உனக்கு நானும் நாடும் வேண்டுமென்றால்' உடனே கலெக்டர் வேலையை விடு: காங்கிரசில் சேரு ஏழை மக்களுக்கு இறங்கி உழை என ரங்கனுக்கு கட்டளை இட்டாள்."**[40]

என்று நாயகி தலைவனுக்கு அறிவிப்பதுபோல் நாட்டு மக்களையும் இப்பணிக்கு அழைத்தாள். இதேபோல் இந்நாவலைத் தொடர்ந்து தமிழில் வெளிவந்த பல நாவல்களும் விடுதலையுணர்வை வளர்த்ததில் பெரும் பங்கு ஆற்றின.

விடுதலையில் தெருக்கூத்துக்கள்

நாடகக் கலையின் முன்னோடியாகத் திகழ்ந்தவைகள் தெருக்கூத்துக்களே. தெருக்கூத்துக்களின் வளர்ச்சி நிலையே இன்றைய நாடகங்கள் எனலாம்.

> **"இன்று காணக்கூடிய தமிழ் நாடக மேடைக்குப் பூர்வாங்க நிலையில் தெருக்கூத்துக் கலையே இடம் பெற்றிருந்தது என எண்ண இடம் இருக்கிறது. ஏனெனில் பத்தொன்பதாம் நூற்றாண்டின் முற்பகுதியில் வேறெந்தக் கலைவடிவமும் தமிழ் நாட்டில் வலுவான செயற்பாட்டில் இருந்ததாகக் கொள்ள வரலாற்று நிலையில் ஆதாரங்கள் இல்லை."**[41]

என்ற முனைவர் க.இரவீந்திரன் அவர்களின் கருத்திற்கேற்ப மக்களிடம் செல்வாக்குப் பெற்றிருந்த தெருக்கூத்துக் கலைகளும் அக்கால மக்களின் சமூக வாழ்க்கையை வெளிப்படுத்துவதாகவே அமைந்திருந்தன.

> **தெருக்கூத்து நாடகங்கள் பெரும்பாலும் இராமாயணம், மகாபாரதம், பாகவதம் போன்ற புராணக்கதைகளிலிருந்தே கருப்பொருள் எடுத்துக் கொண்டன என்பது தெரிந்த விஷயமே. அத்துடன் மட்டுமன்றி தேசிங்குராஜன், மதனகாமராஜன் போன்ற நாட்டுப்புறக் கதைகளையும் எடுத்தாண்டனர் என்பது உண்மையே. வீரபாண்டிய கட்டபொம்மன் கதையும் நடத்தப் பெற்றுள்ளது**[42]

என்பது குறிப்பிடத்தகுந்தது. வீரபாண்டிய கட்டபொம்மன் கதைப் பாடல்கள், பாஞ்சாலங்குறிச்சி அழிவு சரித்திரக் கும்மி, சிவகங்கை சரித்திரக் கும்மி, மருது பாண்டியர் கதை, புலித்தேவன் சிந்து ஆகியவை இலக்கியச் சான்றுகளாக நின்று விடுதலைப் போராட்டத்திற்கு மக்களை வீறுகொண்டெழச் செய்தன.

பாரத விடுதலைப் போராட்டத்தில் தன்னை முதல் பலியாகக் கொடுத்த, 'வீரபாண்டிய கட்டபொம்மனைத்' தமிழர் மறந்துவிடாதபடி நினைவூட்டிக் கொண்டிருந்தவர்கள், இந்தத் திறந்த வெளி மேடைகளிலே கூத்து நடத்திய கலைஞர்களே என்றால் அதுவும் நன்றியறிதலோடு ஒப்புக் கொள்ள வேண்டிய உண்மை. வீரதீர சாகசங்கள் செய்து மக்கள் மனதில் வாழ்ந்த காவியக் தலைவர்களின் புகழ் பாடி நின்ற தெருக்கூத்துக் கலைகளும் விடுதலையுணர்வைத் தூண்ட பயன்பட்டது.

> **"அப்ப மதுரையில கட்டபொம்மு கூத்து நடக்கும். ஒரு நாடகம் பத்து நாட்கள் நடக்கும். ஒவ்வொரு இடத்திலேயும் பத்து நாட்கள் நடக்கும். ஒரே கதைய பத்து நாட்கள் தொடர்ந்து நடத்துவார்கள். அந்தக் கூத்துகளை நான் தவறாமல் போய் பார்ப்பேன். அந்தக் கூத்துகள்தான் என்னை ஒரு தேசபக்தனாய், போராளியாய் மாற்றியது."**[43]

என்று விடுதலைப் போராட்டத்தில் ஈடுபட்டதற்காக, பல ஆண்டுகள் பல தடவைகள் சிறைத்தண்டனைப் பெற்ற தியாகி மாயாண்டி பாரதி அவர்கள் குறிப்பிடுகிறார்.

நாடகத் தமிழ்

> **--------------------------------விழவின்**
> **கோடியர் நீர்மை போல முறைமுறை**
> **ஆடுநர் கழியும்இவ் உலகத்துக் கூடிய**
> **--** என்ற புறநானூற்றுப்

பாடல் விழாவில் ஆடிக் களிக்கக் கூடிப் பின் மறைகின்ற கூத்தையும் கூத்து நிகழ்த்துபவர்களையும் போலத், தோன்றி - மறைந்து - தொடர்ந்து வரும் இயல்புடையது இவ்வுலக வாழ்வு என்று, இவ்வுலக வாழ்வைத் தோன்றி மறையும் கூத்திற்கு ஒப்பாக காட்டுகின்றது புறநானூறு. அதே போல் நாடகம் என்பது ஒருவன் செய்ததனை ஒருவன் உள்வாங்கிக் கொண்டு பின்னர் அதனைச் செய்து காட்டுவதே என்று மயிலை சீனி வேங்கடசாமி விளக்கமளிப்பார். மேலும்,

> **"கதைத் தழுவிவரும் கூத்தாகிய நாடகம் பல வகைப்படும். அறம், பொருள், இன்பம், வீடு என்னும் நான்குவகைப்**

பொருள்களை உள்ளுரையாக உடையது நாடகக்கதை. இந்நான்கும் ஒருங்கே வருவதும், தனித்தனியே சிறப்பு பெற்று வருவனவுமாகிய நாடகங்களும் உண்டு".[45]

எனப் பேரறிஞர் சாமிநாதையரவர்கள் குறிப்பிடுகின்றார்கள். இந்த இலக்கணங்களுடன் கூடிய நாடகம் துவக்கக் காலங்களில் சமயத்துடன் தொடர்பு படுத்தியே வந்திருக்கின்றது. சமய சடங்குகளாக விளங்கிய ஆடல்களும் பாடல்களுமே பிற்காலத்தில் நாடகங்களாக வளர்ச்சியடைந்தன.

"சங்க காலத்திலேயே சமயச் சடங்குகளாகத் தொடங்கிய கூத்துக்களுள் சில, நாளடைவில் சமயச் சார்பை நீத்து மக்கள் மனமகிழ் கலையாக மாறியமையைக் காண முடிகிறது. இது போன்றே தொடக்கக் காலத்தில் சமயச் சடங்குகளாக விளங்கிய கூத்துக்கள், மக்கள் கதைகளையோ அன்றி நிகழ்ச்சிகளையோ எடுத்து வைத்துப் பாடி ஆடிய ஒரு நிலையில் நாடகங்களாக வளர்ந்திருக்க வேண்டும்."[46]

என்று தமிழ் நாடகத் தோற்றம் குறித்து விளக்கமளிப்பார் முனைவர் சக்திப் பெருமாள். அஃதாவது சமயச் சடங்குகளான கூத்துக்கள், பொழுது போக்கு இயல்புகள் பலவற்றைப் பெற்று பின்னர் அவை நாடகங்களாக வளர்ச்சியடைந்துள்ளன.

நாடக வரலாற்றில் சிலப்பதிகாரத்தின் உரையாசிரியர் அடியார்க்கு நல்லார் சில நாடக நூல்களைப்பற்றிக் குறிப்பிட்டுள்ளார். அவர் குறிப்பிடும் நாடக இலக்கண நூல்கள் சயிந்தியம், செயிற்றியம், முறுவல், மதிவாணர் நாடகத் தமிழ், விளக்கத்தார் கூத்து, செயன்முறை, குணநூல், கூத்தநூல் என்னும் நூல்களின் பெயர்கள் நமக்குக் கிடைக்கின்றன. அவை எல்லாம் நாட்டியம் பற்றியும் நாடகம் பற்றியும் இலக்கண முறையில் விளக்கம் கூறும் நூல்களாக அமைந்துள்ளன.[47]

என்று தமிழ் நாடகக் கலையில் இருந்த நாடக இலக்கண நூல்கள் குறித்து அறிய முடிகிறது.

சங்க காலத்துக்குப் பிறகும் தமிழ்நாட்டில் தொடர்ந்து பல கலைகளும் வளர்ந்து வந்தது போல், நாடகக் கலையும் வளர்ந்து வந்தது. கோயில்களில் நாடகங்கள் நடிக்கப்பட்டன. திருவிழாக் காலத்தில் நாடகங்கள் சிறப்பிடம் பெற்றன. அரசர்கள் நாடகக் கலையை வளர்த்தார்கள். சங்ககாலத்திலும் பின்னரும் தமிழ் நாடகக் கலை பெற்றிருந்த வளர்ச்சியை இந்நாடக இலக்கண நூல்களின் பெயர்கள் கொண்டு அறிய முடிகிறது.

இங்ஙனம் காலந்தோறும் கடந்து வந்த நாடகக்கலை இடையில் பல்வேறு காலகட்டங்களில் ஏற்ற இறக்கங்களைப் பெற்று வந்திருந்தாலும் காலத்தேவைகளை உணர்ந்து அவ்வக்காலத்தே தமது சமூக பங்களிப்பையும் சிறப்புறச் செய்து வந்துள்ளன. இந்நேரங்களில் நாடகம் நல்கும் பயன் சமூகத்தின் நல்விளைவுக்கு உயிரூட்டியது எனலாம்.

"உயர்ந்த படிப்பினைகளைக் கொண்ட நாடகங்கள் ஒரு சமுதாயத்தை மேம்பாடு அடையச் செய்யும் நாகரிகத்தை வளர்க்கும் ஐம்புலன்களின் வாயிலாகத் அறிவைத் தரும் அன்றாட வாழ்விலுள்ள தீய இயல்புகளின் கொடுமைகளையும், நல்லியல்புகளின் நலன்களையும் படம் பிடித்துக் காட்டும் நிகழ்காலத்தை ஊடுருவிப் பார்க்கும்"[48]

என அறிஞர் சோமலெ குறிப்பிடுவதுபோல் ஏனைய கலைகளைப் போல் நாடகக் கலையும், சமூக அக்கறையோடு செயல்பட்டு வந்திருக்கின்றது. அந்த வகையில் மக்களைப் பாதித்த பல பிரச்சினைகளில் தன் பங்கேற்பைச் சிறப்புறச் செய்துள்ளது. வெறும் புராணக் கருத்துகளையே கொண்டிருந்த தமிழ் நாடகக்கலை, பின் சமூக அக்கறையுடன் சமூக நாடகங்களைத் தோற்றுவித்தது.

தேசிய நாடகங்களுக்கு முன்

நடிப்பதற்கென்றே நாடகங்கள் எழுதப்பட்டு வந்தச் சூழலில் மேலை நாட்டு இலக்கியத் தொடர்பால் தமிழில் படிப்பதற்காகவும் நாடகம் செய்தனர். இதில் தனக்கென்று தனியிடத்தை பெற்ற 'மனோன்மணீயம்' நாடகமும் அதன் ஆசிரியர் மீனாட்சி சுந்தரம் பிள்ளையும் காலந்தோறும் நிலைத்திருப்பர். கி.பி 1891இல் எழுதப்பட்ட இந்நாடகம் உலக நாடக வரிசையில் வைத்துப் போற்றத்தக்கது. எனினும் இந்நாடகம் மேடையேறி தன் இருப்பை பதிவு செய்ததாக தெரியவில்லை.

இந்நாடகம் குறித்து முதலியார் கூறுவதாவது:

"1891-இல் பேராசிரியர் சுந்தரம் பிள்ளை மனோன்மணீயம் என்னும் அற்புதமான நாடகத்தை அகவற்பாவால் எழுதியிருக்கிறார். இது தமிழ்ப் புலவர்களாலும் அறிஞர்களாலும் போற்றப் பெற்ற ஒரு சிறந்த தமிழ் நாடகம். இந்நாடகத்தை இதுவரை நானறிந்த வரையில் யாரும் நடித்ததில்லை."[49]

என்பார்.

பின்னர் இந்நாடகத்தை மேடையேற்றக் கருதி பம்மல் சம்பந்த முதலியாரிடம் நாடகத்தின் ஒரு படியைக் கொடுத்துப் படித்துவிட்டுக் கருத்தை சொல்லுமாறு கேட்டிருந்தார் சுந்தரனார். அதற்கு முதலியார் தந்த பதிலும் கவனிக்கத்தக்கது.

"நாடகம் செய்யுள் நடையில் நன்றாய் எழுதப்பட்டு இருக்கிறது. ஆயினும் இது தமிழ் நாடக மேடைக்கு உதவாது. நாடகங்கள் எல்லோரும் பார்த்து நுகரத்தக்கவைகளாயிருக்க வேண்டும். உங்கள் மனோன்மணீயத்தை அப்படியே மேடையேற்றினால் எத்தனை பேருக்குப் பொருளாகும்.[80]

என்று முதலியார் கூறியதிலிருந்து இந்நாடகம் மேடையேறாமல் போனதற்கான காரணத்தை அறிய முடிகிறது.

ஆனாலும் பின்னாளில் மனோன்மணீய நாடகத்தினைச் சில மாற்றங்களோடு உரைநடைப்படுத்தி மறுபடைப்பாக்கி சண்முகசுந்தர முதலியார் என்பார் மேடையேற்றியதாக அறிகிறோம்.

காங்கிரஸ் பேரியக்கம் தொடங்கப் பெற்றிருந்த சின்னாளில் எழுதப்பட்ட இந்நாடகம் அன்றைய காலச்சூழலைப் பிரதிபலிக்கும் வண்ணம் விடுதலை வேட்கையைத் தூண்டுவதாக அமைந்துள்ளது. கதைத்தலைவன் ஜீவகன் தன் படையினரைப் பார்த்து எழுப்பும் வீர உரை படிப்போரின் உள்ளத்தில் வீர வேட்கையை எழுப்பிவிடும்.

ஜீவ: **இன்று நீர் சிந்தும் இரத்தம் ஓர் துளியும்,**
நின்று உகம் பலவும் நிகழ்த்துமே: " இந்தப்
பாண்டியர் உரிமை பாராட்டும் பண்பினர்
தீண்டன்மின் திருந்தலீர்! ஆவர் தஞ் செருக்கு
சுதந்தரம் அவர்க்கு உயிர் சுவாசம் மற்றன்று
நினையுமின் நன்றாய்க் கனவினும் இதனை" -

படை: ஜே! ஜே!

ஜீவ: **அனந்தத் தலைமுறை வருந்தனி மாக்கள்,**
தினந்தினந் தாம் அனுபவிக்கும் சுதந்தரம்
தந்ததம் முன்னோர் நொந்தபுண் எண்ணிச்
சிந்தை யன்புஉருகிச் சிந்துவர் கண்ணீர்,

என்று ஜீவகன் தன் வீரர்களுக்கு கூறும் வீரவுரை அன்றையச் சூழலில் அடிமைப்பட்டுக் கிடந்த மக்களைப் பார்த்து அவன் ஆற்றிய வீரவுரையாகவே கொள்ளலாம். 1891இல் எழுதப்பட்ட இந்நாடகம் நாடகமேடையில் மக்களை கிளர்ந்தெழச் செய்ய பயன்படவில்லை என்றாலும், படிப்போர் உள்ளத்தில் சுதந்திர வேட்கையை ஏற்படுத்திய முதல் தமிழ் நாடகம் எனலாம். பின்னர் எழுதப்பட்ட தமிழ்த் தேசிய நாடகங்களுக்கு முன்னோடி எனலாம்.

முதல் தேசிய நாடகம்

மனோன்மணீயம் நாடகத்திற்குப் பின் கி.பி. 1894இல் வெளிவந்த **'ஸ்ரீ ஆர்யசபா'** என்ற நாடகமே **'முதல் தேசிய நாடகம்'** எனப்படுகின்றது.

> **"முதல் தமிழ் தேசிய நாடகம் என்ற சிறப்பு தமிழ்ப் பண்டிதர் க.கோபாலச்சார், 1894இல், எழுதி வெளியிட்ட 'ஸ்ரீ ஆர்ய சபா' என்ற நாடகத்துக்கு உரியது. நூலின் முதற் பதிப்பில், 'இஃது (இந்தியன் நாஷனல் காங்க்ரஸ் விஷயமாக) ஓர் தமிழ்ப்பண்டிதரால் இயற்றப்பட்டது' என்று குறிப்பிடப்பட்டுள்ளது."[52]**

எனினும் நடிப்பதற்காகவே எழுதப்பட்ட இந்நாடகம் நடிக்கப்பட்டதாகத் தெரியவில்லை என்று ம.பொ. சிவஞானம் அவர்கள் குறிப்பிடுவார். காங்கிரஸ் இயக்கத்தில் பெண்களும் சேரவேண்டும் என்று வலியுறுத்தும் இந்நாடகம் மத ஒற்றுமையை வலியுறுத்தும் நாடகமாகவும் அமைந்துள்ளது.

> **"இத்தகைய கருத்தமைந்த நாடகம் பத்தொன்பதாம் நூற்றாண்டில் இஃது ஒன்றுதான் வெளியானது. பின்னருங்கூடக் கொள்கை விளக்க நாடகமாக எவருந் துணிந்து எழுதவில்லை."[53]**

என்று இந்நாடகத்தின் பெருமையைச் சுட்டிக் காட்டுவார் இரா. குமரவேலன் அவர்கள். எனினும் முதல் 'தேசிய நாடகம்' என்று இது கருதப்பட்டாலும் முற்றிலும் சுதந்திரத்தை வலியுறுத்தி எழுதப்படவில்லை. அன்றைய காங்கிரஸ் கட்சியின் கொள்கை விளக்க நாடகமாகவே எழுதப்பட்டுள்ளது.

தமிழ் நாடகத்தில் விடுதலை முழக்கம்

> **நாடு. அகம் - நாடகம் நாட்டை அகத்தில் கொண்டது நாடகம். அதாவது, நாட்டின் சென்ற காலத்தையும் நிகழ்காலத்தையும் வருங்காலத்தையும் தன் அகத்தே காட்டுவதால் நாடு அகம் - நாடகம் என்று பெயர் பெற்றிருக்கிறது. நாடு அகம். அதாவது அகம் - நாடு: உன்னுள் நோக்கு உன்னை யுணர் அகத்தை நாடு, என்றெல்லாம் பலவிதமாக அறிஞர்கள் இதற்குப் பொருள் கூறுவர்.[54]**

அதாவது தன்னையுணர்தல் அடிப்படையில் எதிர்கால நலன் கருதி நிகழ்கால நடவடிக்கைகளில் தன்னை ஈடுபடுத்திக் கொண்டது நாடகக் கலை. தேசிய விடுதலைப் போராட்டம் நாடெங்கும் பரவியபோது மக்களை வெகுவாக ஈர்த்திருந்த நாடகக்கலையும் மக்களின் விடுதலையுணர்வைத் தூண்டுவதற்கு உதவியது.

நாடக அரங்குகள் பாமர மக்களின் பல்கலைக் கழகம் என்றார் கவிதைக் குயில் சரோஜினி தேவி. விடுதலைப் போராட்டக் காலத்தில் மக்களின் உணர்வை எழுப்பி, நாட்டுப்பற்றில் உறுதியான ஈடுபாடு கொள்ளச் செய்ததில் தமிழ் நாடகத் துறைக்குப் பெரும் பங்கு உண்டு. அதே போல்,

"தமிழ் மொழியில் விடுதலை இயக்கத்தின் தாக்கம் பல்வேறு துறைகளில் பதிந்திருந்தது. குறிப்பாக விடுதலை இயக்கத்தால் தமிழ் நாடகமும், தமிழ் நாடகத்தால் விடுதலை இயக்கமும் பயன் பெற்றன. மக்களிடையே விடுதலை உணர்வினை ஊட்டவும், அவர்களை போராட்டங்களுக்கு ஈர்க்கவும், இயக்கக் கொள்கைகளை பரப்பவும் நாடகம் ஒரு சிறந்த கருவியாகத் தேசியவாதிகளுக்குப் பயன்பட்டது."[58]

இந்த வகையில் தெ.பொ.கிருஷ்ணசாமிப் பாவலர் எழுதிய 'கதரின் வெற்றி' எனும் நாடகந்தான் தமிழ்நாட்டில் முதன்முதலாக நடத்தப்பெற்ற தேசிய விடுதலை நாடகமாகும். இந்நாடகம் 1922இல் பல எதிர்ப்புகளுக்கிடையே நடத்தப்பெற்றது. ஆனாலும் இந்நாடகம் தொடர்ந்து தடைசெய்யப்பட்டு வந்தது. இதே காலகட்டத்தில் தொடர்ந்து, கதர்பக்தி, தேசியக்கொடி, பதிபக்தி, கதரின் வெற்றி, பம்பாய் மெயில், கவர்னர்ஸ் கப், பஞ்சாப் கேசரி, கமல சேகரன் முதலிய நாட்டுணர்வு நாடகங்களை எழுதி மேடையேற்றி மக்களின் விருப்பையும் ஆங்கில அரசின் வெறுப்பையும் பெற்றார்.

இதே காலகட்டத்தில் இந்திய விடுதலைக்கு தமிழகத்தில் வித்திட்ட வ.உ.சியின் நெருங்கிய நண்பரான சுப்பிரமணிய சிவா அவர்கள் நாடகக்கலையை நாடு காக்கும் நல்ல ஆயுதமாகப் பயன்படுத்திக் கொண்டார். மிகுந்த வறுமையிலும் உடல் நலக் குறைவால் எழுந்து நடமாட முடியாத நிலையிலும் இந்நாடகத்தை மேடையேற்ற முயன்றதை அவரின் கடிதம் மூலம் அறியலாம்.

ஸ்ரீபாரதசரமம் (முகாம்)
தருமபுரி
17.05.1925

வந்தே மாதரம்,

தங்களிடமிருந்து நெடுநாட்களாகக் கடிதமேயில்லை. **'ஸிவாஜி'** நாடகம் வருகிற வியாழக்கிழமையன்று நடத்துவதாக நிச்சயிக்கப்பட்டு நோட்டீஸ்களெல்லாம் இன்று அவசரமாக அச்சடிக்கப்படுகின்றன. நமது புலவருக்கு நாளைய தினம் ரூ.18 மணியார்டர் செய்கிறேன். வீட்டிற்கு ரூ.10-உம் பிரயாணச்

செலவிற்கு ரூ.8-உமாக மணியாடர் பெற்றுக் கொண்ட அந்தத் தினமே அவரை எப்படியாவது உடனே அனுப்பி வைக்குமாறு வேண்டுகிறேன். ஏனென்றால் நாளில்லை. அங்கு பெரிய **பெட்டியொன்றில் நாடக சாமான்களெல்லாம் இருக்கின்றன. அந்தப் பெட்டியையும் புலவர் வசம் கொடுத்தனுப்ப வேண்டியது தவறக் கூடாது. தயை செய்க.** என்னுடைய சரீரத்தில் இன்னும் இரண்டு கால்களும் விளங்கவில்லை. படுத்த படுக்கைதான். தங்களுடைய உடம்பு குணப்பட்டிருக்குமென்றே நம்புகிறேன். எனக்கு உச்சந்தலை முதல் உள்ளங்கால் வரையில் சொறி பிடித்திருக்கிறது. தர்மபுரியில் தர்மலிங்கம் முன்னே இரண்டு முறை நல்ல களிம்பு செய்து கொடுத்தான். சொறி அப்படியே உதிர்ந்து விட்டது. ஆகையால் இப்பொழுது தாங்கள் தர்மபுரி போனால் தர்மலிங்கத்திடம் சொல்லி விலையாவது கொடுத்து அந்த மருந்தை வாங்கியனுப்பவும்.

அன்புள்ள
சுப்பிரமணியசிவம்

நெஞ்சை உருக்குவதாக அமைந்துள்ள இவரது கடிதம் ஈடு இணையில்லாத இவரது தேசபற்றையும் தியாகத்தையுமே காட்டுகின்றது. அரசின் தடையுத்தரவு காரணமாக அப்போது இந்நாடகம் நடத்தப் பெறாமல் போனதையும் அறியமுடிகிறது. பிறகு,

> **“மே மாதம் 10ம் தேதி இந்தியாவின் சுதந்திர யுத்த தினம் கொண்டாடப் பெற்றது. ஆஸ்ரம வாலிபர்களைக் கொண்டு மதுரையில் ‘ஸ்ரீ பாரத விலாஸ சபை’ ஆதரவில் ‘சிவாஜி’, ‘தேசிங்கு’ முதலான நாடகங்களை நடத்திக் காண்பித்தார். சிரமமிருந்தும் அன்னார் ‘சிவாஜி’ நாடகத்தில் ‘சமர்த்த ராமதாஸராக’ வேடம் பூண்டு சிறப்புடன் நடித்தார்”.[57]**

என்று சுப்பிரமணிய சிவாவின் சீடர் ஸ்ரீநிவாச வரதன் கூறுவதிலிருந்து நாடகங்களின் துணை கொண்டு சிவா ஆற்றிய தேசப்பணியை அறிய முடிகிறது.

இதே காலகட்டத்தில் மேலும் தமிழில் புரட்சிகரமான மற்றொரு தமிழ் நாடகம் எழுந்தது எனலாம். உலகெங்கும் கொட்டிக் கிடக்கும் அறிவுச் செல்வங்களையெல்லாம் நம் அன்னைத் தமிழுக்கு கொண்டு வந்து சேர்த்த பெருமைக்குரிய பல்துறை அறிஞர், பன்முகப் பார்வையாளர், புதுச் சிந்தனைகளை

தமிழுக்கு கொண்டு சேர்த்த வரலாற்று அறிஞர் வெ. சாமிநாத சர்மா அவர்கள் 1924இல் எழுதி வெளியிட்ட **'பாணபுரத்து வீரன்'** என்னும் நாடகத்திற்குரியதாகும். பின்னாளில் இந்நாடகம் விடுதலைப் போராட்டத்தில் மிகப் பெரிய இடத்தைப் பெற்றது.

1924இல் எழுதப்பட்டிருந்தாலும் இடைப்பட்ட காலத்தில் இந்நாடகம் மேடையேறியதாகத் தெரியவில்லை. ஆனால், அப்போதே இந்நாடகம் தடை செய்யப்பட்டிருந்த விவரத்தை அறிய முடிகிறது. பிறகு, "1931இல் நாங்கள் திரு.வெ.சாமிநாத சர்மா அவர்கள் எழுதிய 'பாணபுரத்து வீரன்' என்னும் தேசியப் புரட்சி நாடகத்தைத் 'தேசபக்தி' என்னும் பெயரால் நடத்தினோம்" என்று நாடகக் கலைஞர் தி.க.சண்முகம் கூறுவதிலிருந்து அறிய முடிகிறது. வெ.சாமிநாத சர்மா அவர்கள் பாரதக் கதையின் பதின்மூன்றாம் நாள் கதையைப் புதிய நோக்கில் 'வீரஅபிமன்யு' என்னும் பெயரில் நாடகமாக்கித் தந்துள்ளார். இந்நாடகமும் விடுதலைப் போரில் தன் பங்களிப்பைச் சிறப்புறச் செய்துள்ளன. இங்ஙனம் மக்களிடம் விடுதலையுணர்வு ஊட்டிய நாடகங்கள் அடுத்த இயலில் விவரிக்கப்பட்டுள்ளன.

விடுதலையில் பிறமொழி நாடகங்கள்

விடுதலைப் போராட்டத்தின் சமகாலத்தே இந்தியாவின் பிறமொழிகளில், பிறபகுதிகளில் நடைபெற்ற விடுதலைப் போராட்டத்தில் பங்கேற்ற நாடகங்களை இங்கு குறிப்பிடுவதும் அவசியமானது. இந்த வகையில் பிறமொழிகளில் விடுதலையுணர்வோடு தம்மை அர்ப்பணித்துக் கொண்ட நாடகங்களையும் காண்போம்.

தெலுங்கு நாடகங்கள்

தெலுங்கு இலக்கியத்தில் நாடகக்கலை மிகவும் பிற்பட்ட காலத்தில்தான் தோன்றியது. 1860இல் **கொரடா ராமச்சந்திர சாஸ்திரி மஞ்சரி மதுக்கரியமு** என்ற நாடகமே தெலுங்கின் முதல் நாடகமாக விளங்குகிறது. பிறகு 19ஆம் நூற்றாண்டில்தான் ஆங்கில நாடகத்தின் தாக்கத்தால் தெலுங்கில் மொழி பெயர்ப்பு நாடகங்கள் தோன்றின. **கந்துக்குரி வீரசலிங்கம்** பதினாறு நாடகங்களை எழுதியுள்ளார். அவற்றுள் தேசிய இயக்கத்தின் நடவடிக்கைகளை எளிய மக்களும் புரிந்துகொள்ளும் வகையில் **'விவேகா தீபிகா'** என்னும் நாடகத்தை எழுதி இயக்கினார்.

அவருக்குப் பின் நாட்டுப்பற்றை வளர்க்கும் முகமாக நாடகம் எழுதியவருள் குறிப்பிடத்தக்கவர். இச்சபுரப்பு யக்ஞ நாராயணன் ஆவார். புரட்சிகரமான கருத்து கொண்ட நாடகாசிரியர்.

“அக்காலத்தில் பாமர மக்களிடையே நாட்டுப்பற்றை உண்டாக்கிய காங்கிரஸ் கட்சியின் சுதந்திரப் போராட்டத்தின் தாரக மந்திரமாகத் திகழ்ந்த வந்தே மாதரம் என்ற சுலோகத்தின் உயிர் மூச்சை உணர்ந்தவராக 'ரசபுத்ர விஜயம்' என்ற நாடகத்தை 1924இல் எழுதினார் யக்ஞ நாராயணன். அது மக்களை பெரிதும் கவர்ந்ததோடு மக்களின் மனதில் சுதந்திர எழுச்சியையும் ஊட்டுவதாய் இருந்தது. அதே பாணியில் அவர் தாய் நாட்டுக்கு அர்ப்பணித்த மற்றொரு நாடகம் ராணாப்பிராப் சிங் என்பதாகும்.”[58] என்பதன் மூலம் விடுதலைப் போராட்டத்தில் மக்களை வீறுகொள்ளச் செய்த தெலுங்கு நாடகங்கள் குறித்து அறிய முடிகிறது.

மலையாள நாடகம்

பல நூற்றாண்டுகளாக ‘ஆட்டம்’ என்ற பெயரில் நடைபெற்ற கூத்தே 1882இல் கேரள வர்மாவின் முயற்சியால் மலையாள நாடகமாக எழுந்தது. அதன் பிறகு விரைந்த வளர்ச்சியையும் எழுச்சியையும் பெற்ற மலையாள நாடகக் கலையானது இன்று மகோன்னத நிலையைப் பெற்றுள்ளது. இந்த வளர்ச்சிக்கு உதவிய கைனிக்கரா பத்மநாப பிள்ளை குறிப்பிடத்தக்கவர். இவரது படைப்பான வேலுத்தம்பி மற்றும் பழஸ்ஸி ராஜா நாடகங்கள் குறிப்பிடத்தக்கது.

“வேலுத்தம்பி பிரிட்டிஷ் அரசை எதிர்த்து போர்க் கொடி உயர்த்துகிறான். அந்த மாவீரனின் போராட்டம் வெற்றி பெறாது தோல்வியைத் தழுவும் தருணத்தில் எதிரியிடம் சரணடைவதைக் காட்டிலும் உயிர்த்தியாகம் புரிவதே சுத்த வீரனுக்கழகு எனத் தன்னைத்தானே குத்திக் கொண்டு மாய்கிறான் வேலுத்தம்பி. வீராவேச உணர்ச்சியும் நாட்டுப் பற்றின் சிறப்பும் இந்நாடகத்தில் பளிச்சிடக் காணலாம்”[59]

மேலும்

1935இல் எழுதிய நாடகம் பழஸ்ஸி ராஜா என்பதாகும். இந்நாடகத்தில் நாயகன் பழஸ்ஸ்ஸி ராஜா வட கேரளத்தை ஆண்டவன். பிரிட்டிஷார் அவனை அடக்க முனைந்த போது அவர்களை எதிர்த்து தீரமாகப் போர் புரிந்தான். இறுதியில் வெற்றி காணாது பிடிபடப் போகும் தருணம் தன்னையே மாய்த்துக் கொண்டு வீர சொர்க்கம் செல்கிறான்.[60]

என்று பல நாடகங்கள் மலையாள விடுதலை இயக்க நாடக வரலாற்றில் குறிப்பிடத்தக்க பணிகளைச் செய்து மக்களை ஊக்குவித்திருக்கின்றன.

வங்காள நாடகம்

16ஆம் நூற்றாண்டிலிருந்து நடைமுறையில் இருந்து வந்த **'ஜாத்ரா'** என்ற நிகழ்ச்சியே வங்கத்தின் நாடகக் கலைக்கு முன்னோடி எனலாம். நாலைந்து பேர் சேர்ந்து பாடல்களில் கதையை நிகழ்த்துவார்கள். பிறகு 1795 ஆம் ஆண்டு **கிராஷிம் ஸ்டெபெனோவிச் விபிடெஃப்** என்ற ரஷ்ய நாட்டு கலைஞரால் நடத்தப்பட்ட **'டிஸ்கைஸ்'** என்ற நாடகமே வங்காளத்தில் நிகழ்ந்த முதல் நாடகம் எனலாம். இங்ஙனம் வங்கத்தில் எழுந்த இந்நாடகம் வங்க நாடகக் கலையில் நிகழ்ந்த புரட்சி எனலாம். இக்கலையை வளர்த்தெடுத்தவர்களுள் **ஜோதீந்திரநாத் தாகூர் (1848-1925)** முக்கியமானவர். இவர், இரவீந்திரநாத் தாகூரின் மூத்த சகோதரர் ஆவார். இவர் நாட்டுப்பற்றினை வலியுறுத்தும் நாடகங்களாக **சரோஜினி (1875) பருவிக்ரம் (1878) ஆருமதி (1879)** முதலியன எழுந்தன. மற்றொருவரான,

> **"உபேந்திரநாத் தாஸ் (1848 - 1895) என்பவரும் நாட்டுப்பற்றின் அவசியத்தை போதிக்கும் நாடகங்களை படைத்தார். இவருடைய நாடகங்களில் இடிமுழக்கமும் அனல்தெறிக்கும் உரையாடல்களும் நிறைந்திருந்தன. அவ்விதப் போக்கில் வெளிவந்த இவரது நாடகங்கள் ஷரதத் சரொஜினி 1874 சுரேந்திர வினோதினி 1875 முதலியன வெற்றிப் படைப்புகளாகும்."**

வங்க நாடக உலகில் நாடகக் கலையை மக்களின்பால் கொண்டு சென்றவர் **'கிரீஷ் சந்திர கோஷ்'** என்பவராவார். சமயம், அரசியல், கல்வி, நாட்டு விடுதலை என்று எல்லா அம்சங்களிலும் நாடகக் கலையை நன்கு பயன்படுத்திக் கொண்டவர் இவர். நாட்டுப் பற்றும் சுதந்திர உணர்வும் மிகுந்த மக்கள் நடத்திய போராட்டங்களை உயிரூட்டமுள்ள நடையிலும் இலக்கிய நயம் மிகுந்த சொல்லாடல் கொண்டும் அற்புத நாடகமாக்கியிருக்கிறார்.

> **"கிரிஷ் கோஷ் தனது நாடகங்கள் மூலமாக மதமாச்சரியங்கள், கலை, இலக்கிய, அறிவுசார் விசயங்கள், சமூக, அரசியல் பிரச்சினைகள் பற்றிய எழுச்சிகளை மக்களிடையே பரப்ப நாடகங்களின் மூலம் முயன்றார். எனினும் பழமையில் ஊறிய அவர்களை மாற்றுவது சாதாரணமானதாக இருக்கவில்லை. எல்லோராலும் விரும்பப்படுகிற நாடகக்கலையின் வாயிலாக**

தம் கருத்துகளை அவர்கள் ஏற்றுக் கொள்ளும்படிச் செய்தார். இது வங்காள தேசத்தின் வரலாற்றில் அவருக்கு உரிய இடத்தையும் நற்பெயரையும் தேடித்தந்தது."[62]

என்று கிரிஷ் சந்திர கோஷ் குறித்து அறிய முடிகிறது. இதன் மூலம் வங்காள நாடக உலகில் தனக்கென தனியிடத்தைப் பெற்றவர் **கிரீஷ் சந்திர கோஷ்.**

வங்காள நாடக இலக்கியத்தில் பெரும் புகழுடன் திகழ்ந்தவர் **துவிஜேந்திரலால் ராய் (1863-1913)** ஆவார். இவர் நாட்டுப் பற்று மிகுதியாய் கொண்டிருந்ததால் இவரது நாடகப் படைப்புகளும் இவருடைய மன உணர்வுகளைப் பிரதிபலிப்பதாக இருந்தது.

"இவரது நாடகங்களில் பெரும்பாலும் நகைச்சுவை கலந்த வசனங்களாக இருப்பினும் அவற்றில் நாட்டுப் பற்றும், எல்லோருக்கும் சுதந்திரம், மனிதாபிமானம், சகோதரத்துவம் ஆகிய கொள்கைகள் ததும்பியிருந்தன....."[63]

என்று அன்னாரின் நாடகங்கள் குறித்தும் சேரன் அவர்கள் குறிப்பிடுவார்கள்.

சமஸ்கிருத நாடகங்கள்

சமஸ்கிருத நாடக உலகில், **'உமாதேவி ராவ்'** அவர்களின் பங்களிப்பு குறிப்பிடத்தக்கது. இளைஞர்கள் அரசியல் போராட்ட இயக்கத்தில் சேர்ந்து நாட்டுக்காகத் தியாகம் செய்த வீரதீர சம்பவங்களை இவர் நாடகமாக்கினார். வங்காளம் பிரிந்து அதன் விளைவாக நாட்டில் ஏற்பட்ட பயங்கர இன மோதலைச் சித்தரிக்கும் **'மகாஸ்மஸானா'** என்ற பெயரில் நாடகமெழுதினார். இவ்வாறு சமஸ்கிருத நாடகங்களும் நாட்டு விடுதலையில் பங்களிப்புச் செய்ய 'உமாதேவி ராவ்' உதவியுள்ளார்.

மராத்தி நாடகங்கள்

திலகரின் மறைவுக்குப்பின் காந்தியின் தலைமையில் நடைபெற்ற விடுதலைப் போராட்டத்தின் போது மக்களிடையே சுதந்திரத்தாகம் தீவிரமாயிற்று. அந்தக் காலகட்டத்தில் எல்லா மொழிகளிலும் ஏற்பட்ட விடுதலைத்தாகம் மராத்திய நாடகங்களிலும் வெளிப்படலாயிற்று. இந்தவகையில் விஷ்ணுபந்த் ஆண்டேரின் **பேபந்தஷாஹி** (1924) மற்றும் **ஆக்ரியாஹீன் சூதகா** (1930) போன்ற நாடகங்கள் சுதந்திர வேட்கையை வெளிப்படுத்திய நாடகங்களாகும்.

அதேபோல் திலகரின் நெருங்கிய நண்பரான கே.பி.கடில்கர் (1872-1948) சிறந்த நாடகாசிரியர். எனவே மக்களிடையே விடுதலை வேட்கையை ஊட்ட நாடகங்களைப் பயன்படுத்திக் கொண்டார்.

> **விடுதலைப் போராட்டத்தில் அவர் 1907இல் எழுதிய கீசகவதம் மகாபாரதக் கதையாயிருப்பினும் தனது அரசியல் பிரச்சாரத்தை நாடகமாந்தர் வாயிலாக கச்சிதமாகப் புகுத்தி வெற்றிகொண்டார்.**[64]

இந்நிலையில் நாம் நுட்பமாக நோக்கினால் ஏனைய மொழிகளைவிட கன்னட மலையாள மொழி நாடகங்களில் விடுதலைப் போராட்ட நாடகங்கள் குறைவுதான். இதற்கான காரணங்கள் பின்வருமாறு:

> **இந்திய நாடு விடுதலைபெறப் போராடியபோது தமிழ் தெலுங்குப் பகுதிகள் ஆங்கில ஆட்சியின் நேரடி நிர்வாகத்தின் கீழ் இருந்தன. ஆனால், கன்னடப் பகுதியும் மலையாளப் பகுதியும் மன்னர்கள் ஆட்சி செய்த மைசூர் சமஸ்தானமாகவும், திருவிதாங்கூர் கொச்சி சமஸ்தானங்களாகவும் இருந்தன. ஆகையினால் மக்கள் ஆங்கில ஆட்சியின் நேரடித் தாக்குதலை உணராத நிலையில் இருந்தனர். அங்கே விடுதலைப் போராட்ட உணர்வு நேரடித் தேவையுடையதாக இருக்கவில்லை.**[65]

என்று ஏ.என்.பெருமாள் குறிப்பிடுவதையும் கவனத்தில் கொள்ளலாம். ஏனைய மொழிகளுள் பல நாடகங்கள் விடுதலையில் பங்கு கொண்ட நிலையில் கன்னட, மலையாள மொழிகளில் இப்பங்களிப்பு குறைவானதற்கு மேலே சொல்லும் காரணம் சரியானதாகும்.

இங்ஙனம் இந்திய மொழி நாடகங்கள் பலவும் விடுதலைப் போராட்டத்தை மக்களிடையே கொண்டு சென்ற போது தமிழ் நாடகங்களும் இவ்வறப் பணியில் முக்கியப் பங்காற்றியுள்ளன.

2

தமிழ் நாடக மேடையில் விடுதலை வெளிப்பாடு

உலக நாடுகளின் விடுதலைப் போராட்ட வரலாற்றில் இந்திய விடுதலைப் போராட்டத்திற்குத் தனிச்சிறப்புண்டு. ஆயுதமேந்திய பல நாடுகளின் விடுதலைப் போராட்டங்களுக்கு மத்தியில் இந்திய விடுதலைப் போராட்டம் தனித்துவம் வாய்ந்தது. அகிம்சையை ஆயுதமாகவும், வாய்மையைக் கவசமாகவும் கொண்டு அமைதியான வழியில் நடைபெற்ற விடுதலைப் போராட்டம் உலகளவில் இதுவொன்றாகத்தான் இருக்கவியலும். இத்தகைய அமைதிப் போராட்டம் ஆங்கிலேயே அரசை அஞ்சியோடச் செய்தது. இந்த **விடுதலைப் போராட்டம் குறித்து,**

> **"இந்திய விடுதலைப் போர் ஒரு காட்டாற்று வெள்ளம். அது பாயாத இல்லம் இல்லை. உள்ளம் இல்லை. காட்டிலும் பாய்ந்தது, மேட்டிலும் பாய்ந்தது, நாட்டிலும் பாய்ந்தது, வீட்டிலும் பாய்ந்தது, மலையிலும் பாய்ந்தது, மடுவிலும் பாய்ந்தது, வயலிலும் பாய்ந்தது, வாசலிலும் பாய்ந்தது, சோலையிலும் பாய்ந்தது, பாலையிலும் பாய்ந்தது"**[66]

என்று இந்திய விடுதலைப் போராட்டத்தின் வீச்சு குறித்து குறிப்பிடுகிறார் அ.மா.சாமி. காந்தியடிகளின் அறவழிப் போரால் இரத்தம் சிந்தியோர் எண்ணற்றோர் தம் இன்னுயிரை ஈந்தவர் மிகப்பலர். கொடிகாத்த குமரன் போன்று தம் இன்னுயிர் ஈந்த எண்ணற்றத் தியாகிகளை கொண்ட இவ்விடுதலைப் போராட்டம் உலக வரலாற்றுப் பக்கங்களில் என்றும் அழியா இடம் பெற்றதாகும்.

இந்தியா எங்கும் எழுந்த விடுதலைக் கனல் மக்களிடையே பெரும் எழுச்சியைத் தோற்றுவித்தது. இந்த எழுச்சியைத் தோற்றுவித்த வாயில்களாகவும், காரணிகளாகவும் நின்ற ஊடகங்கள் பல. தமிழகத்தில் படிக்காத பாமரரையும் விடுதலையுணர்வு கொள்ளச் செய்யவும் விடுதலைப் போராட்டத்தில் ஈடுபடச் செய்யவும் துணை நின்றவை நாடகங்களே. அவற்றுள்ளும் **'விடுதலையுணர்வை வெளிப்படுத்திய நாடகங்களே'** முதன்மையானவை.

விடுதலை வேட்கையை வெளிப்படுத்திய எண்ணற்ற நாடகங்கள் தமிழகத்திலே அரங்கேறி மக்களை உணர்வு கொள்ளச்

செய்தன. ஆனால் இத்தகைய நாடகங்களைச் சேகரித்து, பாதுகாத்து எதிர்கால சமூகத்திற்கு விட்டுச் செல்லும் உருப்படியான ஏற்பாடுகள் இல்லாததன் காரணமாக காலவெள்ளத்தில் கரைந்து போன நாடகங்கள்தான் ஏராளம். இத்தகைய நாடகங்களை பெயரளவில் அறிகிற அளவிற்கு நூல்களாக கிடைக்கப் பெறாமை காலத்தின் கொடுமை.

தமிழ் நாடகங்களின் கால பகுப்புகள்

கலை இலக்கியங்கள் அவ்வக்கால மக்களின் மனநிலையை, வாழ்க்கை நிலையை, விருப்பு வெறுப்புகளை, எதார்த்தத்தை வெளிப்படுத்துவதாகவே அமையும். விடுதலைப் போராட்டமும் அவ்வக்கால மக்களின் கல்வி அறிவையும் அவர்கள் பெற்றிருந்த அரசியல் தெளிவையும் பொறுத்தே அமைந்தது. ஆங்காங்கே எழுந்த அரசியல் விழிப்புணர்வு காந்தியின் அரசியல் வருகைக்குப் பின் விடுதலை இயக்கமாக உருமாறியது. இந்நிலையில் மக்களின் மனப் போக்கைக் கொண்டு தமிழ் நாடகங்களையும் தமிழ் நாடகங்களின் துணைகொண்டு மக்களின் மனப்போக்கையும் அறிய இயலும்.

சமூக நாடகங்களின் தோற்றம், அதன் படிநிலை வளர்ச்சியில் விடுதலைப் போராட்ட நாடகங்களாக உருப்பெறுகிறது. தமிழ் நாடகங்களின் போக்கையும், அவைகள் வெளிப்படுத்திய கருத்தாக்கத்தையும் நன்கு ஆய்வு செய்த முனைவர் ஏ.என். பெருமாள் ஒவ்வொரு பத்தாண்டுகால நாடகங்களும் எத்தகைய கருத்தாக்கத்தைக் கொண்டிருந்தன என்று சுட்டிக்காட்டியிருப்பது இங்கு குறிப்பிடத்தக்கது.

1900 முதல் 1909 வரையிலான பத்தாண்டுகள்

> ***“1900 முதல் 1909 இந்தப் பத்தாண்டுக் காலத்தில் மிகப் பல நாடகங்கள் புராண இதிகாசங்களைக் கொண்டே எழுதப்பட்டுள்ளன. மக்கள் அவற்றைச் சமய உணர்வு கொண்டு விரும்பி ஏற்றனர்”[67]***

என்று இந்தப் பத்தாண்டுகால நாடகங்களின் பங்களிப்பை ஏ.என். பெருமாள் அவர்கள் வகைப்படுத்தியிருப்பார்.

இதனடிப்படையில் அரிச்சந்திரா, காந்திமதி, மார்க்கண்டேயன், குணமாலிகை, மானவிஜயம், பேயல்ல பெண்மணியே, மகாபாரத விலாசம், வேதாள உலகம் போன்ற நாடகங்கள் இக்காலகட்டத்தில் எழுந்துள்ளதைக் காணலாம்.

இந்திய விடுதலைப் போராட்ட வரலாற்றில் இப்பத்தாண்டுகால வரலாற்றைக் கூர்ந்து நோக்கும்போது இக்காலத்தில் வாழ்ந்த மக்கள் அரசியல் தெளிவும், விழிப்புணர்வும் அற்றவர்களாய் இருந்ததை அறிய முடிகிறது. மேலும் இக்காலகட்டமான 1906 இல்தான் திலகர் காங்கிரஸ் கட்சியின் தலைவராகப் பொறுப்பேற்று காங்கிரசை வழி நடத்திய காலமாகும். நாட்டுப்பற்றும் மொழிப்பற்றும் ஒன்றுகலந்து விடுதலையுணர்வு அரும்பிய காலகட்டமாகும்.

1910 முதல் 1919 வரையிலான பத்தாண்டுகள்

“1910 முதல் 1919 வரையுள்ள நாடகங்கள் பெரும்பாலும் சமயவுணர்வு கொண்டவைகளாக இருப்பதைப் பார்க்கலாம். வரலாற்றை ஒட்டியவை மிகக் குறைவாகவும் சமூக நாடகங்கள் ஒன்றிரண்டு என்ற அளவிலும் உள்ளன. தேசியவுணர்வு நாடகங்கள் தோன்றத் தலைப்பட்டன. ‘சமூகச் சிந்தனை’ நாடகங்களில் ஊடாடுகின்றது.”[68]

என்று இப்பத்தாண்டுகால நாடகங்களைப் பற்றிக் குறிப்பிடுகிறார். காலங்காலமாக நடைபெற்று வந்த புராண நாடகங்களின் ஆதிக்கம் குறைய ஆரம்பித்து சமூக நாடகங்கள் ஒன்றிரண்டு என்ற அளவில் தோன்றத் தலைப்பட்ட காலமாகும்.

பொன்விலங்குகள், நள சக்கரவர்த்தி, தமயந்தி, சீதா கல்யாணம், இராஜபுத்திர வீரன், மார்க்கண்டேய சரித்திரம், சீமந்தினி, சதி அனுசுயா, சுலோசனா சதி, இலட்சுமி நாதன், இலங்கை மன்னன் இராவணன், விஜயரங்கம் போன்ற நாடகங்கள் இக்காலகட்டத்தில் எழுந்துள்ளதை அறிய முடிகிறது. இக்காலகட்டமும் திலகரின் தலைமையில் காங்கிரஸ் இயக்கம் நடைபயின்ற காலம். பொன்விலங்குகள், இராஜபுத்திர வீரன், இலட்சுமி நாதன், இலங்கை மன்னன் இராவணன் போன்ற சமூக நாடகங்கள் அரங்கேறியுள்ளதை அறிய முடிகிறது.

1920 முதல் 1929 வரையிலான பத்தாண்டுகள்

“1920 முதல் 1929 வரையுள்ள நாடகங்கள் புராண இதிகாசக் கருத்துகளை முக்கியமாகக் கொண்டிருந்தாலும் அவற்றுள் மிகுதியாகச் சமூகக் கருத்துகள் ஊடாடின. தமிழிலக்கியச் சிந்தனையுடைய நாடகங்களும் எழுதப் பெற்றன.

> **முக்கியமான வரலாற்று நிகழ்ச்சிகள் நாடகங்கள் வாயிலாக மக்களுக்கு அறிவிக்கப்பட்டன. நாட்டு விடுதலைக்காகப் போரிடுவதைப் பொதுமக்கள் தேசிய நாடகங்கள் வாயிலாக நன்கு அறிந்தனர். நாட்டுப் பற்றும் தேசியவுணர்வும் பரவின".[69]**

என்று இப்பத்தாண்டுகால நாடகங்களின் பங்களிப்பை வெளிப்படுத்துகிறார். கடந்த பத்தாண்டுகளின் வளர்ச்சியாக இக்காலகட்டத்தில் பல சமூக நாடகங்களும், விடுதலை இயக்க நாடகங்களும் தோன்றத் தலைப்பட்டன. அதேபோல் நாடகங்களில் தேசபக்திப் பாடல்களும் இடம்பெற ஆரம்பித்தன.

மாலதி, திலோத்தமா, சாகரன், சாகுந்தலம், கோவலன், தீண்டாதார் யார், இராணி மங்கம்மாள், தாசிப்பெண், சத்தியவான் சாவித்திரி, கதர்பக்தி, தேசியக்கொடி, பாணபுரத்து வீரன், அலிபாதூஷா போன்ற நாடகங்கள் இக்காலத்தில் மேடையேறியுள்ளதை அறிய முடிகிறது.

இவற்றுள் **தீண்டாதார் யார், கதர்பக்தி, தேசியக் கொடி, பாணபுரத்து வீரன், அலிபாதூஷா** போன்ற நாடகங்கள் விடுதலையுணர்வை ஊட்டிய நாடகங்களாகும். இக்காலகட்டம் காந்தியடிகள் காங்கிரஸ் கட்சியின் தலைமையை ஏற்றிருந்த காலமாகும்.

1930 முதல் 1939 வரையிலான பத்தாண்டுகள்

> ***"1930 முதல் 1939 வரை பத்தாண்டு காலத்தமிழ் நாடகங்கள் புராணம், வடமொழி நாடகத் தமிழாக்கம், சமுதாயச் சிந்தனை, தேசிய உணர்வு என்ற நிலைகளுடன் அரங்கேற்றப்பட்டுள்ளன. ..... இந்தக் கால நாடக மேடையில் எந்த நாடகம் நடிக்கப்பட்டாலும் தேசியப் பாடல்கள் மிகுதியாகப் பாடப்பட்டுள்ளன.[70]***

என்று இக்காலகட்ட நாடகங்களை வரையரை செய்துள்ளார்.

உண்மையான சகோதரன், பாதுகா பட்டாபிஷேகம், சாவித்திரி சத்தியவான், நளன், ஞானசௌந்தரி, பிராமணனும் சூத்திரனும், அபிமன்யு, இன்ப சாகரன், குறமகள், ரத்னாவளி போன்ற பல நாடகங்கள் இக்காலகட்டத்தில் தோன்றியுள்ளன. 'அபிமன்யு, இன்ப சாகரன்' ஆகிய இரு நாடகங்களும் விடுதலையுணர்வை வெளிப்படுத்திய நாடகங்களாகும்.

1940 முதல் 1949 வரையிலான பத்தாண்டுகள்

> ***"1940 -1949 இந்தப் பத்து ஆண்டு காலம் தமிழில் எழுதப்பட்ட நாடகங்களில் புராணக் கருத்துகள் குறைந்துள்ளன. நாடகங்களின் ஊடே சமய கருத்துகள் கூறப்பட்டுள்ளன...***

> **தேசியவுணர்வு நாடகங்கள் சில நாட்டுப் பற்றாளர்களால் எழுதப்பட்டுள்ளன. 1947ஆம் ஆண்டு பாரத நாடு விடுதலை பெறுகிறது. அதற்குப் பின்னும் தேசிய உணர்வு தேய்ந்து விடக்கூடாது என்ற உணர்வில் ஒரு சில நாடகங்கள் எழுதப்பட்டாலும் முன்னாள் உணர்வும் வேகமும் அவற்றில் இல்லை"**[71]

என்று இந்தப் பத்தாண்டு கால நாடக வரலாற்றுப் போக்கை மதிப்பிட்டுள்ளார்.

இருவரும் கள்வர்களே, மறைந்த மாநகர், ராஜா பருஹரி, எல்லைக் காத்த மணிமுடி, இராணி மங்கம்மாள், அவ்வையார், கவியின் கனவு, உயிரோவியம், இராஜா தேசிங்கு, வேலைக்காரி, அந்தமான் கைதி, ஓர் இரவு போன்ற நாடகங்கள் அரங்கேறியுள்ளதை அறிய முடிகிறது. இவற்றுள் '**எல்லைக் காத்த மணிமுடி, இராணி மங்கம்மாள், அந்தமான் கைதி**' போன்ற நாடகங்கள் விடுதலையுணர்வை ஊட்டிய நாடகங்களாகும்.

இங்ஙனம் கி.பி 1900க்குப் பின்னுள்ள இந்த ஐம்பது ஆண்டுகளை ஆய்வு செய்கிறபோது விடுதலையுணர்வை வெளிப்படுத்திய நாடகங்களின் காலகட்டத்தையும், அந்நாடகங்கள் தோன்றியதற்கான அரசியல் சூழலையும் அறிந்துகொள்ளலாம். காந்தியடிகள் காங்கிரஸ் இயக்கத்தின் தலைமைப் பொறுப்பை ஏற்ற 1920களுக்குப் பிறகே விடுதலையுணர்வு நாடகங்கள் தோன்றியுள்ளன என்பதையும் அறிய இயலுகிறது. **கதர்பக்தி, பதிபக்தி, பம்பாய் மெயில்** போன்ற நாடகங்கள் அரங்கேறியதும் அதைத் தொடர்ந்து வேறுபல நாடகங்கள் தோன்றியதும் இக்காலகட்டத்திற்குப் பிறகேயாகும்.

விடுதலை நாடகங்களுக்கு முன்..

விடுதலை இயக்க நாடகங்களை இனம் காணும் முன் இந்நாடகங்கள் தோன்றுவதற்கு முன்னோடியாக சமூக நாடகங்கள் பல தோன்றியுள்ளதை சுட்டிக்காட்டுவது அவசியமாகும். புராண நாடகங்களின் வளர்ச்சிப்பாதையில் சில சமூக நாடகங்கள் தோன்றியுள்ளன. சமூக நாடகங்களின் வளர்ச்சிப் போக்கில் விடுதலை இயக்க நாடகங்கள் தோன்றின என்பதும் குறிப்பிடத் தக்கது. 1857இல் '**டம்பாச்சாரி**' நாடகமும், 1860இல் '**தாசில்தார்**' நாடகமும் சைதாபுரம் காசிவிசுவநாத முதலியாரால் எழுதப்பட்டது. இவ்விரு நாடகங்களையே தமிழின் '**முதல் சமூக நாடகங்கள்**' என்று நாடக வரலாற்றாசிரியர்கள் குறிப்பிட்டுள்ளனர். சில சமூகச் சிக்கல்களை முன்வைத்து இந்நாடகங்கள் எழுதப்பட்டன. இதில்

டம்பாச்சாரி நாடகத்தை **பாலாமணி** அம்மாள் குழுவினர் அரங்கேற்றியுள்ளனர்.

இதன்பின் காங்கிரஸ் கட்சியின் கொள்கைகளை விளக்கும் முகமாக எழுதப்பட்ட **'ஆரிய சபா'** என்ற நாடகமே தமிழின் **'முதல் தேசிய நாடகம்'** என்று சொல்லப்படுகிறது. இந்நாடகம் தேசிய நாடகம் என்று சுட்டப்பட்டாலும் விடுதலையுணர்வு குறித்து எதுவும் பேசவில்லை. மாறாக ஆங்கிலேய அரசை வாழ்த்தும் மங்கலப் பாடல்கள் இதில் அமைந்துள்ளன. காங்கிரஸ் கட்சியின் கொள்கை விளக்க நாடகமாகவே இது அமைந்தது. எனினும் இந்நாடகம் மேடையேறியதாக அறிய இயலவில்லை.

> **"*1894* ஆம் ஆண்டிலேயே "ஆரிய சபா" எழுதப்பட்டு விட்டது என்றாலும், அதற்கு முன்பும் பின்பும் சமூக நாடகங்கள் எழுதப் பட்டன என்றாலும், அவற்றில் பெரும்பாலானவை அச்சேறவே செய்தன. அரங்கம் ஏறவில்லை. அவை படிக்க எழுதப்பட்டவையே அல்லாமல், நடிக்க எழுதப் பட்டவையல்ல. நாடோடிக் கதைகளும், புராணக் கதைகளுமே நடிக்கப்பட்டன. அந்நாடகங்களும் தெருக்கூத்துகள் போன்றே நடந்து வந்தன..."**[72]

என்ற அ.மா.சாமி அவர்களின் கருத்து இங்கு கவனிக்கத்தக்கது. தமிழ் நாடக மேடையில் புராண நாடகங்களே நடைபெற்று வந்த இக்காலச் சூழலில் இது போன்ற சமூகச் சீர்திருத்த நாடகங்களை அரங்கேற்ற தமிழ் நாடகக் குழுக்கள் முன்வராமல் போயிருக்கலாம்.

"சுகுண விலாச சபையை" தொடங்கி தனது முதல் நாடகத்தை *1891*இல் அரங்கேற்றிய பம்மல் சம்பந்த முதலியார், நாடகக் கலைஞராக இருந்து *1902*இல் தம்மை நாடக ஆசிரியராக உயர்த்திக்கொண்ட சங்கரதாஸ் சுவாமிகள் ஆகியோர்களின் வருகைக்குப் பிறகே தமிழ் நாடகக் கலை தெருக்கூத்து நிலையிலிருந்து நாடகக் கலையாக உயிர் பெறுகிறது. எனவே இக்காலகட்டத்திற்கு முன்பு எழுதப்பட்ட பல நாடகங்கள் மேடையேறியிருக்க வாய்ப்பில்லை.

விடுதலையில் தமிழ் நாடகங்கள்

இந்திய விடுதலைப் போராட்டம் தனித்தன்மையானது என்று போற்றப்படக் காரணம் காந்தியடிகளின் அன்பு வழிப்பட்ட கொள்கைகளே. "கண்ணுக்குக் கண் பல்லுக்குப் பல்" என்ற வழியிலான போராட்டங்களுக்கு மத்தியில் அகிம்சை வழியில் நடைபெற்ற இப்போராட்டம் இன்றளவும் உலகளவில் பாராட்டப்படுகிறது. இதுகுறித்து ம.பொ.சிவஞானம் கூறுவதாவது:

> "சுதந்திரத்திற்காகப் போராடிய வேறு எந்த நாட்டின் வரலாற்றிலும் காணாத ஒரு புதிய செயல்முறை இந்திய சுதந்திரப் போராட்டத்தில் - குறிப்பாக, காந்தி சகாப்தத்தில் கடைப்பிடிக்கப்பட்டது. அதாவது, கதர் அபிவிருத்தி, தீண்டாமை ஒழிப்பு, மதுவிலக்கு, இந்து - முஸ்லிம் ஒற்றுமை, உழவர் தொழிலாளர் முன்னேற்றம், பெண்கள் முன்னேற்றம் ஆகிய ஆக்கவழிப் பணிகளை நிறைவேற்றுவது நாடு விடுதலை பெறுவதற்கான வழி என்று நம்பப்பட்டது."[73]

என்று விடுதலைப் போராட்டத்தின் கூறுகளைப் பட்டியலிட்டுள்ளார் ம.பொ.சி. இத்தகைய நோக்கங்களை உள்ளடக்கியே நாட்டு விடுதலை அமைய வேண்டும் என்று நம்பப்பட்டது. மக்கள் சுதந்திரமும் எதிர்பார்க்கப்பட்டது.

இந்த காந்தியக் கொள்கைகளையே பத்திரிகைகளும், இதழ்களும் ஏனைய ஊடகங்களும் பிரதிபலித்தன. நாடகக் கலையும் மக்களை ஒன்றுபடுத்தும் கொள்கை வழி நாடகங்களை அரங்கேற்றியது. பாவலர் இதற்கான முன் முயற்சியை மேற்கொண்டார். அவர் வழியிற் பலர் பின் தொடர்ந்தனர்.

> "விடுதலைப் போருக்கு மக்களை வீறுகொண்டு எழச் செய்ய நூற்றுக்கணக்கான நாடகங்கள் நடந்தன. நகரங்களில் மட்டுமல்லாமல், நகர்ப் புறங்களிலும் இந்நாடகங்கள் நடத்தப்பட்டன. தொழில் முறைக் குழுக்கள் அல்லாது இளைஞர்களும் கூடி இந்த நாடகங்களில் நடித்தார்கள். காந்தியம், கதர், ஆலயப் பிரவேசம், தீண்டாமை ஒழிப்பு, மதுவிலக்கு என்று விடுதலைப் போரின் எல்லாக் கூறுகளையும் இந்நாடகங்கள் பிரச்சாரம் செய்தன. ஆனால், உரிய காலத்தில் வரலாறு எழுதப்படாததால், இந்நாடகங்கள் வரலாற்றில் இடம் பெறாமல் போய்விட்டன."[74]

என்ற அ.மா.சாமி அவர்களின் கருத்தின்படி நாடெங்கும் காந்தியக் கொள்கைகளையும், விடுதலை இயக்கத்தையும் முன்னெடுத்துச் சென்ற எண்ணற்ற நாடகங்களும், நாடகக் கலைஞர்களும் கால வெள்ளத்தில் இழுத்துச் செல்லப்பட்ட கொடுமை நிகழ்ந்து விட்டது. இது தமிழ் நாடக உலகிற்கும், தமிழ் நாடகக் கலைஞர்களுக்கும் உரிய மரியாதையைச் செய்ய நாம் தவறியதேயாகும்.

கதரின் வெற்றி

விடுதலையெனும் அறப்போருக்கு முதன் முதலில் நாடகக் கலையை நல்ல கருவியாக மாற்றியப் பெருமை சதாவதானம் கிருஷ்ணசாமிப் பாவலரையே சாரும். இவர் 1920இல் ஏற்படுத்திய **"பால மனோகர பாலர் குழுமம்"** என்ற சிறுவர் நாடகக் குழுவின் மூலம் **தேசிங்குராசன், நெப்போலியன், கிருஷ்ணதேவராயர், ஐதர் அலி** போன்ற நாடகங்களை நடத்தினார். அப்போது அந்நாடகங்களில் ஆங்காங்கே தேசபக்திக் கருத்துகளைத் தூவினார். இது மக்களிடம் பெரும் வரவேற்பைப் பெறவே 1922இல் **'கதரின் வெற்றி'** என்ற **'முதல் விடுதலையுணர்வு'** நாடகத்தை அரங்கேற்றினார். முழுக்க முழுக்க கதர் பிரச்சாரத்திற்காக எழுதப்பட்ட நாடகம் இது. தமிழ் நாடக மேடையில் நடத்தப்பட்ட **'முதல் விடுதலைப் போராட்ட நாடகம்'** இதுவேயாகும். இந்நூல் அச்சில் வெளிவந்ததாக அறிய இயலவில்லை.

பதிபக்தி

தேசவிடுதலையில் மிகுந்த நாட்டம் கொண்டிருந்த பாவலர், கதரின் வெற்றி நாடகத்தின் வெற்றியைத் தொடர்ந்து இன்னும் சில நாடகங்களை எழுதித் தம் நாடகக் குழுவின் வாயிலாக அரங்கேற்றியுள்ளார். இவ்வகையில் **'பதிபக்தி'** நாடகத்தை தாமே எழுதி இயக்கி, மேடையேற்றினார். இருப்பினும் 1931ஆம் ஆண்டில்தான் இந்நாடகம் அச்சில் வெளிவந்துள்ளது.

மார்ச் 1931 என்ற தேதியிட்ட இந்நாடக நூலின் முன்னுரையின் வாயிலாக இதை அறியமுடிகிறது.

> **"இந்த நாடகத்தை சுமார் ஏழு வருடங்களுக்கு முன் எழுதினேன். ஆனால் அப்போது எழுதிய கதைக்கும், இப்போது அமைந்துள்ள கதைக்கும் எவ்வளவோ மாறுதல் உண்டு. காந்தியடிகள் தீண்டாமை, கதர், மதுவிலக்கு என்னும் மூன்றையும் வற்புறுத்தி வன்மையான பிரச்சாரம் நடத்திய அதுபோது அம்மூன்றற்கும் ஒவ்வொரு நாடகம் எழுதுதல் வேண்டும் என்ற அவாவுடன் முதன் முதலாக 'கதரின் வெற்றி' என்னும் நாடகத்தை எழுதினேன். இரண்டாவதாக கதர்பிரச்சாரத்தையும் மதுவிலக்குப் பிரச்சாரத்தையும் மனங்கொண்டு இந்த 'பதிபக்தி' நாடகத்தையும் முடித்தேன்.**
>
> **...மதுரை ஒரிஜினல் பாய்ஸ் கம்பெனியின் சொந்தக்காரர், திருவாளர் எஸ்.எம்.சச்சிதானந்தம்பிள்ளை அவர்கள், தமது கம்பெனி பால்யர்கள் நடிக்க இந்த நாடகத்தைப் புதிய**

திருத்தங்களுடன் எழுதித் தருமாறு கேட்டனர். அவர் தம் விருப்பப்படி இந்த நாடகம் மற்றும் புதிய திருத்தங்களுடன் எழுதப்பட்டதாகும்."[75]

என்பதிலிருந்து காந்தியடிகளின் கொள்கை முழக்கத்தை மக்களிடம் கொண்டு சேர்க்க விரும்பிய பாவலரின் ஆர்வம் வெளிப்படுகிறது. அதோடு இந்நாடகத்தை நடிக்க விரும்பிய எஸ்.எம். சச்சிதானந்தம்பிள்ளை அவர்களின் ஈடுபாடு குறித்தும் அறிய முடிகிறது. இந்நாடகம் இவர் எழுதிய இரண்டாவது தேசிய நாடகமாகும். 1924இல் அரங்கேற்றப்பட்டு 1931இல் புத்தகமாக வெளிவந்துள்ளன.

பம்பாய் மெயில்

பாவலர் எழுதிய மற்றொரு நாடகம் 'பம்பாய் மெயில்' நாடகமாகும். இந்நாடகம் எழுத நேர்ந்த சூழல் குறித்து பாவலர் கூறுவதாவது:

"சென்னையில் சென்ற மாதங்களில் நான் எழுதிய பதிபக்தி நாடகத்தை பிரதம பால நடிகர் கம்பெனியாகிய மதுரை ஒரிஜினல் பாய்ஸ் கம்பெனியார் நடத்திய போது, கொட்டகையில் இடம் அகப்படாதபடி பெருங்கூட்டமாகப் பொது ஜனங்கள் வந்து ஆதரவு செய்ததும், செய்து வருவதும் சென்னையில் உள்ளோர் யாவரும் அறிந்ததே.

...காசைக் கொடுத்து அந்த நாடகம் பார்க்க வருவோர் அனைவரும் நாடகத் தொடக்கம் முதல் இறுதி வரையில், கதறி அழுது களிப்பது கண்ட அந்தக் கம்பெனியின் சொந்தக்காரரர் திருவாளர் எஸ்.எம்.சச்சிதானந்தம் பிள்ளை அவர்கள் தொடக்கம் முதல் இறுதிவரையில் கைகொட்டிச் சிரிக்கக் கூடிய ஓர் நாடகம் எழுதித் தரவேண்டும் என்று கேட்டார். இந்த `பம்பாய் மெயில்| நாடகம் அவர் வேண்டுகோளின்படி எழுதப்பட்டதாகும்".[76]

என்று 14.03.1931 நாளிட்ட நாடக நூலின் முன்னுரையில் கூறியபடி இவர் எழுதிய அடுத்த நாடகம் 'பம்பாய் மெயில்' நாடகம் என்பதையும் இது 1924க்குப் பின் எழுதப்பட்ட நாடகம் என்பதையும் அறிய முடிகிறது.

இந்நாடகத்தின் நாயகன் செல்வந்தர்களிடமிருந்து களவாடி தேசிய நிதிக்குப் பொருள் தருவதாய் கதையை அமைத்திருப்பார். இவ்வாறு செய்வது எங்கே காந்தியடிகளின் கொள்கைக்கு ஊறு செய்வதாய் அமைந்து விடுமோ என்று கருதி இந்நாடக நூலின்

முன்னுரையில் விளக்கமும் அளித்திருக்கிறார். இதுகுறித்து இவர் கூறுவதாவது:

> **"கதாநாயகன், தேசிய நிதிக்குப் பொருள் வசூல் செய்வதும், வசூல் அதிகம் ஆகாததால் தனக்குப் பின்னால் உரிமையாகப் போகும் தன் சொந்தக்காரரது சொத்தைப் பெரிய கள்ளனாக உருமாறிக் களவு செய்து தேசிய நிதிக்கு உதவுவதும், ஒருவாரு அவனது தேசிய ஆர்வத்தைக் காட்டி நிற்கும், என்பதோடு.....**
>
> **...இனி மகாத்மா காந்தியடிகளின் ஆணைக்கடங்கிய காங்கிரஸ் கட்சியைச் சேர்ந்த கதாநாயகன் எவ்வாறு களவாடலாம், அது காந்தியடிகள் கொள்கைக்கு மாறு அன்றோ என்று சிலர் கேட்கலாம். களவாடுவது தவறு என்பதும் அது அடிகள் கொள்கையன்று என்பதையும் அறிந்தே கதாநாயகன், கடைசியாகத் தான் அன்னியர் எவர் பொருளையும் களவாடவில்லையென்றும் சொல்கிறான்".**[77]

என்று களவாடுவது குற்றமாயினும் தேசத்தின்பால் அவன் கொண்டிருக்கும் பக்தியே அவனை களவாட தூண்டுகிறது. அதோடு தனக்கு சேரப்போகும் சொத்திலிருந்தே திருடுவதால் இது குற்றமன்று என்பதால் இந்நாடகமும் தேசபக்தி நாடகமே என்று பாவலர் அமைதிகொள்வார்.

கதர் பக்தி

பாவலரின் நாடகங்களில் விடுதலையுணர்வை வெளிப்படுத்திய மிகச் சிறந்த நாடகம் 'கதர் பக்தி' நாடகமாகும். காந்தியடிகளின் 'கதர்க் கொள்கையை' வலியுறுத்தும் விதமாக எழுதப்பட்ட நாடகம். இது குறித்து இவர் கூறியுள்ளது குறிப்பிடத்தக்கது.

> **"ஆண்டவன் அருளால், நான் சமீபத்தில் எழுதிய பதிபக்தி, பம்பாய் மெயில் நாடகங்களை சென்னை மகாஜனங்கள் பேராதரவு செய்தல் கண்டு, அவர்கள் தந்த ஊக்கத்தின் பயனாக இந்தக் "கதர்பக்தி" நாடகத்தை எழுதலானேன்....**
>
> **...மேற்கூறிய இரண்டு நாடகங்களையும் தென்னிந்திய பிரதம பால்ய நடிகர்கள் கம்பெனியாகிய மதுரை ஒரிஜினல் பாய்ஸ் கம்பெனியார் நடத்திய போது அவற்றைக்காண ஒவ்வொரு தினமும் ஏராள ஜனங்கள் வருவதாய் தெரிய வந்தது."**[78]

என்ற 4.4.1931 நாளிட்ட இந்நாடக நூலின் முன்னுரையின் வழியாக இந்நாடகங்களுக்கு அன்றைக்கு மக்களிடம் இருந்த பெரும் வரவேற்பை அறிய முடிவதோடு பதிபக்தி, பம்பாய் மெயில்

நாடகங்களுக்குப் பிறகு எழுதப்பட்ட நாடகம். இது என்பதும் புலனாகிறது.

அலிபாதுஷா

விடுதலைப் போராட்டத்தில் இடம் பெற்ற மற்றொரு நாடகம் ‘**அலிபாதுஷா**’ நாடகமாகும்.

> **“1921இல் எம்.ஜி.வீரசுந்தரம் “அலிபாதுஷா” என்ற நாடகத்தை நடத்தினார். அவரே எழுதிய நாடகம் இந்த நாடகத்தில்தான் ‘கதர் கப்பல் கொடிதோணுதே’ என்ற பாட்டு முதல் முதலாக பாடப்பட்டது.”**[79]

என்ற செய்தி கூறப்பட்டுள்ளது. மேலும் இந்நாடகத்தில் அரசவைக் காட்சி ஒன்றில் வீரர்கள் சிவப்பு, வெள்ளை, பச்சை ஆடைகள் அணிந்து வரிசையாக நிற்பார்கள். காங்கிரசின் மூவர்ணக் கொடி போன்று தோற்றம் அளிப்பார்கள் என்ற செய்தியின் வழி, தேசியத்தைக் காட்சி உருவாக்கம் செய்த உத்தி இந்நாடகத்தில் பயன்படுத்தப்பட்டுள்ள செய்தியையும் அறிய முடிகிறது.

தேசபக்தி அல்லது சகோதர துரோகம்

பாவலரின் அனைத்து நாடகங்களையும் மேடையேற்றிய மதுரை ஒரிஜினல் பாய்ஸ் கம்பெனியின் உரிமையாளராகிய எஸ்.எம்.சச்சிதானந்தம் பிள்ளை அவர்களால் எழுதப்பெற்று அவரது நாடகக் குழுவால் அரங்கேற்றப்பட்ட நாடகம் ‘**தேசபக்தி அல்லது சகோதர துரோகம்**’ நாடகமாகும்.

இந்நாடகம் குறித்து எஸ்.எம்.சச்சிதானந்தம் பிள்ளை கூறுவதாவது.

> **“பாவலர் எழுதிய “கவர்னஸ் கப்” “பஞ்சாப் கேசரி” இவைகளைப் போல் ஜனசாரச் சீர்திருத்தத்தை சார்ந்ததேயாகும். இதில் தேசபக்தி, பதிபக்தி, ராஜபக்தி, ஜீவகாருண்யம், ஜனசமூக ஒற்றுமை முதலியவைகளை விளக்கக்கூடிய விஷயங்கள், நாடகத்திற்குரிய நவரஸபாகங்களுக்கேற்றபடி அமைய எனது நாடகக் கலைஞர்களால் நடிக்கப்பெற்றது”**[80]

என்று கூறியுள்ளார்.

இந்நாடகம் அரங்கேறிய ஆண்டை அறியமுடியவில்லை. பாவலரின் நாடகங்களை இந்நாடகக் குழுவே அரங்கேற்றியதால் அந்நாடகங்கள் நடிக்கப்பெற்ற 1924 ஆண்டுகளுக்குப் பிறகே இந்நாடகமும் அரங்கேறியிருக்கலாம்.

திலகர் தரிசனம்

1923 ஆம் ஆண்டு சேலத்தில் நடைபெற்ற 29வது தமிழ் மாநில மாநாட்டிற்கு சென்று வந்த சிவா நாடகக் கலையின் மூலமாக மக்களிடம் தேசிய உணர்வை எளிதாக எடுத்துச் செல்லலாம் எனக் கருதி தேசிங்குராசன், வீரசிவாஜி, போன்ற நாடகங்களை எழுதி இயக்கி அரங்கேற்றி வந்தார். 1924இல் காந்தியடிகள் உடல்நலம் குன்றியிருந்தபோது இந்து நாளிதழில் இச்செய்தியைப் பார்த்து கிளர்ந்தெழுந்த சிவா '**திலகர் தரிசனம்**' என்ற சிறு நாடகத்தை எழுதி அதில் தான் திலகராகவும் நடித்ததையும் அறிய முடிகிறது. 'வீரசிவாஜி' நாடகம் மக்களிடம் மிகுந்த வரவேற்பை பெற்றதை அறிந்து இந்நாடகத்தை திருவாரூர், தஞ்சாவூர், ஒகேனக்கல், மதுரை போன்ற இடங்களில் நடத்தினார். இந்நாடகத்தில் சிவா சமர்த்த ராமதாசராக நடித்தார். இதில் கிடைத்த தொகையைக் கொண்டு பாரதமாதாவுக்கு கோயில் கட்டும் பணியைச் செய்தார்.

வீரன் அல்லது தீண்டாமை வழக்கு

1928ஆம் ஆண்டு காரைக்குடி 'ஊழியன்' பத்திரிகையில் தொடர்ச்சியாக வெளிவந்த நாடகம் '**வீரன் அல்லது தீண்டாமை வழக்கு**' நாடகமாகும். தீண்டாமைக் கொடுமையை எடுத்துக் காட்டும் ஆழமான, அழுத்தமான நாடகமாகும். காந்தியடிகளின் தீண்டாமையொழிப்புக் கொள்கையை வலியுறுத்தும் விதமாக எழுச்சிமிகு வசனங்களால் ஆக்கப்பட்ட நாடகம்.

> **"இப்பொழுது ஹரிஜனங்கள் என்று அழைக்கப்படும் வகுப்புகளில் ஒரு சிலர் அக்கிரகாரத்தில் சென்றதற்காக கோபங்கொண்டு சாமிநாதபிள்ளை என்பவரிடம் சாமர்த்தியமாகப் பணம் பறித்து புண்யவாசனம் முதலிய சடங்குகள் செய்கின்ற பாவனையாக தாம் உண்டு களித்தும், அக்கிரகாரத்தில் பிரவேசித்த ஹரிஜனங்கள் பேரிலும் அநியாயமாக வழக்குத் தொடர்ந்து தோல்வியடைந்தனர் என்பதே இந்நாடகத்தில் காணப்படும் கதைச் சுருக்கமாகும்."**[81]

என்று இந்நாடகத்தின் கதைச்சுருக்கத்தை நாடக முகவுரையில் லெட்சுமிரதன் பாரதி குறிப்பிடுவார்.

இந்நாடகம் நடிக்கப்பட்டதாக அறிய இயலவில்லை. ஆயினும் இந்நாடகம் காந்தியடிகளின் கொள்கையான தீண்டாமை விலக்கை நோக்கமாகக் கொண்டு எழுதப்பட்டுள்ளது.

தீண்டாதார் யார்

திரு.வி.க., தெ.பொ.மீ., மறைமலையடிகள் ஆகிய மூவராலும் முன்னுரை வழங்கி வெளிவந்துள்ள நாடகம் '**தீண்டாதார் யார்**' நாடகமாகும். இயற்றியோர் மூவர் என்ற பெயரில் வெளிவந்துள்ளது. 1930ஆம் ஆண்டு வெளிவந்த நாடகம். இந்நாடகத்தின் நாடகத் தலைவன் வசீகரன் பேசுவதாவது:

> **"ஆ! இது போதே நான் சிறிது ஓய்வு பெற்றேன். என்ஞான்று எனக்கு நற்காலம் உண்டாகுமோ! ஈசா! எக்கால் என் அடிமைத் தன்மையை ஒழிப்பாயோ! இதோ ஆகாயத்தில் பறக்கும் பன்னிற சிறுபறவைகளும் அல்லவோ சுயேச்சையாகக் காலங் கழிக்கின்றன.. இம்மரங்களைப் பார்! தன்னை ஒப்பாரும் மிக்காரும் இல்லையென்று தளுக்குற்று இருக்கும் சில மக்களைப் போல் தலை நிமிர்ந்து ஆடுகின்றன. நாற்கால் விலங்குகளாய் மிருகங்கள் - அவையும் தங்கள் இச்சையின் வண்ணம் இக்காட்டில் திரிகின்றன! வெள்ளித் துண்டங்கள் போன்று தண்ணீரில் ஒளிரும் மீன்களின் வாழ்வுதான் என்ன! இவ்வாறு ஊர்வன, பறப்பன, நடப்பன, திரிவனவாகிய உயிர்கள் எல்லாம் தன்னிச்சையாய் தன் மனைவி மக்களுடன் யாதொரு தாழ்வுமின்றி வாழ -ஆ!(பெருமூச்செறிகிறான்) இப்பாழும் மனிதருள் எத்தனை கட்டுப்பாடு! உயர்வு தாழ்வு என்ன! மனிதனாய்ப் பிறந்தவன் சுயேச்சையாய் வாழ முடிகின்றதா! ஒரு நாளேனும் முழு இன்பம் அனுபவிக்க ஆகின்றதா! ஒருவரை ஒருவர் அடக்கியாள வேண்டும் என்ற எண்ணம் இம்மனிதக் கூட்டத்துள் இருக்கும் வரையும் இன்பம் ஏது! சுதந்திரம் ஏது! சுகவாழ்வு ஏது! என்னே சுதந்திர தாகம்"**[82]

என்று பேசும் வசீகரனின் வாய்மொழி வாயிலாகக் காந்தியடிகள் வலியுறுத்திய தீண்டாமையொழிப்புக் கொள்கை மக்களிடையே பிரச்சாரம் செய்யப்பட்டுள்ளது. எத்தனை எடுப்பான, துடுப்பான வசனங்கள். மாக்களுக்கிருக்கும் உரிமைகள்கூட மனிதர்களாகிய நமக்கில்லையே என்று ஏங்கும் வசீகரனின் வார்த்தைகள் எத்தகைய உண்மை! நமக்குள் சாதிகளால், இனத்தால், மொழியால் காணப்படும் பேதங்களால் மனித குலம் நிம்மதியின்றி அழிகிறதே என்ற ஆசிரியரின் ஆதங்கம் வெளிப்படும் நல்ல நாடகம்.

தேசபக்தி (பாணபுரத்து வீரன்)

> **"பிறநாட்டு நல்லறிஞர் சாத்திரங்கள்**
> **தமிழ்மொழியிற் பெயர்த்தல் வேண்டும்"**

என்ற பாரதியின் கனவை நனவாக்கிய நல்லறிஞர் வெ.சாமிநாத சர்மா. இவரால் எழுதப்பட்ட பல நாடகங்களுள் பாணபுரத்து வீரன், அபிமன்யு ஆகிய நாடகங்கள் குறிப்பிடத்தக்கது. இந்நாடகங்கள் மக்களிடையே விடுதலை வேட்கையை ஏற்படுத்தியதோடு அடக்கு முறைகளுக்கெல்லாம் அஞ்சாது ஆங்கிலேயரை எதிர்க்கும் துணிவைத் தந்தது. குறிப்பாக பாணபுரத்து வீரன் நாடகம் இந்நோக்கத்திற்காகவே எழுதப்பட்டது. இது குறித்து சாமிநாத சர்மா அவர்கள் கூறுவதாவது:

"சுமார் ஐந்தாண்டுகளுக்கு முன்னர் ஆங்கில மாதப் பத்திரிகையொன்றை நான் படித்துக் கொண்டிருந்த காலத்து, ஸ்காத்லாந்து தேசத்திற்கு நல்வாழ்வளித்த ராபர்ட் ப்ரூஸ் என்பவரைப் பற்றி ஓர் அழகிய கட்டுரையைக் கண்டேன். இளமையில் இவனைப் பற்றிப் படித்திருந்தேனாயினும், இப்பத்திரிகையின் கண் பொலிந்த கட்டுரை என் மனதைக் கவர்ந்தது. கவர்ந்ததுமன்றி, தமிழில் அக்கதைப் போக்கைத் தழுவி மனத்தில் ஒரு நூல் எழுத வேண்டுமென்ற அவாவையும் எழுப்பியது. அதன் முடிவு இச்சிறிய நாடகம்"83

என்று இந்நாடகம் எழுதப்பட்டதற்கான சூழலைக் கூறுகிறார். இதனடிப்படையில் இந்நாடகத்தை நவசக்தியில் தொடராக எழுதினார். இதுகுறித்து மேலும் கூறுவதாவது.

"இதன் தொடர்ச்சியாக 'நவசக்தி'யில் 1921- ஆம் ஆண்டு ஜுன் மாதம் மூன்றாம் தேதி தொடங்கி நான்கு களங்கள் வரை முதலில் வெளிவந்து, மீண்டும் 1924இல் தொடர்ந்து முற்றுப்பெற்றது பாணபுரத்து வீரன். சில மாறுதல்களுடன் நூலாக 1924 செப்டம்பரில் வெளிவந்தது"[84]

என்றும் சர்மா குறிப்பிடுவார். இந்நாடகம் ஸ்காட்லாந்து விடுதலைப் போராட்டக் கதையேயானும் இதன் குறியீடுகள், உரையாடல்கள், காட்சி அமைப்புகள் யாவும் இந்திய தேசிய விடுதலை இயக்கத்தை உணர்த்துவதாக அமைத்தேன் என்றும் குறிப்பிட்டுள்ளார்.

இந்நாடகம் நவசக்தியில் தொடராக வெளிவந்தபோது இந்நாடகத்தின் அனல் தெறிக்கும் உரையாடல்களையும் அதன் காட்சி அமைப்பையும் படித்துணர்ந்த தந்தை பெரியார் இந்நாடகம் ஆங்கிலேய அரசால் தடை செய்யப்படும் என்று சர்மாவிடம் கூறினாராம். இந்நாடகத்தை அன்றைய நாடகக் குழுக்கள் மேடையேற்ற முயற்சி செய்ததையும், அம்முயற்சி ஆங்கில அரசால் தடைசெய்யப்பட்ட செய்தியையும் அறிய முடிகிறது.

பிறகு 1931 ஏப்ரல் திங்களில் பகத்சிங்கும் அவரது நண்பர்களும் தூக்கிலிடப்படும் செய்தி நாட்டையே கதிகலங்கச் செய்து விட்டது.

அப்போது இந்நாடகம் 'தேசபக்தி' என்ற பெயரில் தி.க.சண்முகம் குழுவினரால் அரங்கேற்றம் செய்யப்பட்டுள்ளது. இதுகுறித்து தி.க.சண்முகம் அவர்கள் கூறுவதாவது:

"இக்காலச் சூழலில்தான் பாஸ்கரதாஸ் எங்களுக்கு அறிமுகமானார். வெ.சாமிநாத சர்மா எழுதிய 'பாணபுரத்துவீரன்' என்னும் ஒரு நாடகத்தின் அச்சுப்பிரதியை அவர் கொண்டு வந்தார். அதைப் படித்துப் பார்த்தோம், அப்போதிருந்த எங்கள் தேசிய உணர்ச்சிக்கு அந்த நாடகம் நிரம்பவும் பிடித்தது. இடையிடையே சில புதிய காட்சிகளைச் சேர்த்து அவரே எழுதிக் கொடுத்தார். அப்போது பாணபுரத்து வீரன் நாடகம் சர்க்காரால் தடைசெய்யப்பட்டிருந்தது. எனவே அந்நாடகத்திற்கு 'தேசபக்தி' என்று பெயர் வைத்தோம்.."[85]

என்று இந்நாடகம் அரங்கேறிய வரலாற்றைக் கூறியுள்ளார். இளைஞர்களின் மத்தியில் விடுதலைக் கனலை பற்ற வைத்த மாவீரன் பகத்சிங்கின் நினைவை தமிழகமெங்கும் கொண்டு சேர்த்த அரும்பணியைச் செய்த தி.க.சண்முகம் குழுவினரை நாடு என்றும் நன்றியோடு நினைவு கூர்தல் வேண்டும்.

வீர அபிமன்யு

வெ.சாமிநாதசர்மா அவர்கள் எழுதிய மற்றொரு நாடகம் 'வீர அபிமன்யு' என்னும் நாடகமாகும். பாரதப்போரின் பதின் மூன்றாம் நாட் போர்க்கதையை நாடகமாக்கியுள்ளார்.

"நமது பண்டைய நூல்களில் பொதிந்து கிடக்கும் பல அரிய கதைகளுக்குப் புதிய ஆடை அணிவித்து, புத்துணர்ச்சி ஊட்டித் தமிழ் மக்களுக்குக் காட்சி தரவேண்டுமென்ற எளியேனது ஆசை நிறைவேறியது"[86]

என்று சர்மா அவர்கள் இந்நாடகம் எழுதப்பட்டதன் நோக்கம் குறித்துக் கூறுவார். நாடகத்தினிடையே நாட்டுப்பற்றை ஊட்டும் நல்ல வசனங்கள் இடம் பெற்றுள்ளன.

ஜம்புலிங்கம்

நடிகர் எம்.ஆர். சாமிநாதன் எழுதிய **"ஜம்புலிங்கம்"** என்ற புரட்சி நாடகம் விடுதலைப் போராட்டத்திற்கு பெரிதும் துணை செய்தது. 1934இல் தி.க.சண்முகம் குழுவினர் இந்நாடகத்தை அரங்கேற்றியுள்ளார்கள். பின்னர் இந்த நாடகம் தடை செய்யப்பட்ட செய்தியையும் அறிய இயலுகிறது.

இன்பசாகரன்

தமிழ் நாடக உலகில் தனக்கென்று தனியிடத்தைப் பெற்ற பெருமகனார் நவாப் ராஜமாணிக்கம் ஆவார். இவர் நடத்திய விடுதலையுணர்வு நாடகந்தான் இன்பசாகரன் நாடகமாகும். கோவை.சி.ஏ.அய்யாமுத்து அவர்கள் எழுதிய '**இன்பசாகரன்**' நாடகம் இணையற்ற தேசிய நாடகமாகும். இதனை நவாப் இராஜமாணிக்கம் குழுவினர் நாடெல்லாம் நடித்துக் காட்டியுள்ளனர். 1939ஆம் ஆண்டு இந்த நாடகம் அரங்கேற்றப்பட்டது. இதன் நோக்கம் தேசியவுணர்வையும் கடந்து அப்பால் செல்கிறது. நாட்டு விடுதலைக்குப் போராடி வெற்றி பெற்ற இன்பசாகரன் என்பவனின் வீரதீரச் செயல்களை விளக்குவதாக இந்த நாடகம் படைக்கப்பட்டுள்ளது.

இந்நாடகத்தில் பகைவரை வென்று நாடு விடுதலை பெற்றபின் இளவரசனுக்கு முடிசூட்டும் விழாநடைபெறுகிறது அதில் இன்பசாகரன் ஆற்றும் வீரவுரை இது..

"நான் உங்கட்கும் இந்நாட்டிற்கும் ஒருபோதும் அரசனாக ஆகேன். மக்கள் ஒருவருக்கொருவர் சேவை புரியவே பிறந்துள்ளனர். அதிகார ஆசையால் குணவீர பாண்டியன் இந்நாட்டை வஞ்சகமாகப் பிடித்தான். அதே அதிகார ஆசையால் உத்தான பாதன் இந்நாட்டைக் காட்டிக் கொடுத்தான். எனவே ஆட்சியும், அதிகாரமும் மக்களை என்றென்றும் சூழ்ச்சியிலும், போரிலும், துயரத்திலும் ஆழ்த்துபவை. அவை நாட்டில் பஞ்சமா பாதகங்களைத் தோற்றுவிப்பவை. எனவே, ஆட்சி என்ற பதம் நமக்கு வேண்டாம். சேவை என்ற செம்மொழியைக் கடைப்பிடிப்போம். நான், இந்நாட்டின் சேவகனாக என்றென்றும் இருப்பேனாக. நீங்களும் அவ்வாறே இருக்க வேண்டுகிறேன். இந்நாட்டின் நன்மையைக் கருதி, இந்நாட்டு மக்களின் நலன் கருதி நாம் சில விதிகளை நம்மில் ஏற்படுத்திக் கொள்வோம். அவ்விதிகட்கு அடங்கி நடப்பதாக நாம் நம்மைக் கட்டுப்படுத்திக் கொள்வோம். எவ்விதியாலும் நமக்கு இடர் நேருமாயின் அதை உடனே மாற்றியமைக்கும் சுதந்திரத்தை வைத்துக் கொள்வோம். இந்நாட்டில் நிர்க்கதியாய், பசியால் வாடி, எவரும் தெருக்களில் அலைந்து திரியாதபடி நாம் செய்யவேண்டும். எல்லோரும் உழைத்து, உண்டு, களித்திருக்கத்தக்க வழிகளை நாம் ஏற்படுத்த வேண்டும். எல்லாப் பிள்ளைகட்கும் கல்விச் சாலைகள் அமைப்போம்

வாலிபர்களுக்கு வேண்டிய தொழிற்சாலைகளைச் சமைப்போம். விருத்தாப்பியர்க்கும், அங்கஹீனர்களுக்கும் வேண்டிய அறச்சாலைகள் கட்டுவோம். அறியாமையையும் அதனால் விளையும் துன்பங்களையும் இந்நாட்டினின்றும் துரத்தியடிப்போம். மக்கள் செயலுக்கு மக்களே காரணம் என்பதை மனதில் பதிய வைப்போம். இத்யாதி காரியங்களில் நீங்களெல்லோரும் சேர்ந்து உழைப்பதற்குத் தயாரானால், நான் தங்கள் சேவகத்தை ஏற்றுக்கொள்ளத் தடையில்லை"[87]

என்று நீண்ட உரையாற்றுகிறான். சமூக பொறுப்புணர்வுடனும், மனித நேயத்துடனும், நாட்டுப்பற்றுடனும் அமைந்துள்ள இவ்வுரையானது அன்றைய தேசத்தின் சூழ்நிலையை அப்படியே படம் பிடித்தன. இதனால் இந்நாடகம் பெரு வெற்றி பெற்றது. மக்கள் இந்நாடகத்திற்கு பேராதரவு தந்ததையும், தமிழ்நாட்டில் மட்டுமல்ல கேரளத்திலும் 500 முறைக்கு மேல் நடிக்கப்பட்ட செய்தியையும் அறிய முடிகிறது. இத்தகைய சிறப்புக்குரிய இந்நாடகம் அச்சில் வெளிவந்ததாக அறிய இயலவில்லை.

எல்லைக் காத்த மணிமுடி

எம்.இரத்தினம் என்பவரால் எழுதப்பட்ட நாடகம். வரலாற்றுக் கதையின் வாயிலாக நாட்டுப் பற்றை ஊட்ட 1942இல் **'எல்லைக் காத்த மணிமுடி'** நாடகம் எழுதப் பெற்றது. நாட்டைக் காக்க உயிரையும் மதிக்காது வீரமாகச் செயலாற்ற வேண்டும் என்பது நாடகக் கருத்து.

"பாரத நாடு விடுதலைக்காகப் போராடிய காலத்தில் இந்த நாடகம் நல்ல உணர்ச்சியை ஊட்டும் தன்மையுடன் மேடையேறுகிறது"[88]

என்று ஏ.என்.பெருமாள் அவர்கள் குறிப்பிடுவார். மக்களை மகிழ்விக்க மட்டுமல்ல மக்களைத் தட்டியெழுப்பி விடுதலைப் போராட்டத்தில் குதிக்கச் செய்த மிகச் சிறந்த நாடகம் இது.

இராணி மங்கம்மாள்

50 நாடகங்களுக்கு மேல் எழுதியுள்ள சுத்தானந்த பாரதியார் எழுதிய நாடகம் **'இராணி மங்கம்மாள்'** நாடகமாகும். இராணி மங்கம்மாளின் வீர வரலாற்றை விளக்கும் வீரகாவியமாக இந்நாடகம் அமைக்கப்பட்டுள்ளது.

"1943இல் சுத்தானந்த பாரதி இராணி மங்கம்மாள் நாடகத்தை மதுரை வரலாற்றுப் படைப்பாக, நாட்டுப்பற்றை விளக்கும்

வீர காவியமாக எழுதுகிறார். காலத்துக்கு ஏற்ற தாய்நாட்டுப் பற்றுணர்வை பயனுடன் மக்கள் மத்தியில் ஏற்படுத்தும் நல்ல நாடகம்”[89]

என்று பேராசிரியர் ஏ.என்.பெருமாள் இந்நாடகத்திற்கு நற்சான்றிதழ் தந்துள்ளார்.

மேலும் **‘வீறுபெற்று நில்லடா’** என்ற விடுதலைப் போர் நாடகத்தையும், **‘காலத்தேர்’** என்ற காவிய நாடகத்தையும் சுத்தானந்தர் எழுதியுள்ளார். அதில் கதர்ப்பணி, தேசியப் பறவை, காந்தியின் பெருமை போன்ற கருத்துகள் முக்கிய இடம் பெற்றுள்ளன.

இராசபக்தி

நவாப் இராஜமாணிக்கம் நடத்திய **‘இராசபக்தி’** நாடகமும் இப்பட்டியலில் இடம் பெறக்கூடியதே. மராட்டிய மூலத்திலிருந்து சென்னை வழக்கறிஞர் வி.சி.கோபால் இரத்தினம் மொழி பெயர்த்து எழுதியது இந்நாடகம். பங்கிம் சந்தரரின் **‘துர்க்கேச நந்தினி’** என்ற தேசியக் கதையையும் நாடகமாக்கி நவாப் இராஜமாணிக்கம் நடித்தார் என்ற செய்தியை அறிய இயலுகிறது. ஆனால் இந்நாடகங்கள் குறித்து இவரது குடும்பத்தினரிடம்கூட எவ்வித தகவல்களும் இல்லாமை காலத்தின் கொடுமையாகும். நவாப் அவர்கள் இவைகளை ஆவணப்படுத்த விரும்பியதில்லை என்ற செய்தியையும் இவரது குடும்பத்தினர்கள் தெரிவித்துள்ளனர்.

கவியின் கனவு

திரு.எஸ்.டி.சுந்தரம் அவர்கள் திருவையாறு அரசர் கல்லூரியில் பயின்றபோது விடுதலைப் போராட்டத்தில் பங்கு பெற்றமைக்காக சிறை தண்டனை பெற்று தஞ்சாவூர் சிறையில் அடைக்கப்பட்டிருந்தபோது 1942இல் எண்ணப்பட்டு, 1943இல் எழுதப்பட்டு, 1944ல் அரங்கேற்றப்பட்டு, இன்றுவரை தமிழகத்தில் உள்ள பற்பல நாடகச் சபையாராலும் சுமார் 2000 முறை நடிக்கப்பெற்ற பெருமைமிகு வரலாற்றுக்குரியது **‘கவியின் கனவு’** நாடகமாகும். இந்நாடகம் முழுக்க முழுக்க விடுதலையுணர்வை மக்களிடம் ஊட்டுவதற்கென்றே எழுதப்பட்ட நாடகமாகும். தமிழ் நாடக வரலாற்றில் விடுதலை வித்தை விதைத்த மிகச் சிறந்த நாடகம் இது.

அந்தமான் கைதி

‘அந்தமான் கைதி’ 1945இல் கு.சா.கிருஷ்ணமூர்த்தி என்பவரால் தேசியவுணர்வு பெருகச் சிறப்பாக எழுதப்பட்டது. சமூகச்

சிந்தனையோடு இந்நாடகம் படைக்கப்பட்டுள்ளது. இந்நாடகம் பற்றி, இந்நாடகத்தை அரங்கேற்றிய தி.க.சண்முகம் அவர்கள் குறிப்பிடுவது.

"தமிழ் நாட்டிலும், இந்தியாவின் பிற மாநிலங்களிலும் சிங்கப்பூர், மலேசியா, இலங்கை, பர்மா, தென்னாப்பிரிக்கா முதலிய தமிழர் வாழும் பிரதேசங்கள் அனைத்திலும் அந்த நாளில் அந்தமான் கைதியை நடத்தாத அமைச்சூர் சபைகளே இல்லையெனலாம்"[90]

என்று இந்நாடகத்தின் சிறப்புகளைக் கூறியுள்ளார். பெண்ணுரிமை குறித்தும், பொருந்தா திருமணத்தால் ஏற்படும் கொடுமைகள் குறித்தும் இந்நாடகம் பேசுகின்றது. இந்நாடகத்தில் தேசபக்தி பாடல்களும், வசனங்களும் அமைய எழுதப்பட்டிருப்பது இதன் தனிச்சிறப்பாகும்.

அன்னையே தெய்வம்

எஸ்.டி.சுந்தரம் அவர்களால் எழுதப்பெற்ற மற்றொரு விடுதலையுணர்வு நாடகம் '**அன்னையே தெய்வம்**' என்பதாகும். பெண்ணுரிமையைப் பேசுவதோடு தாய்மையின் சிறப்பையும் வெளிப்படுத்தும் நல்ல நாடகம் இது. 1946இல் வெளிவந்துள்ள நாடகம். விடுதலை வேட்கையையும், தாயன்பின் சிறப்பையும் மூலக் கருத்தாகக் கொண்டுள்ள இந்நாடகம் மிக்க ஆரவாரத்துக்கிடையே வரவேற்கப்பட்டதென்பது தமிழகம் அறிந்த ஒன்று என்று இந்நூலின் பதிப்புரையில் குறிப்பிடப்பட்டுள்ளது.

நாம் இருவர்

நாட்டின் விடுதலைப் போராட்டக் காலத்தில் வாழ்ந்த அத்தனை எழுத்தாளர்களின் படைப்பிலுமே தேசியக் கனல் வீசியிருக்கிறது. இவ்வகையில் விடுதலைப் போராட்டத்தில் மக்களை வீறுகொள்ளச் செய்ய தாமும் ஏதாவது செய்ய வேண்டுமென்று நினைத்தார் ப.நீலகண்டன். விளைவு '**நாம் இருவர்**' நாடகமாகும். இதுகுறித்து இவர் கூறுவதாவது:

"நாட்டு மக்களின் விடுதலையுணர்விற்கு உரம் சேர்க்கும் வகையில் நானும் எழுத எண்ணினேன்...

இதைப்போல நாட்டின் விடுதலையுணர்வையும் கலையழகோடு வெளிப்படுத்த விரும்பினேன்.

நம் நாடு அடிமைப்பட்டதற்குக் காரணமே ஒற்றுமை இன்மைதான். அதை உருவகப் படுத்தினேன். 'நாம் இருவர்' பிறந்தது..."[91]

என்று இந்நாடகத்தின் நோக்கு குறித்து குறிப்பிடுவார் நீலகண்டன். இந்நாடகம் 1946இல் அரங்கேறியதை அறிய முடிகிறது. கால மாற்றத்திற்கேற்ப புதிய உத்திகளோடு அரங்கேற்றப்பட்ட நாடகம். கதையமைப்பிலும் மிகச் சிறந்த கட்டமைப்பைப் பெற்ற நாடகமாகும்.

ரத்தக் கண்ணீர்

இந்நாடகம் பரத்தையர் ஒழுக்கத்தால் வரும் கேட்டினை அழுத்தமாக விளக்கிய சமூகச் சீர்திருத்த நாடகம் **'ரத்தக் கண்ணீர்'** நாடகமாகும். பகுத்தறிவுச் சிந்தனைகளோடு, மூட நம்பிக்கைகளைச் சாடும் கருத்துகளும் நிரம்ப பெற்ற நாடகம். 'முற்பகல் செய்யின் பிற்பகல் வரும்' என்ற உண்மைத் தத்துவத்தை உலகிற்கு உணர்த்திய உணர்ச்சிப் பூர்வமான நாடகம். நாடகமாகவும், திரைப்படமாகவும் சக்கைப் போடு போட்ட சத்தான நாடகம் 1949ஆம் ஆண்டு ஜனவரித் திங்கள் 14ஆம் நாள் திருச்சி தேவர் மன்றத்தில் கி.ஆ.பெ.விசுவநாதம் தலைமையில் அரங்கேறியது.

முதல் முழக்கம்

தி.க.சண்முகம் நாடகக் குழுவினரால் இறுதியாக நடிக்கப் பெற்ற நாடகம் **'முதல் முழக்கம்'** நாடகமாகும். 1950 பிப்ரவரித் திங்களில் இவர்களின் நாடகக் குழுவுக்கு மூடுவிழா நடத்தும் போது சிலம்புச் செல்வர் ம.பொ.சிவஞானம் அவர்கள் கேட்டுக் கொண்டதற்கிணங்க பன்னிரண்டே நாட்களில் தயார் செய்து அரங்கேற்றப்பட்ட நாடகமாகும். ரா.வேங்கடாசலம் எழுதிய வரலாற்றுச் சிறப்பு மிக்க இந்நாடகம் வீரபாண்டிய கட்டபொம்மனின் வரலாற்றை பட்டி தொட்டியெங்கும் கொண்டு சேர்த்த பெருமைக்குரியதாகும்.

இந்திராணி

இன்னும் பல நாடகங்கள் இவ்விடுதலைப் போராட்டத்தில் பங்கெடுத்தன. அவற்றுள் **'இந்திராணி'** நாடகம் குறிப்பிடத்தக்கது. இந்நாடகத்தில் கதர் பிரச்சாரம் மேற்கொள்ளப்பட்டுள்ளது. நாடகத் தலைவி இந்திராணி தன் தோழி சந்திராவிடம் நீ கட்டாயம் கதராடையை அணிந்துதான் வரவேண்டும் என்று கூறுகிறாள்.

> **"சந்திரா நீ என்னிடம் பேசாதே இன்னும் எத்தனை நாட்கள் இம்மாதிரி பிற தேசத்து ஆடையுடன் உன்னைக் காண என் மனம் சகித்துக் கொள்ளும்! நீ கதராடை அணிய வேண்டும். நான் அதனைக் கண்டு களிக்க வேண்டும். அதுவரை நீ என்முன் வரவே வராதே"**[92]

என்று கேட்டுக் கொள்கிறாள். சந்திராவோ கதராடை சாக்கு மாதிரி முரடாக இருப்பதால் அதை தன்னால் அணிய முடியாது என்கிறாள். அதற்கு இந்திராணி,

> **“அந்நிய நாட்டு சில்க் துணி கண்ணாடி போன்று உள்ளிருப்பதையெல்லாம் வெளியே ‘பளிச்’ என்று எடுத்துக் காட்டுகிறது. அதை அணிந்து சென்றால் ஆண்கள் கழுகுப் பார்வை பார்க்கிறார்கள். ஆண்கள் உங்கள் உறுப்புகளைக் காண வேண்டுமென்றுதான் இதனை உடுத்துகிறீர்களா?[93]**

என்று கேலி செய்கிறாள். சொல்லியும் கேளாத ஜென்மங்களுக்கு வேறு எப்படிச் சொல்வது. இந்திராணி பெண்ணாக இருந்தாலும் தான் பிறந்த நாட்டின்பால் கொண்டிருந்த அன்பால் சற்று கடிந்தே பேசுவதை இவ்வுரை வாயிலாக அறிய முடிகிறது. இங்ஙனம் இந்நாடகத் தலைவியின் மூலம் கதர்பிரச்சாரத்தை செய்துள்ளார் இதன் ஆசிரியர்.

தேசிய வீரனின் வெற்றி

காந்தியடிகளின் கொள்கைகளையும், விடுதலைப் போராட்ட நெறிமுறைகளையும் நாடெங்கும் விளக்கிக் கூறும் பொருட்டு எழுதப்பட்ட பல நாடகங்களுள் ஒன்று **‘தேசிய வீரனின் வெற்றி’** என்ற நாடகமாகும். இதனை எம்.எம்.துரை என்பவரும், ஏ.ஆர். டி.சாரதி என்பவரும் சேர்ந்து எழுதியுள்ளனர்.

> **“நான் இனியும் காந்தியடிகளின் வழியில்தான் நடக்க விரும்புகிறேன். ஒரு நாளும் அவர் கூறிய சத்திய நெறியை மறக்க மாட்டேன் அவரின் அஹிம்சை கொள்கையை என் கொள்கையாகக் கொண்டு வாழ்வேன். எனது நாட்டு விடுதலைக்காக என் உயிரையும் தருவேன்.[94]**

என்று இக்கதாபாத்திரம் பேசுவது மக்களிடம் விடுதலையுணர்வைத் தூண்டுவதாக அமைந்துள்ளன. மக்களும் இத்தகைய நாடகங்களை பெரிதும் வரவேற்றுள்ளதையும் அறியலாம்.

ஜெயசதி அல்லது குடியின் கெடுதல்

நு.வை.செட்டியார் எழுதிய **‘ஜெயசதி அல்லது குடியின் கெடுதல்’** என்னும் நாடகம் மதுவிலக்கை வலியுறுத்தி எழுதப்பட்ட சிறந்த நாடகம். இந்நாடகப் பாத்திரங்களான முதலாளியும், வேலைக்காரனும் பேசிக்கொள்வது வேடிக்கையானது மட்டுமல்ல வாழ்க்கையில் நாம் காணும் இயல்பான நிகழ்வும்கூட.

> “டேய் மடையா நான்தான் குடிவெறியனா? நீ மட்டும் நல்லவனாடா”? என்று முதலாளி வேலைக்காரனைக் கேட்க. அவன்

"நம்ம ரெண்டு பேருமே குடிகாரங்கதான், ஆனா நான் சாதா குடியன்! நீங்க மொடாக் குடியருங்க .. அவ்வளவுதான்.."

என்று கூறுகிறான். குடித்ததன் விளைவாக முதலாளி தன்னுடைய மரியாதையை இழந்து போகும் எதார்த்தத்தையும் காண முடிகிறது. குடியால் மானம், மரியாதை எல்லாம் போகும் என்பதற்கு இந்நாடகம் நல்லதொரு எடுத்துக்காட்டாகும்.

"ஒருவர் இயல்பில் நல்ல குணநலன்களையுடையவர் என்றாலும் குடிவெறியினால் அவர் குணம் கெட்டு பொல்லாதவராகிவிடுவார் என்பதற்கு இந்நாடகத்துள் வரும் தாமோதரம் பிள்ளையே தக்கச் சான்றாவார். மிக உயர்ந்த நிலையில் வாழ்ந்த அவர் இந்தக் குடிப் பழக்கத்திற்கு ஆளானபின் தாழ்நிலைக்கு உள்ளானது பெரும் இரக்கத்திற்குரிய ஒன்றாகும்"[96]

என்று வி.கலைமணி அவர்கள் கூறுவது நம் வாழ்க்கைச் சூழலில் அனைவருக்கும் பொருந்தும்.

மேலும் கோவிந்த ராவ் குர்ஜாலி எழுதிய **'கேட்டின் வித்து'** எல்லாம் அதனால்தான்', சுப்பிரமணியம் எழுதிய **'ராஜலெட்சுமி'** என்பன போன்ற நாடகங்கள் மதுவிலக்கை ஆதரித்து எழுதப்பட்ட நாடகங்களாகும்.

இங்ஙனம் இந்திய விடுதலையை நோக்கி தமிழில் எண்ணற்ற நாடகங்கள் நடைபெற்றன. மேலும் காந்தியக் கொள்கைகளை முன்வைத்தும் பல நாடகங்கள் அரங்கேறியுள்ளன. பெண்விடுதலை, சமூக நல்லிணக்கம், மத நல்லிணக்கம், தீண்டாமையொழிப்பு, மதுவிலக்கு போன்ற கொள்கைகளை வலியுறுத்தி பல நாடகங்களும், நாடகக் குழுக்களும் தமிழ் நாடக மேடையில் உலா வந்துள்ளனர். பலநூறு நாடகக் கலைஞர்களும் இதற்காகப் போராடியுள்ளனர்.

இத்தகைய அரும்பெரும் கலைப்பெட்டகமாய்த் திகழ்ந்த இந்நாடகங்கள் பல அழிந்தும், சிதைந்தும் இன்று கிடைத்தற்கரிய அரும்பொருளாய் ஆகிப்போனது தமிழினத்திற்கு மிகப் பெரிய தலைக்குனிவாகும். சொல்லொண்ணா துன்பங்களையும் துயரங்களையும் தாங்கி ஈகம் பல புரிந்த இந்த முகவரியற்ற கலைஞர்களின் சந்ததிகள் இன்று படும் துன்பமும், துயரமும் அவர்கள் செய்த தியாகத்திற்கான பரிசா? அல்லது அவர்களின் இழப்புகளுக்கு கிடைத்த அஞ்சலியா?

நாடகத்தைப் பொருளீட்டுவதற்கான கருவியாக பயன்படுத்தியவர்கள் எல்லாம் இன்று நல்ல நிலையில் வாழ்கிறார்கள். ஆனால் நாடகத்தைச் சமூக மாற்றத்திற்கான

கருவியாக பயன்படுத்தியவர்களும், அவரது வாரிசுகளும் இன்று இருந்த இடம் தெரியாமல் அருகிப் போய்விட்டார்கள் என்பதுதான் வரலாறு நமக்கு காட்டும் படிப்பினையாகும். இத்தகையோரின் வாரிசுகளைக் கண்டறிந்து அவர்களின் நல்வாழ்விற்கு உதவ வேண்டுவது நம் அனைவரின் கடமையாகும்.

இங்ஙனம் எண்ணற்ற நாடகங்கள் விடுதலைப்பணியில் வீறுடன் பங்காற்றியுள்ள போதிலும், தேடி அலைந்ததின் பயனாய் கிடைக்கப்பெற்ற நாடகங்கள் மட்டும் தொகுக்கப்பெற்றுள்ளது.

கிடைக்கப்பெற்ற தேசியவுணர்வு நாடகங்கள்

வ.ண்.	நாடகம்	வருடம்	ஆசிரியர்
1.	பதிபக்தி	1924	தெ.பொ.கிருஷ்ணசாமிப் பாவலர்
2.	பம்பாய் மெயில்	1924க்குப் பின்	தெ.பொ.கிருஷ்ணசாமிப்பாவலர்
3.	கதர்பக்தி	1924க்குப் பின்	தெ.பொ.கிருஷ்ணசாமிப் பாவலர்
4	தேசபக்தி (அ) சகோதரத் துரோகம்		எஸ்.எம்.சச்சிதானந்தம் பிள்ளை
5	திலகர் காந்தி தரிசனம்	1924	சுப்பிரமணிய சிவா
6	தேசபக்தி (எ) பாணபுரத்து வீரன்	1924-1931	வெ.சாமிநாதசர்மா
7	வீரன் (அ) தீண்டாமை வழக்கு	1928-33	தி.ம.நடராசன்
8	வீர அபிமன்யு	1933	வெ.சாமிநாதசர்மா
9	இராணி மங்கம்மாள்	1943	சுத்தானந்த பாரதி
10	கவியின் கனவு	1944	எஸ்.டி.சுந்தரம்
11	அந்தமான் கைதி	1945	கு.சா.கிருஷ்ணமூர்த்தி
12	நாம் இருவர்	1946	ப.நீலகண்டன்
13	அன்னையே தெய்வம் (அ) நம் தாய்	1946	எஸ்.டி.சுந்தரம்
14	ரத்தக் கண்ணீர்	1949	திருவாரூர்.கே.தங்கராசு
15	முதல்முழக்கம்	1950	ரா.வேங்கடசலம்

என்ற இப்பதினைந்து நாடகங்கள் மட்டும் ஆய்விற்கு எடுத்துக் கொள்ளப்பட்டுள்ளது.

விடுதலையில் நாடகக் குழுக்கள்

விடுதலையில் நாடகங்களின் பங்களிப்பை ஆய்வு செய்யும் போது விடுதலையில் நாடக குழுக்களின் பங்களிப்பை ஆய்வு செய்வதும் அவசியமானதாகும். தமிழகமெங்கும் எண்ணற்ற நாடக குழுக்கள் இயங்கி வந்துள்ள போதிலும் ஆங்கிலேயரின் அடக்கு முறைகளுக்கெல்லாம் அஞ்சாது அதனால், ஏற்பட்ட இழப்புகளுக்கெல்லாம் கலங்காது விடுதலைப் போராட்டத்தில் தங்களை ஈடுபடுத்திக் கொண்ட நாடகக் குழுக்கள் மிகக் குறைவே. இத்தகைய நாடகக் குழுக்களின் பங்களிப்பை இனம் காணுவது இவர்களின் தன்னலமற்ற தியாகத்திற்கு நாம் செய்யும் கைமாறாகும். தமிழ் கூறும் நல்லுலகில் இத்தகைய பெரியோர்களின் பணி என்றும் நினைவு கூறத்தக்கதாகும்.

பால மனோகர கான பாய்ஸ் கம்பெனி

நாடகங்களின் வாயிலாக விடுதலைப் போராட்டத்திற்கு மக்களை ஒன்று சேர்த்த பெருமை கிருஷ்ணசாமிப் பாவலரையே சாரும். புராண நாடகங்களே நடைபெற்று வந்த சமயத்தில் காந்தியின் கொள்கைகளை விளக்கும் வகையில் நாடகங்களை இவர் எழுதியதை அறிந்தோம். தாம் எழுதிய நாடகங்களை அரங்கேற்ற முற்றிலும் சிறுவர்களைக் கொண்டு தானே ஒரு நாடகக் குழுவை ஏற்படுத்தி அதற்கு “**பால மனோகர கான பாய்ஸ் கம்பெனி**’ என்று பெயரிட்டு அழைத்தார்.

அன்றைய சமுதாயத்தின் பொதுப் பிரச்சனைகளாக இருந்த மதுவிலக்கு, தீண்டாமை விலக்கு, குதிரைப் பந்தய ஒழிப்பு, கலப்பு மணம் ஆகியவற்றின் அவசியத்தை மக்களுக்கு உணர்த்தும் விதமாக சமூக சீர்திருத்த நாடகங்களை எழுதி நாடெங்கும் நடத்த வேண்டும் என்ற முடிவின்படி 1920ஆம் ஆண்டு இராமநாதபுரத்தில் ‘பால மனோகர கான பாய்ஸ்’ கம்பெனி என்ற நாடகக் குழுவைத் தோற்றுவித்தார்.

> **“அதன் தொடக்கக் காலத்தில் பழமைக் கருத்துகள் நிறைந்த புராண நாடகங்களான பிரகலாதா, சதி சாவித்திரி, அரிச்சந்திரா, ராஜா பத்ருகரி, வள்ளி திருமணம், கோவலன் நாடகம் போன்றவற்றை நடத்தினார். புராண நாடகங்களிலிருந்து பாவலரின் மனம் வரலாற்று நாடகங்களுக்குச் சென்றது. வீர வரலாறுகளான தேசிங்குராஜன், கிருஷ்ணதேவராயர், ஹைதர்அலி, நெப்போலியன் போன்ற நாடகங்கள் மக்களிடம் நல்ல வரலாற்றைப் பெற்றன”**[96]

என்ற செய்தியையும் ஏ.என். பெருமாள் குறிப்பிட்டுள்ளார். நாட்டு விடுதலைக்கு நாடக மேடையை நல்ல கருவியாகப் பயன்படுத்தலாம் என்பதை உணர்வதற்கான நல்ல சந்தர்ப்பம் அவருக்கு கிடைத்தது. தேசிய உணர்வுடன் பல நாடகக் கலைஞர்கள் மேடையேறி நடிப்பதைக் கண்டார். ஆகையினால் நாட்டுப்பற்றையும் சமுதாய சீர்திருத்த உணர்வையும் தன்னுடைய நாடகக் குழுவின் வாயிலாகவே ஏற்படுத்த விரும்பினார். மக்களிடையே தேசபக்தியை வளர்க்கவும், ஏகாதிபத்தியத்தை வெல்லவும் நாடகக் கலையைப் பயன்படுத்த முடிவெடுத்தார்.

தமிழ் நாடக வரலாற்றில் முதன் முதலாக விடுதலையுணர்வைத் தூண்டும் வகையில் நாடகங்களை எழுதியும் அவைகளை மேடையேற்றியும் மக்களிடையே விடுதலையுணர்வை ஏற்படுத்திய பெருமை இவரையே சேரும். இவர் எழுதிய, ‘கதரின் வெற்றி’, ‘பதிபக்தி’, ‘பம்பாய் மெயில்’ ஆகிய நாடகங்கள் தொடர்ந்து பல ஆண்டுகள் பல நாடகக் குழுக்களால் மேடையேற்றப்பட்டு வந்துள்ளதையும் அறிய முடிகிறது.

ஸ்ரீபாரத விலாச சபை

இந்நாடக சபையானது வீரமுரசு சுப்பிரமணிய சிவா அவர்களால் தொடங்கப் பெற்றதாகும். விடுதலைப் போராட்டத்திற்கு மக்களை உசுப்பிவிட, மக்களிடம் விடுதலையுணர்வைத் தூண்டிவிட நாடகக் கலையை ஏன் பயன்படுத்தக் கூடாது என்று என எண்ணினார், இதன் விளைவாக இந்நாடக சபையை நிறுவுகிறார். இது குறித்து புலவர் அருணகிரி கூறுவதாவது:

> **“நாட்டின் விடுதலை உணர்வை மக்களுக்கு உணர்த்துவதற்கு, மேடைப் பேச்சினும், நாடக உரையாடலே நல்ல பயன்தரும் என்பதை உணர்ந்த திரு.சுப்பிரமணிய சிவா அவர்கள் “ஸ்ரீபாரதவிலாச சபை”யைத் தோற்றுவித்தார்.**[97]

என்ற செய்தியைத் தெரிவிக்கிறார். 1923ஆம் ஆண்டு இந்நாடக சபா தோன்றியது.

மதுரை ஸ்ரீபாலசண்முகானந்த சபா

நாடகக் குழுக்களிலேயே பெரும் எண்ணிக்கையிலான விடுதலை நாடகங்களையும் சமூக சீர்திருத்த நாடகங்களையும் மேடையேற்றிய பெருமை அவ்வை தி.க.சண்முகம் அவர்களின் ‘**மதுரை ஸ்ரீபாலசண்முகானந்த சபா**’வையே சாரும். இயற்கையிலேயே நாடகக் குடும்பத்தில் பிறந்ததோடு சங்கரதாஸ் சுவாமிகளிடம் பெற்ற தமிழ்ப் புலமை, தமிழ் உணர்வு, நாடகப்

பயிற்சி போன்றவைகள் தி.க.சண்முகம் அவர்களின் குழுவை இப்பாதையில் கொண்டு செலுத்தியது எனலாம்.

> **"பாரதியார் சொல்வார், "நமக்குத் தொழில் கவிதை, நாட்டிற்குழைத்தல், இமைப்பொழுதும் சோராதிருத்தல் என்று. நான் சொல்லிக் கொள்வது, "நமக்குத் தொழில் நாடகம், நாட்டிற்குழைத்தல், இமைப்பொழுதும் சோராதிருத்தல்"**[98]

என்று இந்நாடகக் குழுவில் பணியாற்றிய திருவாளர் எஸ்.வி.சகஸ்ரநாமம் குறிப்பிடுவது போல் நாடகத்தை தம் மூச்சாய் கொண்டு வாழ்ந்தவர்கள் தி.க. சண்முகம் குழுவினர். இதனால்தான் வெறும் பொழுது போக்கிற்காக மட்டும் நாடகங்கள் நடத்தாமல் மக்களை நெறிப்படுத்தும் நாடகங்களையும் நடத்தி வந்தனர்.

> **"இக்காலங்களில் எல்லாம் எங்கள் குழுவைப் பற்றி மக்கள் குறிப்பிடும்போது சீர்திருத்த நாடகக் கம்பெனி என்ற சிறப்புப் பெயரிட்டுதான் அழைப்பது வழக்கம். நாடகங்களும் அதை உறுதிப்படுத்தும் முறையிலேயே நடைபெற்று வந்தன. தேசபக்தி, கதரின் வெற்றி, பதிபக்தி, பம்பாய்மெயில், மேனகா, குமாஸ்தாவின் பெண், வித்தியாசாகரர் முதலிய சமூக, தேசிய நாடகங்களே அதிகமாக நடைபெற்று வந்தன.**[99]

என்று தி.க.சண்முகம் அவர்கள் தாம் மேடையேற்றிய நாடகங்கள் குறித்து குறிப்பிடுவதும் கவனிக்கத் தக்கது.

சமுதாய நாடகங்களில் வாய்ப்பு நேரும்போதெல்லாம் சமதர்மக் கருத்துகளைப் பிரசாரம் செய்து வந்தோம் என்று தி.க.ச. அவர்கள் கூறுவதையும், இந்நாடகக் கம்பெனியை 'சீர்திருத்த நாடகக் கம்பெனி' என்ற அடைமொழியால் மக்கள் அழைத்ததையும் எண்ணிப் பார்க்கிறபோது அன்றைய காலகட்டத்தில் இந்நாடகக் குழுவிற்கு இச்சமூகத்தில் இருந்த மரியாதையை உணரமுடிகிறது.

> **"ஈரோட்டில் சதாவதானம் தெ.பொ.கிருஷ்ணசாமிப் பாவலர் அவர்கள் எழுதிய பம்பாய் மெயில் நாடகம் தயாராயிற்று. அதற்கு நல்ல வரவேற்பும் கிடைத்தது. ஈரோட்டில் இருந்து கொண்டே பவானி, கொமாரபாளையம், கோபிச்செட்டிப்பாளையம் ஆகிய இடங்களில் ஸ்பெஷலாகப் பம்பாய் மெயில், பதிபக்தி நாடகங்கள் போட்டு வந்தோம். பாவலரின் இவ்விரு நாடகங்களும் கம்பெனியின் முதன்மையான நாடகங்களாக விளங்கின."**[100]

என்று தி.க.சண்முகம் அவர்கள் குறிப்பிடுவதிலிருந்து இந்நாடகக்குழுவிற்கு சோதனைகள் ஏற்பட்ட போதெல்லாம் தேச உணர்வும், தேசபக்தியுமே இவர்களுக்கு கைகொடுத்து

உதவியுள்ளன. பாவலரின் நாடகங்களும் இவர்களுக்கு உதவியுள்ளன. ஒருபக்கம் தேசபக்தி நாடகங்கள் உதவினாலும் மறுபக்கம் அதிகாரிகளின் தொல்லைகளும் ஓயவில்லை. இது குறித்து தி.க.சண்முகம் அவர்கள் கூறுவதாவது:

> **"உலகத் தொழிலாளர்களே ஒன்று சேருங்கள்" என்ற முகப்புத்திரை பல்வேறு அரசியல் தலைவர்களின் கவனத்தை ஈர்த்தது. அதன் காரணமாக சர்க்கார் அதிகாரிகளின் தொல்லையும் அதிகரித்தது**[101]

என்று இவர் கூறுவதிலிருந்து இந்நாடகக் கம்பெனியின் சமூகச் சிந்தனையையும், தேசபக்தியையும் அதனால் இக்கம்பெனி சந்தித்த இழப்புகளையும் அறிய முடிகிறது.

விடுதலை இயக்க நாடகங்களில் மக்களிடையே பெரும் எழுச்சியை ஏற்படுத்திய நாடகம் **'தேசபக்தி'** என்ற பாணபுரத்து நாடகம் என்றே குறிப்பிடலாம். இந்நாடகம் எழுந்த சூழல் சுவையானது மட்டுமல்ல மக்களின் உணர்வையும் உள்ளத்தையும் உலுக்கிய நிகழ்வாகும். பாராளுமன்றத்தில் குண்டுவீசி கைதாகி பல குற்றச்சாட்டுகளின் பேரில் தூக்குத்தண்டனை பெற்ற பகத்சிங், ராஜகுரு, சுகதேவ் ஆகியவர்களுக்குத் தூக்குத் தண்டனை விதிக்கப்பட்டு நாடே உணர்ச்சிப் பிழம்பாய்த் தகித்த வேளையில் இந்நாடகம் உருவானது. இந்நாடகக் கதைப்போக்கிற்கும் மாவீரன் பகத்சிங்கின் போராட்டத்திற்கும் பெரும் ஒற்றுமை நிலவியதோடு கனல் பொறிக்கும் நாடக வசனங்கள் அன்று மக்களிடையே பெரும் எழுச்சியைத் தோற்றுவித்தது. இது குறித்து தி.க.சண்முகம் அவர்கள் கூறுவதாவது:

> **"... இச்செய்தியை அறிந்த போது என்னால் தாங்க முடியவில்லை. உணர்ச்சி விவரிக்க இயலாததாய் இருந்தது. என்னை ஈன்ற தாய் நாட்டிற்கு என்னால் இயன்ற பணியைச் செய்ய வேண்டுமென்ற ஆர்வம் மேலெழுந்தது. ஒரு முடிவுக்கு வந்தேன். மறுநாள் என்னுடைய மேனியைப் புனிதமான கதராடை அழகு செய்தது"**[102]

என்று தனது தேசபக்தி உணர்வை வெளிப்படுத்தியுள்ளார். இந்நிகழ்வால் அவரது மேனி கதராடையால் புனிதப்பட்டது போல் தமிழகம் **'தேசபக்தி'** நாடகத்தால் புனிதப்பட்டது. இந்நிகழ்வால் மன வேதனைக்குள்ளான சண்முகம் அவர்கள் விடுதலை வேட்கையை வெளிப்படுத்தும் நாடகம் ஒன்றை தயார் செய்து நாட்டு மக்களுக்கு அரங்கேற்ற விரும்பியதன் விளைவே தேசபக்தி நாடகமாகும்.

மேலும் இத்தேசபக்தி நாடகம் எழுந்த சூழல் குறித்து இந்நாடகக் குழுவில் பணியாற்றிய எஸ்.வி.சகஸ்ரநாமம் கூறுவதாவது:

"அப்போது மதுரகவி பாஸ்கரதாஸ் அவர்கள் நினைவு வந்தது. அவரும் ஒரு சிறந்த நாடகாசிரியர் அந்த நாளில் தேசிய எழுச்சிப் போராட்டத்திற்கென்று நிறையப் பாடல்கள் எழுதியவர். அவரது பாடல்களைப் பாடாத நாடக நடிகர்கள், நடிகைகள் யாருமே கிடையாது. சொற்சுவையும் பொருட்சுவையும் நிறைந்த காலத்தோடு தழுவிய பாடல்கள், மிக பிரசித்திப் பெற்று விளங்கின. அவர் தீவிர காந்திய பக்தர். மகாத்மா நடத்திய போராட்டங்கள் ஒவ்வொன்றுக்கும் மக்களிடையே எழுச்சியூட்டக்கூடிய பாடல்கள் எழுதியதோடு சிறைசென்ற தியாகச்சீலர். அவரும் எங்களுக்கு அறிமுகமானார்.[103]

என்று மதுரகவி பாஸ்கரதாசின் பெருமைகளைப் பட்டியலிடும் திரு. சகஸ்ரநாமம் அவர்கள் பாணபுரத்து வீரன் நாடகப் பிரதியை பாஸ்கரதாஸ் கொண்டு வந்து கொடுத்ததாகக் கூறுகிறார். அதோடு அவரே இந்நாடகத்தில் திருத்தம் செய்தும் பாடல்கள் எழுதித் தந்தும் உதவியுள்ளார். இவ்வாறு பாணபுரத்து வீரன் என்ற நாடகம் தேசபக்தியாய் உருவெடுத்து தேசமெங்கும் நடிக்கப்பெற்ற 'தேசபக்தி' நாடகமாயிற்று.

பாணபுரத்து வீரன் நாடகம் தடை செய்யப் பெற்றிருந்ததால் இந்நாடகத்தின் சில காட்சிகளில் மாற்றங்கள் செய்யப்பட்டது. இது குறித்து மதுரகவி பாஸ்கரதாஸ் தனது நாட்குறிப்பேட்டில் எழுதியுள்ளதாவது:

8.5.1931 நாடக சமாஜத்தினருக்கு தகுந்த சரிதத்திற்குச் சில புதிய பாடல்கள், வசனங்கள் எழுதிக் கொடுத்தேன். 'பால சண்முகானந்த பாய்ஸ்' கம்பெனிக்கு 'தேசபக்தி என்னும் பாணபுரத்து வீரன்' நாடகம் எழுதித் தருவதாக ஒப்புக் கொண்டேன்.

9.05.31 காலை வீட்டிற்கு வு.மு.சண்முகம் வந்திருந்தார். மேற்படியார் ஸ்ரீபால சண்முகானந்த சபா பாய்ஸ் கம்பெனிக்கு தேசபக்தி என்னும் பாணபுரத்து வீரன் நாடகப் பாடல் வசனங்கள் 7 சீன்கள் கொடுத்தேன். நாடக சமாஜத்தின் ஒத்திகைக்கு போய்வந்தேன்.

11.05.31 ஸ்ரீபால சண்முகானந்த சபையாருக்கு தேசபக்தி நாடகம் 8,9 காட்சிகள் கொடுத்தேன்.

13.05.1931 ஸ்ரீபால சண்முகானந்த சபையாருக்குத் தேசபக்தி நாடகப் பாடல் வசனங்கள் 12வது காட்சியைக் கொடுத்தேன்.

16.5.1931 மாலையில் ஸ்ரீபால சண்முகானந்த சபையாருக்குத் தேசபக்தி நாடகப் பாடல்கள் சொல்லிக் கொடுத்தேன்.

17.05.1931 மாலையில் ஸ்ரீபால சண்முகானந்த சபையாருக்குத் தேசபக்தி நாடக ஒத்திகைக்குப் போய் வந்தேன். அவ்வமயம் "நமது தேசப்பணி" என்ற தலைப்பில் பேசினேன்.

19.05.1931 ஸ்ரீபால சண்முகானந்த சபையாருக்கு நான் எழுதிக் கொடுத்திருந்த தேசபக்தி நாடகத்தை பெரிய கொட்டகையில் நடித்தார்கள். மேற்படியார்கள் மேடையில் எனக்கு மாலை சூட்டி 50 ரூ. கொடுத்து, தேசத்தலைவர்கள் படங்களும் தந்தார்கள்"[104]

என்று பாஸ்கரதாஸ் தனது நாட்குறிப்பில் குறிப்பிட்டுள்ளதிலிருந்து இந்நாடகம் 19.05.1931 அன்று அரங்கேறிய வரலாற்றை அறிய முடிகிறது. அதோடு நாடகத்தில் பாரதியின் பாடல்களை இடத்திற்கேற்ப இணைத்து நாடகச் சூழலை இனிமையாக்கியுள்ளார்கள்.

"பாஸ்கரதாஸ் உணர்ச்சி மிகுந்த பாடல்களை இயற்றித் தந்தார். அத்தோடு மகாகவி பாரதியின் "என்று தணியுமிந்த சுதந்திர தாகம், விடுதலை விடுதலை, ஆடுவோமே பள்ளு பாடுவோமே" முதலிய பாடல்களையும் இடையிடையே சேர்த்துக் கொண்டோம். தேசபக்தி நாடகத்தில்தான் முதன் முதலாகப் பாரதியின் பாடல்கள் பாடப்பெற்றன"[105]

என்பதிலிருந்து காலத்தேவையையும், சமூகத் தேவையையும் உணர்ந்து நாடகத் துறையில் புரட்சியை ஏற்படுத்தியவர்கள் தி.க.சண்முகம் குழுவினர் என்பது உறுதியாகிறது.

"அந்த நாடகத்தில் புதுமையாக ஏதாவது செய்ய வேண்டுமென்று சின்னண்ணாவும், கலைவாணரும் யோசித்தார்கள். மகாத்மா காந்தியடிகளைப் பற்றிய வரலாற்றுப் புத்தகம் ஒன்று வாங்கி வந்தார்கள். காந்தி மகான் கதையை வில்லுப் பாட்டாகப் பாடலாமென முடிவு செய்யப்பட்டது. காந்தியடிகளின் பிறப்பு முதல் அவர் வட்ட மேசை மாநாட்டுக்கு புறப்பட்டது வரை வில்லுப்பாட்டாக அமைக்கப்பட்டது.[106]

இவ்வாறு அமைக்கப்பட்ட வில்லுப்பாட்டு புதிய முயற்சியானாலும் நாடகத்திற்குப் பெரிய வெற்றியையும் ஏற்படுத்தி தந்தது. இவ்வாறு தேச விடுதலைக்கு தம்மாலான கடமையைச் செய்த மகிழ்வில் தி.க.சண்முகம் பெருமை கொள்வார்.

இத்தகைய அரும் முயற்சியால் அரங்கேற்றம் செய்யப்பட்ட இந்நாடகம் நீண்ட நாட்களுக்கு மேடையேறும் வாய்ப்பில்லாமற் போனது. ஆங்கிலேய அரசின் கழுகுப் பார்வைக்குப் பலியானதன் விளைவால் இந்நாடகமும் தடைசெய்யப்பட்டது. இதுகுறித்து அ.மா.சாமி அவர்கள் கூறும் காரணம் குறிப்பிடத்தக்கது.

"தேசபக்தி நாடகத்தின் இறுதியில் ஒரு சண்டைக் காட்சி, இக்காட்சியில் காந்தியப் போர்க்கருவியான கைராட்டினத்தைக் கையில் தூக்கிப் பிடித்தபடி கலைவாணர் தோன்றினார். இந்நாடகம் தடை செய்யப்பட்டதற்கு இந்தக் காட்சியும் ஒரு காரணம் ஆயிற்று"[107]

என்று இந்நாடகம் தடைசெய்யப்பெற்றதற்கான காரணத்தைக் குறிப்பிடுகிறார். நாடகம் தடைசெய்யப்பட்டாலும் நாட்டு மக்களுக்கு எவ்வகையிலேனும் நாட்டுப்பற்றை ஊட்ட வேண்டும் என்ற இவர்களின் தணியாத தாகம் இதன் மூலம் வெளிப்படுகிறது.

"திருநெல்வேலியில் 'தேசபக்தி' நாடகத்திற்கு அடிக்கடி அரசினர் தொந்தரவுகள் கொடுத்துக் கொண்டிருந்தார்கள். அங்கே ஒரு மாதம் முடித்துக் கொண்டு கல்லிடைக் குறிச்சி, அம்பாசமுத்திரத்தில் நாடகங்கள் ஸ்பெஷலாக நடத்தப்பட்டன"[108]

என்பதிலிருந்தும் இந்நாடகங்கள் எங்கெங்கு நடத்தப்பட்டன என்ற செய்தியும் இந்நாடகம் தடைசெய்யப்பட்ட விவரமும் வெளிப்படுகிறது.

தேசபக்தி நாடகத்திற்கு அடுத்து **'மதுரை ஸ்ரீபாலசண்முகானந்த சபா'** வால் அரங்கேற்றப்பட்ட மற்றொரு தேச விடுதலையுணர்வு நாடகம் **'அந்தமான் கைதி'** நாடகமாகும். கு.சா.கிருஷ்ணமூர்த்தி அவர்களால் இயற்றப்பட்ட இந்நாடகம் தமிழ் நாடக உலகில் தனிச்சிறப்பு வாய்ந்ததாகும்.

"அந்தமான் கைதி" 1945இல் எங்களால் அரங்கேற்றப் பெற்ற நாடகம், தமிழ் நாடக உலகில் ஒரு மறுமலர்ச்சியைத் தோற்றுவித்த நாடகமென்று பேரறிஞர்கள் பலரும் இதனைப் பாராட்டியுள்ளனர். சமூக நாடக முன்னேற்றத்திற்கு நாடகக் குழுவினரை ஊக்குவித்த பெருமை 'அந்தமான் கைதிக்கே' உரியது.

நாடகத்தைப் காண வந்த மக்கள் வெள்ளத்தைக் கட்டுப்படுத்த முடியாமல் ஒரே நாளில் தொடர்ந்து இரண்டு முறை நாங்கள் நடித்த நாடகம் ஒன்று உண்டென்றால் 'அந்தமான்' கைதிக்கே' அத்தனிச்சிறப்பு"[109]

என்று இந்நாடக நூலின் அறிமுகவுரையில் இதன் சிறப்புகளை பட்டியலிட்டுள்ளார் தி.க.சண்முகம்.

தி.க.சண்முகம் நாடகக் குழுவினரால் இறுதியாக நடிக்கப் பெற்ற நாடகம் 'முதல் முழக்கம்' என்னும் நாடகமாகும். இது குறித்து தி.க.ச. கூறுவது:

"1949இல் முதல் முழக்கம் என் பார்வைக்கு வந்தது. 1950 பிப்ரவரி எங்கள் நாடகக் குழுவுக்கு 'மூடுவிழா' நடத்தி நிரந்தரக் குழுவை கலைத்துவிடத் திட்டமிட்டிருந்ததால் முதல் முழக்கத்தை அரங்கேற்ற முடியாதெனக் கூறிவிட்டேன். தலைவர் திரு.ம.பொ.சிவஞானம் அவர்களிடம் நான் இச்செய்தியைக் கூறியபோது அவர் மிகவும் வருந்தினார். நாடகக் குழுவை கலைப்பதற்குள் எப்படியாவது முயன்று இந்த ஒரு புதிய நாடகத்தை மட்டும் ஒரு நாளாவது மேடையேற்றிவிடுங்கள். மற்றவர்கள் உங்களைப் பின்பற்றி நடிக்க அது தூண்டுகோலாகவும் இருக்கும். முதல் முழக்கம் உங்கள் குழுவின் கடைசி முழக்கமாக இருக்கட்டும் என்று கூறினார். அவரது நல்லுரையை மறுக்க இயலவில்லை. இருபத்தைந்து ஆண்டுகளாக தொடர்ந்து நடைபெற்று வந்த எங்கள் நாடகக் குழுவைக் கலைக்கும் தருவாயில் புதிய நாடகத்தை அரங்கேற்றி முடிப்பது சிறப்புக்குரியதென எனக்கும் தோன்றியது."[110]

என்ற தன் எண்ண வெளிப்பாட்டிற்கு இடம் தந்ததன் விளைவாக எழுந்ததே இந்நாடகமாகும். இன்றைக்கு இம்மாவீரனை தமிழ்ச்சமூகம் நன்றியோடு நினைவு கூர்கிறதென்றால் அதற்கான முழுப்பயனும், வெற்றியும் இந்நாடகக் குழுவிற்கே உண்டு.

சரியாகப் பன்னிரெண்டே நாட்களில் இந்நாடகம் தயார் செய்யப்பட்டு அரங்கேற்றம் செய்யப்பட்டது. 1950 பிப்ரவரி 10ஆம் நாள் தமிழரசுக் கழகத் தலைவர் திரு.ம.பொ.சிவஞானம் அவர்கள் தலைமையில் அரங்கேற்றப்பட்ட 'முதல் முழக்கம்' நாடகம் தொடர்ந்து பதினாறு நாட்கள் வெற்றியுடன் நடைபெற்று 1950 பிப்ரவரி 28ஆம் நாள் இக்குழுவுக்கு மூடுவிழா நடத்தியதோடு முடிவுற்றது. இந்நாடகத்தின் மூலம் இந்நாடகக் குழுவிற்கு மூடுவிழா நிகழ்த்தியிருந்தாலும் தமிழகத்திற்கு மாவீரன் ஒருவரை அறிமுகப்படுத்திய அறிமுக விழாவாகத்தான் இந்நிகழ்வு கருதப்படும்.

ஜெகனாதையர் நாடக சபை

அன்றைக்குப் பாவலரின் கதர்பக்தி, பதிபக்தி, பம்பாய் மெயில் போன்ற நாடகங்களை நடத்தாத நாடகக் குழுக்களே இல்லை எனலாம். பெரும்பாலான நாடகக் குழுக்களும் இந்நாடகங்களை

மேடையேற்றியது. அவ்வகையில் **ஜெகனாதையர் நாடக சபையும்** இதற்கு விதிவிலக்கன்று. இந்நாடகச் சபை இந்நாடகத்தை அரங்கேற்றிய செய்தியினை தி.க.சண்முகம் அவர்களின் வாய்மொழி வழியாகவே அறியலாம்.

> **“பதிபக்தி நாடகத்தில் ராதாவுக்கு அந்நாளில் பிரமாதமான புகழ் இருந்து வந்தது. ஜெகனாதையர் நாடகசபை யாழ்ப்பாணத்தில் கலைந்துபோனபிறகு, ஐயரின் புதல்வர் ராமசுப்பு அந்தக் கம்பெனியை ஒருவாறு ஒழுங்குப்படுத்தி மதுரைக்கு கொண்டு வந்தார். அந்தக் கம்பெனியில் பதிபக்தி நாடகம் அப்போது முதலிடம் பெற்றது. நாடக ஆசிரியர் எம்.எஸ்.முத்துகிருஷ்ணன் கங்காதரனாகவும், எம்.ஆர்.ராதா துப்பறியும் சந்தானமாகவும் தோன்றி மேடையில் பயங்கரமா சண்டை போடுவார்கள்”**[111]

என்று கூறியிருப்பதிலிருந்து விடுதலைப் போராட்டத்தில் ஜெகனாதையர் நாடகசபையும் பங்காற்றியிருப்பதை அறிய முடிகிறது.

மதுரை ஒரிஜினல் பாய்ஸ் கம்பெனி

இந்நாடகக் குழுவின் உரிமையாளரான திரு. எஸ்.எம். சச்சிதானந்தம் பிள்ளை அவர்களும் விடுதலைப் போராட்ட வீரர்கள் வரிசையில் வைத்து போற்றப்பட வேண்டியவர். இவர்தான் பாவலரின் பல நாடகங்களை முதன் முதலில் மேடையேற்றியவர். பாவலர் தம் நாடகக் குழுவைக் களைத்தபின் இவரது நாடகக்குழுதான் பாவலரின் பல நாடகங்களைத் தொடர்ந்து மேடையேற்றி வந்தது. இத்தகைய பெருமகனார் தாமும் பாவலரைப் போலவே சமூக சீர்திருத்த நாடகத்தை எழுதி அரங்கேற்ற வேண்டுமென்று விரும்பியதன் விளைவாக எழுந்த நாடகமே **‘தேசபக்தி அல்லது சகோதரத் துரோகம்’** என்னும் நாடகம் ஆகும். இந்நாடகம் குறித்து திரு. எஸ்.எம்.சச்சிதானந்தம் பிள்ளை கூறுவதாவது:

> **“கவர்னஸ் கப்” “பஞ்சாப் கேசரி” இவைகளைப் போல் ஜனசாரச் சீர்திருத்தத்தை சார்ந்ததேயாகும். அதில் தேசபக்தி, பதிபக்தி, ராஜபக்தி, ஜீவகாருண்யம், ஜனசமூக ஒற்றுமை முதலியவைகளை விளக்கக் கூடிய விசயங்கள், நாடகத்திற்குரிய நவரஸபாகங்களுக்கேற்றபடி அமைய எனது கம்பெனியின் பிரதான நடிகர்களாகிய வு.சு பாபுராவ், காளி.N. ரத்தினம் என்னுமிவ்விருவரும் நாடகப் போக்கை ஒழுங்குபடுத்தித் தந்தனர்”**[112]

என்று கூறுகிறார். மேலும் இந்நாடகக்குழு பாவலரின் பம்பாய் மெயில் நாடகத்தை அரங்கேற்றிய செய்தியினையும் தி.க.சண்முகம் அவர்கள் குறிப்பிடுகிறார்.

> **"1934இல் நாங்கள் விருத்தாசலத்தில் இருந்தபோது மதுரை ஒரிஜினல் பாய்ஸ் கம்பெனியார் கூடலூர் முத்தையா தியேட்டரில் 'பம்பாய் மெயில்' நாடகம் நடத்திக் கொண்டிருந்தார்கள். அப்போது எங்கள் கம்பெனியிலும் பம்பாய் மெயில் முக்கிய நாடகமாக இருந்ததால், கே.பி. கேசவனின் பம்பாய் நாடகத்தைப் பார்க்க ஆசைப்பட்டேன். எங்களுக்கு நாடகம் இல்லாத நாளில் இதற்காகவே கூடலூர் சென்றேன். பம்பாய் மெயில் நாடகம் பார்த்தேன். நாடகத்தில் கே.பி. கேசவனின் நடிப்பு என்னை மிகவும் கவர்ந்தது"**[113]

என்பதிலிருந்து விடுதலைப் போரில் பல நாடகங்களை அரங்கேற்றி இப்பணியில் இக்குழு தன்னையும் அர்ப்பணித்துக் கொண்டுள்ளதை அறிய இயலுகிறது.

என்.எஸ்.கே. நாடக சபா

இலட்சுமிகாந்தன் கொலை வழக்கின் காரணமாக 1945ஆம் ஆண்டு டிசம்பர் மாதம் 29ஆம் தேதி கலைவாணர் கைது செய்யப்பட்டார். இந்நிலையில் என்.எஸ்.கே. நாடகக் குழுவை பொறுப்பேற்று நடத்தியவர் எஸ்.வி.சகஸ்ரநாமம். அவர் பெயரை விளம்பரப்படுத்தவும், அவர் புகழை வளர்ப்பதற்கும் ஏதுவாக இச்சபாவைத் தொடர்ந்து நடத்துவது என்று முடிவு செய்கின்றனர். இச்சூழலில் தயாரிக்கப்பட்ட புதிய நாடகமே 'நாம் இருவர்' நாடகமாகும். இந்நாடகம் குறித்து எஸ்.வி.சகஸ்ரநாமம் கூறுவதாவது:

> **"அன்று ப.நீலகண்டன் கொண்டு வந்திருந்த நாடகத்துக்குப் பெயர் 'தியாக உள்ளம்'. அப்போது நாட்டில் விடுதலைப் போராட்டம் உச்ச நிலையை அடைந்திருந்த நேரம். அந்த நிலையை அழகாகப் பிரதிபலித்தது நாடகம்.**
>
> **ஆங்கில ஆட்சியின் அடக்குமுறை கட்டவிழ்த்து விடப்பட்டிருந்த வேளையில், தேச பக்திக் கனல் வீசும் ஒரு நாடகத்தைத் துணிவோடு எழுதியிருக்கிறாரே என்ற வியப்போடு ப.நீ. அவர்களைப் பார்த்தேன்.**
>
> **இது வெறும் பொழுது போக்கு நாடகமல்ல. அவர் உள்ளத்தில் பொங்கிய தேசிய உணர்விலிருந்து எழுந்த உணர்ச்சிப் பிழம்பு என்பதையும் உணர்ந்தேன். எனவே 'தியாக**

> உள்ளம்' என்ற பெயரை மாற்றி 'நாம் இருவர்' என்ற பெயரில் நாடகத்தை அரங்கேற்ற தீர்மானித்தோம்.
> சகோதரபாசம் இணையற்றது என்பதை நாட்டுக்கு காட்டியது 'நாம் இருவர் நாடகம்.'
> கள்ள மார்க்கெட் போன்ற சமூக விரோதச் செயல்களின் விளைவு பயங்கரமாகத்தான் இருக்கும் என்று வலியுறுத்திக் கூறியது 'நாம் இருவர் நாடகம்.'
> சமூகத்தில் ஆணும் பெண்ணும் 'சரி நிகர் சமானமாக' வாழ வேண்டுமென்று முழங்கியது "நாம் இருவர்" பாரதியாரின் பாடல்களிலுள்ள உணர்ச்சியை முழுவதுமாக வெளிப்படுத்தியது "நாம் இருவர்"[114]

என்று இந்நாடகத்தின் நோக்கங்களையும், இந்நாடகம் வெளிப்படுத்திய கருத்துகளையும் இந்நாடக முன்னுரையில் எஸ்.வி.சகஸ்ரநாமம் கூறுவார். இத்தகைய சமூகச் சீர்திருத்தக் கருத்துகளையும், விடுதலையுணர்வுக் கருத்துகளையும் கொண்ட இந்நாடகத்தை இந்நாடகக்குழு துணிந்து மேடையேற்றியது பாராட்டுக்குரியதாகும்.

மதுரை தேவி பால விநோத சங்கீத நாடக சபா

திருவாளர் பக்கிரிராஜாவின் மதுரை பால வினோத சங்கீத சபையின் கம்பெனியிலிருந்து நவாப் இராஜமாணிக்கம், கே.சாரங்கபாணி முதலியோர் பிரிந்து சொந்தமாகத் **'தேவி பால வினோத சங்கீதசபா'** என்னும் கம்பெனியைத் துவக்கினார்கள். நவீன அறிவியல் வசதிகளை நன்கு பயன்படுத்தி பலவிதமான உத்திமுறைகளைக் கையாண்டு தந்திரக் காட்சிகளை நாடகங்களில் அமைத்து மக்களை வியப்புக் கடலில் ஆழ்த்துவதில் நவாப் இராஜமாணிக்கம் வல்லவர்.

> "காளை மாடு பூட்டிய கட்டை வண்டி வேகத்தில் 'தெருக்கூத்துகளும்', சைக்கிள் முதலியவற்றின் வேகத்தில், ஸ்பெஷல் நாடகங்களும் மோட்டார் வேகத்தில் முறைப்படி தொழில் நடத்தும் கம்பெனியாரின் நாடகங்களும் முன்னேறித்தான் வந்திருக்கின்றன. அதிலும் நவாப் இராஜமாணிக்கம் அவர்களும் டி.கே.எஸ். சகோதர்களும் நான் முன் குறித்த விமான வேகத்திற்கே வந்து விட்டார்கள் என்று கூறலாம்"[115]

என்று இவ்விரு நாடகக் கம்பெனிகளின் வளர்ச்சி குறித்து என்.எஸ்.கிருஷ்ணன் அவர்கள் பாராட்டுவார். இன்றளவு வசதி

வாய்ப்புகள் இல்லாத அந்தக் காலத்திலேயே மக்கள் வியக்கும்படியான காட்சிகளை அமைத்து மக்களை மெய்மறக்க வைத்த வித்தகர்தான் நவாப் ராஜமாணிக்கம் ஆவார்.

இக்குழுவினர் நடித்த ராமதாஸ், சம்பூர்ண இராமாயணம், ஏசுநாதர், ஐயப்பன், பிரேம்குமார், பிரபலசந்திரா, இன்பசாகரன் போன்ற நாடகங்கள் மக்களால் பாராட்டப் பெற்றன.

1933-34இல் கோவை நகரில் 'நந்தனார்' நாடகத்தை அவர் நடத்திக் கொண்டிருந்த போது அண்ணல் காந்தியடிகளே அதைப் பார்த்துப் பாராட்டியிருக்கிறார். திரைப்படங்களின் செல்வாக்கு வளர்ச்சியடைந்த நிலையிலும், அவற்றுடன் போட்டியிட்டு, வியப்பு மிக்க காட்சி அமைப்புகளால் மக்கள் இதயங்களைக் கவர்ந்தவர் நவாப் இராஜமாணிக்கம்.

> **"இவருடைய நாடகக் குழு மிகுந்த கட்டுப்பாடுடன் நடத்தப்பட்டது. ஒழுங்கு மீறலும் ஒழுக்கம் தவறலும் கடுமையான குற்றங்களாகக் கருதப்பட்டன. காலந்தவறாமை வலியுறுத்தப்பட்டது. பள்ளியில் நடப்பது போன்று இசை நடனம் ஆகியவற்றுக்கு வகுப்புகள் நடந்தன. உடல் வாகாக விளங்கிச் சிறக்க வேண்டும் என்பதற்கான பயிற்சிகள் கொடுக்கப்பெற்றன.**
>
> **உணவு அருந்தியதும் அனைவரும் சிறிது நேரம் நூல் நூற்க வேண்டும்.**
>
> **இவர் சுமார் 200 பிள்ளைகளுக்கு உணவு, ஆடை முதலியவை அளித்து ஆரம்பக் கல்வியையும் கற்பித்து நடிகர்களாகவும் தேர்ச்சி பெறச் செய்திருக்கிறார்"**[116]

என்று பம்மல் சம்பந்த முதலியார், 'நான் கண்ட நாடகக் கலைஞர்கள்' என்ற நூலில் குறிப்பிடுகிறார். நவாப் அவர்கள் ஒழுக்கத்தையும், தேசபக்தியையும் தன் இரு கண்களாகப் பாவித்தார். இதன் வழியே தம் நாடகக் குழுவையும் பயிற்றுவித்து வழிநடத்தியுள்ளார். இதனால் இந்நாடகக்குழு ஒரு கல்விச்சாலையைப் போன்று இயங்கியது.

கலைப்பணி செய்தாலும் அனைவரும் இந்நாட்டு மக்கள் என்பதை மறந்துவிடக் கூடாது. நாட்டுப்பற்று அனைவருக்கும் இருக்க வேண்டும். நாடகக் கலைஞரானாலும் நாட்டு உரிமைப் போரில் அவர்கள் பங்கை உறுதி செய்யவேண்டும் என்று நாடகப் பணிகளோடு நாட்டுப் பற்று சமூக நியதிகள் போன்றவை பின்பற்றப்பட்டதை அறியும் போது பெருமகிழ்வு ஏற்படுகிறது.

இத்தகைய பெருமைக்குரிய நாடக ஆசிரியர் திரு. நவாப் ராஜமாணிக்கம் அவர்களின் கடைசி காலம் மிகுந்த வருத்தத்திற்குரியதாக அமைந்து விட்டது. தாம் சேர்த்த செல்வம், பொருள் எல்லாவற்றையும் இழந்து வறுமையில் வாடி இறந்து போனார் என்பது வேதனைக்குரியது. இது குறித்து நாடகத் தந்தை பம்மல் சம்பந்த முதலியார் கூறுவதாவது:

"ஆயினும் சில வருடங்களுக்கு முன்பாக பெரும் காற்று மழையால் இவர் ஆடிவந்த நாடக கொட்டகை சரிந்து விழுந்து திரைகள், உடைகள் முதலிய எல்லா சாமான்களும் அழிந்து விட்டன. அச்சமயம் சென்னை அரசியலார் 5,000 ரூபாயும் சங்கீத நாடக சபையார் 5,000 ரூபாயும், மத்திய அரசியலார் 5,000 ரூபாயும் கொடுத்து உதவி மறுபடியும் முன்போல் இவரது சபையை நடத்தும் படியாக உதவினார்கள்"[117]

என்று குறிப்பிட்டுள்ளார். ஆயினும் இவரால் இந்த இழப்பிலிருந்து மீளமுடியவில்லை. தொடர்ந்து நாடகக் குழுவை நடத்த இயலாததால் தான் சம்பாதித்து வாங்கிய 'தேவி தோட்டத்தை' வந்த விலைக்கு விற்று நாடகக் கலைஞர்களுக்கெல்லாம் பணத்தை பிரித்துக் கொடுத்துவிட்டு நாடகத் துறையிலிருந்து ஒதுங்கிவிட்டார். தாம் பெரிதும் நேசித்த நாடகத் துறையிலிருந்து விலக வேண்டிய காலக் கொடுமையை நினைத்து நினைத்தே உடல் நலிவுற்று இறந்து போனார்.

சக்தி நாடக சபா

1944இல் நவாப் ராஜமாணிக்கம் குழுவில் இருந்து விலகிய திரு. டி.கே.கிருஷ்ணசாமி அவர்கள் **'சக்தி நாடக'** சபாவைத் தோற்றுவித்தார். திரு.எஸ்.டி.சுந்தரம் அவர்கள் எழுதிய **'கவியின் கனவு'** என்னும் தேசிய சரித்திரக் கற்பனை நாடகம் இந்த நாடக சபையின் முதல் நாடகமாக அரங்கேறியது.

இந்நாடகம் 1944இல் முதல் முறையாகச் சக்தி நாடக சபாவால் அரங்கேற்றம் செய்யப் பெற்றதோடு சுமார் 2,000 முறைகளுக்கு மேல் மேடையேறியது. நாடகக் கலையின் சிறப்பையும் நாட்டுப் பற்றையும் எடுத்துக் காட்டிய வரலாற்றுக் காவியமாகும். இந்நாடகம் நடத்தப்படும் போது திருச்சியிலிருந்து நாகப்பட்டினத்துக்குத் தனி ரயில் (Special Train) விடும் அளவுக்கு இது மக்கள் மத்தியில் செல்வாக்கு பெற்றுத் திகழ்ந்தது. அந்த ரயில் வண்டிக்கு 'கவியின் கனவு ஸ்பெஷல் எக்ஸ்பிரஸ்' என்றும் பெயரிட்டு அழைத்தனர். இந்திய விடுதலைப் போராட்டத்தில் மக்களை ஊக்குவிக்கும் மிகப்பெரிய பங்களிப்பை **'கவியின்**

கனவு' நாடகம் செய்துள்ளது. இத்தகைய சிறப்பான நாடகத்தை மேடையேற்றிய பெருமையும் இந்நாடகக் குழுவிற்கு உண்டு. இந்நாடகத்தின் தோற்றம் குறித்து எஸ்.டி.சுந்தரம் கூறுவதாவது:

> **"என் உறுதிக்கும் உணர்ச்சிக்கும் உதவும் வண்ணம் சக்தி நாடக சபை உருவானது. இராப்பகலாக ஓராண்டு உழைத்தேன். உறக்கம் என்னை விட்டு விலகி நெடுநாட்களாகிவிட்டன. எவ்வளவோ துடித்தும் இந்நாடகத்தை 1944 இல்தான் அரங்கேற்ற முடிந்தது. இதில் ஒத்துழைத்த அன்பர்கள் அனைவரும் நாடகத்தின் கருத்தை புரிந்து கொண்டு கலை வெற்றிக்கும், இலட்சிய வெற்றிக்கும் பெரிதும் உதவினார்கள்"**[118]

என்று குறிப்பிட்டுள்ளார். இத்தகைய பெருமகனார் தாம் ஈட்டிய பொன்னையும் பொருளையும் நாட்டுக்காகவும் நாடகக் கலைக்காகவும் ஈகம் செய்ததன் விளைவாக இன்று இந்தக் குடும்பம் வறுமையின் பிடியில் சிக்கிய அவலமும் நிகழ்ந்துள்ளது.

மேடையேறிய தேசிய நாடகங்களும், மேடையேற்றிய நாடகக் குழுக்களும்

வ.எண்	மேடையேற்றிய நாடகக்குழுக்கள்	நாடகக் குழுவின் பொறுப்பாளர்/தலைவர்	மேடையேறிய தேசிய நாடகங்கள்
1.	பால மனோகர கான பாய்ஸ் கம்பெனி,	தெ.பொ.கிருஷ்ணசாமிப் பாவலர்	கதரின் வெற்றி, பதிபக்தி, பம்பாய் மெயில்.
2.	ஸ்ரீ பாரத விலாஸ்	சுப்பிரமணிய சிவா;	வீர சிவாஜி, தேசிங்கு ராஜன், திலகர் தரிசனம்.
3.	மதுரை ஒரிஜினல் பாய்ஸ் கம்பெனி,	எஸ்.எம்.சச்சிதாநந்தம் பிள்ளை;	கதர்பக்தி, தேசபக்தி (அ) சகோதரத் துரோகம்.
4.	மதுரை ஸ்ரீ பால சண்முகானந்த சபா	தி.க.சண்முகம் சகோதரர்கள்;	தேசபக்தி (எ) பாணபுரத்து வீரன், அந்தமான் கைதி, முதல்முழக்கம்
9.	எம்.ஆர்.இராதா நாடக சபா,	எம்.ஆர்.இராதா	ரத்தக் கண்ணீர்

வ.எண்	மேடையேற்றிய நாடகக்குழுக்கள்	நாடகக் குழுவின் பொறுப்பாளர்/தலைவர்	மேடையேறிய தேசிய நாடகங்கள்
5.	ஜெகனாதையர் நாடகசபை,	ராமசுப்பு;	கதர்பக்தி, பதிபக்தி, பம்பாய் மெயில்.
6.	என்.எஸ்.கே நாடக சபா,	எஸ்.வி.சகஸ்ரநாமம்;	நாம் இருவர்
7.	மதுரை தேவி பால விநோத சங்கீத நாடக சபா,	நவாப் இராஜமாணிக்கம்;	இன்ப சாகரன், இராசபக்தி, துர்க்கேச நந்தினி.
8.	சக்தி நாடக சபா,	டி.கே.கிருஷ்ணசாமி;	கவியின் கனவு
9.	எம்.ஆர்.இராதா நாடக சபா,	எம்.ஆர்.இராதா	ரத்தக் கண்ணீர்

இவ்வாறு தமிழ் நாடக மேடையில் தேசியத்தை வெளிப்படுத்திய நாடகக் குழுக்கள் பல. கிடைக்கப்பெற்ற தரவுகளின் வழி இப்பணியாற்றிய நாடகக் குழுக்கள் பட்டியலிடப்பட்டுள்ளன.

□

3
விடுதலை நாடகங்களில் கருத்து வெளிப்பாடுகள்

இலக்கியம் என்பது வாழ்க்கையை எதிரொலித்துக் காட்டும் காலக் கண்ணாடி என்ற உண்மையைத் தமிழ் நாடகங்களின் வழி அறியலாம். அவை தாம் எழுந்த காலத்தின் சமூகக் காட்சிகளைச் சொல்லிலும், செயலிலும் அரங்கத்தில் நிகழ்த்திக் காட்டி மக்களைத் தூண்டும் கலையாகும். இந்திய விடுதலைப் போராட்டம் உச்சக்கட்டத்தில் இருந்தபோது விடுதலையுணர்வைத் தூண்டும் நாடகங்கள் மேடையேறிய நிகழ்வுகளும் இயல்பாகவே நடந்தன.

> **"மனிதனைச் சுற்றியே நாடகம் சுழல வேண்டும். ஏனெனில் நாடகம் மனிதரால், மனிதர்க்காக, மனித இன நலத்திற்காக நடத்தப்படுவதாகும். ஆகவே, மனிதரைப் பற்றிய சமுதாய உணர்வுகள் மிகுதியாக நாடகங்களில் இடம் பெறுதலைக் காணலாம்."**[119]

என்பதற்கேற்ப அவ்வக்கால சமூகத்தை சமூகத்தில் மனிதர்களை முன்னிலைப்படுத்தி ஒவ்வொரு காலகட்டத்திலும் நாடகங்கள் எழுந்துள்ளன.

> **"நாடகம் சமுதாய உணர்வுகளோடு பின்னிப் பிணைந்த ஒன்றாகும். சமுதாயத்திலிருந்து நாடகத்தை நீக்கினால் சமுதாயம் மேன்மையான கலை ஒன்றை இழக்கிறது என்பது பொருள் எந்தச் சமுதாயமும் இந்தக் கலையை போற்றாமல் இருந்ததில்லை."**[120]

என்ற முனைவர் குமரவேலன் அவர்களின் கருத்திற்கேற்ப விடுதலைப் போராட்டக் காலத்தில் அம்மக்களின் பிரச்சனைகளை முன்வைத்தும் பல நாடகங்கள் தோன்றின. அத்தகைய கருத்துகளை உள்ளடக்கிய நாடகங்கள் இங்கு ஆராயப்பட்டுள்ளது.

நாடகங்களும் நாடகக் கருத்துகளும்

> **"நாடகக் கதையின் செம்மை சிறப்புப் பெறுவது அதன் கருத்துகளாலேயாம். கதைப் போக்குடன் இரண்டறக் கலந்து - இயைந்து விளங்கும் இன்றியமையாக் கருத்துகளே நாடகத்தின் நீண்ட வாழ்வுக்கும் புகழுக்கும் வழிவகை செய்யக் கூடியன"**[121]

என்ற மு.வ. அவர்களின் கருத்திற்கேற்ப நாடகத்தின் பெருமையும்,

சிறுமையும் அல்லது வெற்றியும் தோல்வியும் அந்நாடகக் கருத்துகளின் அடிப்படையிலேயே அமையும். மக்களுக்கு நிலைத்த பயனைத் தரும் கருத்துகளைக் கொண்ட நாடகங்கள் வாழ்வாங்கு வாழ்வதும், பயனற்ற கருத்துகளைக் கொண்ட நாடகங்கள் தோன்றிய வேகத்திலேயே அழிவதும் இன்றும் நம் கண் முன்னே நிகழும் நிகழ்வாகும்.

நாடகத்திற்கு ஓட்டம் எவ்வளவு அவசியமோ அதைவிடப் பன்மடங்கு தேவையானது அதில் கூறப்படும் கருத்து. கருத்து இல்லாத வெறும் ஓட்டம் பயனற்றது. எந்த கதையானாலும் அது பெரும்பாலும் நன்மைக்கும் தீமைக்கும் நடைபெறும் போராட்டமாகத்தான் இருக்கும். அந்தப் போராட்டத்தின் இறுதியில் நன்மை வெற்றி பெறுவதாகவும், தீமை தோற்பதாகவும் இருத்தல் வேண்டும். நன்மைக்கும் தீமைக்குமான போராட்டத்தில் வெற்றி பெறும் நன்மையை நோக்கியே கதை நடத்திச் செல்லப்படுவதை பல நாடகங்களில் காணமுடிகிறது. எனவே விடுதலை கால சமூகத்திற்கு எத்தகைய கருத்துகள் தேவையாக இருந்ததோ அந்த நல்ல கருத்துகளை அடையாளம் கண்டு அத்தகைய கருத்துகள் அமைந்த நாடகங்களே ஆய்விற்கு எடுத்துக் கொள்ளப்பட்டுள்ளது.

தேச பற்று, மது விலக்கு, தீண்டாமை ஒழிப்பு, சமத்துவம், சகோதரத்துவம், பெண்கள் முன்னேற்றம், தொழிலாளர் முன்னேற்றம், மத நல்லிணக்கம், கதர் பக்தி ஆகிய காந்தியின் கொள்கைகளை விளக்கும் நாடகங்கள் ஆய்விற்கு எடுத்துக் கொள்ளப்பட்டுள்ளன. இத்தகைய கருத்துகள் நாடகப் பாத்திரங்களின் வாயிலாகவும், கலைஞர்களின் பாடல்கள் வழியாகவும் விளக்கப்பட்டுள்ளன. இதனடிப்படையில் ஆய்விற்குட்பட்ட ஒவ்வொரு நாடகத்திலும் இக்கொள்கைகள் வெளிப்படுத்தப்பட்டிருப்பதை பாத்திரங்களின் வழி கருத்து வெளிப்பாடுகள், பாடல்களின் வழி கருத்து வெளிப்பாடுகள் என்ற இரு பகுதிகளாகப் பிரித்து ஆய்வு மேற்கொள்ளப்பட்டுள்ளது.

பாத்திரங்களின் வழி கருத்து வெளிப்பாடுகள்

நாட்டு விடுதலைக்கான நல்ல கருத்துகளைக் கூற விரும்பிய நாடகாசிரியர்கள், அக்கருத்துகளை நாடகப் பாத்திரங்களின் வாயிலாக பேச வைத்து மக்களிடம் செய்திகளைக் கொண்டு சேர்த்தனர். இதன்வழி மக்கள் உணர்வு பெற்று ஒன்று சேர்ந்து போராட்டத்தில் ஈடுபட்டனர்.

1. பதி பக்தி நாடகம்

பாவலரால் எழுதப்பட்ட மிகச்சிறந்த நாடகங்களுள் இதுவும் ஒன்று. கதர்ப்பிரச்சாரத்தையும், மதுவிலக்குப் பிரச்சாரத்தையும் மனங்கொண்டு இந்நாடகத்தை எழுதியதாக பாவலரே இந்நூலின் முன்னுரையில் தெரிவிப்பார். இக்கருத்துகளை இவர் வெளிப்படுத்தியுள்ள பாத்திரங்களின் வழி ஆய்வோம்.

மதுவிலக்குப் பிரச்சாரம்

இந்நோக்கத்தை **வேலைக்காரர் நாராயணன்,** கெட்டுச்சீரழிந்த **கதாநாயகன் ராஜசேகரன், அவன் மனைவி லீலா, ராஜசேகரன் நண்பன் சம்பந்தன்** ஆகியோர் வழியாக வெளிப்படுத்தி இருப்பது பாராட்டத்தக்கது. குடித்து குடித்து வயிறு கெட்டுப் போனதால் ராஜசேகரன் சாப்பிட மறுக்கிறான். அப்போது லீலாவிற்கு வேலைக்காரன் நாராயணன் கூறும் இயல்பான பதில்:

> **"குடி லேசானதா அம்மா? அது ஈரலையெல்லாம் செல்லரிக்கிறாப்போல அரிச்சுடுமாமே. பசி எடுத்தாதானே அவரு சாப்பிடுவாரு. பாவம் நானும் குடிகாரங்க ரொம்ப பேர பாத்திருக்கிறேன், அவங்களுக்கு நாளுக்கு நாளு பசியின்றதே பூடுது. அதனாலேதானே நம்ப காந்தி மஹாராஜா குடி அடியோட கூடாதுன்னு சொல்றாரு. பாருங்க, குடியாலே பணமாத்தமா போவுது? அறிவு கெட்டுப் போவுது. உடம்பு மெலிஞ்சு போவுது. கடைசியிலே உயிருக்கே ஓலையும் வைச்சிடுது. பாவம்! இந்தப் பாழான குடியாலே எத்தன குடும்பம் அழிஞ்சுது! அழியுது!!"**[122]

என்று குடியால் வரும் கேட்டை விவரிப்பான். இது காந்தியடிகளின் கொள்கை என்றாலும் அவரது பெயரை இங்கு நேரிடையாக பயன்படுத்தியிருப்பது மக்களின் உள்ளத்தில் அது அழுத்தமாக பதியும் என்பதை உணரலாம். அதேபோல் மதுவினால் வரும் கேட்டை ராஜசேகரன் நண்பன் சம்பந்தன் கூறுவதாவது:

> **...சாராயத்தில் உள்ளவெல்லாம் விஷப் பொருள்தானே. அந்த விஷம் உள்ளே ஊறி ஊறி ஈரல், குலை குடல் இவற்றையெல்லாம் வேகச் செய்து, கடைசியாக இருதயத்தையும் சல்லடைக் கண்களாக அரித்து விடுகிறது. அம்மம்ம! பாம்பின் விஷம் பட்டவரை மாத்திரம் அப்போதே கொல்லும்! பாழும் குடி விஷம் குடித்தவனையும் அவனது குடும்பத்தையும் கசக்கிப் பிழிந்து கோது போலாக்கியல்லவோ கொல்கிறது!**[123]

என்று பாம்பின் விஷத்தைவிட குடியின் விஷம் கொடுமையானது

என்று கூறுகிறான். சிறுக சிறுக கொல்லும் விடத்தைவிட பாம்பின் விடம் எத்தகைய மேல், பட்டு பட்டு மாள்வதைவிட பட்டதும் வரும் மரணத்தால் துன்பம் குறைவுதானே.

கதர் பிரச்சாரம்

கதர் பிரச்சாரத்தை லீலா, நாராயணசிங் ஆகிய இரு பாத்திரங்களின் வாயிலாக வெளிப்படுத்தியுள்ளார். கணவனால் கைவிடப்பட்டு நிர்க்கதியாய் நின்ற லீலாவிற்கு கைராட்டைதான் துணையாக இருந்து அவள் குடும்பத்திற்கு உதவியது. இதன் மூலம் அன்றைய சமூகத்தில் சுயமாக நின்று வாழ்வதற்கு கைராட்டை பெரிதும் துணையாக அமைந்தது என்பதை இந்நாடகம் வெளிப்படுத்திற்று. தன்னையும் தன் குழந்தையையும் காப்பாற்றும் அருமருந்தாக தான் கற்றுக் கொண்ட கைராட்டை நூற்புதான் உதவுகிறது என்பதை லீலாவின் வாயிலாகவே பேச வைக்கிறார்.

> **“நாராயணசிங், நல்ல வேலையாக நான் மஹாத்மா காந்தியடிகள் சொற்படி நூல் நூற்கக் கற்றுக்கொண்டேன். குழந்தையும் அப்போதே நன்றாய் நூற்பாள். நானும் இந்தத் தொழில் எப்படி இந்தியாவின் வறுமையைப் போக்கும் என்று சந்தேகித்தேன். ஆனால், என் பிராணநாதர் மாத்திரம், உனக்கென்ன தெரியும் அதனுடைய மஹிமை என்றார். கடைசியில் அடிகள் சொல்லியபடி நம்முடைய வறுமையை இந்த ராட்டைதான் விரட்டுகிறது.”**[124]

என்று தனக்கு மட்டுமல்ல இன்னும் எத்தனையோ பெண்களின் வாழ்வுக்கும் வாழ்வாதாரமாகத் திகழும் ராட்டையின் பெருமையை விளக்குகிறாள்.

மேலும் லீலாவும் நாராயணனும் தொடர்ந்து பேசும் இவ்வுரையாடலின் மூலம் அன்றைக்கு இத்தொழிலிற்கு இருந்த மகத்துவம் வெளிப்படுகிறது.

> நாரா: **“ஊரிலே எல்லாம் முன்னே இந்தத் தொழிலுதான் இருந்தது? அப்போ பஞ்சமுண்டா, பட்டினி உண்டா? அதனாலேதாங் நம்ப காந்தி மஹாராஜா, இந்தத் தொழிலெல்லாம் முன்போல் விருத்தியாவனும்னு சொல்றாரு.**
>
> லீலா: **ஒவ்வொருவருடைய மானத்தைக் காப்பதும் கதராடைதானே! நாம் ஆடைக்கும் அன்னிய தேசத்தை எதிர் பார்த்தால் அதைவிட அவமானம் வேறென்ன இருக்கிறது?**
>
> நாரா: **எங்கம்மா, இந்தியாவிலே படிச்சவங்கல்லாம்**

வெளிநாட்டார் மானத்தை காப்பாத்த செய்றாங்களே! அவங்களுக்கு அத்தாலே கொஞ்சங்கூட வெக்கம் இல்லியே.

லீலா: நாட்டில் நமது தேசத்தில் நெய்யப்படும் ஆடைகளையே எல்லோரும் உடுப்பார்களானால், பட்டினியும் பஞ்சமும் எங்கே தலைகாட்டும்?"[125]

என்று இவ்விரு பாத்திரங்களது உரையாடலின் மூலம் இத்தொழிலுக்கு அன்று நாட்டிலிருந்த மதிப்பும், மரியாதையும் விளங்குகிறது. மக்களின் மானத்தை மட்டுமல்ல வயிற்றையும் கழுவ இத்தொழில் உதவியதையும் அறிய இயலுகிறது. இங்ஙனம் இந்நாடகம் மதுவிலக்கையும், கதர் பிரச்சாரத்தையும் ஒருங்கே பிரச்சாரம் செய்த சிறப்பான நாடகமாகும்.

2. பம்பாய் மெயில்

பாவலர் எழுதிய இந்நாடகம் நகைச்சுவைத் ததும்ப எழுதப்பட்ட தனிச்சிறப்பு வாய்ந்த நாடகமாகும். காந்தியின் தலைமையில் விடுதலைப் போராட்டம் வெகு வேகமாய் பரவிக் கொண்டிருந்த காலகட்டம். இக்கதையின் நாயகன் சுந்தரன் தேசிய இயக்கத்திற்கு நிதி திரட்ட வேண்டுமென்று முயற்சிக்கிறான். அத்துடன் காந்தியின் மதுவிலக்கு கொள்கையையும், கதர் அபிவிருத்தியையும் வலியுறுத்தும் சிறந்த நாடகமாகும். கதாநாயகன் சுந்தரன், அவன் தம்பி கோபாலன், காங்கிரஸ் கட்சி வாலண்டியர் சத்யநாராயணன் போன்ற கதாபாத்திரங்கள் வாயிலாக இக்கொள்கைகளை மக்களிடம் கொண்டு சேர்க்கும் அற்புதமான பணியைச் செய்திருக்கிறார்.

தேசிய ஆர்வம்

சுந்தரன் தான் நேசிக்கும் பார்வதியின் தந்தை சதாசிவ முதலியாரிடமிருந்து தேசிய நிதிக்குப் பணம் வசூல் செய்ய விரும்புகிறான். அவரோ இதற்குப் பொருள் தர மறுக்கிறார். இந்நாடகமே இச்சூழலில்தான் வளர்க்கப்பட்டுள்ளது. தன் வருங்கால மாமனாரிடமிருந்தே எப்படியாவது பணத்தை வசூல் செய்து விட துடிக்கும் அவனது சிந்தனைப் போக்கில் தேச பக்தி வெளிப்படுகிறது. இதுகுறித்து பார்வதியிடம் பேசுகிறான்.

"உன் அப்பாவைச் சொல். எத்தனையோ செல்வவான்கள் இதுபோது தேசிய நிதிக்குப் பெரும் பொருள் கொடுக்கிறார்கள். நான் அவரையும் ஏதாவது கொடுங்கள் என்றால் ஒரு காசும்

தரமுடியாது என்கிறார். இதற்கு நான் என்ன செய்வது? நான் எப்படியாவது அவரிடமிருந்து அந்த நிதிக்காக ஐம்பதினாயிரம் ரூபாய் வாங்கித் தந்தாலொழிய எனக்கு நித்திரை பிடிக்காது"[126]

என்று சபதம் செய்கிறான். அவன் செய்த சபதத்தின்படியே தன் காதலி பார்வதியை கடத்திச் சென்று மறைத்து வைத்துக் கொண்டு தன் எதிர்கால மாமனாரிடமே பணம் கேட்பது வியப்பளிக்கிறது.

கதர் பிரச்சாரம்

சுந்தரத்தின் தம்பி கோபாலனும் அண்ணனைப் போலவே காந்தியவாதியாக சித்தரிக்கப்பட்டுள்ளான். தன் காதலி நாகரெத்தினத்திற்கு அன்புடன் வாங்கித் தந்த கதராடையை அவள் அணிய மறுத்து திருப்பித் தருகிறாள், அப்போது கோபாலன் கூறும் பதில் கேட்போரின் உள்ளத்தில் அழியாமல் பதியும் அற்புதமான சொற்கள். கதராடை அணிவதை வெறும் கலாச்சாரமாக பார்க்க முடியாது. அது சுதந்திரத்தின் வெளிப்பாடு, அடிமைத் தளையை அறுக்கும் எழுச்சியின் வெளிப்பாடு, ஏழைகளுக்கு மறுவாழ்வளிக்கும் வாழ்வாதாரம் என்று பேசுகிறான்..

"என்ன! கதர்ப்புடவையுமோ உனக்கு வெறுப்பை உண்டாக்கி விட்டது! கண்ணே ஏழைகள் துயரை வாட்டும் கதர், நமது நாட்டை அடிமைச் சிக்கினின்றும் ஓட்டும் கதர், இந்தியர் ஒருவருக்கும் இனி அடிமையாகோம் என்ற இறுமாப்பை அளிக்கும் கதர், தெய்வத்தன்மை பொருந்திய கரம் சந்திரமோகன்தாஸ் காந்தியவர்கள் நம்முடைய நன்மையை நாடி நாட்டில் நிலைநாட்டிய கதர், உன்னை என்ன செய்தது![127]

என்று வினவுகிறான். இந்தியர்களை வாழவைக்கும் கதர் உனக்கு வெறுப்பானது ஏன்? என்று கேட்டு காந்தியடிகளின் விருப்பத்தை நிலைநாட்ட கேட்டுக்கொள்கிறான்.

மதுவிலக்குப் பிரச்சாரம்

அதேபோல் மதுவிலக்குப் பிரச்சாரத்திற்காக காங்கிரஸ் கட்சியைச் சார்ந்த சத்யநாராயணன் கதாபாத்திரத்தை புகுத்தி மது விலக்கு கொள்கையையும் வலியுறுத்தியிருப்பது சிறந்த பயனைத் தந்தது. காங்கிரஸ் கட்சி வாலன்டியர் தலைவன் பேசுகிறான்.

வாலன்டியர்: "எவ்வளவு பிரச்சாரம் செய்தும், நமது ஏழை சகோதரர்கள், இந்தப் பாழும் குடிப்பழக்கத்தை விட்டபாடில்லையே! அதோ பாருங்கள், ஒரு கூட்டம்! அவர்கள் எவ்வளவு ஆனந்தமாகக் குடிக்க வருகிறார்கள்!

1. வாலன்டியர்: ஆம், குடிப்பதில் அவர்களுக்கு அவ்வளவு மகிழ்ச்சி போலும்!

2. சத்ய: மகிழ்ச்சியாவது! மதியையும் உடலையும் வாட்டி, செல்வத்தையோட்டி, வறுமையை நீட்டி, கடைசியில் எமனுலகிற்குப் போகும் மகிழ்ச்சியைத்தான் தருகிறது.
ஐயா, தயை செய்து நாங்கள் சொல்வதைக் கேளுங்கள். ஏன், வீணாக நீங்கள் கஷ்டப்பட்டுச் சம்பாதித்த பணத்தை சாராயத்துக்காகச் செலவழிக்கிறீர்கள்! உங்கள் மனைவி மக்கள் அங்குப் பட்டினியால் வாட, இங்கு நீங்கள் இப்படிச் செலவு செய்யலாமா?
குடிகாரன் 1- அடே இது இன்னாயா பெரிய தொந்தரவா போச்சி. நாங்க குடிச்சா உங்களுக்கு இன்னாயா?
சத்ய: ஐயா, குடித்துக் குடித்துத்தான் நமது நாட்டு ஏழை மக்கள் பரம ஏழைகளாய், உண்ணவும் உணவின்றி நோயும் பாயுமாய்ப் பரிதவிக்கிறார்கள்! குடியால் உங்கள் பணம் வீணாகிறது. குடும்பமே அழிகிறது. பாருங்கள், நாம் குடிப்பதால், ஐரோப்பா தேசம் கொழுத்துப் போகிறது. நமது நாடு வறுமையடைந்து அழிகிறது! பாருங்கள், ஒரு ரூபாயா, இரண்டு ரூபாயா இந்தக் குடியால் நமது தேசத்தைவிட்டு ஐரோப்பாக் கண்டத்துக்குப் போகிறது. இந்த சென்னை மாகாணத்தில் மாத்திரம் மூன்று கோடி ரூபாய் கப்பலேறி போகிறதே!"[128]

என்று சத்யநாராயணன் கூறுகிறான். இந்த உரையாடல்கள் அன்றைக்கு மட்டுமல்ல இன்றைக்கும், என்றைக்கும் பொருத்தமானது. இன்றைக்கு இளம் தலைமுறையினர்கூட கட்டுப்பாடில்லாமல் மது அருந்துவது சாதாரண நிகழ்வாகிப் போன சூழலில் இந்நாடகம் மக்களுக்கு நல்ல படிப்பினையைத் தரக்கூடியது. குடியினால் பல்லாயிரம் கோடி ரூபாய் வெளிநாடுகளுக்குச் செல்வதால் நாட்டின் வளம் இன்றைக்கும் வெளியே போய்க்கொண்டுதான் இருக்கிறது. இங்ஙனம் கதர் பிரச்சாரத்தையும், மதுவிலக்கையும் பிரச்சாரம் செய்த நல்லதொரு நாடகம்.

3. கதர் பக்தி

காந்தியக் கொள்கைகளை வலியுறுத்துவதற்காகவே எழுதப்பட்ட மிகச் சிறந்த நாடகம் இது. குறிப்பாக நாட்டின் பொருளாதார ஆதாரமாக விளங்கிய கதரை நாடெங்கும் கொண்டு செல்ல

ஏதுவாக பாவலரால் நடத்தப்பட்ட நாடகம் இது. இந்நாடகத்தின் பல பாத்திரங்கள் கதர் பிரச்சாரத்தையும், வேசித்தொழிலால் ஏற்படும் இழிவையும் விளக்கும் விதமாக அமைக்கப்பட்டுள்ளது.

கதர் பிரச்சாரம்

இந்நாடகப் பாத்திரங்களான கோவிந்த முதலியார், நாயகி காமாட்சி, வேசித்தொழில் புரிந்து திருந்திய சுந்தரம்பாள் ஆகிய கதாபாத்திரங்களின் மூலமாக கதர் பிரச்சாரம் செய்யப்பட்டுள்ளது. கடைசியில் போலீஸ் கமிஷனர், திவான் ராமசாமி போன்றோர் கூட காந்தியின் கொள்கைகளை ஏற்றுக் கொண்டு கதராடை அணிய முடிவு செய்கின்றனர். இங்ஙனம் வில்லன் பாத்திரங்கள்கூட நன்மையை ஏற்றுக்கொள்ளும் விதமாக கதாபாத்திரங்களை அமைத்திருப்பது பாராட்டுக்குரியது. இந்நாடகத்தின் நாயகன் கோவிந்த முதலியார் கதர் துணிகளை தெருத் தெருவாக எடுத்துச் சென்று கூவி விற்கிறான். அப்போது அவன் சுந்தரம்பாளிடம் கதர் துணியின் அருமை பெருமைகளையும், கதர் நெய்வதால் நாட்டிற்கு ஏற்படும் நன்மைகளையும் எடுத்துக் கூறுகிறான்.

> **"அம்மா! விலைக்குத் தகுந்த ரகங்கள் இருக்கின்றன. நமது நாட்டுத் துணி எப்படி இருந்தால்தான் என்ன? நாம் இப்போது மெலிவாக இருக்கிறோம். பின்னால் இந்த தேகமே கனத்துப் போனால், நாம் நமது சதையை வெறுக்கிறோமா இல்லையே! தாங்கள் இந்தத் துணிகளை வாங்கினால், உங்கள் மானத்தைக் காப்பதுடன் நமது தேசத்தின் பேரவமானத்தையும் போக்குகிறது. தாங்கள் இதற்கு விலையாகத் தரும் பணம் ஏழைகள் வறுமைப் பிணியை ஒழிக்கிறது. பாருங்கள், நீங்கள் இதற்கு விலையாகக் கொடுக்கும் பணத்தால், நமது நாட்டு ஏழை மக்கள், கால் வயிறு ஆகாரமும் கிடைக்காத பருத்தி விதைக்கும் ஏழைப் பெண்கள், பஞ்சு சேர்க்கும் ஏழைகள், நூல் நூற்பவர், தறிகாரர்களாகிய பலபேர் உயிர் வாழ்வார்கள். பாரதேச ஆடைகளால், ஐரோப்பாக் கண்டம் கொழுத்துப் போவதுடன், நம் பாரத மக்கள் எல்லோரையும் உலகம் அடிமைகள் என்று பழிக்கவும் செய்து விட்டது."**[129]

என்று பேசுகிறான். கதராடை வெறும் ஆடையல்ல! நம் நாட்டு ஏழை மக்களின் வாழ்க்கையைப் பாதுகாக்கும் பாதுகாப்பு கவசம்! இத்தொழிலால் நலம் பெறுபவர் பலர் என்றுரைக்கிறான்.

கோவிந்தனின் மாமா திவான் ராமசாமி ஆங்கிலேய அதிகாரிகளின் அடிவருடி, அதிகாரிகளின் தயவால் திவான் பட்டம்

பெற்றவர். கோவிந்தனின் நடவடிக்கைகளை வெறுக்கும் திவான் ராமசாமி பேசுவது.

"ஓகோ! மறந்து போனேன். நீங்கள் ஒத்துழையாமைக் கட்சியைச் சேர்ந்தவர்கள்! எங்கேயாவது வயிற்றுக்குச் சோறும், உடுக்க ஆடையும் இல்லாத கோவணாண்டிகள் கூட்டத்திற் கென்றால், முன்னே இருப்பீர்கள்! பைத்தியக்காரன்! இன்னும் உனக்கு இந்தப் பைத்தியம் உன்னைவிட்டொழியவில்லையே! அந்தக் காந்தியொரு பைத்தியக்காரன்! அவனுடன் பிழைப்பில்லாத சிலர் கூடிக்கொண்டு ஏதோ பிதற்றுகிறார்கள்..![130]

இவ்வாறு காந்தியடிகளை பைத்தியக்காரன் என்று கூறுமளவிற்கு கடுமையாகச் சாடுகிறார். இவர்கள் இருவரும் தொடர்ந்து பேசுவதாவது.

கோவிந்தன்: மாமா! காந்தியடிகள் பைத்தியக்காரர்தான். யார் இல்லையென்று சொல்வது! இரண்டு இலட்ச ரூபாய் செலவழித்து, அதிகாரிகள் காலில் எல்லாம் விழுந்து, அவர்கள் தயவால் திவான் பகதூர் பட்டம் பெற்ற தாங்கள்தான் புத்திசாலி!

திவான் ராமசாமி: .... அதிகாரிகளைப் பற்றி நீ என்ன அறிவாய்? அவர்கள் தயவும் சினேகமும் வேண்டுமென்றுதான், எத்தனையோ செல்வான்கள் இதுபோது எவ்வளவோ முயற்சி செய்கிறார்கள். நீ என்ன அவர்கள் பெருமையைத் தெரிவாய்? உனக்கு காந்திப் பேய் பிடித்துக் கொண்டது!

கோவிந்: உண்மைதான், அந்தப் பேய் தாங்கள் உட்பட நமது நாட்டவர் அனைவரையும், பிடித்துக் கொண்டால் நமது நாடு சேமப்படும்"[131]

என்று முதலாவது காட்சியில் இவர்கள் பேசுவதன் மூலம் காந்தியடிகளுக்கு எதிராக அன்று பேசியவர்களின் மனநிலையையும் வெளிப்படுத்தி, அதற்கு கோவிந்தன் வாயிலாக விடையும் அளிக்கிறார்.

கோவிந்தன் காமாட்சியை கதராடை அணிய வற்புறுத்துகிறான். பலமுறை வற்புறுத்தியும் காமாட்சி கதராடையை அணிய மறுத்ததால் அவளிடம் கடுமையாக பேசுகிறான்.

"காமாட்சி, நமது கல்யாணம் நிறைவேறும் வரையில் உன்னை நான் இந்தப் பரதேச உடையுடன் காணமுடியாது. உன்னைப் பரபுருஷன் ஒருவன் தொடுவானாயின் அதைக் காணுங்கால் என் மனம் எவ்வாறு பதறுமோ அவ்வளவு பதற்றமுறுகிறது என் மனம் என் உயிர்க் காதலியாகிய உன்னை இந்த

உடையுடன் காணும்போது, உன் இஷ்டத்தை உன் அண்ணா ஏன் தடை செய்யப் போகிறார்? கதர் தரிப்பதில் உனக்குப் பிரியம் இல்லை போலும்![132]

என்று கடுமையான வார்த்தைகளைக் கூறுகிறான். காதலைவிட தன் கொள்கையில் இவன் கொண்டிருந்த உறுதியும், தேசப்பற்றும் அன்றைய இளைஞர்களுக்கு நல்ல முன்னுதாரணமாகத் திகழ்ந்திருக்கும்.

இந்நாடகத்தில் வேசித்தொழில் புரியும் சுந்தரவள்ளி கதாபாத்திரத்தின் வாயிலாக கதர்பிரச்சாரத்தை செய்வதோடு வேசித்தொழில் சமூகத்தில் புரையோடிய புற்று என்பதையும் வெளிப்படுத்துகிறார் பாவலர்.

"ஐயா, தாங்கள் சொல்லிய ஒவ்வொரு சொல்லும் என் நெஞ்சைப் பிளந்து விட்டது. நான் இதுவரை இந்தப் பரதேச ஆடைக்குச் செலவழித்த பணம் எல்லாம், நமது பாரத தேவியை அவமானப்படுத்தவே என்பதை இப்போதுதான் உணர்ந்தேன். இன்று முதல் நான் இந்தியாவின் மானத்தைக் காக்கும் இக்கதரை அன்றி வேறு எதையும் தொடுவதில்லையென்று உங்கள் முன் பிரமாணம் செய்கிறேன். எனக்கு தெரிந்தவர்களையும் இனிப் பரதேச ஆடை வாங்கலாகாதென்று வற்புறுத்துகிறேன்."[133]

என்று சுந்தரவள்ளி மனம் திருந்துவதன் வாயிலாக மற்றவர்களும் மனம் திருந்த வேண்டும் என்ற படிப்பினையை உணர்த்துகிறார்.

கடைசியில் கோவிந்தனின் விடாமுயற்சியும், உறுதியும் நாடகப் பாத்திரங்கள் அனைவரையும் அவன் வழிக்கு மாற்றுகிறது. துப்பறிபவனாக வந்த சந்தான கிருஷ்ணனையும் திருந்தச் செய்கிறது. இங்கு கிருஷ்ணன் கூறுவதாவது,

"ஆம் இப்போதுதான் உண்மை இந்தியனாக விளங்குகிறேன். இதுவரை நான் பாரத நாட்டில் பிறந்ததும், ஒருத்திக்குப் பிறந்து மற்றொருத்தியைத் தாய் என்றழைக்கும் தறுதலைப்போல் அன்னிய ஆசாரத்தில் மயங்கிக் கிடந்தேன். உண்மையான பாரத புத்திரன் என்ற பெருமையை இந்த ஆடை எனக்களித்தது கண்டு மகிழ்கிறேன்."[134]

எத்தகைய உண்மையான வார்த்தைகள். இன்றைக்கு அன்னிய மோகம் பெருகி தாய் நாட்டை, தாய்மொழியை, கலாச்சாரத்தை மறந்து வாழ்கின்றனரே! என்ன சொல்வது!

கோவிந்தனின் மாமாவும் மனம் மாறி தன் பெண் காமாட்சியை கோவிந்தனுக்கு தர சம்மதிக்கிறார். அப்போது தன் திருமணத்திற்கு

திருமணப் பரிசாக அனைவரும் கதராடை அணிந்து வருமாறு கேட்டுக்கொள்கிறான்.

கோவி: மாமா கடைசி வேண்டுகோள், எனக்கு கதர் கல்யாணமே நடைபெற வேண்டும். கூரைச் சேலையும் கதராகவே இருத்தல் வேண்டும். கதர் கட்டாதவர்கள் என் கல்யாணத்திற்கு வரக்கூடாது. இஷ்டந்தானே?

சுந்: கோவிந்தா, நானும் கதருடையுடன்தான் வரவேண்டுமா?

கோவி: தாங்கள் என்றும் கதர் கட்ட வேண்டும் என்பது என் தாழ்மையான விண்ணப்பம்.

சுந்: உன் கதர் பக்தியை மெச்சினேன். இன்று முதல் நானும் கதராடையே தரித்துக் கொள்கிறேன்.

தி: ஏன் கோவிந்தா, எல்லோரையும்தான் கதர் மயமாக்கி விட்டாயே! இனிமேல் வருவதற்கென்ன?

கோவி: தன்யனானேன்! இப்படித் தங்களை எப்போது மாற்றப் போகிறேன் என்று எண்ணினேன். என் எண்ணம் ஈடேறியது! பாரதமாதா, அருள் பாலித்தாள், வந்தே மாதரம்! வாருங்கள் போகலாம்."[135]

என்று தன் ஆசை, கனவு எல்லாமே கதர் அணிவதுதான் என்பதை வெளிப்படுத்துகிறான். இவ்வாறு காந்தியின் கொள்கை மீது அவன் காட்டிய உறுதி அன்றையச் சூழலில் பலரையும் காந்தியவழிக்கு மாற்றியிருக்கும்.

மணப்பெண்ணான காமாட்சியும் கதராடை அணிந்திருந்ததோடு கதராடை அணிந்து வந்தவர்களை எல்லாம் பார்த்து மகிழ்ந்து இவ்வாறு பேசுகிறாள்.

"இங்கு விஜயம் செய்துள்ள தாங்கள் அனைவரும் கதர் உடையுடன் விளங்கும் காட்சி, என் கண்ணையே கவர்ந்து விட்டது. நீங்கள் இந்த ஆடையை உடுத்தியதால், எத்தனை ஏழைகள் சுகமடைந்தனர். இப்படியே உங்கள் பந்து மித்திரரையும், நமது புனித கதராடையை அணியச் செய்து, பார்வைக்கு அருவருப்பாயுள்ள பரதேச ஆடைகளை ஒழிக்கச் செய்யுங்கள். இதுவே நீங்கள் எங்களுக்கு ஆசிகூற வந்ததற்கு அறிகுறியாகும்."[136]

என்று மகிழ்கிறாள். கதர் அணிந்தால் பரதேச ஆடைகள் ஒழியும் என்ற இவளது வேண்டுகோள் அன்று நாட்டு மக்கள் அனைவருக்கும் விடுக்கப்பட்ட அழைப்பாகக் கருதலாம்.

அதோடு திவான் ராமசாமி முதலியாரும்கூட மனம்மாறி கதராடை அணிந்து மகிழ்ச்சியோடு பேசுவது காந்தியின்

கொள்கைகள் வெற்றி பெற்றதன் அடையாளம். காந்தியின் கொள்கைகள் எதிரிகளையும் கவரும் ஆற்றல் வாய்ந்தது என்பதற்கு இவரது வாக்குமூலமே சான்று.

"இப்போதல்லவோ இந்த ஆடையின் பெருமை விளங்கியதெனக்கு. பார்வைக்கு கனமாகக் காணப்படுகிறதே அல்லாமல், தேகத்தில் இது இருப்பதாகவே தெரியவில்லையே. அவ்வளவு மிருதுவாக இருக்கிறது"[137]

என்று வியந்து பேசும் ராமசாமி முதலியார் வாயிலாக கதரின் மகிமையையும் வெளிப்படுத்துகிறார். இங்ஙனம் நாடகப் பாத்திரங்கள் அனைத்தும் காந்தியின் கதர் கொள்கைகளை ஏற்றுக் கொண்டதோடு மக்கள் அப்பாதையில் செல்ல இந்நாடகம் பெரிதும் துணைநிற்கிறது.

பரத்தையர் கேடு

சங்க காலத்தில் பரத்தையர் ஒழுக்கம் காணப்பட்டாலும் நாகரிகத்தின் வளர்ச்சியில் இவ்வொழுக்கம் கண்டிக்கப்பட்டது. எனினும் இவ்வொழுக்கத்தால் இன்றும் பல குடும்பங்கள் சீரழிந்து வருவதும் கண்கூடு. இதைக் களைவதற்காகவே *சுந்தரவள்ளி* கதாபாத்திரத்தை ஏற்படுத்தி அவள் வாயிலாக இத்தொழிலால் ஏற்படும் துன்ப, அவலங்களை பாவலர் வெளிப்படுத்துகிறார். அவளுக்கு கோவிந்தன் கூறும் அறிவுரை இது.

கோவிந்: அம்மா, இந்த வேசித் தொழிலே நமது நாட்டுக்குப் பெரிய அவமானத்தை உண்டு பண்ணுகிறது. இதனால் உங்கள் சாதியாருள் யாராவது மேன்மைக்கு வந்திருக்கிறார்களா? கடைசியில் எல்லோரும் குரங்குகள் போலாய் பலவாய் நோய்ப்பட்டு வயிற்றுக்கும் உணவில்லாது மாள்கின்றனர்.

என்று அறிவுரை கூறுகிறான். அது கேட்ட *சுந்தரவள்ளி* மறுமொழி பகர்கிறாள்.

சுந்த: ஐயா, தாங்கள் சொல்லிய அனைத்தும் உண்மையே! இந்த இழிவான தொழிலால் நாங்கள் அடையும் பலன் என்ன? பேய்போல இரவெல்லாம் கண்விழித்து, யார் வருகிறார்கள், யாரை ஏமாற்றலாம் என்று ஏங்குவதுதான் எங்கள் பாடு. நல்ல காலமாக, டாக்டர் முத்து லெட்சுமியம்மாள் மசோதா கொண்டு வந்து சட்டமாக்கினார்கள்"[138]

என்று இத்தொழிலால் தங்கள் குலத்திற்கும், நலத்திற்கும் வரும் கேட்டினைக் உணர்ந்து இனி இவ்வாறு வாழப்போவதில்லை என்ற உறுதியோடு நல்வாழ்வு பெறுகிறாள். இத்தொழில்

புரிந்தோர் திருந்துவதற்கு இக்கதாபாத்திரம் வாய்ப்பளித்திருக்கும். இங்ஙனம் இந்நாடகத்தின் வாயிலாக கதர்பிரச்சாரத்தையும், பரத்தையர் கேட்டையும் பாவலர் ஒரு சேர நன்கு வெளிப்படுத்தியுள்ளார்.

4. தேசபக்தி அல்லது சகோதர துரோகம்

இந்நாடகத்தை மதுரை ஒரிஜினல் பாய்ஸ் கம்பெனியின் உரிமையாளர் எஸ். எம். சச்சிதானந்தம் பிள்ளை எழுதியுள்ளார். ஏறக்குறைய ஒரு நூற்றாண்டிற்கு முன்பே எழுதப்பட்ட இந்நாடகத்தில் மக்களாட்சி என்ற பெயரால் நடைபெறும் பல கேலிக்கூத்தான விஷயங்களை அன்றே எடுத்துச் சொல்லியிருப்பது வியக்கத்தக்கது. மக்களாட்சியின் மாண்பு அறியாதவர்கள் தம் வாக்குரிமையை ரூபாய் ஐம்பதுக்கும், நூறுக்கும் விற்பதும் பணம் கொடுத்து வாங்கியவன் நாட்டை கொள்ளையடித்துச் சுரண்டிக் கொழுப்பதும் வாழ்க்கை நிகழ்வாகிப்போன காலத்தில் அதை அன்றே இக்கதாபாத்திரத்தின் வாயிலாக பேசவைத்திருப்பது எத்துணைப் பொருத்தம்! அரசு நிர்வாகத்தையும், ஆட்சியாளர்களின் நடவடிக்கைகளையும் கேலியாகவும் கிண்டலாகவும் வெளிப்படுத்தியிருப்பது பாராட்டுக்குரியது. மக்களாட்சியில் காணப்படும் குறைகளைச் சுட்டிக் காட்டும் நல்ல நாடகம். நீதி தவறும் ஆட்சி மக்களால் வெறுக்கப்படும் என்பதை வெளிப்படுத்தும் நாடகம். இக்கருத்துகளை இந்நாடகங்களில் தோன்றும் திவான், சரோஜனி, ஜெயசிங், சிவாஜி, பிரபுக்கள் ஆகிய பாத்திரங்களின் வாயிலாக பேச வைத்துள்ளார். கூடவே தேசபக்தியையும், பெண்ணுரிமையையும் வலியுறுத்திய நல்ல நாடகம்.

குடியாட்சியின் நிர்வாகச் சீர்கேடு

மக்களின் நலன் பேசும் அரச சபையில் திவான் கூறும் இவ்வார்த்தைகளின் வாயிலாக இன்றல்ல அன்றே ஆட்சியதிகாரத்தில் ஊழல் நிறைந்திருந்தது என்பதை பல இடங்களில் அழுத்தமாகவும் அதே நேரத்தில் நகைச்சுவையாகவும் வெளிப்படுத்தியுள்ளார்

> **“பல ஸ்தாபன ஆட்சிகள் வரவர மிகவும் கேவலமாய் போய் விட்டன. ஓட்டுரிமைகளின் மதிப்பை ஜன சமூகம் நன்கறிந்து கொள்ளவில்லை. அபேட்சகர்களின் தாட்சண்யத்துக்கும், தடபுடலுக்கும் பணத்திற்கும் தங்கள் உரிமைகளை விற்று விடுகிறார்கள். தேர்தல் நாட்களில் அபேட்சகர்கள் வெறுக்கத்தக்க**

முறையில் நடந்து ஜனங்களை மயக்கி ஸ்தல ஸ்தாபனங்களில் அமர்ந்து ஆயிரக்கணக்கான ரூபாய்களைச் செலவு செய்து தலைமைப் பதவியை அடைகிறார்கள். அடைந்ததும் பொது ஜன சேவகம் செய்யாது தங்கள் சுய நலத்திற்காகப் பல்வேறு வழிகளில் பொது ஜனப் பணத்தைக் கொள்ளையடித்துக் கொண்டு ஊரில் கட்சிப் பிளவுகளை உண்டாக்குகிறார்கள்."[139]

என்று நாட்டில் நடக்கும் ஊழலுக்கெல்லாம் அடிப்படை நல்ல தலைவர்களைத் தேர்ந்தெடுக்காததேயாகும் என்ற காரணத்தையும் முன் வைக்கிறார்.

அரசு நிர்வாகம் எங்கும் எப்போதும் ஒரே மாதிரியாகத்தான் இருக்கும் போலிருக்கிறது. இன்று சாதாரண நிகழ்வுகளாகிப் போன நிர்வாகக் குளறுபடிகள் அன்றே காணப்பட்டுள்ளன. இவ்வகையில் பதினேழாம் காட்சியில் நடைபெறும் சுவையான பகுதி இது.

3வது பிரபு: அரசாங்கக் கைதியொருவர் பால் கொடுக்கப்படாததினால் சீதபேதி கண்டு மரணத் தருவாயிலிருக்கின்றாரா?

திவான்: தகவலுக்கு எழுதுகிறேன்.

3வது பிரபு: எப்போது எழுதுவது எப்போது பதில் கிடைப்பது?

திவான்: ஒரு வாரத்திற்குள் பதில் வரும்.

3வது பிரபு: சர்க்கார் மரணத் தருவாயிலிருக்கும் கைதிக்கு தினசரி அரையணா பால் கொடுக்கச் செய்து அவருடைய உயிரைக் காப்பாற்றுவாரா?

திவான்: பால் அவருக்கு அவசியமானதா என்று கண்டுபிடிக்கச் சர்க்கார் கூடிய சீக்கிரம் ஒரு பஞ்சாயத்தை நியமிப்பார்கள். பஞ்சாயத்தாரின் முடிவு வைத்திய இலாகாவிற்கு அனுப்பி வைக்கப்படும்.

3வது பிரபு: அப்பா! என்ன துரிதமான ஏற்பாடு! உயிர் ஊசலாடிக் கொண்டிருக்கிறதென்றால், திவான் அவர்கள் முதலில் எழுதுவாராம்: பிறகு பஞ்சாயத்தாரை அமைப்பாராம். அதன் முடிவை வைத்திய இலாக்காவிற்கு அனுப்பி வைப்பாராம். இதற்குள் அவன் பரலோக பிராப்தி ஆய்விடுவான். பேஷ். திவான் பேஷ்காரவர்கள் ஜீவகாருண்யம் போற்றத்தக்கதே.

3வது பிரபு: தினசரி அரை அணா பால் கொடுப்பதற்காக ஆயிரக்கணக்கான ரூபாய் சிலவு செய்து பஞ்சாயத்தாரின் முடிவைக் கண்டறிவதா? ஜனங்கள் வாயிதா பணத்தைக் கொடுக்க முடியாமல் தாலியை விற்றுக் கொடுக்கிறார்கள்.

அதை விசாரிக்க பஞ்சாயத்தாரை அமையுங்கள் என்றால் முடியாது என்று கூறிவிட்டீர். நல்ல நிர்வாகம்.”[140]

என்று அரசு நிர்வாகத்தில் ஏற்படும் தாமதத்தால் மக்கள் படும் துன்பங்களை அழகாக எடுத்துக் காட்டியுள்ளார். நகைச்சுவையாகத் தோன்றினாலும் அரசு நிர்வாகத்தில் காணப்படும் அலட்சியத்தை அழகாக வெளிப்படுத்தியுள்ளார்.

தேசபக்தி

ஆட்சியாளர்களின் தவறுகளை சுட்டிக் காட்டிப் பேசியதால் சிவாஜிக்கு மரண தண்டனை அளிக்கப்படுகிறது. இப்பகுதி இருபத்து ஐந்தாவது காட்சியில் உள்ளது. அப்போது சிவாஜி பேசும் வசனங்கள் ஆட்சியாளர்களின் அடக்குமுறைகளுக்கு அஞ்சாது எதிர்த்துப் போராட வேண்டும் என்ற உறுதியை மக்களுக்குத் தந்தது எனலாம்.

“ஏ பரம்பொருளே! எனக்கு மரணம் சமீபித்துவிட்டது. நல்ல தண்டனை இது. அரசனுடைய குற்றத்தைக் கண்டித்துப் பேசியதற்கு மரண தண்டனையா? என் நாட்டிற்காகவும், என் தேச இளவரசிக்காகவும் பாடுபட்டதற்குப் பலனாக நான் உயிர்விட வேண்டுமா? என்ன சட்டம்? என்ன நியாயம்? அந்தோ நல்ல ராஜ்யாதிகாரம். நன்று! நன்று! உலகோர் என்னை தேசத்துரோகியென்றழைக்காது, சிவாஜி ராஜபக்தியுடையவன், தேசபக்தியுடையவன் என்று கூப்பிடும் பாக்கியமடைந்து நான் உயிர்விடுவது பெரும் சந்தோசமே. ஆயினும் ஒரு குற்றமும் செய்தறியாத என் உயிர் வாங்கப்படுவது மிகக் கொடுஞ் செய்கையாகும். ஆகையினால் எனது ஒவ்வொரு துளி கண்ணீரும், இவ்வநியாய ஆட்சியை ஒழிக்கும் ஒவ்வொரு ப்ரசண்ட மாருதமாக மாறிநிற்கும். ஐயோ! தந்தாய் உம்மை கடைசிமுறை காணாமல் இறக்கப் போகிறேனே. ஆ! இளவரசி உமது சுதந்திரத்தை கண்டுகளிக்கக் கூடாமல் மாளப்போகிறேனே.[141]

என்று கூறுகிறான். இவ்வாறு நாட்டிற்காகச் சிந்தும் ஒவ்வொரு துளி இரத்தமும் ஒவ்வொரு விடுதலை வீரரை உருவாக்கும் வித்துகள் என்ற உண்மையை இந்நாடகம் உணர்த்துகின்றன. இதன் வாயிலாக அன்றைய இளைஞர்கள் பலரும் உணர்வு பெற்று சுதந்திரப் போராட்டத்தில் குதித்திருப்பர்.

பெண்ணுரிமை

எத்தனை பெரிய பட்டத்து மகாராணியாய் இருந்தாலும், பெண்கள் மீது தொடுக்கப்படும் வன்முறைகளில் வேறுபாடுகள்

ஏதுமில்லை. இங்கே மகாராணி மீது விபச்சாரி என்று குற்றம் சுமத்தி மரண தண்டனை விதிக்கப்படுகிறது. எவ்வித ஆதாரமும் இன்றி என்னைத் தண்டிப்பது நியாயம் இல்லை, என்குற்றத்தை நிரூபித்தால் மரணத்தை ஏற்றுக் கொள்கிறேன், குற்றவாளியல்லாத என்னை தண்டிப்பதை ஏற்க முடியாது என்று வாதிடுகிறார் அரசியார். ஆனாலும் இவரது கோரிக்கை ஏற்கப்படாமல் மரண தண்டனை விதிக்கப்படுகிறது. அப்போது அரசியார் கூறுவதாவது;

> **..."பெண் ஜென்மம் பாவி ஜன்மம் என்று படித்தவர் பரிகசிப்பது உண்மைதானா - ஹா தெய்வமணியே! பெண்ணாய்ப் பிறந்த ஜென்மம் புண் ஜன்மமே ஆகும். நான் பெண்ணாய்ப் பிறந்ததாலன்றோ விபசாரி என்ற இழிசொல்லோடு இறக்க நேர்ந்தது. புல்லாய்ப் பூண்டாய் கல்லாய் கழுதையாய் பிறந்திருந்தாலும் உலகத்தாருக்கு நலமாயிருத்தல் கூடும். ஆபத்பாந்தவா - அநாதரட்சகா! அரவா பரணா! நான் பெண்ணாய் உதித்த அவதாரம் போதுமையா. இனி இந்தப் பிறவி வேண்டேன். முக்காலும் வேண்டேன்...**[142]

எத்தனை பரிதாபமான கூக்குரல். இன்றளவும் நம் காதுகளில் கேட்கப்படாமலேயே காற்றோடு கரைந்து போகும் எத்தனையோ அபலைப் பெண்களின் கூக்குரலும் இதுவல்லவா? தேசப்பற்று, பெண்விடுதலை, ஆட்சியதிகாரத்தில் உள்ள குறைகள் போன்றவற்றை விளக்கும் நல்ல நாடகம்.

5. ஸ்ரீ திலகர் காந்தி தரிசனம்

காந்தியடிகள் உடல் நலம் குற்றியிருந்த போது சுப்பிரமணிய சிவா அவர்களால் எழுதப்பட்ட நாடகம் இது. இந்நாடகத்தில் திலகரும், காந்தியடிகளும் சந்தித்துப் பேசும் காட்சி முக்கியமானது. மக்களின் மீது மிகுந்த அக்கறையோடும், அன்போடும் அவர்கள் பேசிக்கொள்வது குறிப்பிடத்தக்கது.

நாடகத்தில் திலகர் உடல் நலிவுற்று மரணப் படுக்கையில் காந்தியடிகளின் வரவிற்காக காத்திருக்கிறார். மகாத்மா காந்தியடிகள் அவரைக்காண வருகிறார். அப்போது காந்தியடிகள் கூறுவதாவது:

> **"அசுரர்களினின்றும் தேவர்களைக் காப்பாற்றுதற்குத் தனது முதுகெலும்பை எடுத்துக் கொடுத்துதவிய ததீசி முனிவரைப்போல, வேடனிடமிருந்து புறாவைக் காப்பதற்குத் தனது தொடையை அறுத்துக் கொடுத்த சிபிச் சக்கரவர்த்தியைப் போல், ஹிம்சையிலிருந்து ஜீவகோடிகளை இரட்சிப்பதற்கு அவதரித்த மகான் புத்தரைப்போல், இந்த பாரதநாட்டின்**

சேமத்தின் பொருட்டுத் தமது வாழ்நாட்களை அடியோடு தத்தம் செய்திருக்கும் அவதார புருஸராம் ஸ்ரீதிலக மகாராஜரையன்றோ பார்க்கப் போகிறேன்”[143]

என்றுரைக்கிறார். காங்கிரஸ் இயக்கத்தின் தலைமையை திலகர் ஏற்றபிறகுதான் காங்கிரஸ் இயக்கம் மக்களின் உரிமைகள், பிரச்சினைகள் குறித்து பேச ஆரம்பிக்கிறது. அந்த மகத்தான பணியைச் செய்ததால் திலகர் மக்களால் நேசிக்கப்பட்ட தலைவராகப் போற்றப்படுகிறார். இதை காந்தியடிகளின் வார்த்தைகளின் மூலம் அறிய இயலுகிறது.

அதேபோல் தன்னைக் காண வந்த காந்தியடிகளிடம் திலகர் மிகுந்த அன்போடும் மரியாதையோடும் பேசுகிறார். தனக்குப் பின் காங்கிரஸ் இயக்கத்தின் தலைமையை மட்டுமல்ல, இத்தேசத்தின் தலைமைப் பொறுப்பையும் ஏற்றுக்கொண்டு மக்களை இன்னல்களிலிருந்தும், அடிமைத்தளையினின்றும் விடுவிக்க வேண்டுமென்றும் கேட்டுக் கொள்கிறார்.

“ஒப்பற்ற பெரியோய்! இந்தத் தேசம் இப்பொழுது தங்களைத்தான் எதிர்பார்த்துக் கொண்டிருக்கிறது. தங்களுக்கும் இந்தத் தேசத்திற்கும் குறுக்கே, நிற்கக் கூடாதென்று மகாசக்தி எனக்கு ஆக்ஞையிட்டு விட்டாள் நான் சென்றுவிட வேண்டும். ஆனால் இந்தத் தேசம் சுகமும், சுதந்திரமும் அடைகிற வரையில், நான் இந்தப் புண்ணியப் பூமியில் ஜன்மங்கள் எடுத்துக் கொண்டுதான் இருப்பேன்”[144]

என்கிறார். தான் மறைந்தாலும் இம்மக்களுக்காக தொடர்ந்து பிறவியெடுப்பேன் என்று இவர் கூறுவதிலிருந்து நாட்டு மக்கள் மீது இவர் கொண்டிருந்த அன்பு வெளிப்படுகிறது.

மேலும் அன்றைய மக்கள் கல்வியறிவின்றி வறுமையிலும், ஏழ்மையிலும் துன்பத்திலும் உழன்று கொண்டிருந்தனர். அதை மனதில் வைத்து பெற்றோர் தம் குழந்தைகளை அன்புக்குரியோரிடம் விட்டு மறைந்து போவது போல் மரணத்தருவாயில் திலகர் இந்நாட்டு மக்களை காந்தியடிகளிடம் விட்டுச் செல்கிறார்.

“அன்பே உருவாய ஐய! நம்முடய ஜனங்கள் ஏழைகள், ஒன்றும் அறியாதவர்கள் உலக தந்திரம் தெரியாதவர்கள் கள்ளங் கபடமற்றவர்கள். அவர்களைத் தாங்கள் கைவிட்டு விடக்கூடாது. நான், இதோ இரண்டு கைகளையும் கூப்பி, உங்களை வேண்டிக் கொள்ளுகிறேன்...”[145]

என்கிறார். இந்நாடகத்தின் மூலம் நாட்டு மக்கள்மீது இந்தத் தலைவர்கள் கொண்டிருந்த அன்பு வெளிப்படுகிறது.

6. வீரன் அல்லது தீண்டாமை வழக்கு

காந்தியடிகளின் முக்கிய கொள்கைகளுள் ஒன்றான தீண்டாமை ஒழிப்பை வலியுறுத்தும் சிறப்பான நாடகம் இது. வர்ணாசிரமத்தின் பெயரால் தாழ்த்தப்பட்ட மக்கள் மீது திணிக்கப்பட்ட வன்கொடுமைகளை உடைத்தெறிந்த புரட்சிகரமான நாடகம். தாழ்த்தப்பட்ட இன மக்களின் தலைவன் வீரன், பிராமண வகுப்பைச் சார்ந்த சீர்திருத்தவாதி - ஜானகி ராமன், நீதிபதி, பாரிஸ்டர் முருகேஷ் ஆகிய பாத்திரங்களின் வாயிலாக தாழ்த்தப்பட்ட மக்கள் படும் துன்பங்ளையும், துயரங்களையும் எடுத்துக்காட்டி அதிலிருந்து விடுபடும் மார்க்கத்தையும் எடுத்துக் காட்டுகிறார் ஆசிரியர்.

தீண்டாமையொழிப்பு

மனுதர்மத்தின் பெயரால் வர்ணாசிரமத்தைக் கையில் எடுத்துக் கொண்டு மனித குலத்தின் மீது பிராமணர்கள் தொடுத்த தாக்குதல்கள் மகாகேவலமானது. மனிதரிடத்தில் உயர்வு தாழ்வு கற்பிக்கும் இக்கோட்பாட்டை உடைத்தெறிய காந்தியடிகள் நாடெங்கும் பிரச்சாரம் செய்து மக்களிடையே விழிப்புணர்வு ஏற்படுத்தி வந்தார். இதை இரண்டொரு பிராமணர்கள் எதிர்ப்பதாக முதற் காட்சியில் அமைக்கப்பட்டுள்ளது.

தொந்தி சுப்பையா: என்னவா? அந்த வயிற்றெரிச்சலை என்ன சொல்லவிருக்கிறது? பறப்பசங்களை எல்லாம் ஒன்றாக வைத்துக் கொள்ள வேண்டுமாம். கோவிலிலும் விட்டுவிட வேண்டுமாம்.

தீட்சதர்: யார் அப்படிச் சொன்னது? அந்தப் பரம சண்டாளன் யார்?

தொந்தி சுப்: யாரா? "காந்தி, காந்தி" என்று சொல்லுகிறார்களே அந்தப் பைத்தியக்காரன்தான்.

தீட்சதர்: அவனை "மகாத்மா, மகாத்மா" என்று சொன்னார்களே. வருணாசிரம தர்மம் இருக்க வேண்டுமென்று சொல்லி வந்தானே அவன்? ஏன் இப்படி மாறி விட்டான்? அவனால்தான் பிராமணாளுக்குப் பழைய பெருமை வரப்போகிறதென்று முன்னொரு தடைவை ராமச்சந்திர ஐயர் பிரசங்கம்கூட பண்ணினாரே?

தொந்தி சுப்: காந்தியா அப்படிச் செய்யப் போகிறவன்? அவன்தான் பறையர்களைக் கட்டிக் கொண்டு அழுகிறானே? இப்பொழுது பறையனைக் கோவிலிலே விடலையானால் பட்டினி கிடந்து செத்துப் போகக்கூடத் துணிந்து விட்டான்.

தீட்சதர் - என்ன கொடுமை! கலி புருஷனே நேரே அவதாரமாகி விட்டான் போலிருக்கிறது? பரம சண்டாளர்களான பள்ளன், பறையன், சக்கிலியன் முதலியோரைக் கோவிலிலே விட்டுவிட்டால், அதன் சாந்நித்தியம் அடியோடு போய்விடுமே!...[146]

என்று இவ்விரு கதாபாத்திரங்கள் வாயிலாக தீண்டாமையின் கொடூரத்தை தோலுரித்துக்காட்டுகின்றார் நாடகாசிரியர். காந்தியடிகளின் பழமை விரோதப் போக்குதான் அவரது உயிருக்கே உலை வைத்தது என்பதையும் இவ்விடத்தில் கவனத்தில் கொள்ள வேண்டியுள்ளது. தாழ்த்தப்பட்டவர்கள் கோயிலுக்குள் செல்ல முடியாத இக்கொடுமை இன்றளவும் நடைமுறையில் இருப்பதையும் காணலாம்.

இதற்கு நேர்மாறாக பிராமணக்குலத்தில் பிறந்திருந்தாலும் தாழ்த்தப்பட்டவர்களுக்காக பரிந்து பேசும் ஜானகிராமன் கதாபாத்திரம் குறிப்பிடத்தக்கது. "பறையருக்கும் விடுதலை" என்று பாடிய பாரதியின் உருவமாக இப்பாத்திரத்தை பார்க்க இயலுகிறது.

"நீங்கள் இன்று முதல் கள் குடிப்பதில்லை என்றும், பசு மாமிசத்தை உண்ணுவதில்லை என்றும், சுத்தமாக இருக்கிறோமென்றும் உறுதி கூறுவதே எனக்கு நீங்கள் கொடுக்க வேண்டுவதாகும். இதைவிட கூடுதலாக உங்களிடத்து நான் ஒன்றும் தற்போது விரும்பவில்லை...[147]

என்று கேட்பதன் மூலம் தாழ்த்தப்பட்டவர்களுக்காக காந்தியடிகள் செய்த அரும்பணிகளை வெளிப்படுத்துகிறார்.

உங்களுக்கு உதவுவதால் தனக்கு ஏற்படும் எத்தகைய துன்பத்தையும் ஏற்றுக் கொள்வதாக ஜானகிராம் மூன்றாவது காட்சியில் கூறுவது எத்தகைய உயர் சிந்தனை!

"கறுப்பா! நீ இந்த விசயத்தில் சிறிதும் கவலைப்படவேண்டாம். நான் உயிருடனிருந்தால் உங்கள் வகுப்பாரை அவ்வீதியினுட் செல்லும் படியாகச் செய்வேன். இவ்வாறு செய்வதால் எனக்கு என்ன தீங்கு வரினும் அதைப் பொருட்படுத்தேன். உங்களுக்கும், இதனால் வரும் செலவுகள் யாவற்றையும் நானே என் கையிலிருந்து கொடுக்கிறேன். நீங்கள் சிறிதும் அஞ்ச வேண்டாம். பார்ப்பன வைதீகர்களுக்குப் பதற வேண்டாம். பாழும் போலி வைதீகத்தை அடித்து உடைக்கவேண்டுமென்றே நான் முன் வந்திருக்கிறேன்"..[148]

என்று கூறுவது காந்தியடிகளே மக்களிடம் நேரில் ஆறுதல் அளிப்பது போன்றுள்ளது.

இந்நாடகத்தில் தாழ்த்தப்பட்ட மக்களின் தலைவனாக வரும் வீரன் பாத்திரம் குறிப்பிடத்தக்கது. தனது மக்களின் உயர்விற்காகப் பாடுபடும் வீரன், குடித்து விட்டு வந்த பாவாடை, சின்னான் ஆகியோரிடம் பேசுவது.

“சகோதரர்களே, இது என்ன செயல்? வீணாக நீங்கள் கடுவெயிலில் நெற்றி நீர் நிலத்தில் விழப் பெரும்பாடுபட்டுச் சம்பாதித்த தொகையை இவ்வாறு கெடுக்கப்போமா? நீங்கள் கட்குடித்து இவ்வாறு வீதிகளில் ஒழுக்கந் தவறிப் புரண்டு விழுந்து, இறந்த மாடுகளையும், பன்றிகளையும் தின்று அசுத்தமுடையவர்களாக இருப்பதால் அல்லவா, என்போன்றோரும் எத்தனை சுத்தமாக இருப்பினும், உங்கள் பந்துகள் என்ற காரணத்தால் வீதிகளிலும் ஆலயங்களிலும் செல்லலாகாதென்று தடுக்கப்படுகிறோம். கட்குடித்தல், மாடுகளை உரித்துண்ணல் ஆகிய தீய செயல்களை நாம் கையாண்டு வருவதாலன்றோ, நீசர்களென்றும் ஏனைய வகுப்பினர்களால் ஏளனஞ் செய்யப்படுகின்றோம்.?[149]

என்று தம் மக்கள் பிறரால் மதிக்கப்படாததற்கு நம்முடைய நடவடிக்கைகளே காரணம் என்று எடுத்துக்கூறி அவர்களை நல்வழிப்படுத்தும் பாங்கு டாக்டர் தாதா சாகேப் அம்பேத்கரின் பணியை நினைவுப்படுத்துகிறது.

அதேபோல் தாழ்த்தப்பட்டவர்களுக்கு ஆதரவாக நீதி மன்றத்தில் வாதிடும் பாரிஸ்டர் முருகேஸின் வாதம் பழமை பேசும் எல்லோரையும் சிந்திக்க வைக்கும் சிந்தனைச் சுரங்கம்! தாழ்த்தப்பட்டவர்கள் தம் வீதியில் வந்துவிட்டதால் தங்கள் அக்கிரகாரம் அசுத்தமடைந்து விட்டதாக தீட்சிதர் போன்றோர் பரிகாரக்கூலி கேட்டு நீதிமன்றத்தில் வழக்குத் தொடுக்கின்றனர். அந்த விவாதத்தில் முருகேசனின் வாதம் இன்றைக்கும் எவராலும் பதிலளிக்க இயலாத அற்புதமான விவாதம்.

“இதில் பிரதிவாதிகள் வீதியில் சென்றதால் அசுத்தப்பட்டு விட்டதா என்பதே கேள்வி. அசுத்தமடைதல் எங்ஙனம்? ஒரு வீதி அசுத்தப்படுவதற்குரிய மலஜலம், குப்பை முதலியவை போன்ற அசுத்தத்தை உண்டுபண்ணும் பொருட்களை தங்களோடு கொண்டுபோனார்களா? குஷ்டம் முதலிய பயங்கரமான தொற்று வியாதிகள் உடையவர்களாக இருந்ததால் அசுத்தப்படுத்தி விட்டார்களா? அல்லது மிக அசுத்தமான நோய்ப்புழுக்களெனும் ‘ஜெரம்’களைக் கொண்டு வந்து அவ்வீதியை அசுத்தப்படுத்திவிட்டார்களா?[150]

என்று இக்கதாபாத்திரம் வாயிலாக இவர் விடுக்கும் கேள்விக்கு யார் பதிலளிக்க முடியும்? இத்தனைக்குப் பிறகும் இக்கொடுமை இன்றளவும் கிராமங்களில் காணப்படுவது எத்தனை அறியாமை! பேதமை!!

7. தேச பக்தி (பாணபுரத்து வீரன்)

இந்நாடகம் மாவீரன் பகத்சிங் தூக்கிலிடப்பட்ட சமயத்தில் அரங்கேற்றம் செய்யப்பட்டது. அந்நேரத்தில் தேசபக்தி உணர்வலைகளை மக்களிடம் கொண்டு சேர்த்த பெருமை ‘இந்நாடகத்திற்கு உண்டு. இந்நாடகத்தில் வாலீசன், புரேசன், நாகநாதன், சிறைக்காவலன் போன்ற பாத்திரங்களின் வாயிலாக தேசபக்தி, அரசியல், அறம் ஆகிய கருத்துகள் மக்களிடம் எடுத்துச் சொல்லப்பட்டன. இந்நாடகத்தின் முதற் காட்சியில் வாலீசன் பேசும் வீரவுரை பார்ப்போரின் உள்ளத்தில் உரிமை வேட்கையையும், வீரத்தையும் தூண்டுவதாகும். மரணம் வரினும் அதுகண்டு அஞ்சாது அவன் பேசிய வீரவுரை அன்று பலரையும் போராட்டக் களத்தில் குதிக்கத் தூண்டியிருக்கும்.

வாலீசன்: “ஆனால் என்ற மொழியைக் கண்டு நீங்கள் ஆறுதலடைய வேண்டாம் - ஆனால், யான் என் தாய் நாட்டின் மீது அதிக பற்றுள்ளங் கொண்டிருந்தேன் என்பது உண்மை. அப்பற்றுள்ளம் ஒரு குற்றமாயின், அக்குற்றத்தின் பயனாக ஏற்படும் தண்டனைகளுக்கு நான் உட்படுகிறேன். தேசாபிமானி என்று கூறி எனக்குத் தாங்கள் தண்டனை விதிப்பின், அதனை சந்தோசமாக ஏற்றுக் கொள்ளச் சித்தமாயிருக்கிறேன். என் நாட்டின் பொருட்டு என் உயிரைக் கொடுக்க ஒரு சிறிதும் பின் வாங்க மாட்டேன். தான் பிறந்த நாட்டின் மீது அபிமானங் கொள்ளாதிருப்பவன் ஒரு மானவனோ? தன் ஜன்ம பூமி சீர்கெட்டுப் போயிருப்பின், அதனைத் திருத்தியமைக்க முயற்சிகள் செய்யாதவன் ஒரு மானியோ?

மேலும் கூறுகிறான்

.... எனக்கு நீங்கள் விதிக்கும் தண்டனையைத் தைரியத்துடன் ஏற்றுக்கொள்கிறேன். என் தாய் நாட்டின் பொருட்டு இறக்க நேரிடுவது எனக்கு பெருமகிழ்ச்சியையூட்டுகிறது. ஆனால், என்னுடைய தாய் நாட்டைப் பற்றி நினைக்கச் சிறுது காலங் கொடுக்க வேண்டுமெனக் கேட்டுக் கொள்கிறேன்.

... என் அன்னை ஈண்டு வீற்றிருக்கிறாள். அம்மணி! உமது பாதார விந்தங்களுக்கு ஒரு கோடி நமஸ்காரம். உமது

முன்னேற்றத்தின் பொருட்டு என் உயிரைப் பலி கொடுக்கிறேன். அதனை அன்புடன் ஏற்றுக் கொள்வீராக. யான், உம்முடைய உதிரத்தில் தோன்றி, உம்மை நன்னிலைக்குக் கொண்டுவர முயன்று, உம் பொருட்டே உயிர் விடுகிறேன்.

...யான் இப்பொழுது இறப்பதைக் குறித்து ஒரு சிறிதும் வருத்தமடையவில்லை. என் பெண்டிரும் மக்களும் உறவின் முறையாரும் என் பிரிவாற்றமையால் கூவிக் கூவிக் அழுவார்களே என்று மனங் கலங்கவில்லை. என்னை, உமக்குத் தொண்டு புரிந்து கொண்டிருந்த இச்சிறியனைக் கொலை செய்த பிறகு, என் கொலைக்குக் காரணர் பாவத்திற்குட்படுபவரே என்று துக்கிக்கவில்லை. ஆனால், அன்னாய்! உம் பொருட்டே யான் விசனிக்கிறேன். யானிறந்த பிறகு என் போன்ற புத்திரர் பலர் தோன்றாமற் போயின் அப்பொழுது நீங்கள் எவ்வளவு கஷ்டப் படுவீர்கள்? அதை நினைத்தே இப்பொழுது நான் அழுகிறேன். உம் நிலையை நினைக்க நினைக்க என் உள்ளமென்னும் பாறை உருகி உருகி உம்மடியின் கீழ்ச் சரணடைகிறது.”[152]

மிக நீண்ட உரையாக இருந்தபோதிலும் பார்ப்போரின் உள்ளத்தில் சிறிதும் சலிப்பு இன்றி உணர்ச்சிப் பெருக்கால் உள்ளங்களை கட்டிப்போட்ட வீரவுரைகள். மக்களின் மனங் கொண்ட கதாபாத்திரமே வாலீசன் பாத்திரம்.

இந்நாடகத் தலைவனான புரேசன், அடிமைப்பட்ட நாட்டை மீட்க கடுமையாகப் போராடுகிறான். நாட்டையும் நாட்டு மக்களையும் அதீதமாக நேசிக்கும் புரேசன், காடுகளில் மறைந்து வாழ்ந்து படை திரட்டிப் போரிட்டு வெற்றி பெறுகிறான். இந்நாடகம் முழுவதிலும் இவனது பேச்சுக்கள் நாட்டைப் பற்றியும், மக்களின் உரிமைகளைப் பற்றியுமே மையமிட்டுள்ளன.

“இதில் எண்ணிறந்த நோய்கள் தலைவிரித்தாடுகின்றன. ஏழை மக்களின் தொகை பெருகிக் கொண்டு வருகிறது. நம் நாட்டை அண்டை நாட்டுப் படைகள் காத்துக் கொண்டிருக்கின்றன. பாணபுரத்து சேனை புதைந்து புல்லும் முளைத்துப் போயிற்று. நம் நாட்டு மக்களின் வீரம் குன்றப்பட்டு போய்விட்டது நோயும், வறுமையும், கொடுமையும் அதிகரித்துப் போகவே, கலைமகளும் அவள் மாமியும் வேற்றுமைப் பட்டு வேற்று நாடுகளுக்கு ஓடி விட்டனர். நமது வியாபாரத் துறை தூர்ந்து போயிற்று. கைத் தொழில் செத்தது. அண்டை நாட்டரசரின் ஆட்சியால் நாம் சொல்லொண்ணாத் துன்பங்களை அநுபவித்து வருகின்றோம்.”[153]

என்று நம் நாட்டு மக்களின் வாழ்க்கை நிலையை மறைமுகமாக எடுத்துரைக்கின்றான். காதலையும், வீரத்தையும் இரு கண்ணென பாவித்த இத்தேசத்தில் வீரம் குன்றப்பட்டுவிட்டது என்ற உண்மையையும் சுட்டிக் காட்டுகிறது இவ்வுரை.

பெண்கள் முன்னேற்றமின்றி எந்த நாடும் முன்னேறவியலாது என்ற உண்மையை உணர்த்துகிறான். அதுவும் குறிப்பாக தேச நலனில் அக்கறை கொள்பவர் தம் குடும்ப பெண்களின் ஒத்துழைப்பு இன்றி இப்பணியில் ஈடுபடவியலாது என்றும் கூறுகிறான்.

> **"தங்கள் குடும்பத்தினருடைய - முக்கியமாகத் தம் மனைவியருடைய - அனுதாபத்தைப் பெற்றுத் தேச ஊழியம் புரிவோர்க்கே கவலைகள் குறையும். ஊக்கம் அதிகமாக உண்டாகும். ஸ்திரீகள் தேச விஷயங்களில் எப்பொழுது அதிகக் கவலை எடுத்துக் கொள்கிறார்களோ அப்பொழுதே அந்நாட்டின் முன்னேற்றம் உறுதிபடும். ஆண் மக்களுடைய தேச பக்தி வளர்வதற்கும் குன்றுவதற்கும் பெண்மக்கள் ஒரு விதத்தில் காரணர்களாயிருக்கிறார்கள்.."**[154]

என்ற புரேசனின் கருத்து நாடகாசிரியரின் தெளிந்த சிந்தனையை வெளிப்படுத்துகிறது. "ஒவ்வொரு ஆணின் வெற்றிக்குப் பின்னும் ஒரு பெண் இருக்கிறாள்" என்ற உண்மையை மறைமுகமாக எடுத்துரைக்கிறார் ஆசிரியர். மக்களை நேசிப்பதோடு மொழியையும் தன் உயிராகக் கருதுவதை இவன் பேச்சுக்களின்று அறிய முடிகிறது.

> **"அன்பு என்பது அணு அணுவாகக் குறைந்துகொண்டு வருகிறது. பெற்ற தாயிடத்தில் அன்பில்லை; வளர்த்த தந்தையிடத்தில் அன்பில்லை; தவழ்ந்து ஓடி ஆடி விளையாடிய நாட்டிடத்தில் அன்பில்லை; பேசும் மொழியிடத்து அன்பில்லை; உய்விக்கக்கூடிய மதத்திடத்தில் அன்பில்லை; பொருள் பொருள் என்று அலறும் மாந்தர் தம் நிலையை நினைக்கின் - சை! அதைப்பற்றி எண்ணி ஏன் என் உள்ளத்தை ஆபாசப்படுத்திக் கொள்ள வேண்டும்?"**[155]

என்று சுயநலம் கொண்டுள்ளோரை காறி உமிழ்கிறான். பணம் மட்டுமே வாழ்க்கை என்று கருதுவோர் வாழ்வதில் அர்த்தமில்லை என்றுணர்த்துகிறான்.

மேலும்,

> **....."என் மனைவியும் குழந்தையும் அதிரதர் வசப்பட்டிருப்பதற்காக யான் சிறிதும் கவர்ச்சியடையவில்லை. என் நாட்டை அவனுடைய கட்டினின்று நீக்கிவிட்டால்**

போதும். என் நாட்டை அடிமைத்தனத்தினின்று மீட்டுக் கொடுத்தால் என் மனைவியையல்ல, என் மக்களையல்ல, என் உற்றாரையல்ல அனைவரையும் கொடுத்து விடுகிறேன், என் உயிரையும் அவனடியில் ஒப்புவிக்கச் சித்தமாயிருக்கிறேன். என் நாட்டை, எனது பாணபுரத்தை, என் வளங்குன்றாச் செல்வத்தை, எனது அரும் பெறல் மாணிக்கத்தை, என் தாயை விடுதலை செய்து விட்டால் போதும். என் தாயே! வானத்தில் உன்னையே பார்க்கிறேன் காற்றில் உன்னையே நுகர்கிறேன் காட்டுத் தீயில் உன் உருவத்தையே காண்கிறேன்"[156]

என்று எல்லாவற்றினும் தாய் நாட்டின் சுதந்திரத்திற்காக தன் மனைவியையும் மகளையும்கூட இழக்கத் தயாராகிறான். தன் உயிரையும் இழக்கச் சித்தமாகும் புரேசனின் நாடகப் பாத்திரம் அன்றைய போராட்ட வீரர்களுக்கும், தியாகிகளுக்கும் ஏன் மக்கள் அனைவருக்கும் மனதில் உறுதியையும், உற்சாகத்தையும் தந்திருக்கும்.

இந்நாடகப் பாத்திரத்தில் அறம் பேசும் பாத்திரமாக உருவகிக்கப்பட்டவன் சிறைக்காவலன் பாத்திரம். அதிரதனால் சிறைப்படுத்தப்பட்டுள்ள புரேசனின் மனைவி சுதர்மை சிறைச்சாலையில் அடைக்கப்பட்டுள்ளாள். மன்னன் அதிரதன் அவளிடம் தகாத முறையில் நடக்க முயற்சிக்கிறான் அப்போது சுதர்மையிடம் பேசும் சிறைக்காவலன் நாடகத்தின் நோக்கத்தையே வெளிப்படுத்துகிறான்.

"தாயே! அறம் வெல்லும், மறம் தோற்கும் சத்தியம் கீர்த்தியைக் கொடுக்கும் அசத்தியம் இகழைத் தரும். நீதி தூநெறியில் விடும் அநீதி தீநெறியில் தள்ளும். சுதந்தரம் வாழ்வைக் கொடுக்கும் அடிமைத்தனம் தாழ்வைக் கொடுக்கும் சுதந்திரத்துடன் வானத்தில் பறக்கும் ஒரு பட்சிக்கும் அச்சுதந்திர உணர்ச்சியை நுகராத சக்கரவர்த்திக்கும் எவ்வித வேற்றுமையும் இல்லை. அப்பொழுது நீங்கள் சுதந்திரமின்றிக் கட்டுப்பட்டுக் கிடக்கின்றீர்கள். சுதந்திரத்துடன் இருக்க வேண்டியவர்களை ஓரிடத்தில் கட்டுப்படுத்தி வைப்பது தருமமாகாது. ஒருவருடைய சுதந்திரத்தை மற்றொருவர் கட்டுப்படுத்தல் மனிதச் செயலாகுமோ?[157]

என்று சுதந்திரத்தின் மகத்துவத்தை எடுத்துரைக்கிறான். மேலும் அரசன் என்பவன் மக்கள் நலன் காக்கும் குணக் குன்றாய்த் திகழ வேண்டும் என்ற உண்மையை எடுத்துரைக்கிறான். அவன் பேசுவதாவது:

"பிற மாதர்களை கண்ணெடுத்தும் பார்த்தல் கூடாதென்று நீதி நூல்கள் முழக்கமிடுகின்றன. முக்கியமாக சத்திரியர்கள் இதனை மிக ஜாக்கிரதையுடன் அநுசரிக்க வேண்டும். ஒழுக்கத்தை விட்ட மன்னர்கள் குடிகளின் அன்பை நாளாவட்டத்தில் இழந்து அதன் பலனாக நாட்டையும் தோற்று விடுகிறார்கள். தன் பொறிகளை அடக்கியாள முடியாதவன் ஒரு நாட்டை எங்ஙனம் அடக்கியாள முடியும்?"[158]

என்று மக்களின்றி மாக்களாயினும் சுதந்திரம் அதன் பிறப்புரிமை என்கிறான். அதனினும் நாட்டையாளும் ஆட்சியாளர்கள் கைக்கொள்ள வேண்டிய ஒழுக்கம் குறித்தும் அழுத்தமாக எடுத்துக்கூறுகிறான். இதற்காக அவன் சிறைத்தண்டனையேகிய போதும் அஞ்சாது நிற்கும் இப்பாத்திரம் நம் நெஞ்சைவிட்டு அகலாது.

இந்நாடகத்தில் சுதந்திரத்தை நாடி ஏக்கத்துடன் போராடிய மற்றொரு பாத்திரம் புரேசனின் நண்பனான நாகநாதன் பாத்திரமாகும். புரேசன் காட்டில் மறைந்து வாழ்ந்தபோது அவனுக்கு துணையாக நின்று படை திரட்டி உதவியவன். புரேசனுக்கு தோளோடு தோள் நின்றுதவிய தோழன். இவன் பேசும் எதார்த்தமான உரை:

"தாய் நாட்டின் பொருட்டு இவ்விருவரும் துன்புற்றதை ஒவ்வொருவரும் நினைத்துப் பார்க்க வேண்டும். புரேசர், தேச நலத்திற்காகக் காட்டில் கொடுமைகள் அநுபவித்ததையும் அவருடைய தர்ம பத்தினியார் சிறைவாசம் செய்ததையும் எண்ணினால் எவருடைய தேகமும் நடுங்குறாமலிராது. புரேசர் ஏன் பொன்னை இழந்தார்? பொருளை இழந்தார்? மனைவி மக்களை மறந்தார்? அதிரதரால் தோல்வியுண்டும் வனத்தில் வேடர்போல் வாழ்க்கையை நடத்தினார்? யாவும் தேசத்தின் பொருட்டேயாகும்"[159]

என்கிறான். இவ்வுரையாடலின் வழி ஆட்சியாளர்களுக்கு நல்லறிவு புகட்டுவதோடு, மக்கள் மட்டுமல்ல மன்னனும் நாட்டிற்காக எதையும் இழக்கத் தயாராக வேண்டும் என்பதையும் உணரலாம்.

மேலும் பெற்ற சுதந்திரத்தைப் பேணிக்காக்கும் விதமாக நம் செயல்பாடு இருக்க வேண்டும் என்று அவன் கேட்டுக் கொள்வது இன்றைக்கும் மிகப்பொருத்தமாக இருக்கிறது.

"..புதிய ஆட்சி முறையின் தொடக்கத்தில் சுதந்திர தேவிக்கு மகுடாபிஷேகம் செய்துவிட்டுப் பிறகே நாட்டின் தலைவருக்கோ அரசருக்கோ ஆளும் உரிமை அளிக்கப்படவேண்டும்.

இஃதென்னுடைய விருப்பம். நாம் சுதந்திரத்திற்காகவே போராடினோம் அதன் பொருட்டே பல்வகைத் தியாகங்களைச் செய்தோம். ஆதலின் சுதந்திர தேவிக்கே முதலில் நாம் மகுடாபிஷேகம் செய்ய வேண்டும்''[160]

என்று சுதந்திர தேவிக்கு கொடுக்க வேண்டிய மரியாதையை நமக்கு உணர்த்தும் விதமாக இவ்வீரவுரை திகழ்கிறது. விடுதலை இயக்க நாடகங்களில் தேசபக்தியை மட்டும் முன்வைத்து எழுதப்பட்டு இயங்கிய நாடகம் இது. பார்த்தோரின் உள்ளத்தில் வீரத்தையும், வேகத்தையும் விதைத்த நல்ல நாடகம்.

8. அபிமன்யு நாடகம்

வெ.சாமிநாத சர்மா அவர்களால் எழுதப்பெற்ற இதிகாச நாடகமானாலும் பழமையில் புதுமையை புகுத்தியிருப்பது ஆசிரியரின் திறமைக்குச் சான்று. "நமது பண்டைய நூல்களில் பொதிந்து கிடக்கும் பல அரிய கதைகளுக்குப் புதிய ஆடை அணிவித்து, புத்துணர்ச்சி ஊட்டித் தமிழ் மக்களுக்குக் காட்சி தரவேண்டுமென்ற எளியேனது ஆசையே'' என்று இந்நாடகம் எழுதியதற்கான காரணம் கூறுவார் ஆசிரியர். அதற்கேற்ப பல இடங்களில் தேச பக்தி வசனங்களையும், பாடல்களையும் இணைத்து மக்களுக்கு புதிய வடிவில் காட்சியளிக்கச் செய்தவர். மகாபாரதக் கதையின் பதின்மூன்றாம் நாள் போர்க்கள நிகழ்வுகளை அடிப்படையாக கொண்டு எழுதப்பட்ட நாடகம். வீரத்தின் விளைநிலமாம் இத்தேசத்தின் பெருமையை அபிமன்யு, கிருஷ்ணன் ஆகிய பாத்திரங்களின் வாயிலாக ஆசிரியர் வெளிப்படுத்தியுள்ளார். கௌரவர்களின் தளபதி துரோணாச்சாரியார் பாண்டவர்களை வீழ்த்த சக்ரவியூகத்தை வகுத்துள்ளார். இதை உடைக்க அர்ச்சுனன் ஒருவனால் மட்டுமே இயலும். ஆனால், அர்ச்சுனனோ ஊரில் இல்லாததால் யுதிஷ்டிரர் கவலையோடு இருக்கிறார். அப்போது அபிமன்யு யுதிஷ்டிரரிடம் தான் போர்முனைக்கு போவதாகவும் சக்ரவியூகத்தை உடைத்து வெற்றி பெறுவதாகவும் கூறுகிறான்.

அபிமன்யு: "என்னுடைய வீரத்திலே, என் தேகத்தினின்று வழிந்தோடும் இரத்தப் பெருக்கில் ஜ்வலிக்கும் கீர்த்தியிலே, பாரத தேசத்து நாரீமணிகள் வாசிக்கும் யாழிலே நான் வாழ விரும்புகிறேன்.[161]...

என்று பாரத நாட்டின் வெற்றி வீரர்களின் வரிசையில் தாமும் வாழ விரும்புவதால் போர் முனைக்குச் செல்ல அனுமதியளிக்க வேண்டுகிறான். இது இளைஞர்களுக்கு புதிய உற்சாகத்தை தந்தது

எனலாம். அதேபோல் அன்னை சுபத்திரையிடம் அவன் பேசும் வீர வசனமும் நாடி நரம்புகளையும் முறுக்கேறச் செய்யும் மந்திர வசனம் ஆகும்.

"மிகச் சுலபமம்மணி. பாரத தேசத்திலே பிறந்து, சிந்து நதியின் நீரைப் பருகி, இமயவெற்பின் காற்றை நுகர்ந்த நான் இந்தச் சாதாரண யுத்தத்தில் பின் வாங்கினால் உலகம் என்னை என்ன சொல்லும்? ப்ரஹ்மா வர்த்தத்தின் பிற்கால சந்ததியார் என்னை ஏசிப்பாடமாட்டார்களா? இந்தப் பரிகாசத்திற்கு இடமளிக்க நீங்கள் விரும்புகிறீர்களா? வீர மாதாவான தங்களுடைய உதிரத்திலே உதித்து, பாண்டவர்களின் ஆனந்த பாஷ்பத்திலே வளர்ச்சியடைந்த நான் கோழையாகிப் புழுத்த புழுவைப்போல் தங்கள் பக்கத்தில் எப்பொழுதும் நெளிந்து கொண்டிருப்பதைக் காண விரும்புகின்றீர்களா? அல்லது சத்திரியர்களின் பரம்பரையான தர்மப்படி ரணகளத்தில் சத்துருக்களையெல்லாம் ஒரு கணத்தில் பிணமலையாக்கி அதன் அடியிலே நான் மடிந்து கிடப்பதைக் காண விரும்புகின்றீர்களா? அம்மணி ஏன் தயங்குகிறீர்கள்? தங்களுடைய தூய்மையான தாய்மைக்கு எங்கே என்னுடைய தோல்வியினால் களங்கம் உண்டாகப் போகிறதோ என்று சிந்திக்கிறீர்களா? இந்தச் சிந்தனையின் பயனாக, என்னைப் போருக்கு அனுப்ப மறுத்து விடுவீர்களாயின், இந்த வாள் கொண்டு என்னை இங்கேயே வெட்டி வீழ்த்தி விடுங்கள். இதற்கு மனமிசையாவிட்டால், தங்களுடைய சந்நிதானத்தில் தலைவணங்கி நிற்கும் இந்தச் சிரத்தை இந்தத் தாள் கொண்டு மிதித்துத் தரையோடு தரையாகத் தேய்த்துவிடுங்கள்."[162]

என்று வேகமும், வீரமும் கொண்டவனாய் அவன் பேசும் வசனங்கள் பலரையும் கவர்ந்திருக்கும் என்பது திண்ணம். உணர்ச்சி நிறைந்த இவ்வுரைகள் காலத் தேவையாகக் கருதலாம். கடைசியில் போர் முனையில் அபிமன்யு இறந்து போகிறான். எல்லோரும் வருத்தமுற்றிருக்க கிருஷ்ணன் சுபத்திரையிடம் கூறுகிறார்.

"சுபத்திரே! அபிமன்யு இறக்கவில்லை, அமரனாய் வாழ்ந்து கொண்டிருக்கிறான். வீரர்களின் இலட்சிய புருஷனாய், பாரத வர்ஷத்தின் கௌரவமாய், இளைஞர்களின் உள்ளத்திலே, பத்தினிப் பெண்டிரின் இசையிலே பிரகாசித்துக் கொண்டிருக்கிறான்!"[163]

என்பதிலிருந்து விடுதலையெனும் மறப்போரிலே மாண்டவர்கள் மாய்வதில்லை, ஊழிக்காலம்வரை அவர்கள் வாழ்வார்கள் என்ற

உண்மையை சொல்கிறார் ஆசிரியர். நாட்டின் நலன் பேசும் வீரனொருவன் இந்நாட்டின் சிறப்பையும், பெருமையையும் கூறுகிறான்.

"அறவோர்க்கு வரையாது வழங்கும் வள்ளற்றன்மை பெற்றது எங்கள் நாடு. மன்பதையின் இன்பத்திலே மன்னர் தம் மணி முடிகள் அணிபெறுவது எங்கள் நாடு. வாணிபத்தால் நானிலத்தை வாழ்விப்பது எங்கள் நாடு."[164]

என்று பழமையும், வளமையும் கொண்ட இந்நாட்டின் சிறப்பை எல்லோரும் உணரும் விதமாக சர்மா அவர்களால் எழுதப்பட்ட சிறப்பான நாடகம்.

9. இராணி மங்கம்மாள்

நாட்டில் பெயர் சொல்லும் பெண்ணரசிகளுள் ஒருவர் இராணி மங்கம்மாள். இன்றைக்கும் மங்கம்மாள் சத்திரம், மங்கம்மாள் சாலை என்று அவர் பெயர் விளங்குமளவிற்கு பெருமைக்குரியவர். மக்கள் நலனில் அக்கறையுடன் செயல்பட்ட இவரின் ஆட்சிச் சிறப்பு இன்றைய ஆட்சியாளர்களுக்கு நல்ல முன்னுதாரணமாகும். இத்தகைய வீரமகளின் வரலாற்றை அடிப்படையாகக் கொண்டு கவியோகி சுத்தானந்த பாரதி எழுதிய இந்நாடகம் விடுதலையுணர்வை வளர்ப்பதற்கு முன்னோடியாய் இருந்தது. மக்கள் வாழ்வில் வளர்ச்சியும் மலர்ச்சியும் ஏற்பட வேண்டுமென்றால் அந்நாட்டில் மக்கள் கல்வி கற்றவர்களாக இருத்தல் வேண்டும் என்பதையுணர்ந்த மங்கம்மாள் அமைச்சரை நோக்கி இவ்வாறு கேட்கிறார்.

"சந்தோஷம் அமைச்சர்காள், மடமை, வறுமை - இரண்டே நாட்டை வறுத்தும் பீடைகள். அறிவுந் தொழிலுங் கொண்டு இவற்றுடன் போர் புரிகிறோம். வருமானத்திற் சரிபாதி, கல்விக்கும் தொழிலுக்கும் செல்கின்றன. நமது அரசில் கல்வியும் கலைகளும் தழைக்கின்றனவா?

மந்திரி திலகம்: அரசியாரே, ஒவ்வொரு கிராமத்திலும் கோயிலுடன் பள்ளிக்கூடமும் கட்டியிருக்கிறோம். படிப்பு இனாம் கலைவாணருக்குத் தகுந்த சன்மானம் கிடைக்கிறது...

மங்கம்மாள்: அமைச்ச, கல்விக்கு எல்லையில்லை அதன் வளர்ச்சிக்கு வரம்பில்லை நமது நாட்டில் நூற்றுக்கு நூறு பேர் எழுதப் படிக்க வேண்டும். தெருவுக்குத் தெரு பள்ளிக்கூடம் போட வேண்டும். அதற்கொரு திட்டம் தயாராகட்டும்."[165]

என்று தெளிந்த சிந்தனையோடும், கூர்த்த பார்வையோடும்

நாட்டிற்கு அவர் ஆற்றிய பணிகள் இன்றளவும் அவர் புகழை பாடிக் கொண்டிருக்கின்றன.

அதேபோல் தொழிலாளர் நலன் மீதும், மக்கள் ஒற்றுமை மீதும் அவர் கொண்டிருந்த அக்கறையை பின்வரும் வசனங்கள் வாயிலாக வெளிப்படுத்துகிறார்.

மங்கம்மாள்: சரி, பயிர்த்தொழில் உயிர்த்தொழில் விவசாயிகளுக்குத் தட்டில்லாமல் நீர் வசதி கிடைக்கிறதா? நமது நாட்டில் எந்த விவசாயியும், நிலமில்லை, ஏரி இல்லை, முதலில்லை என்று ஏங்கி நிற்கக் கூடாது.

மங்கம்மாள்: அமைச்சர்காள், இறைவன் ஒருவன் எல்லாம் அவன் மயம் மதவெறியில்லாமல் எல்லாரும் இந்தச் சமரசத்துடன் நடக்க வேண்டும். அதற்காகவே திருமலை நாயக்கர் போல், நாமும் கிறிஸ்துவருக்கு இடம் கொடுத்திருக்கிறோம் இந்து, முஸல்மான், கிறிஸ்துவர்- இம்மூவரும் அவரவர் சமயம் போற்றிப் பிறரை மதித்து நடக்கிறார்களா?[166]

என்பதிலிருந்து மக்கள் கல்வியில் மேம்பாடு அடையவேண்டும். தொழிலாளர்கள், விவசாயிகள் முன்னேற வேண்டும். நாட்டு மக்கள் அமைதியுடனும், மதநல்லிணக்கத்தோடும் வாழ வேண்டும் என்ற அவரது உயர்ந்த சிந்தனை வெளிப்படுகிறது.

10. கவியின் கனவு

விடுதலைப் போராட்டத்தில் ஈடுபட்டதற்காக சிறை வயப்பட்டிருந்த கவிஞர் எஸ்.டி.சுந்தரம் அவர்கள் நாட்டு விடுதலைக்கு மக்களையெல்லாம் கொண்டு சேர்க்க நாடகக் கலையை ஏன் பயன்படுத்தக் கூடாது என்று எண்ணியதன் விளைவே இந்நாடகம். சிறையில் உருவான சிந்தனையெனும் சிறைப்பறவைக்கு தான் விடுதலைப் பெற்றதும் 'கவியின் கனவு' என்ற பெயரில் விடுதலை அளித்தார்.

நாட்டு விடுதலையை முன்வைத்து எழுதப்பட்ட சிறந்த நாடகம். நாடு அடிமைப்பட்ட நிலையை உள்வாங்கி, அதற்கான கதாபாத்திரங்களையும் உருவாக்கி நாட்டின் அன்றைய நிலையை தெற்றென வெளிப்படுத்தும் விதமாக எழுதப்பட்ட வரலாற்றுக் காவியமாகும். நாட்டு விடுதலைக்காக மட்டும் பாடுபடும் கவிஞர் ஆனந்தர், நாடெங்கும் அடிமைத்தனத்தின் அவலத்தை நாடகமாக்கி நடித்துக்காட்டும் மணிவண்ணன், நாட்டின் சேனாதிபதியாக இருந்தாலும் மக்களைப் பற்றி சிந்திக்கிற, பேசுகிற சுகதேவன்

என்று பல கதாபாத்திரங்களை உருவாக்கி நடிக்கச் செய்தவர். ஆங்கிலேயரிடம் அடிமைப்பட்டிருந்த அவலத்தையும் அவர்களுக்கெதிரான உணர்வுகளையும் வெளிப்படுத்தும் விதமாக எழுதப்பட்டிருந்தாலும் ஆங்கிலேயரால் தடைசெய்யப்பட முடியாத வகையில் கதையமைப்பையும், வசனங்களையும் அமைத்து தமிழ்நாட்டில் அதிகமானமுறை நடிக்கப்பெற்றது என்ற சிறப்பை ஏற்படுத்திய நாடகம்.

அரசனின் ஆடம்பர, சுகபோக வாழ்க்கையால் மக்கள்படும் துன்பங்களையும், அவனது சர்வாதிகாரத்தால் மக்கள்படும் இன்னல்களையும் விளக்கி கவிஞர் ஆனந்தர் பிரச்சாரம் செய்து வருகிறார். இத்தகைய பிரச்சாரத்தின் போது தன்னைத் தடுத்த மாணவனிடம் கவிஞர் இவ்விதமாகக் கூறுகிறார். கவிஞருக்கும் மாணவனுக்கும் இடையே நடக்கும் விவாதத்தின் வழி கவிஞரின் தேசப்பற்றை அறிய முடிகிறது.

மாணவன்: "வேண்டாம் அய்யா! விதியை வெல்ல நம்மால் முடியாதுங்க! இந்த சனங்களைப் பத்தி நாம ஏங்க கவலைப்படனும்? அவங்க தலைவிதிப்படி எப்படியோ ஏதோ நடந்துட்டுப் போகட்டுங்கய்யா! நாட்டை மறந்துட்டு நம்ம வேலையை பார்க்கலாங்கய்யா!

என்று மாணவன் கூற கவிஞர் அதற்கு பாடலிலேயே பதிலளிக்கிறார்.

கவி: தாயெனவே நமைப் பாலிக்கும்
தாயகமே தாரகமென்போம்
வாழி நேசதேசம் வாழிநலம் சூழ

மாணவன்: தேசமாவது, தெய்வமாவதுங்க! நமக்கு ஆபத்து வந்தா, ஏன்னு கேட்க நாதியில்லீங்க இந்த நாட்டிலே.

கவி: தம்பி, துன்பத்தைக் கண்டு ஓடி ஒளிவது கோழைகளின் செயல். வீரர்களாய்ப் பிறந்தோம். உழைப்பால் சிறந்தோம். சூழ்ச்சியினால் வீழ்ந்தோம். காலம் வந்துவிட்டது. கோழை ஆயிரம் முறை சாகிறான்.[167]

இவர் பேசும் இந்த வசனங்கள் அன்றைக்கு எத்தனையோ பேருக்கு விடுதலையில் ஊக்கத்தையும் உறுதியையும் அளித்திருக்கும். நெஞ்சுரத்தோடு போராடும் துணிவையும் தந்திருக்கும்.

புரட்சி வன்முறையாலன்றி அமைதி வழியிலேயே நடைபெற வேண்டும், ஆயுதப் புரட்சி கூடாது என்று பேசுகிறார். அமைதி வழிக்கான காரணத்தைக் கூறுவது அன்றையச் சூழலில் மிகச் சரியானது.

கவி: தம்பீ! ஆயுதப் புரட்சி வேண்டுமென்று அரைக்கணத்தில் முடிவெடுத்துவிடுவேன். ஆனால், அந்தப் புரட்சிக்கு ஏற்ற துணிச்சல் நாட்டு மக்களுக்கில்லை. மேலும், ஆயுதப் புரட்சி என்பது ஒரு வாணவேடிக்கை போன்றது... வைக்கோலில் பற்றிய நெருப்பைப்போல் வெகு விரைவில் அணையக்கூடியது.![168] மேலும்,

என்கிற இவரின் பேச்சு காந்தியின் அகிம்சைக் கொள்கையை வெளிப்படுத்துவதாகவும் இக்கதாபாத்திரம் காந்தியடிகளை பிரதிபலிப்பதாகவும் அமைந்துள்ளது.

அதே போல் நாட்டுப்பற்றோடும் அக்கறையோடும் பேசும் மற்றொரு பாத்திரம் மணிவண்ணன் என்ற கலைஞன் பாத்திரமாகும். இவன் சுகதேவிடம் கூறுவதிலிருந்து இதை அறியலாம்.

"வருந்திப் பயனென்ன? 'உறங்குவது போலும் சாக்காடு உறங்கி விழிப்பது போலும் பிறப்பு' அறியாமை இல்லாவிட்டால் நாட்டு மக்கள் எல்லோருமே இந்நாட்டு மன்னர்கள்தாம். உழைப்பும் உறுதியும் பெருகினால் இந்த உலகிலேயே நம் நாடு உயர்வு பெற்று விளங்கும். பொய்மைக்குப் பணியாத வாய்மையும், புரட்டுக்கு அஞ்சாத ஆண்மையும் இருந்தால் இந்நாட்டு மக்கள் இணையற்ற வீரர்களாவார்கள்"[169]

என்ற உண்மையை வெளிப்படுத்துகிறான். பொருளாழம் மிக்க இக்கருத்து நாடு அடிமைப்பட்டதற்கான உண்மையான காரணத்தைக் கூறுவதாகும். அதேபோல் நாடு விடுதலைப்பெறுவதற்கான வழியுமாகும். இக்குறைபாடு களைந்தால் நாடு விடுதலைப் பெறும் என்பது முற்றிலும் உண்மையாகும்.

சேனாதிபதி சுகதேவ் ஆற்றும் வெற்றியுரையும் குறிப்பிடத்தக்கது. கவி ஆனந்தரால் உண்மை தெரிந்த மக்கள் போராட்டக் களத்தில் எழுச்சியுடன் குதித்தனர். இதனால் சர்வாதிகார ஆட்சி வீழ்ந்து சுதந்திரம் கிடைக்கிறது. அப்போது சுகதேவ் ஆற்றும் வீரவுரை உரைகல்லில் உரசிப்பார்த்த சுத்த தங்கத்தைப் போல சுதந்திரத் தாகத்தை ஏற்படுத்தியது எனலாம்.

"பெரியோர்களே! காரிருள் அகன்றது. கதிரொளி வந்தது! இன்று முதல் நமது நாட்டில் சுதந்திரக் கொடி பட்டொளி வீசிப் பறக்கும். தாயின் மணிக்கொடியின் கீழ் முதல் தலைவராக வீற்றிருக்கும் பெருமை. நமது மகாகவி ஒருவருக்கே உரியது. அவரே நமது நாட்டின் தந்தை. விடுதலை வீர விழாவின் தலைவர். வாழ்க மகாகவி! வாழ்க நம் தலைவர்."[170]

என்ற எழுச்சியுரை விடுதலைக்கான முன்னுரையாகும். நாடு விடுதலையை நோக்கி போராடிக் கொண்டிருக்கும் போதே விடுதலைப் பெற்றதும் செய்ய வேண்டிய கடமைகளைச் சுட்டிக்காட்டுவது நாடகத்திற்கல்ல அன்றைக்கு நாட்டு மக்கள் முன் வைக்கப்பட்ட நல்ல கோரிக்கையாகும்.

"நம் நாட்டின் ஒவ்வொரு கிராமமும், ஒவ்வொரு குடியரசாக விளங்கும் அளவுக்கு, மக்கள் பொறுப்புள்ளவர்களாக வாழ்ந்து, நாட்டைக் காப்பது நம் கடமை. சுதந்திரம் பெற்றது பெரிதல்ல. அதைக் கட்டிக் காப்பதுதான் கடினமான காரியம். சுதந்திரம்! நம் வாழ்வின் ஜீவன்! நாகரிகத்தின் சின்னம்! சுயமரியாதையின் ஆத்மா! வீரத்தியாகிகளின் வெற்றிப் பரிசு! இதைக் கண்ணும் கருத்துமாகக் காப்பது நம் கடமை! இந்தக் கடமையிலிருந்து நாம் தவறினால், நாளை நம்மைச் சரித்திரம் கேலி செய்யும்! தர்மம் தண்டிக்கும்! நீதி தூக்கிலேற்றும்! மனச்சாட்சி சபிக்கும்! மனித இனமே நம்மைச் 'சீ' என ஒதுக்கித் தள்ளும்! எச்சரிக்கை! சுதந்திரம் நம் உயிரின் உயிர்! உணர்வின் உணர்வு! அந்த உணர்வுதான் நம்மையும் நம் சந்ததிகளையும் காக்கும் ஜீவசக்தி! வாழ்க சுதந்திரம்! வளர்க நம் நாடு! வாழ்க நல் உலகம்!![171]

என்று நாடு விடுதலை பெறாதபோதே விடுதலை பெற்றதாக உருவகித்திருப்பது கவிஞரின் தெளிந்த சிந்தனையையும், தீர்க்கதரிசனத்தையும் வெளிப்படுத்துகிறது. அதோடு பெற்ற சுதந்திரத்தைப் பேணிக்காக்க வேண்டும் என்ற வேண்டுகோள் நம் எல்லோருக்கும் விடுக்கும் அறிவுரையாகவும் ஏற்றுக்கொள்ள முடிகிறது.

11. நாம் இருவர்

சகோதர பாசத்தை முன்வைத்து எழுதப்பட்ட நாடகம் 'நாம் இருவர்'. அதோடு பொருந்தாமணம், பெண்கள் முன்னேற்றம், ஊழல் எதிர்ப்பு, கள்ளமார்க்கெட் போன்ற பிரச்சினைகளை வெளிக்கொணர்ந்த சமூக சீர்திருத்த நாடகமாகும். ஜெயகுமார், அவன் தம்பி சுகுமார் ஆகிய கதாபாத்திரங்கள் கொண்டு இக்கருத்துகளை பல இடங்களில் வெளிப்படுத்தியுள்ளார். இவர்களின் தந்தை ராமசாமிப்பிள்ளை தம் அறுபதாவது வயதில் இளம்பெண்ணை மறுமணம் செய்து கொள்ள விரும்புகிறார். இதை எதிர்க்கும் ஜெயகுமார் தன் தந்தையிடம் ஏற்க மறுத்து வாதம் புரிகிறான்.

"நீங்க கலியாணம் செய்துக்க நினைக்கிறதை மனித இதயம் படைச்ச எவனுமே அநியாயம்னு சொல்லத் தயங்கமாட்டாம்ப்பா!

தொடர்ந்து.....

அப்பா! நெஞ்சிலே கைவச்சுப் பார்த்துச் சொல்லுங்க. அறுபது வயசு ஆன ஒருத்தர் கல்யாணம் செஞ்ச்சுக்க வேண்டியது அவசியந்தானா? எனக்குக் கல்யாணம் ஆன உடனேயே ஒரு பெண் குழந்தை பிறந்திருந்தா அந்தக் குழந்தைக்கு இப்ப பதினாலு வயசு இருக்குமே! உங்க பேத்தியா இருக்கக் கூடிய ஒரு பெண்ணை நீங்க கல்யாணம் பண்ணிக்கப் போறேன்னு சொல்றது எவ்வளவு பெரிய சுயநலம்''[172]

என்று தந்தை என்றும் பாராது அவரை கடுமையாகச் சாடுகிறான். பணம் இருப்பவன் எதுவும் செய்யலாம் என்ற நிலையில் தன் தந்தையும் இப்பாவத்தை செய்ய முற்படுவதைக் கண்டிக்கிறான். அவன் தம்பி சுகுமாரும் தன் தந்தையின் செயலை ஏற்க மறுத்து பேசும் குரல் மனித நேயத்தின் குரல், மனசாட்சியின் குரலாகும்.

"நான் இன்னைக்கே மறுக்கிறேன். இது நியாயமில்லாத காரியமப்பா! பணம் ஒரு கருவி... இன்னைக்குப் போகும் நாளைக்கு வரும். மனுஷனை உசத்துறது உண்மையும் ஒழுக்கமும் தாம்ப்பா. வாழ்க்கை வசதிக்காக ஏற்படுத்தப்பட்ட பணத்தை ஒரு பெண்ணோட வாழ்க்கையைப் பலியிட பயன்படுத்தணும்னு நினைக்கிற உங்க போக்கை நாங்க விரும்பலே.[173]

என்று சுகுமார் தந்தைக்கு தைரியமாக மறுப்புரை வழங்குகிறான். அத்துடன் தந்தையின் செயலை ஏற்க மறுத்து, சொத்துக்களையெல்லாம் விட்டு விட்டு வீட்டை விட்டு வெளியேறுகின்றனர்.

நாளடைவில் தீயநண்பர்களின் நட்பால் சுகுமார் குடிக்கும், ஆடம்பரத்திற்கும் ஆளாகி கெட்டுப் போகிறான். அண்ணன் ஜெயகுமாரிடம் சொத்துகளை பிரித்துத் தருமாறு தகராறு செய்கிறான். அப்போது ஜெயகுமார் பேசுவது குறிப்பிடத்தக்கது.

"சுகுமார்...! நம்ம ஏகோபித்த சக்தி சிதறிப் போகணும்னா சொல்றே? இப்படி ஒத்துமை இல்லாத காரணத்தினாலேதான் நாப்பது கோடி மக்கள் ஒரு சின்னஞ்சிறு கூட்டத்துக்கு அடிமைப்பட வேண்டி இருந்தது? நம்ம தேசத்தோட நிலையைப் பார்த்த பிறகுகூட உனக்கு இப்படி ஒரு எண்ணம் எப்படி ஏற்பட்டுது''[174]

என்கிறான். நாடகச் சூழலுக்கேற்ப நாட்டின் நிலையையும் ஒப்பிட்டு பேசுவது ஆசிரியரின் திறமைக்குச் சான்று. நம்மிடையே ஒற்றுமை இல்லாததால் இத்தனை கோடி மக்களும் சின்னஞ்சிறு கூட்டத்தினரிடம் அடிமைப்பட நேர்ந்து விட்டதே என்று

வருந்துவதன் மூலம் நாடு அடிமைப்பட்டதற்கான காரணத்தை முன் வைக்கிறான். இப்பாத்திரங்களின் வழி நாட்டு விடுதலை முன்வைக்கப்படுகிறது.

12. அந்தமான் கைதி

தாய்நாட்டுப் பற்று, பெண் விடுதலை ஆகியவற்றை வலியுறுத்தியும், மூடப்பழக்கத்தை கண்டித்தும் கு.சா. கிருஷ்ணமூர்த்தி அவர்களால் எழுதப்பட்ட நாடகம். நடராசன், லீலா, சிறைக்கைதி போன்ற கதாபாத்திரங்களின் வாயிலாக இக்கருத்துகளைப் புகுத்தியுள்ளார். கதைத்தலைவன் நடராசன் முற்போக்குச் சிந்தனையுடையவன். பெண்கள் விழிப்புணர்வு பெற வேண்டும் என்ற கருத்துடையவன். இவன் ஆற்றும் மேடைப் பேச்சின் வாயிலாக தனது கொள்கைகளை விளக்குகிறான், இதன்வழி நாடகத்தின் நோக்கமும் வெளிப்படுகிறது.

> **“பால்ய விவாகத்தின் தீமைகளைப் பற்றியும் காதல் மணம் மறுமணம் இவற்றின் அவசியத்தைப் பற்றியும் அழகாகப் பேசினார். இன்னும் மொழிப்பற்று, நாட்டுப்பற்று, அடிமை வாழ்வின் கேவல நிலை, சுதந்திரம் அடைய வேண்டியதின் அவசியம், பெண்கள் முன்னேற்றம் விபசாரத்தின் இழிவுத் தன்மை, தற்காலக் கல்விமுறையின் சீர்கேடு, கைத்தொழில், கிராம முன்னேற்றம் அடாடா! இனிமேல் சொல்ல வேண்டியது என்பதாக ஒன்றும் பாக்கியில்லை. ....”**[175]

கல்வியறிவு இல்லாத மக்கள் நிறைந்திருந்த காலகட்டத்தில் இவனது பேச்சு ஒட்டுமொத்த விடுதலையின் நோக்கத்தையும் வெளிப்படுத்துவதாக அமைந்துள்ளது.

இன்று நேற்றில்லாமல் பல்லாயிரம் ஆண்டுகளாக ஆணாதிக்க வல்லாண்மையால் பெண்கள் மீது திணிக்கப்படும் வன்கொடுமைகள் சொல்லி மாளாது. பெண்களின் இயலாமையைப் பயன்படுத்தி ஆண்கள் செய்யும் கொடுமைகள் அதிகம். இந்நாடகத்தில் தனது தங்கையான காமாட்சியின் வறுமையையும், இயலாமையையும் பயன்படுத்திக் கொண்ட அவளது அண்ணன் பொன்னம்பலம் தன் இச்சையைத் தீர்த்துக் கொள்ள பெயர்த்தி வயதுள்ள (15வயது) இளம் பெண்ணை பலி கேட்கிறான். இதற்கு தன்னிடம் உள்ள பணத்தையும் செல்வாக்கையும் பயன்படுத்திக் கொள்கிறான்.

> **பொன்: “சரி, இனிமேல் ஒன்றுக்கும் கவலைப்படவேண்டாம். உங்களை இன்றைக்கு இந்த நிலையிலே பார்க்க எனக்கு அதிக வருத்தமாயிருக்கிறது. கூடப் பிறந்த பாசம் விடுகிறதா? இதோ பார் காமு! இனிமேல் உங்களுக்கு வேண்டிய சௌகர்யமெல்லாம்**

நானே செய்கிறேன் இந்த வீடு ஈடு இருப்பதாகக் கூட யாரோ சொன்னதாக ஞாபகம். அந்தக் கடனையெல்லாம் நானே கட்டிவிடுகிறேன். வேண்டுமானால் உங்களுக்காக ஒரு பத்தாயிரம் ரூபாய் பேங்கிலே போட்டு வைக்கிறேன். அந்தக் கீழக்குறிச்சியில் உள்ள நிலமெல்லாம் உன் பேருக்கே சாசனமாக எழுதி வைத்து விடுகிறேன் போதுமா?

காமா: (மகிழ்ச்சியோடு) என்ன! நிஜமாகவா? நிஜமாகவா? இவ்வளவும் எங்களுக்கு...!

பொன்: பின்பு என்ன, விளையாட்டுக்குச் சொல்வதாகவா நினைக்கிறாய்? உண்மையாகவேதான். எனக்கு வேறு யாரிருக்கிறார்கள்? எனக்குப் பிறகு என் சொத்தையெல்லாம் லீலாவும் அவளுக்குப் பிறக்கும் குழந்தைகளும் தானே அனுபவிக்க வேண்டும்! ....

காமா: அப்படியானால் நீங்க சொல்றதுக்கு.... அர்த்தம்...?

பொன்: அர்த்தமென்ன அர்த்தம், லீலாவை நான்தான் கலியாணம் செய்து கொள்ளப்போகிறேன். ஏன்? என்ன யோசனை செய்கிறாய்? நாலாந்தாரமாச்சே யென்றா? இல்லை வயதாகிவிட்டதா? உன்னைவிட இரண்டு மூன்று வருஷத்துக்கு மூத்தவன்தானே? அதிலும் இப்போது உன்னைப் பார்த்தால் அக்கா என்றும், என்னைப் பார்த்தால் தம்பி என்றுந்தானே சொல்லுவார்கள்?[176]

என்று மனசாட்சி சற்றும் அற்றவனாய் காம வெறியில் பொன்னம்பலம் பேசுகிறார். இது கேட்ட காமாட்சி " நாம் லீலா, நடராசன் சம்மதத்தைக் கேட்க வேண்டும்" என்று சொல்லும் போது பொன்னம்பலம் கூறும் பதில்:

பொன்: அவர்கள் சம்மதத்தை என்ன காமு கேட்பது?.. திவான் பகதூர் பொன்னம்பலம் பிள்ளைக்குப் பெண் கொடுக்கவா யோசனை? நான் நினைத்தால் எத்தனையோ பேர் பெண் கொடுக்க நான் நீயென்று ஓடி வருவார்கள். இருந்தாலும் உன்னைவிட அவர்களெல்லாம் எனக்குப் பெரிதா? என்னமோ தங்கை மகளாச்சே, சொந்தம் விட்டுப் போகக் கூடாதே இந்தச் சொத்தெல்லாம் அநியாயமாகப் பிறத்தியானுக்குப் போய்விடக் கூடாதே என்றுதான் பார்க்கிறேன்."[177]

இக்காட்சி நாடகத்தில் மட்டுமல்ல ஆண்டாண்டு காலமாய் தொடர்ந்து பெண்கள் மீது நடத்தப்பட்டு வரும் கொடுமைதானே. இது மனசாட்சியும், மனித நேயமும் கொண்ட எவராலும் ஏற்க முடியாத கொடுமையாகும். இதையெதிர்த்து நடராசன் பேசுவது;

"எது நல்லது எது கெட்டதென்று எனக்குத் தெரியும். உன் பணத்தைக் கண்டு பல்லைக் காட்டுபவன் நானல்ல. நீ லட்சாதிபதியாய் இருக்கலாம். ஆனால் உன் பிச்சைக்காரக் காசுக்காக என் தங்கையை நான் விற்றுவிடத் தயாராயில்லை. இந்த உயிர் இந்த உடலை விட்டு நீங்கும்வரை நீ நினைப்பதொன்றும் நடக்காது."[178]

என்பதிலிருந்து எந்த அண்ணனும் தன் தங்கைக்கு நிகழும் இத்தகைய கொடுமைக்கெதிராக கிளர்ந்தெழ வேண்டும் என்ற பாடத்தை சொல்லிக் கொடுத்திருக்கும் நாடகமாகும்.

தனக்கு மணமகனாய் வரப்போகிறவன் அறுபது வயது கிழவன் என்றவுடன் பணத்திற்கு ஆசைபட்டு தலையாட்டவில்லை லீலா. குமுறி அழுகிறாள் பொங்கி எழுகிறாள். தாயிடம் போராடுகிறாள்.

"அப்படி ஒன்று உனக்குக் கூடவா இருக்கிறது? இருந்தால் ஐம்பத்தைந்து வயதுக் கிழட்டுப் பிணத்திற்குப் பதினைந்து வயதுக் குமரியை சம்மந்தம் பேசிவிட்டு வந்து சந்தோசப்படுவாயா?

...ஐயோ அண்ணா! இந்த அக்கிரமத்தை நான் யாரிடம் சொல்லி அழுவேன்! அம்மா! அவன் பணத்தையும், நிலத்தையும், நகைகளையும், துணிமணிகளையும் நீயே கட்டி அழு. எனக்குக் கல்யாணமும் வேண்டாம், கருமாதியும் வேண்டாம்...[179]

என்கிறாள். மேலும்..

"யாருடைய கேவலத்தைப் பற்றியும் எனக்குக் கவலையில்லை! இந்தச் சம்மந்தத்தையோ அல்லது இன்னொரு சம்மந்தத்தையோ நான் விரும்பவுமில்லை. இதைவிட நான் கன்னியாவே இருப்பது போதும். உனக்கு கோடி புண்ணியம் உண்டு"[180]

என்று பாரதியின் புதுமைப் பெண்ணாய் பொங்கி எழுகிறாள். 'தாக்குண்ட புழு கூட துள்ளி எழும்' என்ற கவிதை வரிக்கேற்ப ஒடுக்கப்பட்ட பெண் சமூகத்தின் பிரதிநிதியாய் வெளிப்படுகிறாள் லீலா. இக்கதாபாத்திரமும் அன்றைய இளைஞிகளுக்கு முன்மாதிரியாய் உருவாக்கப்பட்டுள்ளது.

இடைப்பட்ட காலத்தில் நடராசனை ரங்கூன் அனுப்பி வைத்து விட்டு லீலாவை வலுக்கட்டாயமாகத் திருமணம் செய்து கொள்கிறார் பொன்னம்பலம். இதையறிந்து நாடு திரும்பிய நடராசன், தன் தங்கையின் வாழ்வைக் கெடுத்த கொடுமையைச் செய்ததற்காக தாய் காமாட்சியிடம் சத்தமிடுகிறான். அதற்கு எல்லா தாய்மார்களும் பதில் அளிப்பது போலவே இவளும் கூறுகிறாள்.

"இப்ப என்னடா ஒலகத்திலே இல்லாத கொடுமையை நான் செய்து விட்டேன்? லீலா ஒருத்திதானா அதிசயமாக நாலாந்தாரமாகக் கட்டிக்கிட்டா? இன்னும் எத்தனையோ லட்சம் பேர் இந்த மாதிரி ரெண்டாந்தரம், மூணாந்தரமுன்னு கல்யாணம் செய்துக்காமேயா இருக்காங்க! எல்லாம் அதது விதியப் போலத்தான் நடக்குன்னுட்டுப் போவாமே..."[181]

என்று அறியாமையால் கூறுகிறாள்.

இதைக் கேட்டதும் பொங்கியெழும் நடராசன் பேசும் வசனங்கள் இச்சமூகம் மாறுவதற்கான நல்வழியாகும். இயலாதவனுக்கு சாக்கு விதி, அதைப்போல் இவளது இயலாமைக்கு விதியின் பேரால் காரணம் கூறுவதைக் கண்டிக்கிறான்.

விதி! விதி! யாருக்கு விதி? சோம்பேறிகளும், கையாலாகாதவர்களும் அல்லவா தன்னால் ஆகாத காரியங்களுக்கெல்லாம் விதி விதி யென்று சொல்லி, யானை, தலையில் தானே மண்ணை அள்ளிப் போட்டுக் கொள்வதைப் போல் தங்களைத் தாங்களே கெடுத்துக் கொள்வார்கள். அந்தோ! விதியின் பெயரைச் சொல்லி, இந்நாட்டில் எத்தனை கோடிப் பேர்களைக் கெடுத்திருக்கிறார்கள். எத்தனை கோடிப் பேர்கள் தன்னைத்தானே கெடுத்துக் கொண்டார்கள் அம்மா, கொஞ்சம் நன்றாக யோசித்துப்பார். லீலாவை இன்று ஒரு கிழவனுக்கு மனைவியாக்கி அவள் வாழ்க்கையைப் பாழாக்கியது நீயா அல்லது விதியா? விதியென்றுதான் சொல்வாய் அப்படியானால் நாளையே லீலாவுக்கு மறுமணம் செய்ய ஏற்பாடு செய்கிறேன் அப்போது அந்த விதி என்ன செய்கிறது? இந்த விதியினால் இதைத் தடுக்க முடிகிறதா என்பதைப் பார். அதன் பிறகாவது விதியின் பெயரால் எவ்வளவு நீ பெரிய அக்ரமத்தைச் செய்து விட்டாய் என்பது தெரியும்.[182]

மேலும் தொடர்ந்து..

"அம்மா, அம்மா, அம்மா, பெண்ணாய்ப் பிறந்த உனக்கு ஒரு இளம் பெண்ணின் உணர்ச்சி தெரியாமல் போய் விட்டதே! அம்மா, ஐயோ! நினைத்தாலும் நெஞ்சம் வெடித்துவிடும் போலிருக்கிதே! உனது தாயுள்ளத்தைப் பணப் பேய்க்கு இரையாக்கி விட்டாயே! அம்மா, ஐயோ! உனது ஹிருதயமென்ன கல்லாகி விட்டதா? தொண்டு கிழவன் உன்னருங் குமரியைத் தொட்டு தாலிகட்டிய அந்தக் கோரக் காட்சியைக் கண்டு உன் கண்களிலே இரத்தம் சிந்தவில்லையா?"[183]

என்கிற புரட்சிகரமான இவ்வசனங்கள் கேட்போரின் கல் இதயங்களையும் இடித்து உண்மையை உணர்த்தாமலா போயிருக்கும்? எத்தனை பெற்றோரின் மன மாற்றத்திற்கு இவ்வசனங்கள் காரணமாயிருந்திருக்கும். எத்தனை இளந்தலை முறையினரிடம் இவ்வசனங்கள் மாற்றத்தை ஏற்படுத்தியிருக்கும்.

13. அன்னையே தெய்வம்

கவிஞர் எஸ்.டி.சுந்தரம் அவர்களால் தாயன்பையும் விடுதலை உணர்வையும் மையப்படுத்தி எழுதப்பட்ட நாடகம் இது. பனித்தீவில் அடிமைகளாக்கப்பட்ட தம் மக்களை மீட்பதற்காக வானழகன் போராடுகிறான். அவனுக்கு வேல்விழி என்ற இளம்பெண்ணும் துணைநிற்கிறாள். அவளிடம் பேசும்போது விடுதலையைப் பற்றிக் கூறுகிறான். "...இதோபார், சுற்றிலும் பறவைகள்கூட விடுதலையோடு வாழ்கின்றன. பகுத்தறிவுள்ள நாம் அடிமைகளாகவா வாழ்வது? என்று பறவைகளினும் கீழானவர்களா எனக் கேட்கிறான். வேல்விழியாளின் தாய் வாணியம்மை தனிமையில் பேசிக் கொள்வதன் மூலம் பெண் சமூகத்தின் அவலங்களை எடுத்துரைக்கிறார்.

> **"...பெண்ணின் கண்ணீர் யுக யுகாந்தரங்களாகப் பெருகிக் கொண்டேயிருக்க வேண்டியதுதானா! தாய்க்குலமான பெண்மையையே தின்று, கொழுத்து வேட்டை நாய்களாகிவிட்ட பனித்தீவின் பிரபுக்களும்தான் வாழ்கின்றார்கள். தாங்கள் மனித சென்மம் என்பதையே மறந்து இந்த நாட்டு மக்களும்தான் மானமிழந்து வாடுகின்றார்கள். நீதிக்கும், அநீதிக்கும் வேற்றுமை இன்றி ஒன்று கலந்த வஞ்சக உலகத்தின் மாயத்திரை மாறப் போவதில்லையா?...."**[184]

என்று வாணி கேட்கும் கேள்விகள் காலந்தோறும் கேள்விகளாகத்தானே நிற்கின்றன. இவைகளுக்கான பதில் கிடைப்பது எப்போது?

மதுவென்னும் அரக்கனால் மக்கள் படும் துன்பங்களையும் அசரீரி வாயிலாக வெளிப்படுத்துகிறார். மனித குணங்களுக்கு அப்பாற்பட்டு செயல்படுவோரை சாடும் விதத்தில் கடுமையான வார்த்தைகளைப் பயன்படுத்துகிறார். அப்படியாவது கீழான எண்ணம் கொண்டோர் மனம் மாற மாட்டார்களா? என்று எண்ணுகிறார்.

> ***அசரீரி:*** **பாவி! உன்னைப் போன்ற, மனிதரை அடிமை என்ற பேரால் வேறு நாட்டுக்கு விற்கும் மகா கொலைகாரா! நீ**

குடிப்பது மதுவல்லடா! இன்று வரை விடுதலைக்காகத் தவங்கிடக்கும் கோடிக்கணக்கான ஏழை மக்களின் இரத்தத்திலிருந்து வடிகட்டிய கொடிய விஷமடா. தன்மான மற்றவனே! தாயை அடகு வைப்பவனே! பரதேசிக்குத் தாளம் போடுபவனே! பகுத்தறிவற்ற பதரே!....[185]

கடைசியில் அடிமைப்பட்டிருந்த மக்கள் கூட்டத்தினரிடையே வானழகன் பேசும் வார்த்தைகள் அடிமைப்பட்ட இந்திய மக்களுக்கு தெரிவிப்பது போல் உள்ளது. நாடெங்கும் மக்கள் அடிமையுற்றிருந்த நிலையில், வானழகனின் உரை மக்களை விடுதலையுணர்வு கொள்ள தூண்டின. மக்களின் மனதில் நாட்டுப்பற்றை ஊட்டி எழுச்சி பெறச் செய்யவும் துணையாக அமைந்தன.

வானழகன்: ... ஆயுதமில்லையே என்ற அச்சம் வேண்டாம். விடுதலை விழா கொண்டாடப் போகிறீர்களா? நமக்குத்தான் அந்த விழா. சுதந்திரத் தோழர்காள்! விடுதலைச் சுடர்காள்! பிரபுத்வ நாவற் பழங்களைக் கிளைகளிலிருந்து உலுக்கிவிட்டுச் சாப்பிடுங்கள். செல்வப் பயிரின் செருக்கென்னும் கதிர்களை அறுவடைசெய்து, சீர்திருத்த அரிசிகொண்டு பொங்கல் செய்து உண்ணுங்கள்... பசி தீரும் புறப்படுங்கள்.

வானழகன்: ...முடியாட்சி மண்ணைக் கவ்வியது. இனி மக்களாட்சி, நம் தலைவிதியை நாமே நிர்ணயித்துக் கொண்டோம். இவ்விதியை எந்த நாளும் காப்போம். பெண்மையைப் போற்றுவோம். தாய்க்குலத்தின் தெய்வீக மானத்தைக் காப்பாற்றுவோம். வெறியர்க்கு வேலையில்லை. வீணர்க்கு இடமில்லை. உழுதுபயிர் செய்து தொழிலாக்கம் கொண்டு வாழ்வோம்"[187]

என்னும் உரைகள் ஈடிணையில்லாத பெருமைக்குரியது.

மானம் என்னும் மாண்பின்றி ஊனமுற்ற மூடர்களையும் தன்மானம் என்னும் தன்னுணர்வு கொள்ளச் செய்த வீர வசனங்கள் இவை.

14. ரத்தக் கண்ணீர்

திருவாரூர் கே.தங்கராசு என்பவரால் எழுதப்பட்ட மிகச் சிறந்த சமூக சீர்திருத்த நாடகமாகும். "முற்பகல் செய்யின் பிற்பகல் தாமே வரும்" என்ற உண்மையை வலியுறுத்துவதற்காக எழுதப்பட்ட நாடகம். பெண்ணுரிமை, சாதி மறுப்பு, பகுத்தறிவுச் சிந்தனை, மூட நம்பிக்கைகளை நையாண்டி செய்தல், தொழிலாளர் முன்னேற்றம் போன்ற சமூக மேம்பாட்டுச் சிந்தனைகளைத் தாங்கி

வந்த நாடகம். நாடகமாகவும் பின் திரைப்படமாகவும் வந்து சிறப்பான இடத்தைப் பெற்ற நாடகம். இந்நாடகத்தின் நாயகன் மோகன், அவனது நண்பன் பாலு, மோகனின் மனைவி சந்திரா ஆகிய கதாபாத்திரங்களின் வாயிலாக இச்சமூகநீதிகளை உணர்த்திய ஆசிரியரின் பணி சிறப்புக்குரியது.

சமூகப் பார்வையும், மனித நேயமும் கொண்டவனாகவும் பண்பாட்டையும், ஒழுக்கத்தையும் தன் உயிராகக் கருதுபவனாகவும் பாலு கதாபாத்திரம் உருவாக்கப்பட்டுள்ளது. பாலு உலகத் தொழிலாளர் நிலை குறித்துப் பேசுகிறான்.

> **"ஒரு காலத்தில் சீமான்களின் எடுபிடிகளாக... சுரண்டல் கூட்டத்தின் சுகவாழ்வுக்கு உழைக்கவே ஆண்டவனால் அனுப்பப்பட்ட அடிமைகளாக - உங்களிலும் கேவலமாக - உயிர் வாழ்ந்த மேல் நாட்டு பாட்டாளி சமூகம் இன்று உலகின் அமைப்பையே மாற்றி அமைக்கக் கூடிய அளவுக்குப் பலம் பெற்றது எப்படி?"**[188]

என்று கேள்வி எழுப்புகிறான். தொழிலாளர் புரட்சியால்தான் உலக அரசியலிலும், பொருளாதாரத்திலும், அவர்தம் வாழ்க்கைத் தரத்திலும் வளர்ச்சி ஏற்பட்டிருக்க தமிழகத்தில் மட்டும் ஏன் தொழிலாளர் இன்னும் விழிப்புணர்வு பெற மறுக்கின்றனர் எனக் கேட்கிறான். மேலும், இதற்கான காரணத்தையும் இவனே குறிப்பிடுகிறான். மோகனிடம் கூறுகிறான்:

> **"ஏன்! இவ்வளவு கோவமா பேசறே! நமது தொழிலாளர்கள் மத்தியிலே குவிந்திருக்கும் முட்டாள்தனமும் மூட நம்பிக்கையும் அகற்ற முடியாத குப்பைகள்தானே."**[189]

பாலுவின் பேச்சில் வேகமும், விவேகமும் தெரிகிறது. இந்நாட்டு இளைஞர்கள் கேளிக்கைகளிலும் வேடிக்கைகளிலும் நேரத்தை செலவிடுவதால் இவர்களிடம் முன்னேற்றம் இல்லை என்கிறான். இங்கேயும் இதற்குத் தீர்வை முன் வைக்கிறான்.

> **"படித்தும் வேலை கிடைக்காது இந்த நாட்டு மக்கள் வீதியிலே அலையும் போது - தான் பெற்ற குழந்தைகளை தாய்மார்கள் ஒருவேளை சோற்றுக்கு விலை பேசும்போது பணத்திமிரிலே குடித்துவிட்டு கூத்தாடும் கூறுகெட்டவர்களின் செய்கைக்கு கலைப் போர்வை போர்த்துகிறாயே மோகன் இது நியாயமா? இன்று நாட்டுக்கு எது தேவை? கோவைச் சீமான் - கொங்கு தமிழ் விஞ்ஞானி - ஜி.டி.நாயுடு உடுத்த பஞ்சையும் உயிர் வாழ சோளத்தையும் ஒன்றுக்கு நூறாக விளைய விட்டிருக்கிறாரே அது ஆராய்ச்சியா அல்லது நீ செய்வது ஆராய்ச்சியா?"**[190]

என்று சாடுகிறான். மோகனின் மனைவி சந்திராவை அழைத்துக்கொண்டு மோகனிடம் சென்று நியாயம் கேட்பதில் அவனுடைய உயர்ந்த மனம் வெளிப்படுகிறது. பாலு கேட்கிறான்.

"இப்ப உன் மனம் எவ்வளவு வேதனைப்படுகிறது? இதைவிட கொடும் துன்பத் தீயிலே துடிக்கும் புழுவடா உன் மனைவி! ஏய் பாருடா! நன்றாகப் பார்! கல்யாணம் என்ற கோயிலுக்குப் பலியிடப்பட்ட இந்தக் கன்னியின் கண்களிலே வழியும் கண்ணீரைப் பார். திசை தெரியாது தவிக்கும் இந்த மரக்கலத்துக்கு ஒரு வழி காட்டு!

உன்னால் பாதிக்கப்பட்டு நிற்கும் இந்த அபலைக்கு வழிகாட்டு என்று அவன் கேட்கும் நியாயமான கேள்விக்கு நம்மில் எத்தனை பேரிடம் பதில் கிடைக்கும்? பெண்களுக்கு எதிராக இழைக்கப்படும் அத்தனை கொடுமைகளுக்கு எதிராகவும் அவன் குரல் ஒலிப்பதைப் பார்க்க முடிகிறது.

இந்நாடகத்தின் நாயகி சந்திரா, தாசியிடம் தன் கணவனை இழந்துவிட்டு இவள் படும் துயரம் கொடியது. பார்ப்போரின் கண்களில் கண்ணீரை வரவழைக்கும் பரிதாபத்திற்கு உரியவள். கணவன் மேல் உள்ள பக்தியால் ஆரம்பத்தில் அதிகம் பேசாதவள் பிறகு தன் வாழ்வை பாதுகாக்க வேண்டிய தேவை வந்தபோது காந்தாவிடம் பேசுவது முக்கியமானது.

> **"நீங்கள் அதிகம் படித்தவர்கள்! உங்களுக்கு எத்தனையோ பாஷைகள் தெரியும்! எனக்குத் தாய்மொழி தவிர வேறொன்றும் தெரியாது. என் இதயத்தில் என் கணவர் ஒருவரைத் தவிர வேறே யார்க்கும் இடமேயில்லை! உங்கள் உள்ளமோ பரந்து விரிந்தது! இந்த ஏழையின் குரலுக்கு அங்கு கொஞ்சம் இடம் கொடுங்கள் தாயே! என் கணவரின் அடிமைத்தளையை அறுத்து விடுங்கள்! அவருக்கு விடுதலைத் தாருங்கள்!"**[192]

என்ற சந்திராவின் பேச்சில் எத்தனை எகத்தாளம். இந்தச்சூழலிலும் தாய்மொழிப்பற்றை தொட்டுக்காட்டுவதோடு தன்னிலையில் உறுதியாய் நிற்கும் துணிவைக் காட்டுகிறது.

மோகனால் பலவிதங்களிலும் கொடுமைக்குள்ளான சந்திரா ஒரு கட்டத்தில் மனம் வெறுத்து இந்த ஆணாதிக்க சமூகம் செய்யும் கொடுமைகளை எதிர்த்து வீராவேசமாய் பேசும் பேச்சுகள் பண்பாட்டுக் காவலர்களை ஆட்டம் காணச் செய்கிறது. பொறுத்து பொறுத்துப் பார்த்தவள் பொறுத்தது போதும் எனப் பொங்கி எழுகிறாள். தனக்கு உதவியாக நிற்கும் பாலுவிடம் தன்னை மறுமணம் செய்து கொள்ள வேண்டுகிறாள். அதற்கு மறுக்கும் பாலுவிடம் அவள் பேசுவதாவது:

"கற்புக்கு இலக்கணம் வகுத்த கயவர்கள் தூற்றுவார்கள் என்று கலங்குகிறீர்கள்! இன்று நீதியின் உருவங்கள் நேர்மையின் அவதாரங்கள் என்று போற்றப்படுபவர்கள் எல்லாம் ஒரு காலத்தில் - வைதீக வெறியர்களின் கோபத்தையும் - பழமை விரும்பிகளின் எதிர்ப்பையும் 'தூ' வென்று உமிழ்ந்து தள்ளிவிட்டு துணிந்து காரியமாற்றிய வீரர்களே தவிர, ஆமாம் போட்ட அடி முட்டாள்களல்ல! 'மறுமணம்' என்ற எனது பேச்சு கட்டாயம் உலுத்தர்களின் கண்டனத்துக்கு உள்ளாகத்தான் செய்யும் - நமது நேர்மைக்கு அது ஒன்றே போதும். கணவன் கைவிட்டால் 'சாவு' ஒன்றுதான் வழியென்று கருதும் பல்லாயிரக்கணக்கான இளம் பெண்களின் வரலாற்றில் புதிய அத்தியாயத்தை துவக்க முன்வாருங்கள்... என் போன்றவர்களின் 'ரத்தக் கண்ணீருக்கு' ஒரு முடிவு காணுங்கள்"[193]

இந்நாட்டின் பழமைவாய்ந்த பண்பாட்டின் அடித்தளத்தையே ஆட்டம் காணச் செய்த சந்திராவின் பேச்சு மிகப் பெரிய புரட்சியாகும்.

இந்நாடகத்தின் நாயகன் மோகன், பரத்தையர் ஒழுக்கத்தால் தன் செல்வத்தையெல்லாம் இழந்ததோடு, தன் உடல் நலத்தையும் இழந்து தீராத குட்ட நோயால் பாதிக்கப்படுகிறான். இதனால் தாசி காந்தாவால் வெளியேற்றப்பட்டு அனாதையாக தெருவில் பிச்சை எடுத்து பிழைக்கும் அவலம் நேரிடுகிறது. இந்நிலையிலும் சந்திரா அவனிடம் அன்பு பாராட்டி அவனை ஏற்றுக்கொள்ள முன்வருகிறாள். அப்போது மோகன் பேசும் வசனங்கள் அன்றையச் சூழலில் மிகவும் முற்போக்கான, புரட்சிகரமான சிந்தனையாகும்.

"இல்லை! இப்போது எனது புத்தி தெளிந்து விட்டது. அம்மி மிதித்து அருந்ததி பார்த்து, அய்யர் மந்திரம் சொல்ல நான் கட்டிய தாலி உன் கழுத்தில் தொங்குகிறது என்று பயப்படாதே அது தாலியல்ல...உன் வாழ்விற்கு நான் போட்ட தூக்குக் கயிறு. அதையறுத்து தூர எறி! கருத்துக் குருடர்கள் கொஞ்சகாலம் கத்துவார்கள் - கவலைப்படாதே! பத்தினி என்ற வார்த்தைக்கு இன்னமும் அர்த்தம் தேடிக் கொண்டிருக்கும் பக்தர்கள் பயங்காட்டுவார்கள். பயப்படாதே! நீ அனுபவிக்க வேண்டிய இன்பம் இருக்கிறதே அது உன் உரிமை! இந்த உலகும் இயற்கையும் உனக்களித்த பங்கு அது! உடனே செய் அதுதான் நீ எனக்கு காட்டும் மரியாதை அன்பு! பக்தி! எல்லாம்..."[194]

எத்துணை புரட்சிகரமான வார்த்தைகள். பெண் என்பவள் அடிமையல்ல; போகப் பொருளல்ல வைத்துப் பூட்டிப் பார்க்க

ஆபரணமல்ல; அவளும் அன்பு, பாசம், உணர்வு கொண்டவள் என்பதை உலகுக்கு உணர்த்தி அவள் அனுபவிக்க வேண்டிய நியாயமான இன்பத்தை அனுபவிக்க உரிமையுள்ளவள் என்பதையுணர்த்தும் ஆழமான சிந்தனையுடைய நாடகம். இது அறுபதாண்டுகளுக்கு முன் நினைத்துப் பார்க்க முடியாத முற்போக்குச் சிந்தனையாகும்.

15. முதல் முழக்கம்

இந்திய விடுதலைக்குப் பின்னும் பெற்ற சுதந்திரத்தின் மகத்துவத்தை உணர்த்தும் முகமாக 1950இல் ரா.வேங்கடாசலம் அவர்களால் எழுதப்பட்டு தி.க.சண்முகம் குழுவினரால் நடிக்கப் பெற்ற நாடகம். மரணத்திற்கு அஞ்சாது மானத்தைக் காக்க போராடிய மாவீரன் வீரபாண்டிய கட்டபொம்மனின் வரலாற்றுக் காவியமே இந்நாடகம். சிவாஜியின் நடிப்பில் வெளிவந்த இம்மாவீரனின் வரலாற்றுத் திரைப்படம் இன்றளவும் எல்லோராலும் போற்றப்படும் சிறப்புக்குரியதாகும். இத்தகைய சிறப்புக்குரிய திரைப்படம் 'முதல் முழக்கம்' நாடகத்தின் திரைப்பட வடிவமே. இப்பெருமைக்குரிய நாடகத்தில் ஊமையன், தானபதி, கட்டபொம்மு, வடிவு ஆகியோர்களின் எழுச்சிமிகு உரையாடல்கள் மாற்றானை மனம் கலங்கச் செய்த வீர உரைகள். 'சும்மா கிடைக்கவில்லை சுதந்திரம்' என்ற உண்மையை உலகிற்கு உணர்த்திய நாடகம். பெற்ற சுதந்திரத்தை பேணிக்காக்க வேண்டும் என்ற உறுதியை நமக்கு கற்றுத்தந்த வரலாற்றுப்பேழை.

கட்டபொம்மனின் தம்பி ஊமையன் அண்ணனைப் போலவே மாவீரன். தன் நாட்டு மக்கள் பசியால் வாடுவதால் அவர்களின் பசியைப் போக்க ஆங்கிலேயரின் தானியக் கிடங்கில் இருந்து தானியங்களை கவர்ந்து வர செல்கின்றான். அங்கு காவலுக்கிருந்த தானியக் கிடங்கின் காவல் வீரன் அவர்களைத் தடுக்கும்போது அவன் கொல்லப்படுகிறான். அப்போது ஊமையன் பேசுவதாவது:

> **"அரிய வீரன் .. தாய் நாட்டிற்காக உன் உயிரை உதவியிருக்கலாம்... உன் உடன் பிறந்தவர்களை அடக்கி, ஆளத் திமிர் கொண்டு திரியும் அன்னியரின் அடிகளைத் தொழுது அதற்காக உயிர் இழந்தாய். கோழைக் குணம் ஒழிந்தாலன்றோ, இந்தக் கோர முடிவுகளைத் தவிர்க்க முடியும்?"**[195]

என்று பேசுகிறான். வீரர்கள் தங்கள் உழைப்பை நாட்டிற்காகத்தான் வழங்க வேண்டும் என்கிறான். பெண்கள் பலர் கதிர் கட்டு சுமந்து பாடி வருகிறார்கள் அப்போது வடிவு பேசுகிறாள்:

"வீரப் பெண்கனே! கட்டு சுமந்தால் மட்டும் போதாது... எங்கள் நாட்டை அபகரிக்க ஊர் பேர் தெரியாத உலுத்தர்கள் எங்கள் மண்ணில் கூடிவிட்டார்கள். குண்டையும் வெடியையும் ஏந்தி, பயமுறுத்தி நம்மை அடிக்கப் பார்க்கிறார்கள்.. அவர்களை விரட்ட வேண்டும்; பாஞ்சைப்பதி மன்னர் இந்தப் பணியில் தன் செல்வாக்கையும் பணயம் வைத்துப் போராடுகிறார்... கிளம்புங்கள் வீராங்கனைகளாக! புறப்படுங்கள்! நீங்கள் பிறந்த மண் பெருமையடையட்டும்! புரட்சி சிங்கம் பாஞ்சை வேந்தன் கை ஓங்கி நிற்கட்டும்! எதிரிகள் பலி, இன்று நம் வேட்கை! அவர்கள் உதிரம் உங்களைக் காக்கும் மானம்! களை பிடுங்கும் கையால் கத்தி ஏந்துங்கள்! அகப்பை பிடிக்கும் கையால் அரிவாள் ஏந்துங்கள்! தற்காத்துத் தற்கொண்டாள் பெண்! அவள் தமிழச்சிதான் என்பதை நிலை நிறுத்துங்கள். பாஞ்சைப் பதி வாழ்க! வெள்ளையன் வீழ்க!"[196]

என்று பேசுகிறார். எத்தனை வீரஞ்செறிந்த வார்த்தைகள். புலியையும் முறத்தால் வீழ்த்திய புறநானூற்றுத் தமிழச்சியின் வீரம் குன்றா வீரமங்கையின் வீரவுரை. கேட்ட பெண்களின் இரத்தநாளமும் புடைத்தெழும் வன்மை வாய்ந்த வீரவுரைகளாகும்..

கட்டபொம்மனின் அமைச்சராக இருந்தவர் தாணாபதி. கட்டபொம்மனின் மீதும், தேசத்தின் மீதும் மிகுந்த பற்றுடையவர். ஆங்கிலேயர் மீது கட்டபொம்மன் போர் தொடுக்க காரணமானவர் என்ற குற்றச் சாட்டிற்கு ஆளானவர். ஆங்கிலேயர் மீது வெறுப்பைக் காட்டியவர். கடைசியில் இவர் போர்முனையில் கைது செய்யப்பட்டு தலை துண்டிக்கப்பட்டு கொலை செய்யப்பட்டார். மரணதண்டனையை எதிர் நோக்கியபோதிலும் ஆங்கிலேயருக்கு அஞ்சாது அவர் பேசும் பேச்சுக்களைப் பாருங்கள்:

"மகிமை பொருந்திய கும்பெனியின் பெருமை! அது, இந்த வீரத் தமிழகத்தில், மண்ணில் புரட்டி விளையாடும் கை பொம்மை! இதோ, எதிரே உட்கார்ந்து பல்லைக் காட்டிக் கொண்டிருக்கும் பாபி... மஞ்சத்தின் கொஞ்சலை விரும்பி மானத்தை விற்க முனைந்த பேடி.... இந்தத் துரோகிக் கும்பல் இல்லாதிருந்தால் தெரியும் உம் பெருமை!

எட்டப்பன்: அடே, மண்ணுளிப் பாம்பே.. என்னையா பேடி எனப் பேசுகிறாய்?

தாணாபதி: எட்டப்பா... வெட்கமோ? உன் பிறந்த நாட்டைக் காட்டிக் கொடுக்கிறாயே... உன் உடன் பிறந்த பிறவியைப் பிடித்துக் கொடுக்கிறாயே, வீரத்தின் சிகரத்தை மானத்தின்

உருவத்தைக் கொடுக்க... உன் மனையையே சுரண்டிப் பிழைக்க வந்த சொத்தைகளுக்குப் பின்னாலே அடிமையாக அலைகிறாயே, நீ பேடி இல்லாமல் வேறு யார்? சூடு சொரணையற்ற துரோகி... நீயும் ஒரு மனிதன்... 'தூ' வெட்கமில்லை...

பாரன்: வாயைமூடு.. நான்சென்ஸ்... எங்கள் விசுவாசமுள்ள நண்பரை இழிவாகப் பேசினால், உன்னை என்ன செய்வேன் தெரியமா?..

தாணாபதி: குண்டால் நெஞ்சைப் பிளப்பீர்... வாளால் சதையைச் சிதைப்பீர்... கயிற்றால் உயிரைப் போக்குவீர்.. வேறு என்ன செய்ய முடியும்?

தாணு: ஆணவமா? அதை உன் நூதன ஆயுதம் போல் நினைத்தாயா? இந்த மண்ணின் ஆண்மையிலிருந்து விளைந்தது அது! அறிந்து கொள்! உன் ஆயுதத் திமிரை அழிக்க இந்த மண்ணிற்கு ஆயுதம்தான் வேண்டுமென்பதல்ல. கோலையூன்றி கோவணத்தோடு தள்ளாடிச் செல்லும் கிழவனின் அசைப்பு போதும்... அது, உங்கள் ஆயுதத் திமிரை சிதைத்து விடும்... அறிந்து கொள்''[197]

எத்தகைய வீரம் செறிந்த பேச்சுகள். மரணத்திற்கு அஞ்சாத மானம், சுற்றத்தைவிட தேசத்தை நேசிக்கும் நெஞ்சுரம், உயிரினும் நாட்டை மதிக்கும் துணிவு. இத்தனையும் இந்நாடகத்தை பார்த்தவர்களுக்கும் வராமலா இருந்திருக்கும்?

கடைசியில் தாணாபதிக்கு மரணதண்டனை விதிக்கப்படுகிறது. மகிழ்ச்சியோடு வரவேற்கும் தாணாபதியின் உரை கண்களை குளமாக்கும் கண்ணீரைச் சொரியச்செய்யும் இத்தனை வீரமா என்று மலைக்க வைக்கும் வீரவுரை இது.

“மரணம் என் மானத்தின் பரிசு! சாவு, என் தாய்நாட்டின் விடுதலைக்கு சன்மானம், நான் பெருமை அடைகிறேன். என் தலையை வெட்டி ஈட்டியில் நாட்டச் செய்கிறாய்.. அப்படியே செய்! அந்தத் தலையே உங்கள் ஆணவத்தைத் தரைமட்டமாக்கும் சின்னம்! அறிந்துகொள்.. என்றேனும் ஒருநாள் உங்களைக் கூண்டோடு, பாரத மண்ணிலிருந்தே விரட்டி அடிக்காமல் அது போகாது! தமிழ்நாடு வாழ்க! தமிழ் வாழ்க''[198]

இந்நாடகத் தலைவன் கட்டபொம்மனும் காட்டிக் கொடுக்கப்பட்டு மரணதண்டனையடைகிறான்.... அப்போது கட்டபொம்மன் மீது சுமத்தப்பட்ட குற்றச்சாட்டுக்கு அளிக்கும் பதில் பள்ளிக் குழந்தைகளும் பேசும் சாதாரண நிகழ்வாகிப்போன வரலாற்றுச் சிறப்புக்குரியது.

...“வரி கொடுக்க மறுத்தேன்.. அது குற்றம் என்கிறீர்... மீண்டும் சொல்கிறேன். வானம் தந்த மழை என் தாய் தந்த விளைச்சல் உழைத்தவர் என் பிறவிகள் உங்களுக்கென்ன நான் வரி கொடுப்பது... தவிர, வழி வழியாக வரி கொடுத்துப் பழகாதவர் வயிறு பிழைக்க வந்த இடத்தில், வாளைக் காட்டி வரி வாங்கப் பார்த்தீர்.. முறை தவறி என்றும் கட்டபொம்மன் தவறு செய்ய மாட்டான். நீர் கேட்க நியாயமும் இல்லை. நாங்கள் உங்களுக்கு, வரி கொடுக்கும் கோழைகளுமில்லை....[199]

என்று முழங்குகிறான். இந்நாடகப் பாத்திரங்களின் வழி நாம் பெற்ற விடுதலையைப் பேணிக்காக்க உறுதியையும், ஊக்கத்தையும் நமக்கு கற்றுத் தந்த வரலாற்றுச் சிறப்புக்குரிய நாடகமாகும்.

பாடல்களின் வழி கருத்துப் பிரச்சாரங்கள்

ஆடல், பாடல், அபிநயம் என்ற மூன்று கலைகளின் கூட்டுப் படைப்பாக விளங்கும் அரிய கலையே நாடகக் கலை எனப்படும். இது காண்போரின் கண்ணுக்கும், செவிக்கும், சிந்தனைக்கும் ஒருசேர இன்பம் பயக்கும் இனிய கலையாகும்.

நாடகக்கலை ‘கூத்து’ என்றும் ‘ஆடல்’ என்றும் அழைக்கப்பட்டு வந்தது. குதித்தாடப் பெறும் ஆடல் ‘கூத்து’ எனப்பட்டது. உடலை அழகுற அசைத்தாடும் ஆடல் ‘ஆடல்’ எனப்பட்டது.[200]

இவ்வாறு ஆடலும் பாடலுமாய் வளர்ந்த நாடகக் கலையானது இசைப் பாடல்களாலேயே வளர்ந்து வந்தது.

அக்கால நாடகங்கள் இசைப்பாடல்களால் ஆயினமையால், நாடகக் கலைஞர்களுக்குப் பாணர்கள் எனப்பட்ட இசைக் கலைஞர்களும் துணையாக அமைந்திருந்தனர்.[201]

என்ற சக்திப் பெருமாள் அவர்களின் கருத்து இவ்விடத்தில் கவனிக்கத்தக்கது.

இதன்வழி தமிழ் நாடகக் கலையும் துணங்கை, குரவை, வெறி, வள்ளி, துடி போன்ற கூத்து வகைகளின்று தோன்றியது. அதேபோல் உலகில் எல்லா நாடுகளிலுமே நாடகமானது துவக்கக் காலத்தில் சமய சார்பான கூத்துக்களினின்றே பிறந்தது என்ற கருத்தும் உள்ளது. இதன்வழி தமிழிலும் இக்கூத்துகள் நாடகக் கலையாக பரிமாணம் பெற்றபோது கடவுளர்களின் கதைகளைத் தாங்கியே வெளிப்பட்டன. இராமதாசு சரித்திரம், திரௌபதி வஸ்திராபகர்ணம், கர்ணவதம், அபிமன்யு, சிறுத்தொண்டர், வள்ளித்திருமணம், லவகுசா, பிரகலாதா, பவளக்கொடி என்று எண்ணற்ற புராண இதிகாச நாடகங்கள் மேடையேறியதும் கவனிக்கத்தக்கது.

இங்ஙனம் நடைபெற்ற எல்லா நாடகங்களுமே இசைப்பாடல்களாகவே நடிக்கப்பெற்றன.

“ஐம்பது ஆண்டுகட்கு முன்பெல்லாம் தமிழ் நாடக மேடையில் உரையாடல்கள் இல்லை. முழுவதும் பாடல்களே பாடப்பட்டு வந்தன.”[202]

என்ற முனைவர் ஆறு. அழகப்பனின் கருத்து இதற்கு வலு சேர்க்கிறது.

இந்நிலையில் ஆங்கிலேயரின் தொடர்பால் ஏற்பட்ட ஊடகத் தொடர்பு, கல்வியறிவு, அரசியல் சூழல் போன்றவற்றால் விழிப்புணர்வு பெற்ற மக்கள் சமூக, பொருளாதார பிரச்சினைகளை கையில் எடுத்து விடுதலைக்காகப் போராட ஆரம்பித்தனர். இதன் தாக்கத்தால் உந்தப்பட்ட கலைஞர்கள் பலரும் தாம் நடித்த நாடகங்களில் காந்தியின் கொள்கைகளை விளக்கியும், வெளிப்படுத்தியும், பாடல்களை பாடியும் மக்களை கிளர்ந்தெழச் செய்தனர். நாடகக் கதைக்கோ, கருத்திற்கோ சிறிதும் தொடர்பு இல்லையென்றாலும் அந்நாடகங்களில் மதுரகவி பாஸ்கரதாஸ், பூமி பாலகதாஸ், இசக்கிமுத்து வாத்தியார், சுந்தரவாத்தியார், ஓரடிமுத்துவேல் போன்ற கவிஞர்கள் எழுதித்தந்த எண்ணற்றப் பாடல்ளைப் பாடி மக்களிடம் விடுதலையுணர்வையும், வேகத்தையும் ஏற்படுத்தினர். இத்தகைய கவிஞர்கள் புராண நாடகப் பாடல்களை தேசிய நாடகப் பாடல்களாக மாற்றிப் பாடினர்,

“ஜெகமெங்கும் புகழ்பெற்ற வீர, தீர, பராக்கிரம ராஜாதி ராஜன், ராஜமார்த்தாண்டன், கடல் கடந்து சிங்கப்பூர், பினாங்கு, இலங்கை, பர்மா ஆகிய நாடுகளில் வெற்றிக்கொடி நாட்டிய சிங்கம்... கான வேலன், சங்கீத சாகித்ய, ஞான விடுதலை வீரர், தியாகச் செம்மல்...”[203]

என்று நாடக உலகில் புகழப்பெற்ற விஸ்வநாத தாஸ் இவ்வகையில் சிறந்த இடத்தைப் பெறுகிறார்.

1911இல் காந்தியடிகள் தூத்துக்குடி வந்தபோது விஸ்வநாத தாசிடம், “குரல் வளத்தை நாட்டிற்குப் பயன்படுத்தவும்” என்று காந்தியடிகள் கேட்டுக்கொண்டதற்கிணங்க அன்று முதல் தான் நடித்த எந்த நாடகமானாலும் நாட்டு விடுதலையை முன்வைத்தே பாடல்களைப் பாடிவந்தார். மரணம்வரை அம்முடிவிலிருந்து மாறாதும் வாழ்ந்து முடித்தார்.

கோவை நகரில் புராண நாடகங்களை நடத்துவதிலே ஈடுபட்டிருந்தது கோவை பாரத கான சபா, ஆனால், சம்பந்தா

சம்பந்தமின்றி பிரிட்டிஷ் அரசை வெறுக்கத் தூண்டும் தேசியப் பாடல்களை தமிழ் நடிகர்களும் நடிகைகளும் பாடுவதுண்டு அதனால், கோவலன், வள்ளித் திருமணம், அல்லி-அர்ச்சுனா ஆகிய புராண நாடகங்களில் எந்த ஒரு கட்டத்திலும் அரசியல் ரீதியான பாடல்களைப் பாடுவதோ, வசனங்கள் பேசுவதோ கூடாதென்று கலெக்டர் பாரத கான சபாவுக்கு ஆணை விடுத்தார். இந்த ஆணையை அவமதித்து, "கொக்கு பறக்குதடி பாப்பா", "ஆங்கிலப் பேய்களெல்லாம்" என்னும் தேசியப் பாடல்களைப் பாடி நடிகர் எஸ்.எஸ்.விஸ்வநாததாஸ் இரண்டாண்டு சிறைத்தண்டனை பெற்றார்.[204]

என்று சிலம்புச் செல்வர் ம.பொ.சி. அவர்கள் குறிப்பிடும் வரலாற்று நிகழ்விலிருந்து இவ்வுண்மையை அறியலாம். விசுவநாத தாஸ் பல நாடகங்களில் தொடர்ந்து இப்பாடல்களைப் பாடி வந்தார்.

கதர்கப்பல் கொடி தோணுதே, கரும்புத் தோட்டத்திலே, போலீஸ் பலிக் கூட்டம் நம்மீது போட்டு வருது கண்ணோட்டம், பஞ்சாப் படுகொலை பாரில் கொடிது, தேசாபிமானிகளே உண்மைத் தெய்வீக ஞானிகளே, கெருவம் மிகுந்த நீலன்" போன்ற பல பாடல்களைப் பாடி ஆங்கில ஆட்சியாளர்களை எதிர்த்து முழக்கமிட்டார். விடுதலை வேள்வியில் மக்கள் குதிக்க வழிகாட்டியாக அமைந்தன இவரது இப்பாடல்கள்.[205]

என்று வீரத்தியாகி விஸ்வநாததாசின் வரலாற்றை ஆய்வு செய்து நூலாக்கிய மு.செல்லப்பன் குறிப்பிடுகிறார். இவ்வாறு நாடக மேடையை தேசிய மேடையாக மாற்றியவர்கள் பலர். இத்தேசிய மேடைகளில் புராண நாடகங்கள், சமூக நாடகங்கள், தேசிய நாடகங்கள் என்று பலவிதமான நாடகங்கள் அரங்கேறின. அவைகள் எத்தகைய நாடகங்களாய் இருந்த போதிலும் அவைகளுள் தேசியம் பேசப்படாமல், தேசியப் பாடல்கள் பாடப்படாமலில்லை. இத்தகைய அனுபவங்கள் இங்கு விளக்கப்பட்டுள்ளது.

புராண நாடகப் பாடல்களில் 'தேசியம்'

அன்றைக்கு நடிக்கப்பட்ட பெரும்பாலான நாடகங்கள் புராண நாடகங்கள். ஆனாலும் அதில் பாடப்பட்ட பாடல்கள் எல்லாம் ஆங்கில ஆட்சியை மிரளச் செய்தது. இன்றைக்கும் கிராமங்கள்தோறும் மக்களைத் தம்பால் ஈர்த்து வைத்திருக்கும் அற்புமான நாடகந்தான் 'வள்ளித் திருமணம்'. காலந்தோறும் இந்த

மண்ணின் மரபை பாதுகாத்து வரும் மிகச் சிறந்த நாடகங்களுள் இதுவும் ஒன்று. இந்நாடகத்தின் நாயகன் வேலன், நாயகி வள்ளி இவர்களின் உரையாடல்தான் எல்லோரையும் கவரும் சுவையான பகுதி. வள்ளியின் அழகில் மயங்கிப்போன வேலன் அவளைத் தேடி காட்டிற்குச் செல்கிறான். அப்போது அவன் வழக்கமாக பாடி வரும் பாடல் இது.

"ஆயலோட்டும் பெண்ணே
ஆவியே! என் ஆருயிர்ச் சஞ்சீவியே!
மன்மதன் என்னும் பாவியே
மலர்க் கணை தூவியே
வாட்டுறான் கண்ணே..."

என்று காதல் கனிரசம் பொங்க காம பானம் தொடுத்து பாடுகிறான் வேலன். ஆனால் மாறாக இந்நாடகத்தில் வேலனாக நடித்த விஸ்வநாததாஸ் என்ற வேலன் இப்படித்தான் பாடி வந்தார்.

கதர்க் கப்பல் கொடி தோணுதே - கரன்
சந்தர மோகனதாஸ் காந்தி இந்தியா சுதேசக்
கதர்க் கப்பல் கொடி தோணுதே
அதற்கப்பால் ஞானாகசம்
அதிலே பாரத வாசம்
இதற்குள் சிவப் பிரகாசம்
இனி நமக்கு சந்தோசம்[206]

என்று தேசத்தின் விடுதலைக்கு காந்தியடிகளின் கதர்க் கொள்கையை கொண்டு வந்து பாடுவார். நமது சந்தோசம் காந்தியால் வந்த கதர்க் கொள்கைதான் என்றும் பாடுகிறார். மேலும்,

மானிடச் சிப்பிக்குள்ளே
மகாத்மா ஒரு முத்துப் போலவே
ஞானவடிவம் கொண்டு
நம்மைக் காக்க வந்ததாலே
லௌகீகம் விட்டால்
வைதீகம் பெற்றால்
சுதேசம் நன்றாய்க்
கொள்வோம் நாகரிகம்!
பஞ்சத்தைப் பஞ்சால் வெல்வோம்
படையை உடையால் கொல்வோம்
வஞ்சகத்தை விட்டகல்வோம்
மார்க்கத்தில் முயல்வோம்![207]

என்று ஆங்கில அதிகாரத்திற்கெல்லாம் அஞ்சாது காந்தியின் கதர் பிரச்சாரத்தைப் பாமரனும் அறியும் வண்ணம் பட்டி தொட்டியெங்கும் பாடி வந்தவர் விஸ்வநாததாஸ். இப்பாடல் பாவலர் வேல்சாமி கவிராயரால் எழுதப்பட்டதாகும்.

அதேபோல் இந்நாடகத்தில் முருகனாக வந்த விஸ்வநாத தாஸ் பாடி வந்த மற்றொருப் பாடல் இது...

காந்தின்னு சொல்லி ஒரு மகாத்மா வந்தாரு - கை
ராட்டினத்தில் நூலை நூற்கணுமின்னாரு
சாந்திவழி சுயராஜ்ஜியம் அடைவோம்மின்னாரு - முடிவில்
சத்தியமே வெல்லுமின்னு நித்தம் சொன்னாரு
கள்ளுக்குடியை விட்டு கதர் கட்டச் சொன்னாரு - அரிசனங்களைக்
கைதூக்கி விடுவது நம்ம கடமை இன்னாரு
இந்து முஸ்லீம் என்பவங்க ரெண்டு கண்கள் இன்னாரு
இந்தியர்கள் நாமெல்லாம் ஒண்ணு இன்னாரு"[208]

அன்றைக்கு இன்றளவு ஊடக வசதியில்லாத நிலையில் காந்தியடிகளின் கதர்க் கொள்கை, தீண்டாமைக் கொடுமை, மதுவிலக்கு, மத நல்லிணக்கம், பெண்கள் முன்னேற்றம் போன்ற தேசியக் கருத்துகளை மேடைகள்தோறும் பாடி வந்தவர் விஸ்வநாத தாஸ்.

அதேபோல் இந்நாடகத்தில் தினைப்புனம் காக்கும் வள்ளி வழக்கமாகப் பாடுவது,

ஆலோலம் ஆலோலம் ஆலோலம்
கொஞ்சும் கிளி குருவி மைனாவே
கூட்டமாய் இங்கே வராதீர்!
சோ... சோ.. சோ..![209]

தேசிய வேலனுக்கு இந்த தேசிய வள்ளி மட்டும் சளைத்தவளா? வேலனாவது எச்சரிக்கை செய்து பாடி வந்தான். ஆனால், இந்த தேசிய வள்ளியோ 'வெள்ளைக் கொக்குகளை' இங்கிருந்து விரட்டியே தீருவது என்ற உறுதியோடு பாடி வருவதைப் பாருங்களேன்.!

வெள்ளை வெள்ளை கொக்குகளா வெகுநாளாய் இங்கிருந்து
கொள்ளை யடித்தீர்களா ஆலோலங்கடிச்சோ - இனி
கோபம் வரும் போய்விடுங்கள் ஆலோலங்கடிச்சோ
காந்தி மகத்துவத்தால் கதிர்கள் விளைந்து இங்கே
சாய்ந்து கிடக்குதென்று ஆலோலங்கடிச்சோ - அதைத்
தட்டிப் பறிக்க வந்தீரோ ஆலோலங்கடிச்சோ

இந்தியாவை கொள்ளையிடும் இங்கிலாந்து பட்சிகளா
சொந்த நாட்டைத் தேடிப்போங்க ஆலோலங்கடிச்சோ - இனியும்
சுரண்டலைச் சகிக்கமாட்டோம் ஆலோலங்கடிச்சோ![210]

என்று தினைப்புனம் காக்கும் வள்ளி கொக்குகளை நோக்கி சொல்வதாக பாடுகிறார். ஆங்கிலேயரை 'வெள்ளையர்' என்றழைப்பது இன்றளவும் இருந்து வரும் வழக்கு! இதை அப்படியே மனதில் உள்வாங்கி வெள்ளையரை வெள்ளைக் கொக்குகளாக உருவகித்து எழுதப்பட்டது. கொக்குகளும் வெள்ளை! ஆங்கிலேயரும் வெள்ளையர்! என்ன பொருத்தம்!!

இப்பாடலை மயில் மீது அமர்ந்து பாடிவரும் முருகனான விஸ்வநாததாஸ் பாடியது! இப்பாடலை அவர் மேடையில் பாடும்போதுதானே அவர் இன்னுயிரும் அவர் உடலின்று பிரிந்தது.

கொக்குப் பறக்குதடி பாப்பா - அதன்
குறிப்பை உணர்ந்து கொள்வாய் பாப்பா - வெள்ளை
கொக்கென்றால் கொக்கு - நம்மைக்
கொல்ல வந்த கொக்கு - இங்கே
எக்காளம் போட்டு நாளும்
ஏய்த்துப் பிழைத்து வாழும்
அக்கரைச் சீமை விட்டுவந்து கொள்ளை
அடித்துக் கொழுக்கும் வெள்ளைக் கொக்கு (கொக்)
தேம்ஸ் நதிக்கரையின் கொக்கு அது
திண்ண உணவில்லாத கொக்கு பொல்லா
மாமிச வெறிபிடித்த கொக்கு இங்கே
வந்து பறக்குதடி பாப்பா![211]

நம்முடைய வாழ்வையெல்லாம் கெடுக்க வந்த வெள்ளையர் என்ற கொக்கு வந்து விட்டது. இனி நாம் எச்சரிக்கையாய் இருந்து பிழைக்க வேண்டுமென்கிறார். மக்களால் பெரிதும் வரவேற்கப்பட்ட இப்பாடலால் இந்நாடகம் நடத்த முடியாமல் தடைசெய்யப்பட்ட நிகழ்வுகளும் நடந்தன.

அன்றைக்கு வள்ளித் திருமணம் நாடகத்தில் மட்டுமா இப்பிரச்சாரம் செய்யப்பட்டது. இல்லை..! அன்றைக்கு மக்களால் விரும்பிப் பார்க்கப்பட்ட மற்றொரு நாடகம் 'கோவலன்' நாடகம். தேசியப் பாசறை தலையெடுக்கும் முன் இந்நாடக மாதவி கோவலனிடத்தில் பொன்னையும், மணியையும் விரும்பிக் கேட்டுப்பாடுவாள். ஆனால் இந்த தேசிய மாதவி கோவலனிடம் கேட்பதைப் பாருங்களேன்.

வாங்கித் தரவேணும் எனதாசை மணவாளரே
பரதேச உடை நீக்க பாரத மக்களைக் காக்க - நமது
பாட்டி நூற்ற இராட்டின நூலில்
பேட்டுப் போட்ட சீட்டி
முந்தானை முகப்பினிலே மோதிலால் பெயருமிட்டு
முத்துச்சாமி சீடன் மெச்சிப்பாடுங் கதருடை (வாங்)[212]

என்று பொன்னும் வேண்டாம்! ஒரு பொருளும் வேண்டாம்! மானம் காக்க கதராடை மட்டும் போதுமென்று இவள் கேட்பது அன்று எத்தனை பெண்களின் மனதில் கதர் அணிய வேண்டுமென்ற தாக்கத்தைத் தந்திருக்கும்!

காதலன் காதலியை கண்ணே! முத்தே! கனிரசமே! என்றழைப்பது ஒன்றும் புதிதல்ல! ஆனால் மாதவியிடம் தன் கைப்பொருளை எல்லாம் இழந்து நிற்கும் கோவலன் என்ன சொல்வான் என்பதுதானே முக்கியம்! இந்த தேசிய கோவலன் சொல்வதைப் பாருங்கள்.

"காதல் கனிரசமே! என்
கண்மணியே! ஆருயிரே!
பாதகர் ஆட்சியால் நாம்
பரிதவிக்க ஆனோமடி
காசைப் பறிக்கும்ஆங்கில
கவர்மெண்டைப் போல
கைப்பொருள் தன்னைப் பறித்தாள்"[213]

என்று எல்லா வளமும் நிறைந்திருந்த இந்நாட்டின் செல்வங்களை ஆங்கிலேயர் கொண்டு போனதால் நாடு வறுமையுற்றது போல் என் செல்வம் எல்லாம் போயிற்றே என்று பாடுகிறான். இங்ஙனம் தாங்கள் நடித்த எந்த நாடகமாயிருந்தாலும் சூழலுக்கேற்ப பொருத்தமாகவும், இனிமையாகவும் பாடல்களை எழுதியும் பாடியும் வந்த கவிஞர்கள், கலைஞர்களின் பணியால் எத்தனை ஆயிரம், இலட்சம் பேர்கள் விடுதலைப் போரில் குதித்தனரோ?

ஆயிரக்கணக்கான இதயங்களை தன் இனிய குரலால் கட்டிப்போட்ட கலைச்சிங்கம், சிறைக்கு அஞ்சா மாவீரன், காந்தியின் உண்மைச் சீடரான விஸ்வநாததாஸ் அன்றைய நாடகக் கலைஞர்களுக்கெல்லாம் வழிகாட்டி. இவர் மேடையில் தோன்றியதும் அரங்கமே வானதிர அதிரும். அத்தகைய பெருமகனார் குறித்து கலைமாமணி டி.வி.நாராயணசாமி தம் அனுபவத்தைப் பகிர்ந்து கொள்வதாவது:

"ஸ்பெஷல் நாடக ராஜபார்ட்டு நடிகர்களில் ராஜா - சந்தச்சரப எம்.ஆர். கோவிந்தசாமிக்குப் பிறகு, பிரபலமாக விளங்கியவர் - எஸ்.எஸ்.விஸ்வநாததாஸ், ஸ்பெஷல் நாடகங்களின் மூலம் மக்களைத் தேசிய உணர்ச்சி கொள்ளும்படி, தேசியப்பாடல்களைப் பாடி, அதற்காகப் பலமுறை ஆங்கிலேய அரசால் கைது செய்யப்பட்டு, சிறை சென்ற செம்மல் விஸ்வநாததாஸ் அவர்களை, எங்களை வளர்த்துக் கலை உலகுக்கு வழங்கிய காசிப்பாண்டியன் அவர்கள், நாடகக் குழுவில் இருந்த சிறியவர்களாகிய எங்களுக்கு அறிமுகப்படுத்தி, எங்கள் முன்னால் பாட்டுப் பாடும்படியாகச் சொன்னார். அந்த மாபெரும் நாடகக் கலைஞர் பாடினார்! நின்ற நிலையில், தார்பாய்ச்சின் கட்டிய கதர்வேட்டி, முழுக்கை கதர் ஜிப்பா, தலையில் தலைப்பாகை காட்சியளிக்க, கையை கட்டிக் கொண்டு அடக்கத்தோடும் உணர்ச்சியோடும் பாடிய காட்சி மனதிலே பசுமையாக நிற்கிறது."[214]

என்று புகழ்பெற்ற ராஜபார்ட்டு நடிகராக விளங்கிய விஸ்வநாததாஸின் எளிய தோற்றத்தை வெளிப்படுத்துவார்.

இவ்வேளையில் மற்றொரு நிகழ்வையும் குறிப்பிடுவது அவசியம். விஸ்வநாததாஸ் மிகப் பெரிய நடிகராக விளங்கிய போதும் பாழாய்ப்போன சாதிவெறி அவர் வாழ்க்கையிலும் விளையாடியது. அவர் தாழ்ந்த சாதியைச் சார்ந்தவர் என்று கூறி அவரோடு நடிகைகள் எவரும் சேர்ந்து நடிக்க மறுத்து விட்டனர். இதனால் மனமொடிந்த விஸ்வநாததாஸ் தாம் நடித்த நாடகங்களிலெல்லாம் சுந்தர வாத்தியார் எழுதிய

'தாழ்த்தப்பட்ட சோதரரைத் தாங்குவாருண்டோ,
தாங்குவாருண்டோ மனம் ஏங்குவாருண்டோ'

என்ற பாடலைப் பாடி மேடையிலேயே கண்ணீர் விட்டு அழுவார். அவர் பாடிய அந்தப் பாடல் இதுதான்:

தாழ்த்தப்பட்ட சோதரரைத் தாங்குவாருண்டோ
தாங்குவாருண்டோ மனம் ஏங்குவாருண்டோ
வீழ்த்தப்பட்டு பாடுகின்றார் வெம்பியே திண்டாடுகின்றார்
பாழ்த்தமனம் பாவியர் செய்த பாதகத்தாலே
பாதகத்தாலே - இந்த மேதினிமேலே

(தாழ்த்தப்பட்ட)

இருக்கவும் இடமில்லை - நிற்கவும் நிழலில்லை
என நொந்துவாடி அழுறார்
அவர்கள் இல்லம் ஒன்றில்லாது அல்லலே

வடிவமாய் ஏங்கியே ஏங்கி விழுகுறார்
நெருக்கவும் பண்ணையார் குடிக்கவும் நீரின்றி
நிஷ்டுரத்தால் கதறுறார் கதறுறார்[215]

என்று இவர் கண்ணீர் விட்டு பாடிய இப்பாடல் இன்றைக்கும் நம் கண்களில் நீரை வரவழைக்கின்றதே! இந்நிகழ்வு குறித்து தி.க.சண்முகம் அவர்கள் மேலும் கூறுவதாவது:

"நெஞ்சுருகப் பாடினார் விஸ்வநாததாஸ். அதுமட்டுமல்ல விம்மி விம்மி அழுதார். கண்ணீர் தாரை தாரையாக முகத்தில் வழிந்து, சட்டையெல்லாம் நனைந்தது. சிறுவர்களாகிய நாங்களும் அக்காட்சியைக் கண்டு மனம்பொறாது அழுதோம். இதற்கேற்பாடு செய்த மன்னர் கலைவள்ளல் காசிப்பாண்டியனும் அழுதார். அவரது பரிவாரங்களும் புடைசூழ நின்று அழுதனர்"[216]

என்று சாதியக் கொடுமைக்கு எத்தகைய பெரிய மனிதரும் தப்பவில்லை என்பதை நம் கண்முன்னே காட்டுகிறார். பாதிக்கப்பட்ட தாசின் மனவருத்தத்தை நம்முன் காட்டி சாதியத்தின்பால் நம் மனக்கொதிப்பை தூண்டுகிறார்.

சமூக நாடகப் பாடல்களில் 'தேசியம்'

தமிழ் நாடகக் கலையை உச்சத்திற்கு கொண்டு வந்தவர்கள் தி.க.சண்முகம் குழுவினர் என்றால் அது மிகையில்லை. தமிழ் நாடகக் குழுக்களில் இவரது நாடகக் குழுதான் சமூக நாடகங்களை அதிகளவில் அறிமுகப்படுத்தியதோடு அரங்கேற்றவும் செய்து தமிழ் நாடக உலகில் பெரும் புரட்சியை ஏற்படுத்தியது எனலாம். இது குறித்து தி.க.சண்முகம் குறிப்பிட்டுள்ள செய்தி வேறு இயலில் குறிப்பிடப்பட்டுள்ளது. இந்நிலையில் இவரது நாடகக் குழு அதிகளவில் சமூக நாடகங்களை அரங்கேற்ற பொதுவுடைமைவாதி ப.ஜீவானந்தத்தின் தொடர்பு ஒரு காரணமாய் அமைந்திருக்கலாம். ஏழ்மையிலே பிறந்து அரசியலில் உச்சத்தை எட்டியபோதும் எளிமையாக வாழ்ந்து மறைந்த அமரர் ஜீவாவின் தாக்கம் இவர்களுக்கும் இல்லாமலா போயிருக்கும். இது குறித்து தி.க.சண்முகம் கூறுவதாவது:

"நாங்கள் போகும் ஊர்களுக்கெல்லாம் ஜீவா கூட்டங்களுக்காக அடிக்கடி வருவார். பெரும்பாலும் எங்கள் கூடவே தங்குவார். நாடகங்களைப் பற்றி உரையாடுவார். அவரோடு பேசிக்கொண்டிருப்பதே எங்களுக்குப் பெரும் உற்சாகமாக இருக்கும். 'பம்பாய் மெயில்' நாடகத்தில் நான் பாடுவதற்கென்றே ஒரு விருத்தம் எழுதிக் கொடுத்தார். அப்பர் பெருமானின் தேவாரப் பாடலைச் சிறிது மாற்றி எழுதியிருக்கிறேன் என்று

சொன்னதாக நினைவு. அதை நான் கேதார கௌராகத்தில் வீரா வேசத்தோடு பாடுவேன். பாடுகிற எனக்கே உடல் புல்லரிக்கும். பாடல் முடியும்போது பெருத்த கைதட்டல் விழும்."[217]

என்று குறிப்பிட்டுள்ளார். ஏழைகளின் துயர்சொல்லும் அந்தப் பாடல் இதோ!

புற்றில்வாழ் அரவுக் கஞ்சோம்
பொய்யர்தம் மெய்யுக் கஞ்சோம்
விற்றொழில் வேந்தர்க் கஞ்சோம்
வெஞ்சிறை வாழ்வுக் கஞ்சோம்
கொற்றொழில் பீரங் கிக்கும்
கொடும்பணத் திமிர்க்கு மஞ்சோம்
பற்றிலா ஏழைக் கண்ணீர்
பார்க்கநாம் அஞ்சு வோமே!"[218]

என்ற பாடலை பாடி முடிப்பார். "ஏழை வடித்த கண்ணீர் சும்மா விடாது" என்ற வாழ்வியல் அனுபவத்தை இப்பாடல் நமக்குத் தெளிவுபடுத்துகிறது. யார்க்கும் எதற்கும் அஞ்சத் தேவையில்லை. ஆனால், வள்ளுவப் பெருந்தகை கூறிய பழி பாவங்களுக்கு அஞ்சுவது போல், ஏழைகளுக்குத் தீங்கு செய்ய அஞ்ச வேண்டும் என்ற உண்மையை உரத்துச் சொன்ன பாடல் இது.

அதேபோல் ஜீவா அவர்கள் பன்முகத் தன்மையும், ஆளுமையும் வாய்க்கப் பெற்றவர். பல முற்போக்குச் சிந்தனைகளுக்குச் சொந்தக்காரர். பொதுவுடைமைச் சித்தாந்தத்தில் ஈடுபாடு கொண்டது போலவே பெண்ணியச் சிந்தனையும் கொண்டவர். பெண்களின் அவலநிலையைப் போக்கப் பாடுபட்டவர். பெண்ணுரிமைக்காக இவர் எழுதிய பல பாடல்களிலிருந்து ஒரு பாடலை தம் நாடகத்தில் பயன்படுத்திக் கொண்டதாக சண்முகம் குறிப்பிடுகிறார்.

"ஈரோட்டில் எம்.ஆர்.சாமிநாதன் 'ஜம்புலிங்கம்' என்னும் சமூக நாடகத்தை எழுதிக் கொடுத்தார். அந்த நாடகத்தை அவசரமாகத் தயாரித்து அரங்கேற்றினோம். இது விதவைக்கு மறுமணம் செய்ய வேண்டும் என்பதை வலியுறுத்தும் ஒரு சிறந்த நாடகம். தோழர் ஜீவானந்தம் 'பெண்ணுரிமை கீதங்கள்' என்னும் நூல் ஒன்று வெளியிட்டிருந்தார். அதில் "கன்னி விதவைத் துயர் நினைந்திடக் கண் கலங்கிடுமே" என்னும் ஒரு பாடலை எழுதியிருந்தார். அப்பாடல் 'ஜம்புலிங்கம், நாடகத்திற்காவே எழுதப்பட்டதுபோல் இருந்தது. நாடகத்தில் அந்தப் பாடலை சேர்த்துக் கொண்டோம். எல்லோரும் பாராட்டினார்கள்."[219] என்ற தகவலைத் தெரிவிக்கிறார்.

அதேபோல் ஜீவாவின் பாடல்களில் எளிமை இருக்கும், அதே நேரத்தில் இனிமை இருக்கும். அவரது பாடல் தொகுப்பைப் பார்த்தால் இது தெற்றென விளங்கும். ஏழை எளிய மக்களைப் பற்றியே இவரது சிந்தனை அமைந்திருக்கும். இதனால் நாட்டில் நிலவும் ஏற்றத்தாழ்வுகள் நீங்கி, 'எல்லோருக்கும் எல்லாம் என்றிருப்பதான' நிலையானது நாட்டில் ஏற்பட வேண்டும் என்று பாடுபட்டார். தம்மை பொதுவுடைமைவாதியாக வளர்த்துக் கொண்டார். இக்கருத்தாக்கத்தால் இவர் புனைந்த பல பாடல்களை, சண்முகம் குழுவினர் தம் நாடகக் காட்சிகளில் சூழலுக்குப் பொருத்தமான பாடல்களை இணைத்துக் கொண்டனர்.

"எல்லோரும் பாடும்படியான எளிய மெட்டுகளிலேயே பாடல்கள் அமையவேண்டுமென்பது அவர் விருப்பம். எங்கள் நாடகங்களிலுள்ள புதிய மெட்டுகள் சிலவற்றை நான் பாடுவேன். கோவைத் தோழர் ராமதாஸ் திரைப்படப் பாடல்களைப் பாடுவார். அந்த மெட்டுகளிலெல்லாம் ஜீவா உடனுக்குடன் பிரசாரப் பாடல்கள் புனைந்து தருவார். அப்படி ஜீவா பாடிய பாடல்கள் எத்தனை எத்தனையோ!

சிவபெருமான் கிருபை வேண்டும் - அவர்
திருவருள் பெற வேண்டும் வேறென்ன வேண்டும்

இந்தப் பாடல் தியாகராஜ பாகவதர் அவர்களால் திரைப்படத்தில் பாடப்பெற்றது. அந்தக் காலத்தில் பொதுமக்கள் எல்லோருடைய நாவிலும் நின்றது. இதே மெட்டில் ஜீவா பாடினார்.

பொதுவுடைமைப் பெற வேண்டும் - உடன்
புரட்சி செய்திட வேண்டும்
வேறென்ன வேண்டும்

இந்தப் பாடலை நான் எங்கள் 'தேசபக்தி' நாடகத்திலே ஒருகாட்சியில் இணைத்துப் பாடினேன்"

என்று காலத்துக்கேற்ற வகையில் மக்களின் மனநிலை அறிந்து பாடல்கள் புனைந்த ஜீவாவின் பாடல்களை, நாடகத்திற்கேற்ப, காட்சிகளுக்கேற்ப இணைத்துக்கொண்டவர் தி.க.சண்முகம் அவர்கள்.

அந்தப் பாடல் பயன் கருதி கொடுக்கப்பட்டுள்ளது.

பொதுவுடைமைப் பெற வேண்டும் - உடன்
புரட்சி செய்திட வேண்டும்
வேறென்ன வேண்டும்

புதியஜீவித முறவேண்டும் - உறுவதற்கு
பொருளாதிக்கம் அகலவேண்டும்
வேறென்ன வேண்டும்

சரணங்கள்

நோயும், பசியும், மக்கள் சாவும் பெருகுதந்தோ
தேவை நிறைவு பெறவேண்டும்
வேறென்ன வேண்டும்
தேனடை ஈக்களொப்பர் செகத்தினர் ஆகையாலே
ஈனப்பணப் பித்தற வேண்டும்
வேறென்ன வேண்டும்
ஆயிரங் காலவிஷம் ஆகும் தனிஉடைமை
சாயும்ஓர் வழிகோல வேண்டும்
வேறென்ன வேண்டும்.[221]

ஏழ்மையின் கொடுமையை, பசியின் கொடூரத்தை நன்குணர்ந்திருந்த ஜீவாவின் பாடல்களில் இதன் தாக்கம் இயல்பாகவே அமைந்திருந்தன. இதனால் இப்பாடல்கள் காலத்தால் அழியாத அமர காவியமாக மக்கள் மனதில் இடம் பிடித்து விட்டன. இந்தப் பாடல்கள் நாடக மேடைகளில் பாடப்படும் போது மக்கள் மனம் கலங்கியதையும் அறியமுடிகிறது.

“ஜீவாவின் பாடல்களில் ‘ஏழைத் தொழிலாளர் வாழ்வு இன்பம் சூழ்கவே, காலுக்குச் செருப்புமில்லை கால்வயிற்றுக் கூழுமில்லை’ ஆகிய இரு பாடல்களும் அந்நாளில் நான் பாடிய பாடல்களில் சிறப்பும், முதன்மையும் பெற்ற பாடல்களாகும். சபையோர் இவ்விரு பாடல்களையும் விரும்பிக் கேட்பது வழக்கம். எனவே, எந்த நாடகம் நடந்தாலும் இந்தப் பாடல்களை நான் அடிக்கடி பாட நேர்ந்தது.”[222]

என்று தி.க.சண்முகம் கூறுவார்.

இத்தகைய சிறப்பிற்குரிய இவ்விரு பாடல்களும் கீழே கொடுக்கப்பட்டுள்ளது.

ஏழைத் தொழிலாளர் வாழ்வு இன்பம் சூழ்கவே
இன்பம் சூழ்கவே - புவித்
துன்பம் வீழ்கவே
வாழையடி வாழையாக வந்தவீணர் கூட்டம்,
போகவாழ்வடையப் பாடுபட்டு வாடுகின்றனர்
வாடுகின்றனர் - திண்டாடுகின்றனர்

தொகையறா

புளிக்கின்ற கூழுக்கும் எரிகின்ற வெய்யில்தன்னில்
புழுவாய்த்துடித் துழைக்கிறார்
பொந்துண்டு பாம்புக்கு வளையுண்டு நண்டுக்குப்
புகலின்றியே தவிக்கிறார்

அளிக்கின்ற காசுக்கும் உதைக்கின்ற உதையையும்
அழுதழுதுமே தின்கிறார்
அடிமையால் கவலையால் மடையராய்க் கடையராய்
ஆறாத்துய ருண்கிறார்,
களிக்கின்ற பணக்காரர் கொழுக்கின்றதைக் கண்டும்
கர்மத்தை நொந்தழுகின்றார்
கருத்துண்டு கையுண்டு உருப்படுவ மெண்ணாது
காலமெல்லாம் தொழுகிறார்
இளிக்கின்ற பல்லோடு பழிக்கின்ற செல்வரிடம்
இரந்திரந்தே மெலிகிறார்
எச்சிலிலை மீதிலே குக்கலொடு சண்டையிடும்
இழிவடைந்தே நலிகிறார்.[223]

ஏழைகளின் இரங்கத்தக்க வாழ்க்கையை அப்படியே படம் பிடிக்கும் அற்புதமான பாடல் இது. எலிக்கும், பாம்புக்கும்கூட தனி வளையிருக்கும் போது எங்களுக்கில்லையே என்று ஏழைகள் வடிக்கும் கண்ணீர் இன்றளவும் மாறவில்லையே!

ஜீவா எழுதிய பாடல்களுள் மக்கள் மனதைவிட்டு அகலாத இன்றளவும் மேடைகளில் தொடர்ந்து பாடப்பட்டு வரும் பாடல்தான் 'காலுக்குச் செருப்பு மில்லை கால்வயிற்றுக் கூழுமில்லை' என்ற பாடல். கேட்போரின் உள்ளத்தை இரங்கச்செய்து கண்களில் கண்ணீரைச் சொரியச் செய்து காதுகளில் ரீங்காரித்துக் கொண்டிருக்கும் பாடல் இது. ஜீவாவின் பாடல்களில் காலத்தால் நிலைத்து நிற்கும் பாடல் இது.

காலுக்குச் செருப்பு மில்லை
கால்வயிற்றுக் கூழுமில்லை
பாழுக் குழைத்தோ மடா - என்தோழனே
பசையற்றுப் போனோ மடா. (காலுக்கு)
குண்டிக்கொரு துண்டு மில்லை
கொல்வறுமை தாளவில்லை
ஒண்டக் குடிசையில்லை - என்தோழனே
உழைத்திளைத்துப் போனோ மடா. (காலுக்கு)
பாலின்றிப் பிள்ளை அழும்
பட்டினியால் தாய ழுவாள்
வேலையின்றி நாம ழுவோம் - என்தோழனே
வீடுமுச் சூடும் அழும் (காலுக்கு)
கையிலொரு காசுமில்லை

கடன் கொடுப் பாரு மில்லை
செய்யும்தொழில் கிட்ட வில்லை - என் தோழனே
திண்டாட்டம் கொல்லுதடா (காலுக்கு)[224]

என்ற இவ்விரு பாடல்களும் இன்றும் நம் மனதைத் தொடும் வரலாற்றுப் படைப்பாக அமைந்துள்ளன. மதுரகவி பாஸ்கரதாஸ் போலவே மக்கள் மனதில் நீங்கா இடம் பெற்ற பல அற்புதமான பாடல்களைத் தந்தவர் இவர்.

இவரது பாடல்களுக்கு கிடைத்த சிறப்பின் மகுடமாக கா.மு. ஷெரீப் அவர்களின் கூற்றும் இங்கே கவனிக்கத் தக்கது.

இப்பாடல் காலத்தால் அழியாத அமர காவியம். 1936-1944 ஆண்டுகளில் ஜீவாவால் எழுதப்பட்ட பாடலைத்தான் தொடக்கப் பாடலாகக் பாடுவார்களாம். அரசியல் விழிப்பூட்டிய அந்தப் பாடல் இதுதான்

லோக முழுவதும் ஞானோதயமாக
நுகரு மனித சுகமிகு பொது வாழ்வுற
ஏகமொரு குடும்பம் யாவர்க்கு மின்பம்
இனிய சமூகம் மனித சமூகம்
எழுக புதுமை செறி நாடக மேவுக
ஏழை யடிமைநிலை ஏற்பவரில்லை
எனுமொரு காட்சி ஈட்டுகமாட்சி
இசையுமுலக மதுதோழமை பேசுக[225]

என்று இவரது பாடல்களுக்கு இருந்த மரியாதையை ஷெரீப் அவர்கள் சுட்டிக் காட்டுவார்.

'பதிபக்தி' நாடகம் பாவலரால் 1920களில் எழுதப்பட்டதாக அறிகிறோம். ஆனால், அதை 1930களில் தி.க.சண்முகம் குழுவினர் நடத்திய போது இந்நாடகத்தில் ஜீவாவின் பாடலை காட்சிக்கேற்ப, சூழலுக்கேற்ப இணைத்து பயன்படுத்தியது எத்துணைப் பொருத்தம். இந்நாடகத்தில் தேயிலைத் தோட்டத்தில் தொழிலாளர் வேலை செய்யும் காட்சியில் பாடிய இப்பாடல் எத்தனையோ பேரை மயிர்க்கூச்செறிந்து, பெருமூச்சு விட்டுக் கண்ணீர் விட்டு அழக்காரணமாயிருந்தது! இப்பாடல் 1938இல் எழுதப்பட்டது.

நானோர் தொழிலாளி - ஒரு
நாய்க்குறும் சுகமேனும் வாய்க்கும் வழியில்லை (நானோர்)
ஏனோ புவிவாழ்வு - ஈ
எறும்பும் சுதந்திரம் விரும்பி யடையநான்
தானோ அடிமை ஜந்து - கொடும்

சஞ்சலத் தேள்கொட்டி துஞ்சுகின்றேன் அந்தோ (நானோர்)
வறுமை கடிக்குதையோ - பசி
வாட்டி வதைக்குதே வருந்திச் சிதைக்குதே
பொறுமை உபதேசம் - பசி
பொறுந்திடச் செய்யாது பெருத்த மதிமோசம் (நானோர்)
கொள்ளைக் கிரையானேன் - பழங்
கொள்கையை நம்பிநான் குடிகவிழ்ந்து போனேன்
பிள்ளை மதியுடனே - மதப்
பித்தம் தலைக்கேறி மெத்த உடைந்திட்டேன் (நானோர்)
உழைத்து உடல் தேய்ந்தேன் - பலன்
உண்ட முதலாளிகள் நிந்தனையே மிச்சம்
தழைக்கும் வகையறியேன் - எங்கள்
சர்க்கார் புரட்சியால் எக்காலம் வரும்? (நானோர்)[226]

மேலும் ஜீவாவின் 'என்றைக்கு சுதந்திரம் வருமோ' என்ற பாட்டு விடுதலை வீரர்களை உலுக்கியும், உருக்கியும் விட்டதாக கே.பி.ஜானகி அம்மாள் குறிப்பிடுகிறார். 1939இல் எழுதப்பட்டது. அப்பாடல் இதோ,

என்றைக்குச் சுதந்திரம் வருமோ – ஏழை
இந்தியர் துயரங்கள் அறுமோ (என்றை)
கன்றைப் பிரிந்து நாளும் கதறும் பசுப் போல் வாடி
ஒன்றுக்கும் வழியின்றி உழலும் மனிதர் கோடி (என்றை)
சாதிகள் மதங்களால் சதிகார பேதத்தால்
தாழ்வு உயர்வு பேசும் சழக்கர் அநீதத்தால்
நீதிநெறியு மின்றி நிட்டூரத் துக்குள்ளானோம்
நீள்நிலத்தில் யாவர்க்கும் கீழ்நிலைப் பட்டுப் போனோம்.[227] (என்றை)

என்று உயர்வு தாழ்வு அற்ற சமூகத்தை காண விரும்புகிறார். இவ்வாறு அன்றைக்கு நடத்தப்பட்ட பல சமூக சீர்திருத்த நாடகங்களிலும் தேசியக் கொள்கைகளை வலியுறுத்தும் பல கொள்கைப் பாடல்கள் ஏராளமாகப் பாடப்பட்டன. அவைகள் பின்னிணைப்பில் கொடுக்கப்பட்டுள்ளன.

தேசியக் கவிகளின் பாடல்களில் 'தேசியம்'

புராண நாடகப் பாடல்களுக்கு மாற்றாக தேசியக் கருத்துகளை முன்வைத்து பாடல்களை எழுதி புரட்சியை ஏற்படுத்தியவர் மதுரகவி பாஸ்கரதாஸ். நாட்டு நடப்புகளையும், காந்தியின் கொள்கைகளையும் உடனுக்குடன் பாடல்களாக்கி நாட்டின் கடைக்கோடி மகனுக்கும் உடனுக்குடன் கொண்டு சேர்த்த பெருமைக்குரியவர்.

"பாஸ்கரதாசுவின் பாடல்களுக்கு பிறிதொரு தனிச் சிறப்பும் இருக்கிறது. அவை வெறும் பாடல்கள் அல்ல வரலாற்றின் பக்கங்கள். விடுதலைப் போரின் ஒவ்வொரு நிகழ்ச்சியைப் பற்றியும் பாடியிருக்கிறார். நாளிதழ்கள் நாட்டுப்புற மக்களை எட்டாத நாளில் பாஸ்கரதாஸின் பாடல்களே செய்தித்தாளாக விளங்கின."[228]

என்று மதுரகவி பாஸ்கரதாசின் பாடல்களின் வரலாற்றுச் சிறப்பை அ.மா.சாமி அவர்கள் குறிப்பிடுவார்.

இவர் 162 பாடல்களை எழுதியுள்ளதாக கூறப்படுகிறது. தற்போது இப்பாடல்கள் அழிந்து விட்டதையும் அறியமுடிகிறது.

தேசவிடுதலைப் போராட்டக் காலத்தில் தேசியக் கவிஞர் பாஸ்கரதாஸ் அவர்களால் எழுதப்பட்ட எழுச்சிமிகும் தேசியப் பாடல்களான "பஞ்சாப் படுகொலை", "கெருவமிகுந்த நீலன்" போன்ற பாடல்களை ஸ்பெஷல் நாடகங்கள் மூலமாக மேடைகளில் பாடிச் சிறை சென்ற தியாகச் செம்மல்கள் ஏராளம் ஏராளம்.

உலக நிகழ்வுகளில் மனித இனத்தின் மீது தொடுக்கப்பட்ட காட்டுமிராண்டித்தனமான தாக்குதல்கள் பல. அவற்றுள் மனிதகுல நாகரிகத்தை மீறி ஈவு, இரக்கமற்ற முறையில் நிகழ்த்தப்பட்ட தாக்குதல் பஞ்சாப் படுகொலையாகும். அமைதிவழியில் போராடிய பல்லாயிரக்கணக்கான மக்கள் மீது தொடுக்கப்பட்ட தாக்குதல். குருவிகளைச் சுடுவதுபோல் சுட்டுப்போட்டான் ஜெனரல் டயர். 400க்கும் மேற்பட்டோர் இவ்வன்முறையில் உயிரிழந்தனர்.

இந்நிகழ்வை மக்கள் மன்றத்தில் கொண்டு வந்து பேசி மக்களை உணர்ச்சி பெறச் செய்த பெருமை இப்பாடலுக்கு உண்டு. மதுரகவி பாஸ்கரதாஸ் எழுதிய பாடல்,

பஞ்சாப் படுகொலை பாரில் கொடியது
டயர் மடமதியது (பஞ்)

அனுபல்லவி

அஞ்சாப் பெரும் வம்பனின்
அறநெறி தவறியக் கொடியவன் டயர் செய்த (பஞ்)

மகுடங்கள்

படைக்கலத்தினில் அடைக்கலமென
மடக்கலத்துடன் இடுக்கலானது (பஞ்)
இரத்த ஆறு பெருக்கெடுத்திட
சித்திரவதை எதிர்த்தெனக் கொலும் (பஞ்)

இந்தியர்கள் அலைந்து வாழ்ந்திட
நொந்து கரைந்திட வந்தே செய்தனர் (பஞ்)
கற்புக்கரசியர் பொற்பளித்திட
கற்பளித்தது செப்பத் துயரம்
படுக்கச் சொல்லி கைமணிக் கட்டுகளை
ஒடிக்கிக் கட்டி வில் பிடித்திழுத்தினர். (பஞ்)
கண்ணீர் விட்டுக் கதறித் கதறிக்
தண்ணீர் கேட்டு சாய்ந்து மடிந்தனர்
தாயும் தந்தையும் சேயிழந்துமே[229] (பஞ்)

வரலாற்றுப் பக்கங்களின் இரத்தக் கறை படிந்த பஞ்சாப் படுகொலையை இவ்வாறு ஆவணப்படுத்தியிருப்பார் பாஸ்கரதாஸ்.

1856ஆம் ஆண்டு நடைபெற்ற சிப்பாய் புரட்சியையொட்டி ஆங்கிலேயரின் அடக்கு முறை கட்டவிழ்த்து விடப்பட்டது. அப்போது வட இந்தியாவில் இராணுவத் தளபதியாக இருந்த ஜெனரல் நீலன் செய்த கொடுமைகள் பல. நூற்றுக்கணக்கான கிராமங்களை தீயிட்டு கொளுத்தினான், எதிர்ப்பட்ட மக்களையெல்லாம் சுட்டு, சாலையோர மரங்களில் தொங்க விட்டான். நூற்றுக்கணக்கான பிணங்களை குழியில் தள்ளி பெட்ரோல் ஊற்றி எரித்தான். இங்ஙனம் கொடுமைகள் செய்தவனுக்கு சென்னையில் சிலையொன்று நிறுவப்பட்டது. இச்சிலையை அகற்ற வலியுறுத்தி தமிழகத்தில் மிகப்பெரிய போராட்டம் நடைபெற்றது. இப்போராட்டத்திற்கு ஆதரவாக பாஸ்கரதாஸ் அவர்களால் எழுதப்பட்ட பாடல்தான் இது.

கெருவம் மிகுந்த நீலன் - மகாக் கேவலக் கொடுங் கோலன்- அவன்
உருவத்தை இந்த ஞாலம் உடைத்தெறிவது தான் சீலம்
தருமம் மிகுந்த சென்னையில் - சண்டாள நீலனின் - சிலை
நிரந்தரமாய் நிற்பதோ இன்னிலையை நாம் சகிப்பதோ[230]

என்று பஞ்சாப் மாநிலத்தில் பெருங் கொடுமை செய்த நீலனுக்கு சென்னையில் சிலையா? என்று, சென்னையில் பொங்கி எழுந்த 'நீலன் சிலை' எதிர்ப்பு போராட்டத்திற்கு மக்களைத் தூண்டிவிட்ட உணர்ச்சிமிகு பாடல்களை எழுதியவர் பாஸ்கரதாஸ்.

சுயராஜ்ஜியம் அடைவது மட்டும் காந்தியடிகளின் நோக்கமாக இருக்கவில்லை. மக்கள் தம் வாழ்க்கையில் சுய சார்பு அடைவதையும் தம் நோக்கமாகக் கொண்டிருந்தார். அதனால்தான் உள்நாட்டுத் தொழில்களான உழவுத்தொழில், நெசவுத்தொழில், உப்பு தயாரித்தல் போன்ற தொழில்களை உயர்த்த உழைத்தார்.

இக்கொள்கைகளை வலியுறுத்தி எண்ணற்ற பாடல்களை எழுதிக் குவித்தனர் தேசியக் கவிகள். அதில் கைராட்டையை தேசியத்தின் அடையாளமாக வைத்து மேடைகள் தோறும் பாடப்பட்ட கைராட்டினப் பாடல்.

ஆடு ராட்டே சுழன்றாடு ராட்டே - சுய
ஆட்சியைக் கண்டோமென்றாடு ராட்டே
நாட்டுப் பருத்தியைக் கொட்டை நீக்கி - வெகு
நாகரிகமான பஞ்சு தானுண்டாகி
வீட்டுக்கு வீடு குறிக்கோளை நோக்கிச் - சுழற்றி
விடுதலை காண்போமென் றாடு ராட்டே[231]

என்று பாஸ்கரதாஸ் அவர்களால் எழுதப்பட்டு தமிழ் நாடக மேடைகள் தோறும் பாடப்பட்டு வந்த ‘ஆடு ராட்டே’ பாடல், காந்தியவாதிகளை மெய்சிலிர்க்க வைத்த பாடல்.

விடுதலைப் போராட்டத்தில் காந்தியச் சிந்தனையோடு தன்னை இணைத்துக் கொண்டவர் டி.என்.சிவதாணு. இவர் தனது விடுதலைப் போராட்ட அனுபவத்தை கூறுவதாவது:

“நாங்கள் கூத்தாடிகளாகத்தான் இருந்தோம். ஆனால் காந்தியக் காலத்தில் நாட்டுத் தொண்டர்களாக மாறினோம். நாடகங்கள் வாயிலாக நமது அடிமைத்தனத்தை-ஆங்கில ஆதிக்கத்தின் அக்கிரமங்களை - நாம் விடுதலை அடைய வேண்டிய அவசியத்தை பிரச்சாரம் செய்தோம். நாள்தோறும் எங்கள் நாடகங்களைப் பார்க்க ஆயிரக்கணக்கான மக்கள் திரண்டு வந்தார்கள். அவர்களிடம் விடுதலைச் செய்தியை எடுத்துச் சொன்னோம். நாடக அரங்குகளை பிரச்சார மேடைகளாக மாற்றினோம்.”[232]

என்று விடுதலைப் போரில் தாங்கள் ஆற்றிய மகத்தான பணியைப் பற்றிக் குறிப்பிடுவார். வெறும் பொழுது போக்கு கருவிகளாக இருந்த தமிழ் நாடக மேடையை தேசியப் பாசறையாக மாற்றிய இந்த பெரியோர்களின் முயற்சியும், தியாகமும்தான் நமக்கு விடுதலையை பெற்றுத் தந்தன..

‘பஞ்சாப் படுகொலையெனும்’ வித்தால் விளைந்து நின்ற பகத்சிங்கும் அவரது தோழர்களும் ஆங்கிலேயர் மீது நிகழ்த்திய தாக்குதல்களின் காரணமாக தூக்குத் தண்டனை விதிக்கப்பெற்றனர். அப்போது நாடே கொந்தளித்து நின்றது. அதன் தாக்கம் நாடக மேடைகளிலும் வெளிப்பட்டது. உடனே இந்நிகழ்வை பாடல்களாக்கி மேடைகளில் முழங்கினர்.

சிறைவாயில் கண்ணீர் வடித்தாள்
பாரதமாதா (சிறை)

கறையொன்றும் மில்லாக் காளையர் மூவரைக்
கழுத்தை அறுத்ததனாலே கவலை கொண்டே (சிறை)
தொகையறா
மறந்திட முடியாதா நம்மாதாவின் சேவையில்
தனம் வைத்து முயன்றதாலே
பெறற்கரிய பகவத்சிங் ராஜகுரு சுகதேவைப்
பிரிந்தே வருந்துகின்றாள் நம் அன்னை பாரதமாதா
பாட்டு
குற்றம் ஒருவர் புரிய மற்றவரையே வதைக்கும்
கொடியவர் செயலதனால் குவலயத்தில் (சிறை)
தொகையறா
தனக்குவமை யில்லாத சீலகர்களைத் தூக்கிலிட்டுத்
தாய் தந்தையர்கள் காணாமலே
சட்லஜ் நதிக்கரையிலே கொண்டுபோய் வைத்து
தகனம் செய்திட்ட சண்டாளரின்
நிணக்குடல் பிடுங்கியே காக்கை கழுகுக்கு
நிச்சயம் உணவாக்குவேனென்று
நிற்கிறாள் நமதன்னை உக்ரமாகாளியாய்
நீண்டதோர் சூலம் ஏந்தி (சிறை)
எப்பயன் விளைந்திடுமோ என்ன இனி நேர்ந்திடுமோ
என்றெண்ணி ஏங்குகின்றார் நம் காந்தி மகான் (சிறை)[233]

என்று இந்திய வரலாற்றில், காலத்தால் அழியா பெரும் புகழ் பெற்ற இம்மாவீரர்களின் ஈகத்தை மக்களுக்கு பாடலாக்கி தந்து, தன்னையும் வரலாற்றுப் பக்கங்களில் இணைத்துக் கொண்டார் மதுரகவி பாஸ்கரதாஸ்.

இந்நிகழ்வை பாஸ்கரதாஸ் பாடலாக்கித் தந்ததாக டி.என். சிவதாணுவும் குறிப்பிடுவார். அதேபோல் காந்தியடிகள் வட்ட மேசை மாநாட்டில் கலந்து கொள்வதற்காக இலண்டன் புறப்பட்டுச் சென்றபோது அதையும் பாடலாக்கித் தந்தார் பாஸ்கரதாஸ்.

காந்தி லண்டன் சேர்ந்தார் கை கூப்பித்
தொழுவீர் - கைகூப்பித் தொழுவீர்
தொழுவீர் - தொழுவீர் (காந்தி)
சாந்தியில்லாது பேசும் சர்ச்சில் இனத்தவரே
ஆழ்ந்து நன்றாக யோசிப்பீர்
யோசிப்பீர் - யோசிப்பீர்! (காந்தி)
முப்பது கோடி மக்கள் முயற்சிக்கோர் தியாகியாம்!

அற்புத ஞான யோகியாம் யோகியாம்!
யோகியாம் யோகியாம் எங்கள் (காந்தி)[234]

1942இல் டி.கே.முத்துச்சாமி அவர்களின் கதை வசனத்தில் உருவான நாடகம் ராஜா பத்ருஹரி. இந்நாடகத்தில் பாஸ்கரதாஸ் எழுதிய பாடல். காட்சி ஆறில் அமைந்துள்ள இப்பாடல் கூறுவது..

இந்திர போகமும் சகல சௌபாக்கியமும்
இருப்பினும் சுதந்திரம் இல்லையேல் சுகமோ
குந்திய கைதியாய்க் குடியிருந்தேனே
கூண்டிலடைப்பட்ட பூங்கிளி யெனத்தானே
கொடுமையில் நானே
மெய் நொந்தேனே
அடிமை வாழ்விதிற் சாவது மேலாம்
அந்தப்புர மென்பது நரகத்திற் கீழாம்
யாரிடம் கூர்வேம்
நாரியே தேர்வேன்[235]

என்று பாடி முடிக்கிறார். எத்தனை சுகம் இருந்தால் என்ன? எத்தனை இன்பம் கிடைத்தால் என்ன? சுதந்திரம் இல்லையென்றால் வாழ்ந்து என்ன பயன்? அடிமையாய் வாழ்வதிற் சாவதே மேலாம் என்ற வரிகள் அன்றைய ஆங்கில அதிகாரிகளுக்கு அடிவருடிகளாய் வாழ்ந்தவர்களுக்குச் சரியான சாட்டையடியாகும். இவ்வரலாற்றுப்பணியில் பாஸ்கரதாஸ் அவர்களின் பாதையில் வேறுபல கவிஞர்களும் நடைபயின்றனர். அவர்களுள் சிலர்.

இசக்கிமுத்து வாத்தியார்

இவர் சங்கரதாஸ் சுவாமிகளின் மாணவராவார். இவர் எழுதிய பாடல்கள் பல மக்களால் பெரிதும் விரும்பப்பட்டது. இவரது பாடல்களை ஆர்மோனியம் வாசுதேவ நாயர் நாடக மேடைகளில் பாடி வந்தார் என்று கு.சா.கிருஷ்ணமூர்த்தி கூறுவார். இவர் எழுதிய பாடல்களுள் ஒன்று

உத்திரவுபோல் நடக்கணும் - இந்து முஸ்லீம்கள்
ஒற்றுமையைக் கட்டிக் காக்கணும் -மத
வித்தியாசத்தைத் தவிர்க்கணும் - இங்கிருக்கும்
வெள்ளையரைக் கப்பல் ஏற்றணும்- காந்திஜியின் உத்திரவு
ஆசை காட்டி மோசம் செய்யும் ஆட்சியை ஒழிக்கணும் நாம்
அனைவரும் அகிம்சையென்னும் ஆயுதம் தரிக்கணும்
தேசியக் கொடியின் கீழ்த் திரண்டுபோர் நடத்தணும்
'ஜெய்ஹிந்த் வந்தேமாதரம்' திக்கெட்டும் முழக்கணும்[236]

இந்து, முகமதியர் ஒற்றுமையை வலியுறுத்தியும், காந்தியின் அகிம்சைக் கொள்கையினை வலியுறுத்தியும் எழுதப்பட்ட பாடல் இது. காந்தியின் கொள்கை வழி நாம் ஒன்றுபட்டு போராடினால் வெற்றி கிட்டும் என்று அறைகூவல் விடுத்த பாடல் இது.

ராஜா எஸ்.எஸ்.சண்முகதாஸ் எழுதியது

தென்னாப்பிரிக்காவிலிருந்து இந்தியா திரும்பிய காந்தியடிகள், இந்தியாவில் தன் அரசியல் பணியைத் துவக்குகிறார். வழக்கமான வன்முறை வழிக்கு மாறாக அன்பு வழியில் மக்களை ஒன்று திரட்டி போராட்டத்தில் குதிக்கிறார். காந்தியடிகளைச் சரியாக அறிந்திராத பாமரருக்கு காந்தியடிகளை அறிமுகம் செய்து வைக்க இப்படித்தான் மேடைகளில் பாடிவந்தார்கள் கலைஞர்கள்.

காந்தியின்று சொல்லி எங்கேயோ இருந்தொரு கெழவர்
வந்திருக்காராம் - அவரு
காங்கிரசைச் சேர்ந்த ஆளாம் இப்பக் கெவருமென்டையே
எதுக்கிறாராம் - மல்லுக்
கட்டக் கூடாதுன்னு ஊரையே ஒண்ணாக்கிக்
கலவரமும் பண்ணுறாராம் மகாத்மா காந்தி[237]

சாதாரண மக்களும் உணரும் வண்ணம், எளிய சொற்களால் இனிய பாடலைத் தந்த சண்முகதாஸ் அவர்களின் கவிப்புலமைக்கு இப்பாடல் நல்ல சான்றாகும்.

சுந்தர வாத்தியார்

தமிழகத்திலிருந்து இலங்கைத் தேயிலைத் தோட்டங்களில் வேலை செய்ய சென்றவர் பலர். அவரெல்லாம் அங்கே அனுபவித்த கொடுமைகள் பல. சொல்லமுடியாத துயரங்களோடு அவர்கள் பட்ட துன்பத்தை நாடகப் பாடல்களில் வெளிப்படுத்தியவர் சுந்தர வாத்தியார். மதுரகவி பாஸ்கரதாசுக்கு அடுத்த நிலையில் வைத்து போற்றத்தக்கவர். இவர் எழுதிய இப்பாடலை பாடும்போதே கண்ணீர் விட்டு அழுதவர் பலர்.

தேயிலைத் தோட்டத்திலே - பாரத
சேய்கள் சென்று சென்று மாய்கின்றார் ஐயய்யோ (தேயிலை)
ஓயாது நாள் முழுதும் - சதா
ஊழியம் செய்து உடம்பலுத்தே கெட்ட
நோயால் வருந்தும் மக்கள் - அங்கு
நொந்து நொந்து தினம் நைந்து மடிகின்றார்.
கட்டத் துணியுமின்றி கொடுங்

கானலிலே புள்ளிமானைப்போல் அலைந்து
நட்டுவாக்காளி பூரான் பாம்பு
அட்டை கடித்து அலறிப் புலம்புறார் - தேயிலை
காசாசைப்பேய் பிடித்த மட்டிக்
கங்காணியர் சிறுமங்கையரைக் கெட்ட
நேசத்திற்கே இழுத்துச் செய்யும்
நிர்ப்பந்தம்தான் மனம் ஒப்பத் தகுந்தோ -தேயிலை
செந்தமிழ் சுந்தரனார் இந்தச்
சேதி உரைப்பதை
ஆதரிப்பீர் பெரும் இந்து
சகோதரரே![238]

இங்கு வறுமையென்று இலங்கை நாட்டிற்கு வழி தேடி சென்றவர்களுக்கு, அங்கேயும் வாழ்க்கையில்லை என்பதை எடுத்துக்காட்டி இவர்களை இங்கேயே மானத்தோடு வாழச்செய்த பெருமைக்குரியவர்.

சுதந்திரப் போராட்டம் உச்சக்கட்டத்தில் இருந்தபோது "வந்தே மாதரம்" என்ற சொல் தேச பக்தர்களுக்கு தாரக மந்திரமாக இருந்தது. தேசபக்தர்கள் தாங்கள் சந்திக்கும் போது இக்கோஷத்தை ஒருவருக்கொருவர் பரிமாறிக் கொள்வது வழக்கம். அதனால் ஆங்கிலேய அரசு இக்கோஷத்தை தடைசெய்தது. இக்கோஷத்தை உச்சரித்தவர்கள் உடன் சிறையில் அடைக்கப்பட்டனர். இந்நிலையில்தான் சுந்தரவாத்தியார் இப்பாடலை எழுதி மேடைதோறும் தேசபக்த கலைஞர்களைக் கொண்டு பாடச் செய்தார். இப்பாடலை ஆங்கில அடக்குமுறைக்கு அஞ்சாது கலைஞர்கள் பலரும் பாடி சிறை சென்றனர். தெய்வீகப் பாடகர் கிட்டப்பா அவர்களும் இப்பாடலை மேடைகள் தோறும் பாடி மக்களை பரவசப்படுத்தினார்.

வந்தே மாதரம் வாழ்வுக்கு ஆதாரமே
சந்தேக மில்லாமலே சார்வோம் சகோரமே (வந்தே)
இந்து முஸ்லீம் கிருஸ்துவர்கள் என்னும் மதபேதமே
இந்தியர்கள் ஒற்றுமையை மாய்த்திடும் அநீதமே
சந்ததம் சிந்தையில் வைத்தால் போதுமே - இதைச்
சற்றேனும் மறந்தால் அபவாதமே
எந்த நாளும் எல்லோரும்
இணைந்தே சொல்லிப் பாரும்
வந்த இன்னல்கள் தீரும்
மனத்தில் இன்பம் சேரும் (வந்தே)

மந்திரமாகும் மகாத்மா காந்தியின் சொற்போதுமே
மாபெரும் சுதந்திரம் வழங்கிடும் நல்வேதமே
சுந்தரத் தமிழின் சங்க நாதமே
சுதந்திரம் வழங்கிடும் சங்கீதமே
எந்த நாளும் எல்லோரும்
இணைந்தே சொல்லிப் பாரும்[239]

என்று மயக்கும் தம் குரலால் பாடி மக்களை கட்டிப்போட்டவர். இவரது சாரீரத்தை நாடகத் தந்தை சம்பந்த முதலியாரே பாராட்டியிருப்பார். சுந்தர வாத்தியார் எழுதிய இந்த சுந்தர கானத்தை, தன் சுந்தர சாரீரத்தால் பாடி மக்களை வந்தே மாதரமென்னும் தாரக மந்திரத்தால் கட்டிப்போட்டார் கிட்டப்பா.

பூமி பாலகதாஸ்

வெள்ளையர்களைக் 'கொக்கு' என உவமித்து பாடியது போல் ஆங்கிலேயருக்கு துணை போன இந்தியர்களை 'காக்கா' என உவமித்துப் பாடுவார். இந்தியர்கள் கறுப்பு என்பதால் காக்கா என்பது எத்துணைப் பொருத்தம். இவரது கற்பனைத் திறத்தைப் பாருங்கள்! ஆங்கிலேயருக்குத் துணை போன துரோகிகளுக்கு இது சரியான அவமானம்!

காக்கா காக்கா கடைகெட்ட காக்கா
காக்கரட்டைக் காயைப் போலே மூக்கெடுத்த - காக்கா
ஓங்க, வீட்டு மேலே கடனுண்டு காக்கா - அது
வெள்ளைக் கொக்கு செய்த மாயம் காக்கா - மேல்
நாட்டு மோகங்கொண்டலையும் காக்கா - சொந்த
நாட்டுச் சகோதரரைக் காட்டிக் கொடுத்துவரும் - காக்கா
காத்தாய் பறக்கிறாயே காக்கா - மகாத்மா
காந்தி சொன்னபடியேகேளு காக்கா - வந்த
மாற்றானுக் கிடங்கொடுத்த காக்கா
மண்டையிலே மூளையின்றி
சண்டையிட்டுக் கெட்டழியும்[240]

இவ்வாறு காலச்சூழலுக்கேற்ப பாடல்களை எழுதி நாட்டு நடப்புகளை மக்களுக்குத் தெரியச் செய்து மக்களை விடுதலைப் போருக்கு அணிதிரட்டியதில் இந்தக் கவிஞர்களுக்கு பெரும் இருந்தன. இத்தகைய தேசிய கவிஞர்களை இனம் கண்டறிந்து அவர்களுக்கு உரிய மரியாதையைச் செய்வதே அவர்களுக்கு நாம் செய்யும் கைமாறாகும்.

தேசிய நாடகப் பாடல்களில் 'தேசியம்'

இப்பகுதியில் ஆய்விற்குட்பட்ட தேசிய நாடகங்களான கதரின் வெற்றி, கதர் பக்தி, நாம் இருவர், அந்தமான் கைதி போன்ற பிற நாடகங்களில் உள்ள தேசியப் பாடல்கள் இனம் காணப்பட்டு ஆய்வு செய்யப்பட்டுள்ளது.

'கதரின் வெற்றி'

நாடகக் கலையை நாடு விடுதலைப் பெறுவதற்கான நல்ல கருவியாக மாற்றிய பாவலர் அந்நாடகங்களில் தேசபக்தியை ஊட்டும் பாடல்களையும் இணைத்துப் பயன்படுத்தியுள்ளார். 1922ஆம் ஆண்டில் எழுதப்பட்ட 'முதல் தேசிய நாடகம்' என்ற பெருமைக்குரிய 'கதரின் வெற்றி' நாடகத்தில் இவர் இணைத்து பயன்படுத்திய தேச விடுதலைப் பாடல் இது.

சீரான இந்தியாவில்
பேர்போன தொழில்களெல்லாம்
செத்துக் கிடக்கும் இந்த
சீர்குலைந்த நாளையிலே
சேர்ந்த ராட்டின் பெருமை
செப்புவேன் கேளருமை
தீருமே தம் வறுமை

என்று இந்தியத் தொழில்கள் எல்லாம் அழிந்து கொண்டிருக்க கதர் தொழிலையாவது காப்பாற்ற வேண்டும் என்று கோரிக்கை வைக்கிறார்.

1922ஆம் ஆண்டு சென்னை ராயல் தியேட்டரில் அரங்கேற்றப்பட்ட இந்நாடகத்திலே ராட்டையின் பெருமை, கதராடையின் புனிதத் தத்துவம் எடுத்துக் கூறப்பட்டன. அந்த நாளில் இத்தனை துணிவுடன் விடுதலைக்காக வேறு என்னதான் செய்திருக்க முடியும்.

'கதர் பக்தி'

அடுத்த சில ஆண்டுகள் கழித்து இவர் எழுதிய 'கதர் பக்தி' நாடகம் குறிப்பிடத்தக்கது. இந்நாடகத்திலும் மூன்று காந்திய கொள்கைப் பாடல்களை எழுதி இணைத்து வெற்றிகரமாக அரங்கேற்றினார். இந்நாடகத்தில் முதல் அங்கம் இரண்டாங் காட்சியில், நாடகத்தின் நாயகன் கோவிந்தன் பாடி வரும் பாட்டு இது.

சுத்த சுதேசிக் கதர்த் துணியினைச் சுகம் பெறலாம் கொள்ளுவீர் - இனி
மற்றெல்லாந்தள்ளி நாட்டுத் துணியினை மாண்புடன் கொள்ளுவீர்
நாட்டில் விளைந்த நம் பஞ்சினைக் கொண்டு நம் நாட்டினில் நெய்த துணியை
வீட்டினில் மாதர்கள் இராட்டினில்நூற்ற மேன்மை சேர் நூலினைக் கொண்டு
நாட்டுத் தறியால் நம் நாட்டவர் செய்த நயமான கதர்த்துணி
பாட்டினில் பாடியே வேண்டுகின்றோம் நீர் பண்புடன் வாங்குவீரே
பஞ்சம் அழிந்திடும் நோய்கள் ஒழிந்திடும் பாவம் அழிந்திடுமே
சஞ்சலம் நீங்கிடும் தாழ்வுகள் நீங்கிடும் தாசத்தனம் நீங்கிடும்
கஞ்சியில்லாமல் வருந்திடும் ஏழைகள் கஷ்டங்கள் நீங்கிடும்
மிஞ்சிய மேன்மைக் காந்திமகான் மொழி விளங்கிடக் கொள்வீரே![241]

என்று கதராடையால் நாட்டின் தொழில் வளம் பெருகும், ஏழை எளியவர்களின் இல்லம் மலரும், பஞ்சம் ஒழிந்து நெஞ்சம் மகிழும். எனவே கதராடை அணியுங்கள் என்று எல்லோரையும் வலியுறுத்துகிறார் ஆசிரியர்.

அதேபோல் இரண்டாமங்கம் முதற் காட்சியில் அமைந்துள்ள மற்றொரு பாடல். அயல் நாட்டில் நெய்த ஆடைகளை நாம் அணிவதால் இந்நாட்டு வளம் அயல் நாடுகளுக்குப் போய் விடுகின்றன. அதோடு சொந்த நாட்டுத் தொழிலாளரும் வேலையின்றி வறுமையிலும், ஏழ்மையிலும் உழல்வது தகுமோ? சிந்திக்க அழைப்பு விடுத்து பாடுகிறார்:

நம்பர்மல் உடுத்துகின்ற நாகரிக பூமான்களே
நமது நாட்டுக்கழகோ சீமான்களே
நம்மானத்தைக் காக்கவே அன்னியர் ஆடையை நாடலாமோ
நாணயமோ அதற்காக அவர் காலில்
கோடி செம்பொன் கொட்டலாமோ
நாளையே அவர் துணிகள் அனுப்பாமற் போனால்
நம் பிழைப்பை அறிவீர் இப்படியே ஆனால்
நம் பெண்டு மக்கள் சகோதரிகள் ஏங்குவாரே
நம்மை மானங்காக்க வகையற்ற மூடர்
என்று துயர் தாங்குவாரே
அரிய கதருடையை ஆசையாக உடுப்பீர்
அன்பாய் பாவலன் சொல்லையே எடுப்பீர் - (நம்)[242]

இந்நாடகத்தில் மற்றொரு பாடல் இரண்டாமங்கம் இரண்டாங்காட்சியில் வந்துள்ளது. ‘ராட்டை’ பசியோட்டும் தொழிற்கருவி மட்டுமல்ல. சுயராஜ்யத்தின் அடையாளச் சின்னம். எனவே ராட்டை சுற்றுவதால் நாட்டின் வளம் பெருகும் என்பதோடு நாட்டின் மதிப்புயரும். மகாத்மா காந்தியின் கொள்கை

உயரும். அடிமைத்தனம் ஒழியும் என்ற கருத்துகள் அமைந்த பாடல் இது.

ராட்டினத்தைச் சுற்றிப் பசி யோட்டுவோமே - சுய
ராஜ்யக் கொடியை நிலை நாட்டுவோமே
நாட்டினிப் பாரத வீரம் காட்டுவோமே - இந்
நாளில் நம்மடிமைத் தனம் ஓட்டுவோமே
எழிலாரு மகாத்மா காந்தி
இயம்பிய மந்திர மேந்தி
வந்தே மாதரம் அல்லாஹூ அக்பர்
மகாத்மா காந்திக்கு ஜே ஜே ஜே என்று - ராட்[243]

இவ்வாறு நாடகங்கள் எழுதி இயக்கியதோடு பாடல்கள் எழுதியும் பாவலர் செய்த பணி என்றும் நினைக்கத்தக்கது.

'கவியின் கனவு'

நாட்டு விடுதலையை கருவாகக் கொண்டு உருவான நாடகம் 'கவியின் கனவு' நாடகமாகும். இந்நாடகாசிரியரும் நல்ல கவிஞர் என்பதால் பொருள் பொதிந்த பாடல்களை எழுதி பொருத்தமான காட்சியில் இணைத்து காட்சிப்படுத்தியுள்ளது பாராட்டுக்குரியது.

இந்நாடகத்தில் காட்சி இரண்டில் இடம் பெற்ற பாடல் இது. கவிஞர் ஆனந்தர் தம் ஆஸ்ரமத்தில் தனிமையில் பொழுதைக் கழிக்கும் போது நாட்டை எண்ணி, நாட்டின் நலத்தை விரும்பி பாடும் பாடல் இது.

மாதவநாடும் நல்வாழ்வுறும் நாளென்றோ
மானிலமே மகிழ்வுறவே மானிடரின் மாய்கைமாறி -மகா (மாதவ)
மாதா மனமிக மகிழ்ந்திட மாட்சிமை மிகுந்திடுமோ அறியேன்
சத்திய ஜோதியாய் ஜெகமேவீசும் சுடரொளியே ஒளியே ஒளியே
சூதால் சூழ்ச்சிகள் சுழல்வது ஓய்ந்திடுமோ
சதி செய்யும் அதமர்கள் வீழ - மகா
ஆழியின் அலை எழுந்தணி செய்யும் ஒலியிசை
சூழும் கடல்சுழியாக - விழைவாய் - உலகினர் புகழ்ந்திடும்
மலையே உயர் அரனாய் - இன்பமே மழையாய் அன்பதே நிலமாய்
பண்பதே பயிராய் சீர்வளமே சேர்ந்துளமே திகழும் அழகமுதமே![244]

எல்லா வளமும் பெற்றிருந்தென்ன, மாய்மை மாறி, சூது, சூழ்ச்சி அழிந்து, சதி வீழ்ந்து நலமே சூழ கவிஞர் பாடுகிறார். அதேபோல் மகாகவி பாரதியின் "எந்தையும் தாயும் மகிழ்ந்து

குலாவி" என்ற பாடலை உரிய இடத்தில் இணைத்தும் காட்சியை அழகுபடுத்தியுள்ளார் சுந்தரம் அவர்கள்.

மணிவண்ணன் சிறையில் அடைக்கப்பட்டிருக்கும்போது 'தாயெனவே நமைப்பாலிக்கும்' என்ற பாடலை பாடுகிறான். இதுகேட்ட கவிஞர் நினைவு திரும்பப் பெறுகிறார். நாடக முடிவில் அனைவரும் பாடுகின்றனர்.

தாயெனவே நமைப்பா லிக்கும்
தாயகமே தாரகமென்போம்
வாழி நேச தேசம் வாழி நலம் சூழ
மாயை எனும் இருளதனாலே
மானிடனே மதி மயங்காதே
வாழ்க நேச தேசம்
வாழி நலம் சூழ![245]

இப்பாடல் இந்நாடகத்தின் திருப்புக் காட்சிக்கான உத்தியாகப் பயன்படுத்தப்பட்டுள்ளது. இப்பாடலைக் கேட்கும் போதுதான் கவிஞர் ஆனந்தர் நினைவு திரும்புகிறார். அவ்வழியில் தாய்நாடு தாய் போன்றது. அதுவே நமக்குயிர் என்று குறிப்பிடுகிறார்.

நாம் இருவர்

சகோதர பாசத்தை முன் வைத்து எழுதப்பட்டது 'நாம் இருவர்' நாடகம். இந்நாடகத்தில் தேசியத்தை உள்ளடக்கிய பல சமூகக் கருத்துகள் புகுத்தப்பட்டுள்ளன. இந்நாடகம் அரங்கேறிய தருணத்தில் காந்தியடிகள் தமிழகத்திற்கு வந்திருந்ததால் காந்தியை நினைவுபடுத்த, காந்தியத்தை வெளிப்படுத்தும் கருத்துகளையும், பாத்திரங்களையும் புகுத்தியதாக நீலகண்டன் குறிப்பிடுவார். அவ்வகையில் உருவாக்கப்பட்ட பாத்திரமே கமலா பாத்திரம். காட்சி இரண்டில் பாரதி விழா அரங்கத்தை அறிமுகப்படுத்தி அதில் கண்ணம்மா பாடுவதாகவும், கமலா அபிநயம் செய்வதாகவும் உருவாக்கப்பட்டதே இக்காட்சி.

"ஆடுவோமே பள்ளுப் பாடுவோமே
ஆனந்தச் சுதந்திரம் அடைந்து விட்டோம்" என்று இந்திய சுதந்திரத்தை மகிழ்ந்து பாடுவதாக இக்காட்சி அமைக்கப்பட்டது.

அதே காட்சியில் கதாநாயகன் சுகுமார் மகாகவியைப் பற்றியும் அவரது கவிதைகள் பற்றியும் சொற்பொழிவு ஆற்றுகிறான். அப்போது பாரதியின் விடுதலைப் பாடலைப் பாடுகிறான்.

விடுதலை! விடுதலை! விடுதலை!
பறையருக்கும் இங்கு தீயர்
புலையருக்கும் விடுதலை

பரவ ரோடு குறவ ருக்கும்
மறவருக்கும் விடுதலை

என்ற பாடலோடு பெண்ணுரிமை குறித்த மகாகவியின் “ஏட்டையும் பெண்கள் தொடுவது தீமையென்று” என்ற பாடலையும் கமலா பாடும்படி செய்திருப்பார் ஆசிரியர் நீலகண்டன்.

அன்னையே தெய்வம்

எஸ்.டி.சுந்தரம் அவர்களால் எழுதப்பட்ட நாடகம் ‘அன்னையே தெய்வம்’ நாட்டு மக்களின் அடிமைத் தளையை அறுக்கும் போராட்டத்தில் ஈடுபட்டுள்ள வானழகனும் அவனது மனைவி வேல்விழியாளும் மலைப் பகுதிகளில் மறைந்து வாழ்கிறார்கள். அப்போது ஒருநாள் அந்திப் பொழுதில் வேல்விழியாள் மலைச்சாரலில் பாடி மகிழ்கிறாள். அருகில் வானழகன் உள்ளான். நாடகத் துவக்கப் பாடலாக அமைந்த இப்பாடல் முதலாவது காட்சியில் அமைந்துள்ளது.

நம்தாய் நம்தாய் நம்தாய்
எந்தன் அன்னை தந்தை வாழ்ந்த சொந்தமான நாடே
வந்த நண்பர் பசியை நீக்கும் பந்தமான வீடே
சிந்தையெங்கும் சீர்மைதந்த விந்தையான மாதா
எந்த நாளும் நமதுதெய்வம் இந்ததேசத்தாய்தான்
நம்தாய் நம்தாய் நம்தாய்-[246]

இத்தாய் நாடே எங்களுக்குத் தெய்வம்! அதுவே எங்கள் பசியைப் போக்கும் தாய்வீடு! எங்கள் சிந்தையெங்கும் நிறைந்திருக்கும் இத்தாய்நாட்டை வாழ்த்துவோம்! வாழ்த்துவோம்! என்று பாடுகிறாள்.

காட்சி இரண்டில் அமைந்துள்ள இப்பாடலை வானழகன் பாடி வருகிறான். இப்பாட்டு அன்றைய இந்திய நிலையை பிரதிபலிப்பதாக அமைந்திருந்தது. அடிமைத்தளையில் சிக்குண்ட மக்களெல்லாம் மாக்களாக ஒடுக்கப்பட்டனர். சந்தையில் விற்கப்படும் அடிமைகள் ஆயினர். இக்கொடுமைகளையெல்லாம் ஒழிப்பதாக வானழகன் பாடுகிறான்.

மனிதரை யெல்லாம் மாடுகளாக்கும்
மட்டில்லாத ஆதிக்கம்
குமரியை யெல்லாம் குதிரைகளாக்கும்
குன்றாளங்கள் ஆதிக்கம்
கண்டதையெல்லாம் கொண்டு சுகிக்கும்
கட்டில்லாத ஆதிக்கம்

தண்டனையெல்லாம் தருவேன் ஆமாம்
தடைசெய்வாரைப் பாதிக்கும்
அடிமைகள் எங்கள் அதிகாரத்தில்
ஆடும் கட்டைப் பொம்மைகளே[247]

போராட்டத்தில் கைது செய்யப்பட்ட வானழகன் அடிமைகளோடு அடைக்கப்படுகிறான். புரட்சி வெடிக்கும் போது அடிமைகள் மத்தியில் வானழகன் பாடுவது:

விடுதலை நாளை நோக்கி, வீணில் பஞ்சாங்க
ஏடுகளை இனிமேல், எண்ணும் பணியில்லை.
பீடைச் சிறையிதுவே! பொலிவுறு கோயில்என்
வாடா வீரர்காள்! வணங்கும் தெய்வங்காள்
மாண்டநம் அன்பர்களின், மனப்புண் அதனுள்ளே
தாண்டவமாடியதே, தீரா உரிமைவெறி?
கூண்டில் மறைந்ததுவா? குன்றித் தேய்ந்ததுவா?
ஆண்மையின் மீதானை, அதற்கோர் அசைவில்லை.
என்றும் வற்றாத, ஊற்றின் கீதம்போல்
விண்ணில் அலைகள் போல் விரையில் உரிமைதனை
திண்ணம் நாம் பெறுவோம், துணிவாய் என்பின்னே
கண்மணிபோல் வீரர்காள், காலடி வைப்பீரேல்[248]

விடுதலை நெருங்கியது. விடுதலைக்காய் உயிர் நீத்த நம்முன்னோரின் தியாகம் வீண்போகவில்லை. உரிமைவெறியை மனதில் இருத்தி உயிர் இழந்தோரின் தியாகங்களை முன்னிறுத்தி புரட்சிக்கு வாருங்கள் என்றழைக்கும் இப்பாடல் அன்றைக்கு விடுதலைப் போரை நோக்கி மக்களை அழைத்த அழைப்புக் குரலாக பார்க்கலாம்.

‘அந்தமான் கைதி’

தங்கையின் நல்வாழ்வுக்காக தன் வாழ்வை அர்ப்பணித்த நடராசன் அந்தமான் தீவில் ஆயுள் கைதியாக அடைபட்டுள்ளான். அவனது கதையே ‘அந்தமான் கைதி’ நாடகமாகும் அங்கு கிழக் கைதியொருவன் பாடுவதாக அமைந்த இப்பாடலில் நாட்டுப்பற்று வெளிப்படுகிறது.

காட்சி துவக்கத்தில் கிழக்கைதியொருவர் பாடிக்கொண்டே வேலைசெய்கிறார். எல்லா இன்பமும் தரும் என்தாய்நாட்டை, கணக்கில்லாத அழகும் வளமும் கொண்ட என் தாய்நாட்டை மீண்டும் பார்ப்பது எப்போது என்ற பொருள் கொண்ட இப்பாடலால் நாட்டுப் பற்று வெளிப்படுகிறது.

சிந்தையைக் கவர்ந்திடும் இந்திய நாட்டை இந்த
சென்மத்தில் காண்பேனோ? - எந்தன்
அந்தியக் காலம் வரை அந்தமான் தீவிலேயே
நொந்துயிர் வீழ்வேனா?

கங்கை காவிரி யமுனை கோதாவரியோ டின்னும்
கணக்கில்லா நதியோடி - எங்கும்
பொங்கும் செழுமையும் களிப்பும் தரும் சென்ம
பூமியைக் காண்பேனோ?[249]

இப்பகுதியில் கிழக்கைதியும், வாலிபக் கைதியும் உரையாடும் முகமாக நாட்டு வளத்தையும், நாட்டுப் பற்றையும் இப்பாடலின் வழி எடுத்துக் காட்டியுள்ளார்.

கிழக்கைதி: என்ன! என்பாட்டு அவ்வளவு இனிமையாகவா இருக்கிறது?

வாலிபக் கைதி: ஆமாம். அதிலும் தன் தாய் நாட்டின் பெருமையைக் கேட்பதில் உள்ள இன்பத்திற்கு ஈடு சொல்லவும் கூடுமோ?

கிழக் கைதி: தம்பி இப்படி உட்கார்: உன் இஷ்டப்படியே பாடுகிறேன்.

சிற்பம் ஓவியம் கீதம் காவியமோடு - பல
சீர்மிகும் கலைமேவி - இணை
செப்பரிய எனது செல்வத் தமிழ்த் தாய்நாட்டைத்
தெரிசத்து மகிழ்வேனோ?
பொன்னும் நவமணியோ டின்னும் பல பொருள்கள்
பொலிவுறும் தமிழ் நாட்டை - எந்தன்
கண்ணால் காணாமல் என் வாழ்நாளை வீணே
கழித்திங்கு மாள்வேனோ?[250]

என்ற இவர்களது பாடல்களின் மூலம் இத்தேசத்தின் வளமும், பெருமையும் வெளிப்படுகிறது. நாடகம் காண்போருக்கு தேச பற்றை விளக்குதற்கு இப்பாடல்கள் உதவியது.

இராணி மங்கம்மாள்

சுத்தானந்த பாரதியாரால் எழுதப்பட்ட இந்நாடகத்தின் போர்க்கள காட்சியில் மங்கம்மாள் சேனையும், கேரள வர்மன் படையும் போர் புரிகின்றனர். போரில் தளவாய், தொண்டைமான், வீரத்தேவன் மூவரும் பாய்ந்து பாய்ந்து போர் புரிகின்ற போது பாடியது:

தளவாய் பாடுவது

தெய்வ முண்டு, தரும முண்டு
தீர ருக்கு வெற்றியே!
பொய் யதர்மக் கும்பல் வீழப்
போர் புரிவோம் வீரர்காள்!

வீரத்தேவன் பாடுவது

வந்து நின்று கைகலந்தெம்
வாள் விருந்தைப் பாருங்கள்
செந்தமிழ் மறவரைச்
செயிப் பவர்கள் யாவரோ?

தொண்டைமான் பாடுவது

படை திரண்டு வாருங்கள்
பறக்க நம் ஜெயக்கொடி
இடி முழக்கம் கொட்டுங்கள்,
இகலவர் நடுங்கவே![251]

செந்தமிழ் மறவரை உலகத்தில் யார் வெல்வர்? நம் பகலவர் எங்கோ மறைந்தோட வெற்றிக்கொடி நாட்ட எல்லோரும் திரண்டு வாருங்கள் என்று அழைக்கிறார்கள். இவ்வழைப்பு தேச விடுதலைப் போராட்டத்திற்கு மக்களை அழைப்பதாகவே கொள்ளலாம்.

நான்காம் காட்சியில் படை மைதானத்தில் ராணி அலங்கார மேடையில் அமர்ந்திருக்க, படைகள் வெற்றிக் களிப்பால் ஆடிப் பாடி மகிழ்கிறார்கள். அப்போது ஆடிய நாடகப் பாட்டு

வெற்றி வெற்றி யென்று சொல்லி
வேகமாக முன்செல்வோம்
ஒற்று மையாய் வாருங்கள்
உடன் பிறந்த தோழர்காள்
தோளுயர்த்தி தலை நிமிர்ந்து
சோர்விலாத வீறுடன்
நாளும் கல்வி செல்வ மோங்கி
நாடு வாழ முன்செல்வோம்[252]

நாம் எல்லோரும் உடன் பிறந்த தோழர்களாய் ஒன்று சேர்ந்து, கல்வி கேள்விகளில் சிறந்து செல்வம், வளத்தில் ஓங்கி விளங்க நம்மையும் அழைப்பதாக அமைந்துள்ளது. இப்பாடல் சுதந்திரத்திற்குப்பின் நாடு பெற வேண்டிய மேன்மையை வலியுறுத்துவதாக அமைந்துள்ளது. காலத்தேர் நாடகத்தில் ஒரு பாடல்:

"இத்திரைக்கு எதிரே எத்தனை தலைவர்
பாலும் திலகரும் லாலும் தாசும்
சிதம்பரம் பாரதி சிவாவுடன் ஐயரும்
ராஜனும் நேருவும் ராஜா ஜியும்
மாதா வேள்வி மந்திரம் ஒலித்தனர்
சத்தியாக் கிரக சங்கு முழங்கி
நாட்டை அழைத்தார் நமது மகாத்மா.[253]

நாட்டு விடுதலைக்குத் தொண்டாற்ற நம்மையெல்லாம் அழைக்கும் முகமாக இப்பாடலை அமைத்திருக்கிறார்.

அபிமன்யு நாடகப் பாடல்

பாரதப் போரில் உதவுவதற்காகச் சென்ற தமிழக வீரன் வட நாட்டு அந்தணரின் கேள்விக்குப் பதில் அளிக்கும் விதமாக அமைந்துள்ள பாடல் இது.

சோம: உங்க தேசம் ரொம்ப சுபிட்சமான தேசந்தானோ? என்று அந்தணர் கேட்கிறார்.

மு.போ.வீ: அந்தணர் பெரும! (பாடுகிறான்)
காவிரி தென்பெண்ணை பாலாறு - தமிழ்
கண்டதோர் வையை பொருனை நதியென
மேவிய யாறு பலவோடத் - திரு
மேனி செழித்த தமிழ் நாடு.
முத்தமிழ் மாமுனி நீள்வரையே - நின்று
மொய்ம்புறக்காக்குந் தமிழ்நாடு - செல்வம்
எத்தனையுண்டு புவி மீதே - அவை
யாவும் படைத்த தமிழ்நாடு.[254]

மகாகவி பாரதியின் பாடலாக இருந்தாலும், நாடகத்தில் சரியான இடத்தில் இணைத்து தமிழ்நாட்டின் சிறப்பை, வளத்தைப் பற்றிக் கூறுவது மக்களிடம் தேசபக்தியை ஊட்டுவதற்காகவே.

□

4

விடுதலை இயக்க நாடகங்களின் அமைப்பு, கரு, உத்திகள்

முன்னுரை

நாட்டு விடுதலையை மட்டுமல்லாது சமூக விடுதலையையும் முன் வைத்து பல்வேறு கருத்தாக்கத் தளங்களில் நின்று தம் பணியைத் சிறப்புற செய்த விடுதலை இயக்க நாடகங்களின் அமைப்பு குறித்தும், நாடகப்பாத்திரங்களின் சிறப்பு, உரையாடல் வளம், கதையாக்கம், கருத்தாக்கம் போன்ற நாடகக் கூறுகளும் இவ்வியலில் ஆராயப்பட்டுள்ளது.

> **“நாடகம் இரு பயன்களை நல்க வல்லது. நாடகம் காண்போர்க்கு அறிவாற்றலையும், பண்பாட்டினையும், சமூகக் கோட்பாட்டினையும், தெய்வீகத் தன்மையினையும் உணர்த்துவதை முதன்மையான நோக்கமாகக் கொண்டது. அடுத்து மக்களை மகிழ்விப்பதையும் அதன் மூலம் ஏதேனும் ஒரு கலையை நுகர்விப்பதையும் தொழிலாகக் கொண்டது”[255]**

என்பதற்கேற்ப விடுதலை இயக்க நாடகங்கள் மக்களை மகிழ்வித்ததோடு, அறிவுச் சுரங்கமாகவும் நடப்புச் சூழலை கலை நயத்தோடு வெளிப்படுத்திய கலைக்கரக்காகவும் மண்ணின் மரபைப் பாதுகாக்கும் அடையாளமாகவும் விளங்கி வந்துள்ளது.

நாடகம் என்பது

நாடகத்தின் அமைப்பை ஆராயப் புகுமுன் நாடகம் என்றால் என்ன? என்ற கேள்வி நமக்குள் எழுவது இயற்கை. இதற்கு அறிஞர்கள் பலரும் பலவித விளக்கங்களை அளித்துள்ளனர். இது குறித்து பேராசிரியர் வையாபுரிப்பிள்ளை கூறுவதாவது:

> **“ஒரு கதையை எடுத்துக் கொண்டு அதில் வரும் பாத்திரங்களுக்கெல்லாம் நடிகர்களை அமைத்து, உரையாடல்களாலும் செயல்களாலும் அக்கதைப் பொருளைப் பலர் காண அரங்கத்தில் நடித்துக் காட்டுவதே இன்றைய நாடகம்.”[256]**

என்று விளக்கமளிப்பார்.

> **“இழிவான மனித வாழ்க்கையிலிருந்து பிரித்தும் சாதாரண மனித வாழ்க்கையிலிருந்து உயர்த்தியும் காட்டுவது நாடகமாகும்.**

மனதையும் பிற பொறிகளையும் நாடகம் கருத்தாலும் பலவகைப் பாத்திரங்களாலும் ஒருமுகப்படுத்தும் ஆற்றலுடையது”[257]

என்று திரு.ஸ்ரீநிவாச ஸர்மாவும் நல்ல நாடகத்திற்கு விளக்கமளிப்பார். இவ்வறிஞர்களின் கருத்திற்கிணங்க பாத்திரங்களாலும், உரையாடல்களாலும் அமைக்கப் பெற்ற கதை வடிவமே நாடகம் என்று கருதவியலும். இவ்வளவில் மட்டும் அமையப் பெறாமல் நாடகத்தின் கதாபாத்திரங்களும், நாடக உரையாடல்களும் இன்னும் பிற உத்திகளும் எந்தளவில் இந்நாடகங்களில் சிறப்புற எடுத்தாளப் பெற்றுள்ளன என்பதை ஆய்வுச் செய்வதும் அவசியமாகிறது.

இங்ஙனம் நாடகங்கள் காண்போரின் உள்ளத்தில் மீண்டும் பார்க்கத் தூண்டும் ஆவலையும், மகிழ்ச்சியையும் ஏற்படுத்த வேண்டும். அதே நேரத்தில் சிறந்த கட்டமைப்பைப் பெற்றதாகவும் இருக்க வேண்டும். இத்தகைய சிறந்த கட்டமைப்பின் வழி இந்நாடகங்களை ஆய்வு செய்வதும் அவசியமாகும்.

வடிவமைப்பு

நாடகங்களின் வடிவமைப்பை இரண்டாகப் பகுக்கலாம். இது குறித்து ஏ.என்.பெருமாள் கூறுவதாவது:

“நாடகங்களின் வடிவமைப்பை புறவமைப்பு, அகவமைப்பு என இரண்டாகப் பிரிக்கலாம்”[258]

என்று நாடகங்களின் கட்டமைப்பை பகுத்துரைப்பார். இதனடிப்படையில் நாடகங்களை, ‘**புறவமைப்பு, அகவமைப்பு**’ என இரு பகுதிகளாகப் பகுத்தறியலாம்.

அகவமைப்பு

வெறும் கதைப் போக்கினை மட்டும் கருத்தில் கொள்ளாமல், கதைப்பின்னல், பாத்திரப் படைப்பு போன்ற கூறுகளின் அடிப்படையில் நாடகங்களின் அகவமைப்பைப் பற்றி அறிஞர்கள் பலரும் பல விளக்கங்களை அளித்துள்ளனர்.

“அகவமைப்பை நாடகக் கதை, பொருள், கட்டுக் கோப்பு அல்லது கதைப் பின்னல், பாத்திரப்படைப்பு, சுவைகள் முதலிய பல பிரிவுகளாகப் பிரிக்கலாம்.”[259]

என்று ஏ.என்.பெருமாள் வகைப்படுத்தியிருப்பார்.

“நாடகக் கூறுகளுள் மிகவும் இன்றியமையாதவை கதை, கதைக்கோப்பு, பாத்திரப் படைப்பு, உரையாடல் ஆகியனவாம்.

ஒருவருக்குத் தொடர்பான நிகழ்ச்சிகளை முறையாகச் சொல்வது கதையாகும். அதில் நிகழ்ச்சிகளைத் தொடர்ந்து கூறும் முறை இருக்கும். ஆனால் கதைக் கோப்பு இருக்காது. நிகழ்ச்சிகளை ஒன்றுக்கொன்று தொடர்புபடுத்தியும் அவற்றைக் காரண காரிய முறையில் அமைக்கும் திறத்திலும் கதைக்கோப்பு உருவாகிறது. கதையில் ஒரு முரணை (conflict) தோற்றுவித்து அதைச் சிக்கலுடையதாகவும் அச்சிக்கல் முடிவுறும் படியும் நிகழ்ச்சிகளைக் காரண காரியத் தொடர்புடன் விளக்குவது கதைக் கோப்பாகும்.[260]

என்று தா.ஏ.ஞானமூர்த்தி அவர்களும் நல்ல நாடகத்திற்கான இலக்கணத்தை எடுத்துரைப்பார். நாடகத்தின் கருவிற்கு சொல்லப்படும் கதையை முறையாக தொடர்புபடுத்தி கதைக்கோப்பையும், கதைக்கோப்பிற்கு இயைய கதாபாத்திரங்களையும், இவற்றின் வழி உரையாடல்களையும் தொடர்புபடுத்தி நாடகங்களை எழுதுதல் வேண்டும்.

அதேபோல் நாடகத்திற்கு வேண்டிய கலைக் கூறுகள் நான்கினை கே.ஏ.குணசேகரன் அவர்கள் குறிப்பிடுகிறார்:

1. **நாடகத்தின் கதைக் கரு**
2. **கதைப் பின்னல்**
3. **பாத்திரப் படைப்பு**
4. **உரையாடல் ஆகிய நான்கும் நாடக அகவமைப்பிற்கான கூறுகள்**[261]

என்று விளக்கம் தருகிறார். இவ்விளக்கங்களின் அடிப்படையில் நம் ஆய்வு நாடகங்களை ஆய்விற்கு உட்படுத்துவது பொருத்தமாகும்.

கதைக்கரு

பொதுவாக ‘கரு’ உருவாக்கம் பெறுகிறபோதுதான் எந்த ஒரு படைப்பாக்கமும் நிகழ்கிறது. அதனடிப்படையில் நாடக உருவாக்கத்திற்கும் ‘கரு’ அடிப்படையாகின்றது.

“நாடகப் படைப்பிற்கு அடிப்படையாக அமைவது கதைக்கரு (வாநஅந) ஆகும். கதைக்கருவைத் தேர்ந்தெடுப்பது மிகவும் கடினம். இதனை வாழ்வியல் நிகழ்ச்சிகள், வாழ்வியல் பட்டறிவு, உலகச் செய்திகள், நூலறிவு முதலியவற்றிலிருந்து தேர்ந்தெடுக்க வேண்டும்”[262]

என்று தா.ஏ.ஞானமூர்த்தி தெரிவிக்கிறார். அதாவது அவரவர் வாழ்க்கை அனுபவத்தில் அவர்களுக்குக் கிட்டிய அனுபவத்தின்

பயனாய் வெளிப்படும் சிந்தனையின் வெளிப்பாடே நாடகத்திற்கு 'கரு'வாக அமைகிறது.

"கதைக்கரு நாடகத்தின் சாரம் அதன் அடிப்படைக் கருவை ஒரு சொல்லிலோ ஒரு முற்றுத்தொடரிலோ சுருக்கிக் கூறிவிடலாம்"[263]

என்று இந்நாடகக் கருவிற்கு எளிமையான, பொருத்தமான விளக்கம் அளித்துள்ளார்.

"வெவ்வேறு வகையினதாயும், விதிமுறைகளைச் சார்ந்தும் விளங்குதலைவிட ஒரு நாடகத்தின் நல்விளைவுகளைக் கருத்தில் கொண்டே அதன் சிறப்பு கணிக்கப் பெறும். விழுமிய எண்ணங்களையும், சிறப்பான பாத்திரப் படைப்புகளையும் காட்டிலும் நல்ல 'கருவினையே' பெரிதும் சார்ந்து ஒரு நாடகம் அமைகிறது.[264]

என்று தமிழ்ச்செல்வி அவர்கள் கூறுவதும் இங்கு கவனிக்கத் தக்கது. எந்த ஒரு நாடகமானாலும், அந்த நாடகம் நல்ல 'கரு'வால் அமைக்கப் பெற வேண்டும். இல்லையென்றால் அந்நாடகம் பயனற்றதாகிவிடும். இக்கருத்துகளின் அடிப்படையில் ஒரு நல்ல நாடகம் சிறப்புப் பெறுவது 'கரு'வின் அடிப்படையிலேயே ஆகும். ஆய்விற்குட்பட்ட இப்பதினைந்து நாடகங்களும் அதன் சிறந்த 'கருக்களின்' அடிப்படையில் வெற்றி பெற்ற நாடகங்களே என்பதும் இங்கு கவனிக்கத்தக்கது. இவ்வகையில் ஆய்விற்குட்பட்ட நாடகங்களையும், அந்நாடகங்களின் 'கரு'வினையும் அறிவது அவசியமாகிறது.

இதற்கிடையில் இந்நாடகங்களின் கருப்பொருள்கள் எதைநோக்கி அமைந்திருக்கிறது என்பதும் கவனிக்கத்தக்கது. நாடகம் சொல்லும் 'பொருள்' குறித்து பேராசிரியர் வி.கோ.சூரியநாராயண சாஸ்திரியார் வகுத்துள்ள இலக்கணத்திற்கேற்ப இந்நாடகங்கள் அமைந்து உள்ளதையும் அறிய முடிகிறது.

நாடக நுவல் பொருள்

நல்லொழுக் கத்தை நனிவிரித் துரைத்தலு
நல்லொழுக் கமுளார் நன்மை யெய்தலுந்
தீயொழுக் கத்தின் றீமையைச் செப்பலுந்
தீயொழுக் கமுளார் தீதுற் றழிதலுந்
தீயர்தந் தீமையைச் சிறப்பித் துரைப்பினுஞ்
செம்மையோ ரதனைச் சினந்துரை யாடலு
மரியநாற் பொருளினு ளறத்தின் பாலவாம்[265]

என்று நாடகம் நுவலும் பொருள் குறித்து விளக்கம் தந்துள்ளார்.

இதன் அடிப்படையில் தமிழரின் வாழ்வியல் நோக்கான அறம், பொருள், இன்பம், வீடு ஆகிய நான்கு உறுதிப் பொருட்களிலும் இந்நாடகங்கள் அமைந்துள்ளன. நல்லவர் நன்மை பெறுதலையும், தீயவர் தீமை எய்தலையும், தீமையை நன்மை வெல்லுதலையும், இறுதியில் அறம் வெல்லுதலையும் இந்நாடகங்களின் ‘நாடக நுவல் பொருட்களாக’, கருப்பொருட்களாக அமைந்துள்ளதையும் அறிய முடிகிறது.

ஆய்விற்குட்பட்ட நாடகங்களும் - நாடகங்களின் கருவும்

வ.எண்	நாடகம்	கதைக்கரு
1.	பதிபக்தி	கதர்பிரச்சாரம், மதுவிலக்கு.
2.	பம்பாய் மெயில்	தேசிய ஆர்வம், நீதி வெல்லும்.
3	கதர்பக்தி	கதர்ப்பிரச்சாரம், தேசிய ஆர்வம்
4	தேசபக்தி (அ) சகோதரத் துரோகம்	சமுதாய முன்னேற்றம், பெண்ணுரிமை.
5	ஸ்ரீ திலகர் காந்தி தரிசனம்	தேச விடுதலை
6	வீரன் அ தீண்டாமை வழக்கு	தீண்டாமை ஒழிப்பு, சமூக முன்னேற்றம்.
7.	தேசபக்தி	தேச விடுதலை, தேசபக்தி.
8.	அபிமன்யு	பழமையில் புதுமை காணல், தேசபக்தி
9.	இராணி மங்கம்மாள்	தேச விடுதலை, சமூக முன்னேற்றம்
10.	கவியின் கனவு	தேச விடுதலை, குடியாட்சி வலியுறுத்தல்
11.	நாம் இருவர்	ஒற்றுமையின்மையால் வரும் கேடு, தேசபக்தி, சமுதாய சீர்திருத்தம்
12.	அந்தமான் கைதி	பொருந்தா மணம், தேசபக்தி
13.	அன்னையே தெய்வம்	தாயன்பு, தேச விடுதலை
14.	ரத்தக் கண்ணீர்	பரத்தையர் ஒழுக்கத்தால் வரும் கேடு
15.	முதல் முழக்கம்	தேச விடுதலை, தேச பக்தி.

இங்ஙனம் ஆய்விற்குட்பட்ட இந்நாடகங்களின் கதைக்கரு அடையாளப் படுத்தப்பட்டுள்ளது. இந்நாடகாசிரியர்கள் தமக்குக் கிட்டிய வாழ்வியல் அனுபவம் கொண்டும் நூலறிவு மற்றும் பட்டறிவின் வாயிலாகவும் சமுதாய முன்னேற்றத்திற்கும், நாட்டு விடுதலைக்குமான நல்ல 'கரு'வினைக் கொண்ட நாடகங்களை உருவாக்கி நாட்டிற்கும், நாடகக் கலைக்கும் சிறப்புச் செய்துள்ளனர்.

நாடகக் கதை

கருவால் உருவான கருத்தாக்கத்தை தம் கற்பனையால் வளர்த்தெடுத்து கதைப்பின்னலால் நாடகங்களை சிறக்கச் செய்வர் நாடகாசிரியர்கள். கதைகளையும், கதைப்பின்னலையும் வகைப்படுத்தி அறிவதும் அவசியம்.

கதையெனப் படுவது கழறுங் காலை
பஃறலைப் பட்ட பண்புடைத் தாகிப்
பொய்யுரை மெய்யுரை புனைந்துரை யெனாஅ
முத்திறப் படுமென மொழிந்தனர் புலவர்[266]

என்று கதைக்கான விளக்கமளிப்பார் சூரியநாராயண சாஸ்திரியார். பலபடத் தன்மையுடைத்தாகி பொய்யுரை, மெய்யுரை, புனைந்துரை என்ற வகைகளில் கதை பின்னப்படும் என்பதாகும்.

மேனாட்டாரின் கருத்துகளின் அடிப்படையில் இதை இன்னும் சற்று விரிவாக விளக்குகிறார் ஏ.என்.பெருமாள்.

"நாடகக் கதையானது தற்படைப்புரை (original) வரலாற்றுரை (Historical), புனைந்துரை (mixed) தொன்மவுரை (puranic) ஆகிய நான்கில் ஏதாவது ஒன்றில் அமையும். இவற்றுடன் தழுவல் (Adoptation), மொழிபெயர்ப்பு (Translation) ஆகியவை இணைகின்றன."[267]

என்று நவீன இலக்கிய வளர்ச்சியின் அடிப்படையில் வகைப்படுத்தியுள்ளார். மேலும் இதை பின்வருமாறு தெளிவாக எடுத்துரைக்கின்றார்.

"மரபுவழிக் கதைகளை (Trational Stories) நாடகமாக்குதல் மெய்யுரை என்றும், ஆசிரியரின் கற்பனையில் எழுந்தவற்றைப் பொய்யுரை (original plot) என்றும், உண்மையும் கற்பனையும் கலந்தவற்றைப் புனைந்துரை (mixed plot) என்றும் குறிப்பிடுவர்"[268]

இவ்வாறு நாடகங்களின் கதைகளை வகைப்படுத்துவர். பொதுவாக கதை பற்றியதான விளக்கங்களுள் பொய்யுரை, மெய்யுரை, புனைந்துரை என்று எல்லா அறிஞர்களும் வகைப்படுத்தியிருப்பதால் இதனடிப்படையில்

இந்நாடகாசிரியர்களின் கற்பனையில் உருவான இந்த நாடகங்கள் வகைப்படுத்தப்பட்டுள்ளது.

ஆய்விற்குட்பட்ட இப்பதினைந்து நாடகங்களும் மெய்யுரை, பொய்யுரை, புனைந்துரையென கீழ்க்கண்டவாறு வகைப்படுத்தப்பட்டுள்ளது.

வ.எண்	நாடகங்களும்	நாடகக் கதையாக்கமும்
1	மெய்யுரை (Trational stories)	அபிமன்யு
2	பொய்யுரை (original plot))	பதிபக்தி, பம்பாய்மெயில், கதர்பக்தி, தேசபக்தி (அ) சகோதரத் துரோகம், வீரன் (அ) தீண்டாமை வழக்கு, பாணபுரத்து வீரன் (எ) தேசபக்தி, கவியின் கனவு, நாம் இருவர், அந்தமான் கைதி, அன்னையே தெய்வம், ரத்தக் கண்ணீர்
3	புனைந்துரை (mixed plot)	திலகர் காந்தி தரிசனம், இராணி மங்கம்மாள், முதல் முழக்கம் என்று வகைப்படுத்தலாம்.

கதைப் பின்னல் *(Plot construction)* நாடகத்தின் கருவை உள்வாங்கிய நாடக ஆசிரியர் அதற்கான பாத்திரங்களை உருவாக்கி கதையை வளர்த்தெடுத்துச் செல்லும் உத்தியையே கதைப் பின்னல் என்கிறோம்.

"உணர்ச்சிமிகு உரையாடல்களுக்கும், கருத்தழகு மிகு காட்சியமைப்புகளுக்கும் அடிப்படையாக விளங்குவது ஆழமான கதையமைப்பாகும். கதைப்புலம் சிறந்திருப்பின் நாடகத்தின் பிற கூறுகளும் சிறந்து விளங்க அமையும்"[269]

என்பதையும் கவனத்தில் கொள்வது நலம். நாடகத்தின் கரு எத்தகைய உயர்ந்ததாயினும் சிறந்த முறையில் கதைக் கோப்பை உருவாக்குவதன் வாயிலாகத்தான் அக்கருவை சிறந்த நாடகமாக உருவாக்கவியலும். அப்போதுதான் பார்ப்போர்க்கு சலிப்பில்லாமல் கதையை நகர்த்திச் செல்லலாம்.

"கதைப் பின்னலானது கருவை வளர்ப்பதற்கு மட்டுமல்லாது, பார்வையாளர் தம் மனத்தை பாதிப்பதாகவும் அமைய வேண்டும். உணர்வுகள் கிளர்ந்தெழும் வண்ணமும் இருக்க உரையாடல்கள், நடிப்பு ஆகியவை உதவ வேண்டும்.

இல்லையெனில் அவை சாரமற்ற நாடகங்களாகிவிடும்.[270]

என்ற கருத்துகளின் வழி கதைக் கருவை விளக்குதற்கு முறையாகத் தொடர்பு படுத்தி உணர்ச்சி பெருகுமாறு அமைக்கும் நிகழ்ச்சிகள் கதைக்கோப்பாகும். கதைக்கருவுக்கு முயற்சி தேவையில்லை. அஃது உள்ளுணர்வு, ஆனால் கதைக் கோப்பு பெரு முயற்சியினால் அமைவதாகும்.

“நாடகங்களை வளர்ப்பதில் 5 கட்டங்கள் இருக்கின்றன. முக்கியப் பாத்திரங்கள், நிகழ்ச்சிகள் ஆகியவற்றை அறிமுகப் படுத்துவதில் தொடங்கி, சிக்கலை விளக்கி வளர்த்திக் காட்டி, உச்ச நிலையை எட்டியபின் சிக்கல் அவிழ்தலை உணர்த்தி இறுதியில் இன்பம் அல்லது துன்ப விளைவுடன் நாடகம் முடிகிறது.”[271]

செர்மனி நாட்டுத் திறனாய்வாளராகிய குஸ்டாவ் பிரேடாக் என்பவர் நாடகக் கதைக்கோப்பை ஐந்து பகுதிகளாகப் பிரிக்கிறார். அவையாவன:

1.அறிமுகம் அல்லது தொடக்கம் 2.வளர்ச்சி 3.உச்சம் 4.வீழ்ச்சி 5.விளைவு அல்லது முடி[272]

இக்கருத்துகளின் அடிப்படையில் ஆய்விற்குரிய நாடகங்களை ஆய்வு செய்தல் வேண்டும். ஒரு நாடகம் சிறக்க சிறந்த கதையமைப்பு தேவை.

மேற்காணும் கொள்கைகளின் அடிப்படையில் அறிமுகம் தொடங்கி முடிவு வரையிலான பகுதிகளைச் சுட்டிக்காட்டியும் இன்பத்துடனோ அல்லது துன்பத்துடனோ முடியும் விளைவுகளையும் வெளிப்படுத்தி கருவை முறையாகத் தொடர்புபடுத்தி சிறந்த உரையாடல்கள், பாத்திரங்கள் வழி அமைக்கப்பட்டுள்ள கதையையும், கதைக் கோப்பையும் கொண்டுள்ள இந்நாடகங்களின் கதைச்சுருக்கம் இங்கே கொடுக்கப்பட்டுள்ளது. இதன்வழி நாடகக் கரு, கதைக்கோப்பு, கட்டமைப்பு உள்ளிட்ட நாடகக் கூறுகளை அறியலாம்.

1. பதிபக்தி

செல்வச் செழிப்புள்ள குடும்பத்தில் பிறந்தவன் ராஜசேகரன். அவனது மனைவி லீலா கற்புக்கரசி. நாளடைவில் தீய நண்பர்களோடு சேர்ந்து குடிக்கு அடிமையாகி கெட்டுப் போகிறான் ராஜசேகரன். ராஜசேகரனின் ஆருயிர்த்தோழன் சம்பந்தன் எவ்வளவோ எடுத்துச் சொல்லியும் கேட்காத ராஜசேகரன் தன் மனைவிக்கும் அவனுக்கும் தொடர்பு இருப்பதாகக் கருதி

அவனைத் துரத்திச் சென்று துப்பாக்கியால் சுடுகிறான். ராஜசேகரனின் சொத்துக்களையும் அவனது மனைவியையும் அபகரிக்க விரும்பிய கங்காதரன் இடையில் ஏற்பட்ட குழப்பத்தை பயன்படுத்தி சம்பந்தத்தை சுட்டுவிட்டு பழியை ராஜசேகரன் மீது சுமத்துகிறான். குடிபோதையில் என்ன நடந்தது என்றறியாத ராஜசேகரன் தானே கொலை செய்ததாகக் கருதி இலங்கைக்கு தப்பியோடுகிறான்.

அங்கு அவனது நேர்மையைக் கண்ட தணிகாசல முதலியார் தம் பிள்ளையாக அவனை ஏற்றுக் கொள்கிறார். அந்நேரத்தில் ராஜசேகரன் இலங்கைக்கு தப்பிச் சென்றதையறிந்த இன்ஸ்பெக்டர் ராமனாதன் இலங்கை செல்கிறார். தணிகாசலம் ராமனாதனுக்கு பணம்தந்து ராஜசேகனை காப்பாற்ற உதவுமாறு வேண்டுகிறார். ராஜசேகரன் குற்றவாளி அல்ல என்பதை தெரிந்து கொண்ட துப்பறியும் சந்தான கிருஷ்ணன் ராஜசேரனின் தூக்குத் தண்டனையை ரத்துசெய்ய பல வகைகளிலும் முயற்சிசெய்கிறார். ராஜசேகரனின் மனைவியையும் மகளையும் கடத்திச்சென்ற கங்காதரன் லீலாவைக் பலாத்காரம் செய்கிறான். அந்நேரத்தில் அங்கு வந்த சந்தானம் அனைவரையும் கைது செய்து சம்பந்தத்தைச் சுட்ட துப்பாக்கியை பறிமுதல் செய்கிறான். ராஜசேகரனின் தூக்குத் தண்டனை நிறைவேற்றப்பட சில நொடிகளே இருக்கும்போது அங்கு வந்து ராஜசேகரன் உயிரைக் காப்பாற்றுகிறான். லீலாவின் கற்புத் திறமே அவனது உயிரைக் காத்ததாகவும் கூறுகிறான்.

2. பம்பாய் மெயில்

தணிகாசல முதலியார் பரோடாவின் மாஜி திவான். இவரது மகள் நாகரெத்தினம். இவர் புதையல் வைக்கப்பட்டுள்ள வரைபடம் ஒன்றை பாதுகாத்து வருகிறார். துப்பறியும் சுந்தரம் இவரது வரைபட ரகசியத்தை தெரிந்து கொண்டு அதைத் தரும்படி கேட்கிறான். சுந்தரத்தின் தம்பி கோபாலன் திவான் மகள் நாகரெத்தினத்தை விரும்புகிறான். சதாசிவ முதலியார் ஊரில் பெரிய பிரபு. இவரது மகள் பார்வதியை சுந்தரம் விரும்புகிறான். மாசிலாமணி சதாசிவ முதலியாரின் மைத்துனராக இருந்த போதிலும் அவரது மகளையும் சொத்துக்களையும் கவர வைப்பாட்டி மரகதத்தின் உதவியோடு முயல்கிறான். சுந்தரமோ தேசிய நிதிக்குப் பொருள் திரட்டும் முற்போக்கு சிந்தனையுடையவன். எனவே சதாசிவா முதலியாரிடம் தேசிய நிதிக்கு ரூபாய் 50,000ம் தந்துதவும்படி கேட்கிறான். இதனால் கோபமுற்ற சதாசிவ முதலியார் தன் மகளை சுந்தரத்திற்கு மணம்

முடித்து வைக்க மறுக்கிறார். இந்நிலையில் ரூபாய் 50,000ம் தரவேண்டுமென்றும், தரவில்லையென்றால் உங்கள் மகள் பார்வதி கடத்தப்படுவாள் என்றும் பம்பாய் மெயில் என்ற கொள்ளையனிடம் இருந்து மிரட்டல் வருகிறது. காவல் துறையின் பாதுகாப்பில் இருந்த போதும் பார்வதியை கடத்திச் செல்கிறான் பம்பாய்மெயில். ரூபாய் ஐம்பதினாயிரத்தைத் தருவதாக தேசபந்துவில் அறிவிப்பு வெளியிட்டால் உங்கள் மகளை விடுவிப்பதாகவும் அறிவிப்பு செய்கிறான். அறிவிப்பு செய்ததின் பேரில் பார்வதியை விடுதலை செய்கிறான். முதலியார் அறிவிப்பு செய்தபடி பணம் கொடுக்க மறுத்ததால் மீண்டும் பார்வதியை கடத்திப் போய் ரூபாய் ஒரு இலட்சம் தந்தால்தான் விடுவிப்பதாக தெரிவிக்கிறான். இதற்கிடையில் மாசிலாமணி தன் வேலையாள் முனியன் உதவியோடு தணிகாசல முதலியாரை கொலை செய்கிறான். வரைபடத்தை எடுத்துச் செல்ல வந்த பம்பாய் மெயில் இந்தக் காட்சியை கேமராவின் மூலம் புகைப்படம் எடுத்து விடுகிறான். ஆனால் இந்தக் கொலைப்பழி பம்பாய் மெயில் மீது விழுகிறது.

நாகரெத்தினமோ தன் காதலன் கோபாலனே தன் தந்தையைக் கொன்றவன் என்று கருதி அவனை நஞ்சு கொடுத்து கொலை செய்ய முயல்கிறாள். பம்பாய் மெயிலால் உண்மை தெரிந்த கோபால் 'புகைப்படத்தை' நாகரெத்தினத்திடம் கொடுக்க உண்மையறிந்து அவனைக் காப்பாற்றுகிறாள். இதற்கிடையில் மாசிலாமணி ஆட்கள் நாகரெத்தினத்தையும் கோபாலனையும் கட்டி சிறை வைக்கின்றனர். இதில் நாகரெத்தினத்தை கொலை செய்ய முயலும்போது அந்த முயற்சியில் மரகதம் இறந்து போகிறாள். போலீஸ் ராமசாமி நாயுடுவின் வேலையைக் காப்பாற்றும் பொருட்டு பம்பாய் மெயிலைப் பிடித்துத் தருவதாக நாயுடுவிற்கு சுந்தரம் உறுதியளிக்கிறான். இடையில் மாசிலாமணியின் இருப்பிடத்தை தன் உதவியாளன் மூலம் அறிந்த பம்பாய் மெயில் காவல்துறைக்குத் தகவல் தெரிவித்துவிட்டு உதவியாளோடு அந்த பங்களாவிற்குச் செல்கிறான். அங்கு மாசிலாமணி ஆட்கள் போலீஸால் கைது செய்யப்படுகின்றனர். பம்பாய் மெயில் தன் வேடத்தை கலைகிறான். எல்லோரும் அங்கே சுந்தரத்தைக் கண்டு வியக்கின்றனர். தேசிய நிதிக்குப் பொருள் திரட்டுவதற்காகவே இவ்வேடம் கொண்டதாக சுந்தரம் கூறுகிறான். தன் சொந்தங்களிடம் தான் திருடியதாகவும் அதுவும் தேசிய நிதிக்காக திருடினேன் என்றும் கூறுகிறான். எல்லோரும் மகிழ்ச்சியடைகின்றனர்.

3. கதர் பக்தி

திவான் ராமசாமி முதலியார் ராவ் பஹதூர் பட்டம் பெற பலவகைகளிலும் முயற்சிக்கிறார். இவரின் அக்காள் மகன் கோவிந்த முதலியார் காந்தியக் கொள்கைகளில் ஈடுபாடு கொண்டவன். கதர்பிரச்சாரம் செய்து கதர் விற்பனைக்குத் துணை நிற்பவன். இவன் ராமசாமி முதலியாரின் மகள் காமாட்சியை விரும்புகிறான். கதர் பிரச்சாரம் மேற்கொள்வதால் ராமசாமி முதலியாரும் அவரது மகன் ராகவ முதலியாரும் காமாட்சியை கோவிந்தனுக்கு மணம் முடிக்க மறுக்கின்றனர். இந்நிலையில் ராகவ முதலியார் வங்கியில் கேசியராக இருந்த முனிசாமியோடு சேர்ந்து கொண்டு ஆடிட்டரைக் கொலை செய்துவிட்டு கோவிந்தன் மீது கொலை பழி சுமத்துகின்றனர்.

போலீஸ் இன்ஸ்பெக்டர் ராமனாதனும் இலஞ்சம் பெற்றுக்கொண்டு ராகவனுக்கு உதவுகிறார். கைது செய்யப்பட்ட கோவிந்தனை வெளிக்கொண்டுவர துப்பறியும் சந்தான கிருஷ்ணன் முயற்சிக்கிறார். இவருக்குத் துணையாக வேலையாள் கோவிந்தன் உதவுகிறார். கோவிந்தனால் நல்வழிப்படுத்தப்பட்ட வேசியர் குலத்தில் பிறந்த சுந்தரம்பாளும் இவர்களுக்கு உதவுகிறாள். கடைசியில் உண்மை வெளியேவர இன்ஸ்பெக்டர் ராமனாதன் நடந்தவைகளை எழுதிவைத்துவிட்டு தற்கொலை செய்து கொள்கிறான். இதனால் குற்றவாளிகள் ராகவனும் முனிசாமியும் கைது செய்யப்பட்டு தண்டிக்கப்படுகின்றனர். இவர்களுக்கு உதவி செய்த போக்கிரி பார்த்தசாரதியும் தண்டிக்கப்படுகின்றான். விடுதலை செய்யப்பட்ட கோவிந்த முதலியாருக்கும் காமாட்சிக்கும் ராமசாமி முதலியார் திருமணம் செய்து வைக்கிறார். ராமசாமி முதலியாரும் காந்தியக் கொள்கைகளை ஏற்றுக் கொண்டதோடு கதராடை உடுத்தவும் சபதம் செய்கிறார்.

4. தேசபக்தி அல்லது சகோதரத் துரோகம்

சந்திரகிரி தேசத்து ராஜபிரதிநிதி ரஞ்சித்சிங். தன் அண்ணன் பிரதாப்சிங்கை கொன்று நாட்டை அபகரிக்க நண்பர்களோடு சதியாலோசனை செய்கிறான். தனக்கு உதவி செய்தால் இளவரசி இந்திராணியை மணம் செய்வித்து ராஜபிரதிநிதி பதவியையும் தருவதாக கெஜபதிக்கு ஆசை வார்த்தைகள் கூறுகிறான். இந்நிலையில் பிரதாப்சிங் தன் பட்டத்தரசி சரோஜனியின் மீது நடத்தைக் கெட்டவள் என்று பழி சுமத்தி அவளுக்கு மரண

தண்டனையளிக்க உத்தரவிடுகிறான். இதை ஏற்க மறுத்த திவான் முழுமையாக விசாரித்தே தண்டனையளிக்க வேண்டும் என்று மறுத்துரைக்கின்றார். இதன் காரணமாக தன் பதவியைத் துறந்து வெளியேறுகிறார் திவான். இந்நிலையில் அண்டைநாடான இந்திரபுரியின் அரசனான ஜெயசிங் சந்திரகிரி இளவரசி இந்திராணியை கவர்ந்து வருகிறான். அவளை மீட்க சிவாஜி போராடுகிறான். அப்போது அவன் கைது செய்யப்பட்டு மரண தண்டனைக்குள்ளாகிறான். தண்டனை நிறைவேற்றப்படும்போது முகமூடியணிந்த புருஷோத்தமன் உள்ளே வந்து சிவாஜியைக் காப்பாற்றி உண்மைகளைக் கூறுகிறான். இந்திரபுரியின் இளவரசனே சிவாஜி என்றும், அவனது தந்தை அமீர்சிங் உயிருடன் இருக்கும் விவரத்தையும் கூறுகிறான். இதுகேட்ட ஜெயசிங் அதிர்ச்சியால் வீழ்ந்து இறந்து போகிறான். இந்திராணியை சிவாஜி மணம் செய்து மகிழ்ச்சியாக வாழ்கின்றான்.

5. ஸ்ரீ திலகர் காந்தி தரிசனம்

திலகர் உடல் நலக் குறைவுக் காரணமாக மரணப் படுக்கையில் இருக்கிறார். காந்தியின் வருகைக்காக உயிரை கையில் பிடித்துக் கொண்டு காத்திருக்கிறார். திலகரின் மகனார் பலவந்தராவ் திலகரும், மருமகனார் ஸ்ரீ கேல்கார் அவர்களும் பக்கத்தில் இருந்து உதவி செய்கின்றனர். லாலா லஜபதிராயும் வந்து திலகருக்கு உதவி செய்கின்றார். கடைசியாக காந்தியும் வந்து சேருகிறார். காந்தியிடம் இந்திய மக்களைப் பற்றி எடுத்துக்கூறி மக்களை அடிமைத்தளையிலிருந்து மீட்கும் பொறுப்பை ஒப்படைத்துவிட்டு திலகரின் உயிர் பிரிவதாக நாடகத்தை அமைத்திருப்பார் சுப்பிரமணிய சிவா.

6. வீரன் அல்லது தீண்டாமை வழக்கு

வீரன், கருப்பன் இருவரும் தாழ்த்தப்பட்ட சமூகத்தின் தலைவர்களாவார். காந்தியக் கொள்கைகளை ஏற்றுக்கொண்டு தம்மின மக்கள் விழிப்புணர்வு பெற போராடுகின்றனர். இவர்களுக்கு ஜானகிராமன் என்ற முற்போக்குச் சிந்தனையுள்ள பிராமணர் உதவி செய்து வருகிறார். இந்நிலையில் பார்ப்பனர்கள் வாழும் அக்கிரகாரத்தில் வீரன், கருப்பன் போன்றோர் சென்றதால் அக்கிரகாரம் தீட்டுப்பட்டுவிட்டதாகக் கூறி அதற்குப் பரிகாரத்தொகை வேண்டி தொந்தி சுப்பு ஐயர், பயங்கொள்ளி

பெத்து ஐயர், தீட்சதர் ராமண்ணா போன்றோர் நீதிமன்றத்தில் வழக்குத் தொடுக்கின்றனர். இது கொடுமையானது என்று கருதிய பாரிஸ்டர் முருகேச பிள்ளை வீரனுக்கு உதவுகிறார். நீதிமன்றம் இது அநீதியானது என்று கூறி வழக்கைத் தள்ளுபடி செய்கிறது. வீரன் போன்றோர் வெற்றி பெறுகின்றனர்.

7. தேசபக்தி

பாணபுரமும் ஈசானபுரமும் அண்டை நாடுகள், ஈசானபுரத்தினர் பாணபுரத்தின் மீது படையெடுத்து நாட்டை கைப்பற்றிக் கொண்டு பலநூறு ஆண்டுகளாக அடிமைப்படுத்தி வைத்திருந்தனர். இந்நிலையில் ஈசானபுரத்து மன்னன் அதிரதனை எதிர்த்து கலகம் செய்கிறான் வாலீசன். அதனால் கைது செய்து பட்ட வாலீசன் நீதி விசாரணையின் பேரில் தலை துண்டிக்கப்பட்டு கொடூரமாக கொலை செய்யப்படுகிறான். வாலீசனின் நண்பன் புரேசன் பெருவீரன், மக்கள் செல்வாக்குப் பெற்றவன். எனவே, அவனை நடமாட விடுவது தனக்கு ஆபத்து என்று கருதிய அதிரதன், அவனையும் நட்புடன் அழைத்து வஞ்சகமாக கொலை செய்ய திட்டமிடுகிறான்.

ஈசானபுரம் அடைந்த புரேசனும் அவனது நண்பனுமான நாகநாதனும், அந்நாட்டு வீரன் ஒருவனால் வாலீசனுக்கு நேர்ந்த கேட்டினையும் தனக்கு நிகழவிருக்கும் ஆபத்தையும் அறிந்து கொள்கிறான். அந்நேரம் அங்கு வந்த அதிரதனின் நண்பன் சேம வீரன் புரேசனை கைது செய்ய முயல்கிறான். அந்தச் சண்டையில் சேம வீரனைக் கொன்று புரேசனும் நாகநாதனும் தப்பிக்கின்றனர். அதற்குப் பழிவாங்கும் முகமாக புரேசனின் மனைவி சுதர்மையையும் அவனது மகள் அனலையையும் கைது செய்து சிறையில் அடைத்து தன் ஆசைக்கு இணங்க வற்புறுத்துகிறான் அதிரதன். இந்நிலையில் காடுகளில் மறைந்து வாழ்ந்த புரேசன் படை திரட்டி ஆறுமுறை போர் நடத்துகிறான். ஆனாலும் தோல்வியையே தழுவுகிறான். கடைசியில் நாகநாதனின் உதவியால் ஏழாவது முறையாக பெரும் படையெடுப்பை மேற்கொள்கிறான். அப்போரில் அதிரதன் கொல்லப்படுகிறான். பாணபுரம் விடுதலை பெறுகிறது. ஈசானபுரத்தின் உரிமையை அதிரதனின் மகன் வசம் ஒப்புவித்து இருநாடுகளையும் சுதந்திர நாடுகளாக அறிவிக்கிறான். இந்நாடகம் முழுமையும் எழுச்சியும் உணர்ச்சியும் வேகமும் கொண்ட உரையாடல்களோடு அமைக்கப் பெற்றிருப்பது பாராட்டுக்குரியது.

8. அபிமன்யு

பாண்டவர்க்கும் கௌரவர்க்கும் இடையே நடைபெற்ற பதின்மூன்றாம் நாள் போர்க்கதையை அடிப்படையாகக் கொண்டது. குருஷேத்திரப் போரில் கௌரவர் சேனை தோல்வி மேல் தோல்வி கண்டு துவண்டு வருவதால் துரியோதனன், துச்சாதனன் போன்ற கௌரவர்கள் சேனாதிபதி துரோணச்சாரியார் மீது குற்றம் சுமத்துகின்றனர். துரோணாச்சாரியார் பாண்டவரிடம் அன்போடு செயல்படுவதால்தான் தோல்வி கண்டு வருகிறோம் என்று கூறுகின்றனர். இதனால் கோபமுற்ற துரோணர்ச்சாரியார் மறுநாள் போரில் சக்ரவியூகம் வகுத்து பாண்டவர் தரப்பில் முக்கியமான ஒருவரைக் கொல்வதாக சபதம் செய்கிறார். இதையறிந்த பாண்டவர்கள் அர்ச்சுனன் ஊரில் இல்லாத நேரத்தில் இதை எப்படி சமாளிப்பது என்று கவலை கொள்கின்றனர்.

இதையறிந்த அர்ச்சுனன் மகன் அபிமன்யு தான் போர் முனைக்குச் செல்வதாகவும் சக்ரவியூகத்தை உடைத்து பகைவரை அழித்து வெற்றிபெற்று வருவதாகவும் சபதம் செய்கிறான். ஆனால் தர்மர், பீமன் போன்றோர் இதை ஏற்றுக்கொள்ள மறுக்கின்றனர். அவனது தாய் சுபத்திரை போன்றோர்களும் ஏற்க மறுக்கின்றனர். கடைசியில் அவர்களையெல்லாம் சமாதானம் செய்து மறுநாள் போர்க்களம் புறப்படுகிறான். போர்முனையில் சக்ரவியூகத்தை உடைத்து பலரையும் கொன்றொழிக்கிறான். இவனை வெல்ல முடியாது என்றுணர்ந்த துரியோதனன் போன்றோர் சமாதானம் பேசுவதுபோல் பேசி நிராயுதபாணியாக்கிவிட்டு அவனை அடித்தே கொன்றுவிடுகின்றனர். இதனால் துக்கப்படும் கௌரவர்களுக்கு கிருஷ்ணர் ஆறுதல் அளிக்கிறார். இவ்வாறு கதை அமைக்கப்பட்டுள்ளது.

9. இராணி மங்கம்மாள்

சுத்தானந்த பாரதியார் எழுதிய வீரச்சுவை மிகுந்த நாடகம் இது. இராணி மங்கம்மாளுக்கும், கேரளவர்மனுக்கும் இடையே போர் நடைபெறுகிறது. போரில் தளவாய், தொண்டைமான், வீரத்தேவன் மூவரும் வீரத்தோடு போர் புரிகின்றனர். வெற்றிபெற்ற இராணி மங்கம்மாள் தன் அமைச்சர்களிடம் நாட்டின் நிலை, மக்கள்நிலை, நாட்டு வளம் போன்றவைகளைக் கேட்டுத் தெரிந்து கொள்வதாக இந்நாடகம் அமைக்கப்பட்டுள்ளது.

10. கவியின் கனவு

அன்பு நாட்டின் அரசராயிருந்த ஆத்மநாதரை அழித்து அரியணை ஏறுகிறான் தம்பி வீரசிம்மன். அரசரின் ஆத்மநண்பரும் தேசிய கவியாகவும் விளங்கியவர் மகாகவி ஆனந்தர். நாட்டில் கலையரசியாய், எழிலரசியாய் திகழ்ந்த ஊர்வசி மகாகவி ஆனந்தரிடம் கலை பல கற்றவள். கவிஞரின் திறன் பல கண்டு அவர் பால் மோகம் கொண்டவள் கவிஞரால் புறக்கணிக்கப்பட்டவள். இதனால் அரசன் வீரசிம்மனை கைப் பாவையாக்கிக் கொண்டு உல்லாசமாய் உலா வருகிறாள். இதனை வாய்ப்பாக்கிக் கொண்டு இராஜகுரு ஆட்சியதிகாரத்தை தானே எடுத்துக் கொண்டு மக்களை கொடுமைப்படுத்துகிறான்.

அரசனின் பொறுப்பற்ற ஆட்சியையும் சர்வதிகாரியின் கொடுமைகளையும் மக்கள் முன் கொண்டு சென்று மக்களிடம் எழுச்சியை ஏற்படுத்தியதால் கவிஞர் ஆனந்தன் கைது செய்யப்பட்டு சிறையிலடைக்கப் படுகின்றார். ஆசிரமம் எரிக்கப்பட்டு மகள் சாந்தியும் வளர்ப்புமகன் மணிவண்ணனும் அனாதைகளாக்கப் படுகின்றனர். தாக்குதலால் சிந்தையிழந்து பைத்தியமாகிறார் கவிஞர் ஆனந்தன். நாடோடிகளாக்கப்பட்ட சாந்தியும், மணிவண்ணனும் கவிஞரால் எழுதப்பட்ட 'கனவு' நாடகத்தை கலைநிகழ்ச்சிகளாக நடத்தி மக்களிடையே எழுச்சியூட்டுகின்றனர். நிகழ்ச்சி கண்ட சேனாதிபதி சுகதேவ் இராணி ஊர்வசியின் நாட்டிய நிகழ்ச்சியை இழித்தும் நாடோடிகளின் கலை நிகழ்ச்சியை பாராட்டியும் பேசுகிறான். இதைக் கேட்ட அரசனும் அரசியும் சர்வதிகாரியோடு நாடகம் காண செல்கின்றனர்.

நாடகம் தங்கள் வாழ்வை வெளிப்படுத்துவது போல் இருப்பதால் அவர்களை தங்களோடு அழைத்துச் சென்று தங்க வைக்கின்றனர். அங்கு இளவரசியை மணிவண்ணனுக்கு மணம் முடித்து வைத்துவிட்டு சாந்தியை தான் மணந்து கொள்ள திட்டமிடுகிறான் சர்வதிகாரி. மணிவண்ணனை விரும்பும் சேனாதிபதி சுகதேவின் தங்கை கனிமொழி போர்க்களத்தில் இருக்கும் சுகதேவிற்கு செய்தியைச் சொல்கிறாள். மணிவண்ணனுக்கும் இளவரசிக்கும் திருமண ஏற்பாடுகள் நடைபெற அவ்வமயம் வந்த கனிமொழி மணிவண்ணனுக்கு மாலை சூட்டுகிறாள். இதனால் இவ்விருவரோடு சாந்தியும் கைது செய்யப்பட்டு சிறையிலடைக்கப் படுகின்றனர்.

போர்முனையில் இருந்து திரும்பிய சுகதேவ் அரசனுக்கு எதிராக புரட்சியில் ஈடுபடுகின்றான். இடையில் இளவரசி சர்வதிகாரியின்

கொடுமைகளை அரசனிடம் கூறிவிட்டு தற்கொலை செய்து கொள்கிறாள். இதனால் ஆத்திரமுற்ற அரசன் சர்வதிகாரியை கொல்ல முயல இடையில் வந்த நாட்டியராணி ஊர்வசி இறந்து போகிறாள். தன் காதலியை கொன்றுவிட்டதாகக் கூறி அரசனைத் தாக்கி விட்டு தற்கொலை செய்து கொள்கிறான் சர்வதிகாரி. சிறையில் அடைபட்ட சாந்தி, மணிவண்ணன் இவர்களின் பாடல்களைக் கேட்டு சிந்தை தெளிவு பெற்ற கவிஞர் ஆனந்தன், மணிவண்ணனே ஆத்மநாதரின் மகன், இளவரசன் என்ற உண்மையை தெரிவிக்க மக்கள் ஆனந்தக் கூத்தாடுகின்றனர். மணிவண்ணன் - கனிமொழிக்கும், சுகதேவ் - சாந்திக்கும் திருமணம் இனிதே நடைபெறுகிறது. கவிஞரின் எழுச்சிமிகு உரையாடல்களும் மணிவண்ணன், சுகவேவ் இவர்களின் உரையாடல்களும் நாடகத்திற்கு உயிரூட்டுகின்றன.

11. நாம் இருவர்

ராமசாமிப் பிள்ளை சண்முகம் பிள்ளை இருவரும் கள்ள மார்க்கெட் செய்யும் நண்பர்கள். ஜெயகுமார், சுகுமார் இருவரும் ராமசாமிப்பிள்ளையின் புதல்வர்கள். கமலா இவர்களின் தங்கை. லீலா ஜெயகுமாரின் மனைவி. சண்முகம் பிள்ளையின் மகள் கண்ணம்மாவை, ராமசாமிப்பிள்ளை தன் அறுபதாவது வயதில் மணம் முடிக்க விரும்புகிறார். இதனால் ஜெயகுமார் தன் தம்பியோடும் தங்கையோடும் வீட்டைவிட்டு வெளியேறுகிறார். சண்முகம் பிள்ளையோ கண்ணம்மாவை பணத்திற்கு ஆசைப்பட்டு ராமசாமிப் பிள்ளைக்குத் தருவதாக வாக்களிக்கிறார். சண்முகம் பிள்ளையின் மனைவி அம்புஜமோ தன் தம்பி விஸ்வத்திற்கு கண்ணம்மாவை மணம் முடிக்க விரும்புகிறார். விஸ்வமும் தன் காதலை கண்ணம்மாவிடம் தெரிவிக்கிறான். ஆனால் கண்ணம்மாவோ சுகுமாரை விரும்புகிறாள்.

இதற்கிடையில் விஸ்வம் தன் நண்பர்களோடு சேர்ந்து சுகுமாரை தவறான பாதைக்கு இட்டுச் செல்கிறான். சுகுமார் மதுவிற்கு அடிமையாவதோடு தன் அண்ணன் ஜெயகுமாரிடம் சண்டையிட்டு தன் சொத்தை பிரித்து வெளியேறுகிறான். பணத்தையெல்லாம் திரைப்படம் எடுப்பதாகக் கூறி விஸ்வத்திடம் இழந்து வெளியில் கடன் வாங்குகிறான். படம் முடிவடையாததால் கடன்காரர்களால் சுகுமார் சிறையில் அடைக்கப்படுகிறான். கடைசியில் அண்ணன் ஜெயகுமார் கடனையெல்லாம் அடைத்து சுகுமாரைக் காப்பாற்றுகிறான். சண்முகம் பிள்ளையோ லாப தொகையை ராமசாமிப்பிள்ளைக்குத் தரமறுப்பதோடு தன்

மகளையும் தர மறுக்கிறார். இதனால் கோபமுற்ற ராமசாமிப்பிள்ளை சண்முகம் பிள்ளையை கொலை செய்கிறார். அந்நேரம் அங்கு வந்த கண்ணம்மாவும் சுகுமாரும் கொலையாளிகள் என்று கைது செய்யப்படுகின்றனர். இதையறிந்த ஜெயகுமார் தன் தம்பியைக் காப்பாற்ற தானே கொலை செய்ததாக ஒப்புதல் தருகிறான். இந்நிலையில் தன் பிள்ளைகளைக் காப்பாற்ற தானே கொலை செய்ததாக நீதி மன்றத்தில் சரணடைகிறார் ராமசாமிப்பிள்ளை. இதனால் கண்ணம்மாவும் சுகுமாரும் விடுதலை செய்யப்படுகின்றனர்.

12. அந்தமான் கைதி

அந்தமான் தீவில் சிறையில் அடைபட்டுள்ள நடராசன் என்ற கைதி இக்கதையைக் கூறுவதுபோல் இந்நாடகம் அமைக்கப்பட்டுள்ளது. தூத்துக்குடி அவனது சொந்த ஊர். தந்தை மிகப்பெரிய வணிகர். சொந்தமாக இயங்கிய கப்பல் கடும் புயலில் சிக்கி மூழ்கிப் போனதால் குடும்பம் மிக வறிய நிலையை அடைகிறது. இச்சூழலைப் பயன்படுத்திக் கொண்ட நடராசனின் தாய் மாமன் திவான் பொன்னம்பலம் பிள்ளை நடராசனின் தங்கை லீலாவதியைத் திருமணம் செய்து கொள்ள முயற்சிக்கிறார். லீலாவதி பாலசுந்தரம் என்ற பாலுவை விரும்புகிறாள். பாலு முற்போக்கு சிந்தனையோடு பாரதி மீது ஈடுபாடுடையவன்.

பாலுவின் வகுப்புத்தோழன் ஜம்புவும் தன் காதலை லீலாவதியிடம் தெரிவிக்கிறான். லீலாவதியோ அவனை வெறுத்துப் பேசியதால் ஆத்திரமடைந்து பொன்னம்பல பிள்ளையின் ஆசைக்குத் தூபம் போடுகிறான். தன் திருமணத்திற்கு குறுக்கே நிற்பதால் நடராசனுக்கு வேலை வாங்கித் தருவதாகக் கூறி அவனை ரங்கூனுக்கு அனுப்பி விடுகிறார் பொன்னம்பலம். தன் தங்கை காமாட்சியின் மனதை பணத்தால் மாற்றி லீலாவதியை பொன்னம்பல பிள்ளை திருமணம் செய்து கொள்கிறார். தன் கற்பை காப்பாற்றிக்கொள்ள பேய் பிடித்திருப்பது போல் நடிக்கிறாள் லீலாவதி. தன் பரிதாப நிலையையும், நடந்தவைகளையும் விரிவாகத் தன் அண்ணன் நடராசனுக்கு கடிதம் மூலம் தெரிவிக்கிறாள். விவரம் அறிந்த நடராசன் நாடு திரும்புகிறான். தன் தங்கையை பொன்னம்பலம் அடித்து துன்புறுத்துவதைக் கண்டு அவரைத் தாக்குகிறன். ஆனால் வேலையாட்களால் வெளியில் தள்ளப்பட்ட நடராசன் அவமானத்தால் பாலுவை சந்தித்து லீலாவை திருமணம் செய்து கொள்ள வேண்டுகிறான். இதற்கிடையில் லீலாவதியிடம்

ஆசை வார்த்தைகள் கூறி அவளை பாலியல் பலாத்காரம் செய்ய முயலுகிறான் ஜம்பு. அப்போது லீலாவதியின் உணர்ச்சிகரமான பேச்சும் அவளது செயலும் ஜம்புவை மனம் மாறச் செய்வதோடு மயங்கி விழுந்த லீலாவை தாங்கிப் பிடித்து உதவுகிறான். இக்காட்சியைத் தூரத்திலிருந்து பார்த்த பாலு அவளை தவறாகக் கருதி விபச்சாரி என்று நடராசனிடம் கூறுகிறான். இதனால் மனமுடைந்த பாலு தன் தங்கையை கொலை செய்து தானும் தற்கொலை செய்து கொள்வதாக கூறி ஓடுகிறான். அப்போது ஜம்புவால் உண்மை தெரிந்த பாலு நடராசனையும் லீலாவதியையும் காப்பாற்ற பொன்னம்பலப் பிள்ளை வீட்டிற்கு ஓடுகிறான். அதற்குள் அங்கு பொன்னம்பலத்தை கொலை செய்து கத்தியோடு நிற்கும் நடராசன் அலறல் சத்தம் கேட்டு ஓடிவிடுகிறான். அங்கு வந்த பாலு சந்தர்ப்பச் சூழலால் குற்றவாளியாக்கப்படுகிறான். பாலுவிற்கு மரண தண்டனை விதிக்கப்படுகிறது. பரதேசியாய் அலைந்து திரிந்த நடராசன் செய்தித்தாள் மூலம் இச்செய்தியறிந்து நீதிமன்றத்தில் சரணடைந்து உண்மையைத் தெரிவிக்கிறான். இதனால் பாலு விடுதலை செய்யப்படுகிறான். நடராசன் ஆயுள் தண்டனைப் பெற்று அந்தமான் தீவில் அடைக்கப்படுகிறான்.

13. அன்னையே தெய்வம்

தாயன்பையும் விடுதலை வேட்கையையும் மூலக் கருத்தாகக் கொண்டு எஸ்.டி.சுந்தரம் அவர்களால் எழுதப்பட்ட மிகச் சிறந்த நாடகம் இது. அன்பு நாட்டிலிருந்து மக்களை அடிமைகளாய் ஏற்றி பனித்தீவிற்கு விற்று கொழுத்த செல்வத்திற்கு அதிபதியானவன் பொன்மேனிராயன். இக்கொடுமையிலிருந்து மக்களை விடுவித்து நல்வாழ்வு வாழ வைக்க துடிக்கும் இளம் புரட்சிப்புயல் வானழகன். அவனது துணைவியான வேல்விழி வீரமும், வேகமும், போர்ப்பயிற்சியும் ஒருங்கே பெற்றவள். இவளின் தாயாக விளங்கியவள் அன்னை வாணியம்மை. காடுகளில் மறைந்து வாழும் இவர்களில் வானழகன் ஒருநாள் நாட்டின் நிலையறிந்துவர பிச்சைக்காரன் வேடம் புனைந்து செல்கிறான். அப்போது பொன்மேனிராயன் ஆட்களால் கைது செய்யப்பட்டு பனித்தீவில் அடிமையாய் விற்கப்படுகிறான்.

பனித்தீவின் தலைவன் இன்பவாகனன் முன் நடந்த நாட்டிய நிகழ்ச்சியில் நடனமாடிய வில்லி என்ற அடிமைப்பெண் மயங்கிவிழ அவளை அதிகாரியொருவன் கசையால் அடிக்கிறான். இது கண்டு வெகுண்டெழுந்த வானழகன் அவனைக் கன்னத்தில்

அறைந்து விடுகிறான். இதனால் சுரங்க வேலைக்குத் தள்ளப்படுகிறான் வானழகன். கசையடிப்பட்ட வில்லி என்ற அந்த அடிமைப்பெண் அவனுக்கு உதவுகிறாள். இதற்கிடையில் புதிய அடிமைகளைப் பிடிப்பதற்காக மலைகளில் வெடிவைத்து மக்களை அடிமைகளாய்ச் சிறைபிடிக்கிறான் பொன்மேனிராயன். இதனால் ஆத்திரமுற்ற வேல்விழியால் போருடை தரித்து பலரையும் கொன்றொழித்து கடைசியில் சிறைப்படுகிறாள். பனித்தீவிற்கு கொண்டு செல்லப்படும் இவளோடு இவள் தாய் வாணியம்மையும் பனித்தீவிற்கு கொண்டு செல்லப்படுகின்றனர். அப்போது அங்கு வந்த இளவரசன் ஞானதேவன் நடப்பதை பார்த்து இரக்கமுற்று அன்னை வாணியம்மையை விலை கொடுத்து வாங்கிச் செல்கிறான்.

அரசனின் நண்பனான மன்மதசகாயன் குள்ளநரி குணம் கொண்டவன் அரசனின் இரகசியம் பல தெரிந்தவன். இதனால் அரசனை பயமுறுத்தி தன் மகள் இன்பக்கொடிக்கும் இளவரசனுக்கும் திருமணம் செய்து வைக்க கட்டாயப் படுத்துகிறான். ஆனால், இன்பக்கொடி வானழகனை விரும்புகிறாள். இளவரசன் ஞானதேவனும் இவளை சகோதரியாய் பார்ப்பதுடன் இளவரசு பட்டத்தையும் ஏற்க மறுக்கிறான். வேல்விழியாளை விலை கொடுத்து வாங்கிய மன்மதசகாயன் அவளை பெண்டாள முயற்சிக்கிறான். அதைத் தடுத்த தன்மகளையே வாளால் குத்தி கொலை செய்கிறான். அப்போது அங்கு வந்த இளவரசன் அவனைக் கட்டாரியால் வீச உயிர் பிரியுமுன் இளவரசன் ஞானதேவன் அடிமையின் மகன் என்ற இரகசியத்தை சொல்லிவிட்டு சாகிறான்.

இந்நேரத்தில் வானழகன் தலைமையில் புரட்சி வெடிக்கிறது. பனித்தீவின் அதிகாரிகள் கொல்லப்படுகின்றனர். அரசன் கைது செய்யப்படுகிறான். பொன்மேனிராயன் போன்றோர் கொல்லப்படுகின்றனர். இளவரசன் தன் தந்தை இன்பவாகனனை உண்மை கூறுமாறு வலியுறுத்த அடிமையாய் இருந்த தனக்கும் அரசனுக்கும் பிறந்தவனே இளவரசன் ஞானதேவன் என்ற உண்மையைக் கூறுகிறாள் தாய் வாணியம்மை. பட்டத்தரசிக்குப் பிறந்தவளே வேல்விழியாள் என்றும் கூறுகிறாள். இதனால் ஆத்திரமுற்ற வானழகன் தன் மனைவியாகிய வேல்விழி உட்பட அரச குடும்பத்தையே கொல்ல ஆணையிடுகிறான். அன்னை வாணியம்மை அனைவருக்கும் உயிர்ப்பிச்சை கேட்டு மன்றாட மக்களும் அதை ஆமோதிக்கின்றனர். இதனால் மனம் மாறிய

வானழகன் அரசன் உட்பட அனைவரையும் விடுதலை செய்து அன்னை வாணியம்மையை நாட்டின் அன்னையாக அறிவிக்கிறான். இந்தியா அடிமைப்பட்டிருந்த சூழலில் இக்கதைப் போக்கு இந்நாட்டின் நிலையை உணர்த்துவதாக அமைந்திருப்பது குறிப்பிடத்தக்கது.

14. ரத்தக் கண்ணீர்

'முற்பகல் செயின் பிற்பகல் தாமே வரும்' என்ற கருத்தை வலியுறுத்தும் நாடகம். மோகன் செல்வச் செழிப்பான குடும்பத்தில் பிறந்தவன். பாலு அவனது உயிர்த்தோழன். பாலு முற்போக்குச் சிந்தனையுடையவன். இவர்கள் இருவரும் வெளிநாடு சென்று படித்து வந்தவர்கள். மோகன் எல்லோரையும் ஏளனமாகவும் கேலியாகவும் பேசும் இயல்புடையவன். அதேபோல் நாட்டியம் கலைகளுள் சிறந்தது என்று கூறி நாட்டிய நிகழ்ச்சிகளைத் தேடிப் போகிறான். அங்கு காந்தா என்ற விலைமகளின் தொடர்பால் மனைவி சந்திராவைத் துறந்து காந்தாவோடு வாழத் தலைப்படுகிறான். பெற்ற தாயின் மரணத்தைக்கூட அலட்சியப் படுத்துகிறான். மனைவியையும் தூக்கி எறிகிறான். தன் நண்பன் பாலு எவ்வளவோ எடுத்துச் சொல்லியும் அவனையும் தூக்கி எறிகிறான்.

இந்நேரத்தில் அவனது செல்வமும் கொஞ்சம் கொஞ்சமாக கரைந்து வருகிறது. மனைவியின் நகைகளையும் வாங்கிச் சென்று காந்தாவிடம் கொடுக்கிறான். இதனால் விரக்தியுற்ற சந்திரா தன்னை மறுமணம் செய்து கொள்ள பாலுவிடம் கேட்கிறாள். இவர்கள் பேசிக்கொண்டிருந்ததைப் பார்த்த மோகன் சந்திராவிற்கும் பாலுவுக்கும் தவறான உறவு இருப்பதாக பழி சுமத்துகிறான். இதற்கிடையில் மோகனின் உடல்நிலையும் மோசமடைந்து வருகிறது. இதனால் காந்தாவின் வெளிப்புற வீட்டிற்குத் தள்ளப்படுகிறான். மேலும் காந்தா வேறு பல ஆடவர்களோடு உல்லாசமாய் சுற்றி வருகிறாள். மருத்துவ வசதியில்லாததால் இவனுக்கு தொழு நோயும் தொற்றிக் கொள்கிறது.

இந்நிலையிலும் நிலத்தை விற்று மோகனுக்கு கொடுக்கிறாள். இதையும் பிடுங்கிக் கொள்ளும் காந்தா சந்திராவை விரட்டி அடிக்கிறாள். இந்நிலையில் ஷூட்டிங் சென்ற காந்தாவின் குடும்பத்தினர் சாலை விபத்தில் இறந்து போகிறார்கள். ஆதரவற்ற நிலையில் அனாதையாக பிச்சையெடுத்து திரியும் அவனைக் கண்டு கொண்ட சந்திரா அந்நிலையிலும் அவனை ஏற்றுக் கொள்ள

முன்வருகிறாள். அதை ஏற்றுக்கொள்ள மறுத்த மோகன் அங்கு வந்த பாலுவின் கையில் சந்திராவை பிடித்துக் கொடுத்து விட்டு அவ்விடத்திலேயே வீழ்ந்து இறந்து போகிறான். விபச்சாரத்தால் வரும் கேட்டினை விளக்கும் நல்ல நாடகம்.

15. முதல் முழக்கம்

ஆங்கிலக் கிழக்கிந்தியக் கம்பெனியின் பிரதிநிதியாக தமிழகத்தின் நெல்லை பகுதிக்கு நியமிக்கப் பட்டவன் ஜாக்ஸன் என்பவன். பாஞ்சாலங்குறிச்சி பாளையக்காரரான கட்டபொம்மன் இக்கம்பெனிக்கு வரி கொடுக்க மறுப்பதால் தன்னை வந்து சந்திக்குமாறு ஜாக்ஸன் அழைப்புக் கொடுத்துவிட்டு பல இடங்களுக்கும் அலைக்கழிக்கிறான். கடைசியில் இராமனாதபுரம் இராமலிங்க விலாசத்தில் சந்திப்பு நடைபெறுகிறது. அங்கு கட்டபொம்மனை கைது செய்ய முயலும் போது வெள்ளையர் பலரைக் கொன்று அங்கிருந்து தப்பிக்கிறான். அகப்பட்ட கட்டபொம்மனின் அமைச்சர் தாணாபதி கைது செய்யப்பட்டு நீதி விசாரணையின் பேரில் மரண தண்டனை விதிக்கப்படுகிறது. ஆனால் டேவிட்ஸன் என்ற ஆங்கிலேயரின் தலையீட்டால் தாணாபதி விடுதலை செய்யப்படுகிறார்.

இந்நிலையில் ஆங்கிலேயரின் கூலிப்படை கட்டபொம்மனின் பாளையப் பகுதிக்குள் புகுந்து மக்களை துன்புறுத்தி வரி வசூல் செய்கின்றனர். இதையறிந்த ஊமைத்துரையும், தாணாபதியும் ஸ்ரீவைகுண்டத்தில் உள்ள ஆங்கிலக் கம்பெனியின் நெற்களஞ்சியத்தை கொள்ளையடித்து தானியங்களை கவர்ந்து வருகின்றனர். இதனால் கோபமுற்ற ஆங்கிலேயர் இதற்குக் காரணமானவர் தாணாபதிதான் எனவே அவரைத் தங்களிடம் ஒப்படைக்க வேண்டும் என்று கட்டபொம்மனுக்கு கட்டளையிடுகின்றனர். இதற்கு உடன்பட மறுத்ததால் பாஞ்சாலங்குறிச்சியின் மீது கும்பெனியார் படையெடுக்கின்றனர். ஆனால் கட்டபொம்மனின் வீரத்தால் துரத்தப் படுகின்றனர். பின்னர் சென்னையிலிருந்து ஆயுதங்களையும் ஆட்களையும் தருவித்து எட்டப்பனின் உதவியோடு கோட்டை தாக்கப்படுகிறது. இதனால் கட்டபொம்மனும் அவனது ஆட்களும் கோட்டையிலிருந்து வெளியேறுகின்றனர்.

புதுக்கோட்டை மன்னர் தமக்கு உதவுவார் என நம்பி அவரிடம் தஞ்சமடைகின்றனர். ஆனால் அவர்கள் கைதுசெய்யப்பட்டு ஆங்கிலேயரிடம் ஒப்புவிக்கப்படுகின்றனர். கட்டபொம்மனுக்கு

கயத்தாறில் தூக்குத் தண்டனை விதிக்கப்படுகிறது. பாளையங்கோட்டையில் சிறை வைக்கப்பட்டிருந்த ஊமைத்துரை வடிவு என்ற வீரப்பெண்ணின் துணையோடு கம்பள வீரர்களால் விடுவிக்கப்படுகின்றான். பாஞ்சாலங்குறிச்சியில் மீண்டும் கோட்டையை எழுப்பி ஏழு ஆண்டுகள் ஆட்சி புரிகின்றான். இதைப் பொறுக்க முடியாத ஆங்கிலேயர் மீண்டும் எட்டப்பனின் துணையோடு கோட்டைக்குள் விஷப் புகையைச் செலுத்தி அவனை வெளியேற்றுகின்றனர். வெளியேறும்போது ஏற்பட்ட சண்டையில் ஊமைத்துரை படுகாயமடைந்து வீழ்கிறான். அங்கிருந்த பெண்களால் காப்பாற்றப்பட்ட ஊமைத்துரை மருதுபாண்டியர்களோடு சேர்ந்து ஆங்கிலேயரை அழிக்கலாம் என்று கருதி சிவகங்கைக்குச் செல்கிறான். அங்கு மருதுபாண்டியர்களின் போராட்டம் தோல்வியுற்று அவர்கள் கைது செய்யப்பட்டதால் அங்கிருந்து தப்பி வெளியேறுகிறான். கன்னிவாடி என்ற ஊரில் அவன் தங்கியிருந்த போது காட்டிக் கொடுக்கப்பட்டு தூக்கிலிடப்படுகிறான். அவனது மனைவி வடிவும் குழந்தையும் கைது செய்யப்பட்டு சிறையில் அடைக்கப்படுகின்றனர்.

இவ்வாறு ஆய்விற்குட்பட்ட நாடகங்களின் கதைச் சுருக்கத்தின் வழி இந்நாடகங்களின் கதைக்கரு, கதைக்கோப்பு, கதைப்பின்னல் வகைகள், நாடகம் நுவலும் பொருள் போன்ற செய்திகளை அறிய முடிகிறது. இதைப்போல் இந்நாடகங்களின் அகவமைப்புக் கூறுகளான பாத்திரப் படைப்புகள், உரையாடல் வளம் போன்ற செய்திகளையும் இனி அறியலாம்.

பாத்திரப் படைப்பு *(Characterisation)*

நாடகத்தின் கதாபாத்திரங்கள்தான் நாடகத்தின் உயிர்த் துடிப்பு. சிறந்த கதாபாத்திரங்களின் வழிதான் நல்ல நாடகத்தை தீர்மானிக்க முடியும். நாடகத்தின் நோக்கத்தை இவர்களின் வாயிலாகவே நிறைவேற்ற வேண்டும் என்பதால், இப்பாத்திரங்களின் இயல்புத் தன்மை கெடாதவாறு இவற்றை அமைக்க வேண்டும். மானுட சக்திக்கு அப்பாற்பட்டு உருவாக்கப்படும் பாத்திரங்களால் நாடகத்தின் நோக்கம் கெட்டுவிடும். படைக்கப்படும் நாடக மாந்தர்களின் இயல்பு கெடாதவாறு அமைக்க வேண்டும். இப்பாத்திரத் தோற்றங்கள் குறித்து அறிஞர்கள் கூறும் கருத்துகள் இங்கு குறிப்பிடத்தக்கது.

"நாடகத்தில் பாத்திரங்கள் மிகச் சிறந்த கூறாக அமைகிறது. நாடகப் பாத்திர உருவாக்கம் நாடக ஆசிரியரின் படைப்புத் திறனை செவ்வனே உருவாக்கிக் காட்டுவதாகும். பண்புகள் புலப்பட பாத்திரங்கள் உருவாக்கப்பட வேண்டும். மன இயல்பான வாழ்க்கை இயல்புகளை ஒட்டிப் பாத்திரங்களை உருவாக்கிப் பண்புகளை உண்மையான வாழ்வுக்குப் பொருத்தமான முறையில் பொருத்தினால்தான் அவற்றைச் சிறந்த பாத்திரப் படைப்பு என்று கூறமுடியும்"[273]

என்று ஏ.என்.பெருமாள் அவர்கள் சிறந்த நாடகப் பாத்திரத்திற்கான இலக்கணத்தைக் கூறுகிறார்.

"கதையும் தொடர்ந்து வரும் நிகழ்ச்சிகளும் பாத்திரப் பண்பையும் மனித இயல்புகளையும் விளக்கும் தன்மையற்றதாயின் அவை குழந்தைகளுக்குக் கூறும் கதைக்கு ஒப்பாகும். பண்பட்ட அறிஞர்களின் கருத்துக்கு நல்விருந்தாக அமையா. சிறந்த பாத்திரப் படைப்பு உண்மையில் நாடகத்தின் உயர்வினை மிகுவித்தற்குரிய அடிப்படையான நிலைத்த நாடகக் கூறாகும்."[274]

என்ற இக்கருத்துகளுக்கேற்ப, கதாபாத்திரங்கள் என்பது நாடகத்தின் சிறந்த கூறுகளுள் ஒன்றாகும். இதனடிப்படையில் ஆய்விற்குட்பட்ட நாடகங்களில் கதாபாத்திரங்கள் அமையப் பெற்றுள்ள பாங்கினை ஆய்வு செய்வோம்.

'ரத்தக் கண்ணீர்' நாடகத்தின் தலைமைப் பாத்திரமான மோகன் ஊதாரியாகவும், அவன் நண்பன் பாலு முற்போக்குச் சிந்தனையுடையவனாகவும் உருவாக்கப்பட்டுள்ளார்கள். இப்பண்புகளை நாடகத்தின் துவக்கத்திலேயே மிகச் சரியாக எடுத்துக் காட்டியுள்ளார். இப்பாத்திரங்களின் பண்புகள் புலப்படுமாறு முதல் காட்சியிலேயே இவர்களது உரையாடல்களின் மூலம் இவர்களது குணங்களை வெளிப்படுத்தியுள்ளார் ஆசிரியர்.

தொழிலாளர் கூட்டத்தில் பாலு பேசுகிறான்.

"உலகில் ஏர் பிடிப்பவன் கோல் பிடிப்பதையும்.. உழைக்கும் கூட்டம் ஊராள்வதையும் நாங்கள் பல நாடுகளில் பார்த்தோம் என்று சொல்லும் போது உழைப்பதற்கே உயிர் தாங்கியுள்ள பதுமைகளாக வாழும் உங்களுக்குப் பெரும் ஆச்சரியமாகத்தான் இருக்கும்.

ஒரு காலத்தில் சீமான்களின் எடுபிடிகளாக.. சுரண்டல் கூட்டத்தின் சுகவாழ்வுக்கு உழைக்கவே ஆண்டவனால் அனுப்பப்பட்ட அடிமைகளாக - உங்களிலும் கேவலமாக - உயிர் வாழ்ந்த மேல் நாட்டு பாட்டாளி சமூகம் இன்று உலகின்

அமைப்பையே மாற்றி அமைக்கக்கூடிய அளவுக்குப் பலம் பெற்றது எப்படி?"

பகுத்தறிவு அவர்களை பழமைப் பிடியிலிருந்து விடுவித்தது; விஞ்ஞானம் அவர்களை வீரர்களாக்கிற்று. எனவே வாழ்கிறார்கள் - செல்வத்தின் சிகரத்திலே, இன்பத்தின் எல்லைக் கோட்டுக்குள்ளே."[275]

என்று உழைப்பாளர்கள் உணர்ச்சிக் கொள்ளத்தக்க வகையிலே தங்கள் அறியாமையை அறிந்து கொள்ளும் வகையிலே எழுச்சிமிகு உரையாற்றுகிறான். இதன் மூலம் பாலுவை முற்போக்குச் சிந்தனையாளனாக எடுத்துக் காட்டியுள்ளார்.

இத்தகைய முற்போக்குச் சிந்தனையாளனாக பாலு இருந்ததால்தான் தன் கற்புநிலை தவறாதவனாய் நின்று, மோகனின் மனைவி சந்திராவின் துன்பங்களில் எல்லாம் உடன் வருகிறான். சந்திரா தன்னை மறுமணம் செய்து கொள்ள வேண்டும் என்று கேட்டபோதுகூட தன் ஒழுக்கத்தின் மீது சமுதாயம் பழி சொல்லும் என்று கருதி மறுத்து விடுகிறான். ஆனால், இறுதியில் மோகனின் வேண்டுகோளை ஏற்று சந்திராவை மறுமணம் செய்து கொள்ளும் போது இக்கதாபாத்திரம் முழுமை பெறுவதைக் காணமுடிகிறது.

நேர்மாறாக தலைவன் பாத்திரமான மோகன் ஊதாரித்தனமான வாழ்வு வாழ்ந்து இறந்து போகிறான். இதையும் பாத்திர அறிமுகக் காட்சியிலேயே வெளிப்படுத்துகிறார். இந்தத் தொழிலாளர் கூட்டத்திற்கு மோகனும் அழைக்கப்பட்டுள்ளான். அவன் பேச ஆரம்பித்த போது இவ்வாறு ஆரம்பிக்கிறான். "அய் டோன்ட் லைக் டூ ஸ்பீக் பாட்டாளி" என்றும் "அன் - நெசசரி சப்ஜெக்ட்" என்று பலபட இழிவாகப் பேசி கடைசியில், அவர்கள் தலைவிதி அமெரிக்க ஐரோப்பிய நாடுகளிலே பிறந்து சுகமாக வாழ்கிறார்கள்!

"உங்கள் தலைவிதி இங்கே பிறந்து இப்படி இருக்கிறீர்கள். இதுதான் கடவுள் செயல்! இதைப் பற்றியெல்லாம் உங்களிடம் பேசிக் கொண்டிருக்க நேரமில்லை. எனக்கு நெக்ஸ்ட் எங்கேஜ்மெண்ட பால் டான்ஸ் இருக்கிறது தேங்ஸ்"[276]

என்று முடிக்கிறான். இவனது ஆணவமான, பணத்திமிரான பேச்சின் மூலம் இவனை அறிமுகப்படுத்தும் ஆசிரியர் கடைசியில் இவனது ஆணவத்தால் எல்லாவற்றையும் இழந்து, தொழு நோயுற்று இறக்கும் தருவாயில் சரியான தண்டனைதான் இவனுக்கு என்று நம்மை எண்ணச் செய்து வெற்றி பெறுகிறார்.

'நாம் இருவர்' நாடகத்தில் நாடகத் தலைவன் ஜெயகுமார், அவனது தம்பி சுகுமார் ஆகியோரின் குணங்களையும், எண்ண

இயல்புகளையும் இயல்பான முறையில் வெளிப்படுத்தியுள்ளார் ஆசிரியர். ராமசாமிப்பிள்ளை தன் அறுபதாவது வயதில் இளம் பெண்ணைத் திருமணம் செய்ய விரும்புகிறார். அவரது விருப்பத்தை எதிர்க்கும் இவ்விருவரின் பேச்சு இவர்களது உயர்ந்த குணத்தை வெளிப்படுத்துவதோடு, உலகத்தாரின் எண்ணவியல்புகளையும் வெளிப்படுத்துகிறது.

14 வயதே நிரம்பிய பெண் குழந்தையைத் திருமணம் என்ற கொடுமைச் சிறையில் தள்ளுவதை நம்மால் ஏற்கவியலுமா? அதுவும் 60வயது கிழவரை மணக்க வற்புறுத்தும் கொடுமையை எப்படி ஏற்பது? இதைத்தான் ஜெயகுமாரும், சுகுமாரும் செய்தனர்.

ஜெய: "அப்பா! நெஞ்சிலே கைவச்சுப் பார்த்துச் சொல்லுங்க. அறுபது வயசு ஆன ஒருத்தர் கல்யாணம் செஞ்சுக்க வேண்டியது அவசியந்தானா? எனக்குக் கல்யாணம் ஆன உடனேயே ஒரு பெண் குழந்தை பிறந்திருந்தா அந்தக் குழந்தைக்கு இப்ப பதினாலு வயசு இருக்குமே! உங்க பேத்தியா இருக்கக்கூடிய ஒரு பெண்ணை நீங்க கல்யாணம் பண்ணிக்கப் போறேன்னு சொல்றது எவ்வளவு பெரிய சுயநலம்?

....வேண்டாமப்பா! அதை நாங்க தெரிஞ்சுக்கவே வேண்டாம். ஒரு பெண்ணோட வாழ்க்கையைப் பாழாக்கி அதனாலே கிடைக்கிற பணம் எங்களுக்கு வேண்டவே வேண்டாம். (தணிந்த குரலில்) அப்பா! மனுஷனுக்கு மரணம் எப்ப வரும்னு சொல்ல முடியாது. அறுபது வயசுக்கு மேலேயும் ஒரு கன்னிப் பெண்ணோட பல வருஷகாலம் வாழ்ந்திடலாம்னு கனவு காண்றீங்களா?[277]

என்று கடுமையாக மறுத்துரைக்கிறான். தனக்கு கிடைக்கவிருக்கும் சொத்திற்காக சமரசம் செய்து கொள்ளவில்லை. இதற்காக அவ்வளவு பெரிய சொத்தையும் உதறி விட்டு வெளியேறுகிறார்கள். என்ன துணிவு!

அதேபோல் சுகுமாரும் தன் தந்தையின் நடவடிக்கைக்கு எதிராகப் பேசுகிறான்.

"நான் இன்னைக்கே மறுக்கிறேன். இது நியாயமில்லாத காரியமப்பா! பணம் ஒரு கருவி... இன்னைக்குப் போகும் நாளைக்கு வரும். மனுஷனை உசத்துறது உண்மையும் ஒழுக்கமும் தாம்ப்பா. வாழ்க்கை வசதிக்காக ஏற்படுத்தப்பட்ட பணத்தை ஒரு பெண்ணோட வாழ்க்கையைப் பலியிட பயன்படுத்தணும்னு நினைக்கிற உங்க போக்கை நாங்க விரும்பலே."[278]

என்ற இவர்களது நேர்மையான பேச்சின் மூலம் இவர்களது பண்பையும் உயர்ந்த குணங்களையும் வெளிப்படுத்துகிறார். இதன் மூலம் சமூகத்திற்கு நல்ல படிப்பினையைத் தருகிறார்.

பாத்திரப் படைப்பு எளிதானதன்று. அதற்கு ஊக்கமும் திறமும் பெரிதும் வேண்டும். ஊக்கமற்ற எழுத்தாளரால் பாத்திரங்களைச் சிறப்புற உருவாக்க இயலாது. தம் கற்பனையில் தோன்றும் பாத்திரங்களுக்குத் தனித் தன்மைகளைத் தர அவர் முழுமையான முயற்சிகளை மேற்கொள்ள மாட்டார். பலருக்கும் பழக்கமான நாடகப் பாத்திரங்களைப் படைப்பதோடு அவர் மனநிறைவு பெறுவார். எனவே சிறந்த நாடக ஆசிரியரே சிறந்த பாத்திரங்களை உருவாக்கி நல்ல நாடகங்களை உருவாக்கித் தருவார்.

அதேபோல் பாத்திரங்கள் நாடகத்தில் படைக்கப்படுதல் வேண்டும். இங்ஙனம் படைக்கப்படின், பார்வையாளர்கள் அப்பாத்திரங்களோடு ஒன்றிடுவர். பாத்திரங்கள் பார்வையாளர்களின் உள்ளங்களை நெகிழச்செய்து,

> **"ஆம் இந்தச் சூழலில் நானும் அப்படித்தான் செய்திருப்பேன்" என்ற எண்ணம் ஒவ்வொரு உள்ளத்திலும் எழும்படிச் செய்ய வேண்டும்.**[279]

என்று எண்ணுமளவிற்கு பாத்திரங்களை அமைக்க வேண்டும். இவ்வகையில் ஆய்விற்குட்பட்ட பல நாடகங்களின் நாடகப் பாத்திரங்கள் நம் உள்ளத்தைத் தொடும் அளவிற்கு அமைக்கப் பட்டுள்ளன.

பதிபக்தி நாடகத்தில் ராஜசேகரனின் நண்பன் சம்பந்தன் கதாபாத்திரம் இவ்வகையில் சிறந்தது. ராஜசேகரன் குடியால் கெட்டழியும்போது சம்பந்தன் அவனை நல்வழிப்படுத்த முயற்சிக்கிறான். இவனது நட்பை வெறுத்த ராஜசேகரன் தன் மனைவியோடு தொடர்பு இருப்பதாகக் கூறி சம்பந்தனை வீட்டிற்கு வரக்கூடாது என்று தடை செய்கிறான். இது கேட்ட சம்பந்தன் மிகவும் மனவருத்தமடைகிறான். அப்போது அவன் கூறும் வார்த்தைகள் அவனது நற்பண்பை எடுத்துக் காட்டுகிறது.

> **"ஆ! அறிந்தேன் அறிந்தேன்! - தெய்வமே! மறுவற்ற மனமுடைய எனக்கும் இப்படிப்பட்ட அவமானம் நேர வேண்டுமா? என் மனமறிய இதுவரையில் ஒருவருக்கும் ஒரு தீங்கும் நினைத்ததில்லையே. வீட்டை விட்டு வெளியே போ என்று சொல்லியதைக் கேட்டும், மானங்கெட்டவன்போல், உயிருடன் இருக்கின்றேனே. தெய்வமே! இந்த அவமானச் சொல்லைக் கேட்க நான் என்ன பாவம் செய்தேன்!**[280]

என்று கூறுகிறான். எத்தகைய உயர்ந்த, மேன்மையான குணம்! நல்லது செய்ய முற்போடும்போது இச்சூழலில் நம் எல்லோரின் மனநிலையும் இதுவாகத்தான் இருக்கவியலும். இவ்வாறு இக்கதாபாத்திரத்தோடு நம்மை ஒன்றச் செய்வதோடு கதாபாத்திரத்தின் இயல்புகளை வெளிப்படுத்துவதாகவும் அமைந்துள்ளது.

இவ்வகையில் முதல் முழக்கம் நாடகத்தில் தாணாபதிப் பிள்ளை கதாபாத்திரம் குறிப்பிடத்தக்கது. கொள்கையில் நாட்டுப்பற்றையும், உறுதியில் வீரத்தையும், வெறுப்பில் ஆங்கிலேயரையும் வைத்துள்ள இவர், போரின் போது கைது செய்யப்படுகிறார். நீதி மன்றத்தின் விசாரணையில் இவர் ஆற்றும் வீரவுரைகளின் வாயிலாக இப்பாத்திரத்தின் சிறப்பை வெளிப்படுத்துகிறார். இப்பாத்திரத்தின் சிறப்பு குறித்து அவ்வை தி.க.சண்முகம் அவர்கள் குறிப்பிடுவதாவது.

> **“ஆசிரியர் திரு.ரா.வே. அவர்களின் நாடகத் தொகுப்புக்குரிய தனிச்சிறப்பு அமைச்சர் தாணாபதிப் பிள்ளை பாத்திரத்தை நன்கு ஆராய்ந்து சரியான முறையில் படைத்திருப்பதாகும். கும்பினி ஜாக்ஸன் துரை முன்னிலையிலும் நீதிமன்றத்திலும் தாணாபதிப் பிள்ளை பேசும் எழுச்சிமிக்க சொற்கள் நம்மை மெய்சிலிர்க்க வைக்கின்றன”.**[281]

என்று இப்பாத்திரத்தின் சிறப்பைக் கூறுகிறார். தனக்கு மரண தண்டனை கிடைக்கப் போகிறது என்றறிந்தும், உயிருக்கு அஞ்சாது ஆற்றும் உரையின் வாயிலாக இப்பாத்திரத்தை முழுமையடையச் செய்து வெற்றி பெறுகிறார்.

> **...மனிதனே... என் தாய் மண்ணில் என்னோடு பிறந்த சோதரன் நீ! உன் அன்னை... என் அன்னை... நீயும் இந்த மண்ணில்தான் பிறந்தாய்... நானும் இந்த மண்ணில் பிறந்தேன்! ஆனால் நீ தன்னை மறந்து தன் பெருமையை மறந்து, பிறந்த மண்ணின் பெருமையை மறந்து, உயிர்விட நேரினும் மேலாக மதிக்கும் மானத்தை மறந்து, அந்நியன் இந்த மண்ணை ஆள வந்ததும் அவனை நிழற்போல் தொடர்ந்து, அவன் நடைப்பாதையை நாக்கினால் சுத்தம் செய்கிறாய்...**[282]

என்று தொடர்ந்து பேசுகிறார். எத்தகைய வீரம் செறிந்த பேச்சுகள். உயிரினும் மேலாய் நாட்டை நேசிக்கும் மானம். தேச பற்று மிக்க இவ்வுரைகளின் வாயிலாக இப்பாத்திரத்தைச் சிறப்புச் செய்திருக்கிறார் ரா.வேங்கடாசலம் அவர்கள்.

பம்பாய் மெயில் நாடகத்தில் 'பம்பாய் மெயிலாக' நடிக்கும் சுந்தரம் கதாபாத்திரம் குறிப்பிடத்தக்கது. தேச பக்தியின் காரணமாக இவன் ஆற்றும் வீரதீர செயல்கள் போற்றுதற்குரியது. ஆயினும் சுயநலம் கொண்ட பார்வதியின் தந்தை சதாசிவ முதலியாரால் இச்செயல்களை ஏற்றுக்கொள்ள முடியவில்லை. சுந்தரத்தை வெறுக்கிறார். இதற்கு இவர் கூறும் காரணங்களின் வழி சுந்தரத்தின் தேசப்பற்று முழுமையாக வெளிப்படுகிறது.

சதா: "சரி, இருக்கட்டும் - பார்வதி, நான் சுந்தரனை அயோக்கியன் என்று சொல்ல வரவில்லை. ஆனாலும் பார் அவன் ஊர் வம்பை எல்லாம் தன் தலைமேல் போட்டுக் கொள்கிறான். எங்கேயோ பஞ்சமாம், அதற்குத் துணை செய்யவேண்டுமென்றான் முன்னே. சென்றவாரம் தேசிய நிதிக்கு ஐம்பதினாயிரம் ரூபாய் கொடுங்கள் என்கிறான். அது போகட்டும். அவன் கேட்டால், நான் ஏமாந்து கொடுத்துவிடப் போவதில்லை. அவனுடைய துப்பறியும் உத்தியோகத்தைப் பற்றிதான் எனக்குக் கவலை"[283]

என்கிறார். சுந்தரம் ஒன்றும் பிழைப்பிற்காக நிதி திரட்டவில்லை. நாட்டின் நல்வாழ்விற்கும், மக்களின் முன்னேற்றத்திற்குமான பணிகளுக்காகத்தான் பொருள் திரட்டுகிறான். ஆனால், இந்த உயர்ந்த மனநிலையை ஏற்றுக்கொள்ள மறுக்கும் முதலியாரது சொற்களின் வழி சுந்தரம் கதாபாத்திரத்தின் மேன்மைதான் வெளிப்படுகிறது.

நாடக மாந்தர் வகை

நாடக அமைப்பிலும், போக்கிலும் மாந்தர்கள் பெறும் இடத்தினுக்கேற்ப அவர்களை வகைப்படுத்துவர்.

"நாடகக் கதையின் இன்றியமையா இழைகளாக விளங்கும் மாந்தர்களைத் தலைமை மாந்தர்களெனவும், நாடகக் கதையின் நிகழ்வுக்கும், கதைப் பின்னலுக்கும் சுவைக்கும் உறுதுணையாக மாந்தர்களைத் துணைமை மாந்தர்களெனவும் கூறலாம்.[284]

தலைமைப் பாத்திரங்களாகத் தலைவன் (Hero), தலைவி (Heroine), முரணன்(Villan) ஆகிய மூவரையும் ஏற்றுக் கொள்ளலாம். இவர்கள் நாடகத்தில் முக்கியமான பங்கை ஏற்று நடிக்கின்றனர்.[285]

இக்கருத்துகளுக்கேற்ப இந்நாடகங்கள் பலவற்றுள்ளும் தலைமைப் பாத்திரங்களும், துணைமைப் பாத்திரங்களும் அமைக்கப் பெற்றுள்ளன. பல நாடகங்களில் முரணன் பாத்திரங்களும் சிறப்புற அமைந்துள்ளன. இவ்வகையில் ஆய்விற்குட்பட்ட நாடகங்களின் அனைத்துப் பாத்திரங்களையும்

ஆய்வு செய்தல் சாத்தியமற்றது என்பதால் சிறப்பான சில கதாபாத்திரங்கள் மட்டும் ஆய்விற்கு எடுத்துக் கொள்ளப்பட்டுள்ளது. நம் வாழ்க்கையில் எல்லோருக்குமே ஏதாவதொரு வகையில் வில்லன்களோ அல்லது முரணான செயல்களோ எதிர்படுவது இயல்பானதொன்று. இந்நிகழ்வுகள் நம்முடைய வாழ்க்கையையே மாற்றிவிடும். இதேபோல் இந்நாடகங்களின் முரண் பாத்திரங்களும் இந்நாடகங்களின் தொடர் நிகழ்வுகளுக்கும், வளர்ச்சிக்கும் கட்டாயமாகிறது.

பதி-பக்தி நாடகத்தின் கதைத்தலைவன் ராஜசேகரன். நற்பண்புகளுடன் வாழ்ந்தவன். பின்னர், குடியால் கெட்டுச் சீரழிந்து கொலைகாரனாகி நாடு கடந்து ஓடி இறுதியில் தூக்குத் தண்டனை பெறும் அளவிற்கு வாழ்க்கை அமைந்து விடுகிறது. இதற்கு காரணமான கதாபாத்திரம் 'கங்காதரன்' என்ற முரணன் கதாபாத்திரமாகும். அவனுக்கு குடிக்கும் பழக்கத்தை ஏற்படுத்தி தாசிகளோடும் பழக்கத்தை ஏற்படுத்தி அவன் மதியிழப்பதற்கு காரணமான கங்காதரன் பேசுவதாவது:

"...அவன் இல்லாவிட்டால் அந்த லீலாவதியை நானே கலியாணம் செய்து கொண்டு, அவளுடைய பெரும் பொருளுக்கு அதிபதியும் ஆய் இருப்பேன் தெரியுமா? ஆதலால் அவனை அடியோடு அழித்து, அந்த லீலாவதியை நான் ஆலிங்கனம் செய்து கொண்டால்தான், என் மனது நிம்மதியடையும்."[286]

என்று கங்காதரன் பேசுவதிலிருந்து அவனது கொடிய மனம் வெளிப்படுகிறது. படிக்கும்போதே லீலாவதியை விரும்புகிறான் கங்காதரன். ஆனால் அவனது விருப்பத்தை ஏற்க மறுத்து, ராஜசேகரனை மணந்து கொள்கிறாள் லீலா. அதன் பிறகும் அவளை அடைய நினைக்கும் கங்காதரனின் ஆசை அருவருப்பானது. அநீதியானது. இந்த காமமே ராஜசேகரனது வாழ்வு கெட காரணமாயும் அமைந்து விட்டது.

'நாம் இருவர்' நாடகத்தில் ஜெயகுமாரும் அவனது தம்பி சுகுமாரும் ஒற்றுமையாக இருக்கின்றனர். அதுவரை மகிழ்ச்சியாக சென்ற இவர்கள் வாழ்க்கையானது விஸ்வம் மற்றும் அவனது நண்பர்களுடனான நட்பிற்குப் பின் இவர்களுக்குள் பிரிவினை ஏற்படுகிறது. சுகுமார் குடியால் கெட்டு பொருளையெல்லாம் இழந்து கடைசியில் கொலைகாரன் என்ற பழிக்கும் ஆளாகிறான். இந்நிகழ்வுகளுக்கெல்லாம் காரணமான விஸ்வம் பேசுவதிலிருந்து இதை அறியலாம்.

ஜெயகுமாரிடமிருந்து சுகுமாரைப் பிரித்தால்தான் பணம் கிடைக்கும் என்றறிந்த விஸ்வமும் அவனது நண்பர்களும் பேசுவதாவது:

“ஆமா பிரதர்! இந்தக் காலத்திலே அண்ணனாவது தம்பியாவது... எல்லாம் ஆப்பிட்டதைச் சுருட்றதுதாம்பா..”

என்று விஸ்வம் கூறுகிறான். அந்நேரத்தில் அனுமந்தராவ் பேசுவதாவது,

“யாராவது சகோதரங்க, நாங்க ஒத்துமையா இருப்போம், அப்படி இப்படின்னா நம்பவே கூடாதப்பா... எல்லாம் வேஷம்!”[287]

என்று பேசி சுகுமாரின் மனதில் விஷவித்தைத் தூவுகிறார்கள். இவ்வார்த்தைகள்தான் நாடகப் போக்கையே மாற்றுகிறது. சுகுமாரின் வாழ்க்கையையும் மாற்றுகிறது. இதனால் தன் அண்ணனிடம் இருந்து விலகிப் போகும் சுகுமார் நண்பர்களோடு சேர்ந்து குடித்து குடித்து கெட்டழிகிறான்.

‘ரத்தக் கண்ணீர்’ நாடகத்தில் நாடகத்தலைவன் மோகன் இயற்கையிலேயே ஊதாரியாய் அறிமுகப் படுத்தப்பட்டாலும் அவனது வாழ்வில் குறுக்கிட்ட முரணாளாக நாட்டியக்காரி காந்தாவைக் குறிப்பிடலாம். மோகனின் மனைவி சந்திராவிடமிருந்து அவனைப் பிரித்ததோடு அவனது செல்வம் முழுமையையும் அபகரித்துக் கொண்டவள். காந்தா பேசும் பல இடங்களில் அவளது வில்லத்தனம் வெளிப்படுகிறது. மோகனின் மனைவி சந்திரா தனிமையில் உள்ளாள். அவளுக்கு பாலு உதவுகிறான். இதை வைத்து மோகனின் மனதில் சந்தேக வித்தைத் தூவுகிறாள்.

“உங்கள் மனைவியோ பருவ மங்கை... பாலுவோ பார்ப்போர் மயங்கும் உருவத்தினன். உங்கள் வீட்டிலோ யாருமில்லை.”[288]

என்று சந்தேகம் என்னும் வித்தைத் தூவுகிறாள். இதனால் மோகன் அவளை வெறுக்கும்படி செய்து அவனது சொத்துகளைக் கவர திட்டமிடுகிறாள்.

கடைசியில் அவன் செல்வத்தையெல்லாம் தொலைத்து தொழுநோயால் உடல் நலமும் இழந்தபின் அவனை பல கொடுமைகளுக்கு உள்ளாக்குகிறாள். “என்னடா சொல்றே! உனக்குத் திமிர் தலைக்கு மேலே ஏறிடுச்சு! சாவு” என்று மோகனை அடித்துத் துன்புறுத்தும் அளவிற்கு செல்கிறாள். கடைசியில் மோகன் தொழு நோயால் மீள முடியாதவாறு பாதிக்கப்பட்டு மரணத்தைத் தழுவுவதற்கு காரணமாகிறாள்.

இங்ஙனம் இந்நாடகத்தில் முரண் பாத்திரம் முழுமையாக உருவாக்கப்பட்டுள்ளது.

பாத்திரப் படைப்பு நிலைகள்

நாடகப் பாத்திரங்களின் படைப்பில் ஆசிரியர் கவனிக்க வேண்டிய பல நிலைகள் உள்ளன. பாத்திரங்களை அறிமுகப்படுத்துவதில் துவங்கி அப்பாத்திரங்களை நிலைபெறச் செய்வதுவரை உள்ள நிலைகளை இவ்வாறு வகைப்படுத்துவர்.

> **பாத்திரப்படைப்பில் அறிமுகப்படுத்தல், பண்புணர்த்தல், உறுதிப்படுத்தல், முழுமையாக்கல் ஆகிய நான்கு நிலைகள் காணப்படுகின்றன.**[289]

என்று ஏ.என் பெருமாள், நான்கு நிலைகளில் வகைப்படுத்தியுள்ளார். இந்த வகைப்பாடு இந்நாடகங்கள் பலவற்றில் பொருத்தமுற அமைந்திருப்பதைக் காண முடிகிறது.

அந்தமான் கைதி நாடகத்தில் நாடகத் தலைவன் நடராசன் முற்போக்குச் சிந்தனையாளன். நாட்டுப்பற்றும், மொழிப்பற்றும் ஒருங்கே பெற்றவன். அதோடு பெண்ணியச் சிந்தனையும், பொருளுக்கு ஆசைப்படாதவனாய் உழைத்து முன்னேற வேண்டும் என்ற துடிப்புடையவன். இத்தகைய பண்புகளைக் கொண்ட நடராசனின் அறிமுக உரையில் இது வெளிப்படுகிறது.

> **“ஆமாம். அதிலும் தன் தாய் நாட்டின் பெருமையைக் கேட்பதில் உள்ள இன்பத்திற்கு ஈடு சொல்லவும் கூடுமோ?”**[290]

என்ற தாய்மொழிப் பற்று வாசகத்தின் வாயிலாக அறிமுகப்படுத்தப்படுகிறான். மேலும்

> **“ஐயா! நிம்மதியற்ற இந்த சிறைவாழ்க்கையில் இத்தனை நாட்களுக்குப் பிறகு இன்றைக்குதான் என் உள்ளத்தில் இன்ப மலர் அரும்புகிறது. என் தாய்நாட்டு இயற்கை - இன்பங்களுக்கிடையே இருப்பதைப் போன்ற இன்ப உணர்ச்சியையே உண்டாக்கி விட்டது தங்கள் இன்னிசை”**[291]

என்ற அவனது கூற்றின் வாயிலாக அவனது குணத்தை மேலும் உறுதிப்படுத்துகிறார்.

இரண்டாவது நிலையில் அவனது பண்பையுணர்த்தும் முகமாக அவனது உரை அமைந்துள்ளதைக் காணமுடிகிறது.

> **“பால்ய விவாகத்தின் தீமைகளைப் பற்றியும் காதல் மணம் மறுமணம் இவற்றின் அவசியத்தைப் பற்றியும் அழகாகப் பேசினார். இன்னும் மொழிப்பற்று, நாட்டுப்பற்று, அடிமை வாழ்வின் கேவல நிலை, சுதந்திரம் அடைய வேண்டியதின்**

அவசியம், பெண்கள் முன்னேற்றம் விபசாரத்தின் இழிவுத் தன்மை, தற்காலக் கல்விமுறையின் சீர்கேடு, கைத்தொழில், கிராம முன்னேற்றம், அடாடாடா! இனிமேல் சொல்ல வேண்டியது என்பதாக ஒன்றும் பாக்கியில்லை.....''[292]

என்று நடராசன் மேடையில் பேசியதாக பாலு குறிப்பிடுகிறான். இதன் மூலம் இவனது பண்பு முழுமையாக வெளிப்படுகிறது. இத்தகைய நற்பண்புகள் வாய்க்கப் பெற்ற நடராசன் வாயளவில் இன்றி வாழ்க்கையளவிலும் நடப்பவன் என்பதை மூன்றாவது நிலையில் உறுதிப்படுத்துவதையும் அறிய இயலுகிறது.

இவனது 14 வயது தங்கை லீலாவை 60 வயது பொன்னம்பல முதலியார் பெண் கேட்டு வந்த போது அவரது பல லட்சக்கணக்கான சொத்துக்களுக்கு ஆசைப்படாமல் பொன்னம்பல முதலியாரிடம் அவன் பேசுவதிலிருந்து இவனது பண்பு உறுதி படுத்தப்படுகிறது.

“எது நல்லது எது கெட்டதென்று எனக்குத் தெரியும். உன் பணத்தைக் கண்டு பல்லைக் காட்டுபவன் நானல்ல. நீ லட்சாதிபதியாய் இருக்கலாம். ஆனால், உன் பிச்சைக்காரக் காசுக்காக என் தங்கையை நான் விற்றுவிடத் தயாராயில்லை. இந்த உயிர் இந்த உடலை விட்டு நீங்கும்வரை நீ நினைப்பதொன்றும் நடக்காது.''[293]

என்று கோபத்தோடும் வேகத்தோடும் அவன் பேசியதிலிருந்து வெளிப்படுகிறது.

நான்காவது நிலையான முழுமையாக்கலும் இப்பாத்திரத்தில் காணப்படுகிறது. நிறைவாக அவன் பேசுவதிலிருந்து இது வெளிப்படுகிறது.

“இப்படிப்பட்ட அக்ரமங்களுக்கெல்லாம் இடமளிப்பது நம் இந்து சமூகமல்லவா? எந்த நாட்டில் இந்தக் கொடுமைகள் நடக்கின்றன? இருந்தாலும் எனக்கு இப்போது ஆனந்தமாய்த்தான் இருக்கிறது. என் வாழ்க்கையின் லட்சியத்தை நிறைவேற்றி விட்டேன். இன்றைக்கு என் தங்கை தன் காதலனோடு இன்ப வாழ்க்கை நடத்துவாளென்பது திண்ணம்......என் தங்கையைப் போன்ற இந்நாட்டு இளம் சகோதரிகள் சுகமடைவதற்காக, இந்தியத் தாயால் ஈன்றெடுக்கப்பட்ட நான் அந்தமான் தீவில் ஒரு கைதியாக இருப்பதில் எனக்குத் திருப்திதான். என்னைப் பார்த்தாவது இந்நாட்டுத் தாய் தந்தைமார்களுக்குப் புத்தி வந்தால், அதுவே இந்த அந்தமான் தீவை எனக்கு இந்திரலோகமாக ஆக்கிவிடும்''[294]

என்று முடிக்கிறான். தன் தங்கை வாழ்க்கைக்காக தன் வாழ்வே போய்விட்டது என்று வருந்தாமல் இன்னும் தங்கைக்காகவும் தங்கையைப் போன்ற பெண்களுக்காகவும் சிறையில் இருப்பதை மகிழ்வாகக் கருதும் நடராசனின் பாத்திரம் இங்கு முழுமையடைவதையும் பார்க்கவியலுகிறது.

உரையாடல் வளம்

"நாடக மாந்தரைப் படைக்கும் போது அவர்களின் செயல்கள் தெளிவாக விளக்கப்படல் வேண்டும். அவர்களின் பண்புகள் புலப்படுமாறு செய்தல் வேண்டும். செயல்களும் பண்புகளும் புலப்படுதல் பெரும்பாலும் அவர்களின் பேச்சுகள் வாயிலாகவே. ஆகவே, அப்பேச்சுகள் அவர்களுக்கு இயற்கையாகவே அமைவனவாக அமைதல் வேண்டும்."[295]

...நாடகக் கதையின் வளர்ச்சிக்கேற்ப, கதை மாந்தரின் உள்ளப்பாங்கு, நடைமுறை, அன்னோர் வாழும் இடம், செயல்படும் சூழ்நிலை, நிகழ்ச்சியின் போக்கு முதலியவற்றுக்கு ஏற்ற வண்ணம் உணர்ச்சிமிகு உரையாடல்கள் அமைய வேண்டும்."

உரையாடல், சிக்கனம் (economy) பொருத்தம், ஊட்டம், ஆக்கத்திறன் ஆகிய பண்புகள் கொண்டதாய் இருக்க வேண்டும். நாடகத்தின் நிகழ்ச்சிப் போக்கு முதன்மையானதாகையால் உரையாடல் வெறும் மனநிலையையோ சூழ்நிலையையோ மட்டும் குறிப்பிடுவதாகாது. அது நிகழ்ச்சிப் போக்கையும் முன் செலுத்த வேண்டும். உரையாடல்கள் பொதுவாக விரைவான ஊட்டமுடையனவாகவும் சுருக்கமாகவும் இருத்தல் வேண்டும். ஆங்காங்கே பொருத்தமான இடங்களில் நீண்ட உரையாடலும் வரலாம். உரையாடல்கள் நாடகம் பார்ப்பவர் அல்லது படிப்பவர் கருத்தைக் கவர்தல் வேண்டும். மேலும் அவைகள் இடத்திற்குப் பொருத்தமானதாகவும், நிகழ்ச்சியை விளக்குவனவாகவும், நிகழ்ச்சியின் ஓட்டத்தை முன் செலுத்துவனவாகவும் அமைதல் வேண்டும்.[296]

இக்கருத்துகள் பொதுவாக அனைத்து நாடகங்களுக்கும் பொருந்துவனவாகும். உரையாடல்கள்தான் பாத்திரத்தின் செயல்பாடுகளை உணர்த்துகின்றன என்பதால் நாடகாசிரியர் இக்கருத்தைக் கவனத்தில் கொள்ள வேண்டும்.

இவ்வகையில் பாணபுரத்து வீரன் (தேசபக்தி) நாடகத்தில் உரையாடல்கள் இடத்திற்கேற்பவும், சூழலுக்கேற்பவும்

உணர்ச்சிகரமாகவும் அமைந்துள்ளன. போர்க்களத்தில் கைது செய்யப்பட்ட வாலீசன் மரண தண்டனையை எதிர்நோக்கி மக்களுக்கு ஆற்றும் கடைசி உரை பார்ப்போரின் உள்ளத்தில் கொந்தளிப்பையும் எழுச்சியையும் ஏற்படுத்தும் அளவிற்கு அமைந்துள்ளன.

வாலீசன்:

"இவ்வுலகம் மனிதரால் ஆக்கப்பட்டதன்று; கடவுளால் படைக்கப்பட்டது. ஆதலின், இப்புவியை இருப்பிடமாகக் கொள்ள ஒவ்வொரு மனிதனுக்கும் உரிமையுண்டு. ஏழைகளையும் தேசாபிமானிகளையும், பரநலத்துக்கு உழைப்பதே பிறவிப் பயனென எண்ணி ஒழுகுபவர்களையும் இவ்வுலகத்தினின்று ஓட்டிவிட கடவுள் உத்தரவு செய்யவில்லை....

...ஆனால் யான் என் தாய் நாட்டின் மீது அதிக பற்றுள்ளங் கொண்டிருந்தேன் என்பது உண்மை. அப்பற்றுள்ளம் ஒரு குற்றமாயின், அக்குற்றத்தின் பயனாக ஏற்படும் தண்டனைகளுக்கு நான் உட்படுகிறேன். தேசாபிமானி என்று கூறி எனக்குத் தாங்கள் தண்டனை விதிப்பின், அதனை சந்தோசமாக ஏற்றுக்கொள்ளச் சித்தமாயிருக்கிறேன்.. என் நாட்டின் பொருட்டு என் உயிரைக் கொடுக்க ஒரு சிறிதும் பின் வாங்க மாட்டேன். தான் பிறந்த நாட்டின் மீது அபிமானங் கொள்ளாதிருப்பவன் ஒரு மானவனோ?. தன் ஜன்ம பூமி சீர்கெட்டுப் போயிருப்பின், அதனைத் திருத்தியமைக்க முயற்சிகள் செய்யாதவன் ஒரு மானியோ?....

....உடலென்னும் வீட்டில் தேசபக்தியென்னும் சுடர் விட்டெரியா விட்டால் அவ்வுடல் இருள்மயமான இல்லத்திற்கு ஒப்பாகும். இருளிடங்களில் பாம்பும் தேளும் வசிப்பது போல் தேசபக்தியில்லாதவனிடத்தில் வஞ்சம், பொய், சூது, பொறாமை முதலிய தீக்குணங்கள் குடிகொண்டிருக்கும் என்பது நிச்சயம். தேசாபிமானம் எனும் ஒரு சோதி இருப்பின் அரியேனும் அரவேனும் அவனிடத்தில் வந்தணுகா. யான் செய்யாத குற்றமெல்லாம் யான் கொண்டிருந்த தேசபக்தியாயின், அக்குற்றத்திற்காக நான் தண்டிக்கப்படுவேனாயின், அத்தண்டனையினின்றும் விடுதலையான பின் மறுபடியும் அக்குற்றத்தையே யான் செய்வேன் என்பதை நீங்கள் அறிய வேண்டும். என் தாய் நாட்டின் நிலையை நினைக்கின்,

அந்தோ! என் மெய் விதிர்ப்புறுகின்றது, உள்ளம் குழம்புகின்றது, இரத்தம் கொதிக்கின்றது.....

......தேசத்துரோகியென்று என்னைக் குற்றஞ்சாட்டாமல் இராஜத்துரோகி என்று என்னைக் குற்றஞ் சாட்டியதற்கு ஒருவாறு சந்தோசமடைகிறேன். இராஜத்துரோகம் என்னும் மொழி இப்பொழுது பொருளின்றி உபயோகிக்கப்படுறதென நான் நினைக்கிறேன். என் தேசத்தார் எவரும் என்னைத் தேசத்துரோகியென்று அழைக்கவில்லை. அதற்கு நான் பெரிதும் சந்தோசப்படுகிறேன். ஒருவனைத் தேசத்துரோகியென்றழைக்கத் தேசத்தாருக்கும் இராஜத்துரோகியென்றழைக்க அரசரின் பிரதிநிதிகளுக்குமே உரிமையுண்டு....

....எனக்கு நீங்கள் விதிக்கும் தண்டனையைத் தைரியத்துடன் ஏற்றுக்கொள்கிறேன். என் தாய் நாட்டின் பொருட்டு இறக்க நேரிடுவது எனக்குப் பெருமகிழ்ச்சியையூட்டுகிறது. ஆனால், என்னுடைய தாய் நாட்டைப் பற்றி நினைக்கச் சிறிது காலங் கொடுக்க வேண்டுமெனக் கேட்டுக்கொள்கிறேன்...

.....என் அன்னை ஈண்டு வீற்றிருக்கிறாள். அம்மணி! உமது பாதார விந்தங்களுக்கு ஒரு கோடி நமஸ்காரம். உமது முன்னேற்றத்தின் பொருட்டு என் உயிரைப் பலி கொடுக்கிறேன். அதனை அன்புடன் ஏற்றுக்கொள்வீராக. யான், உம்முடைய உதிரத்தில் தோன்றி, உம்மை நன்னிலைக்குக் கொண்டுவர முயன்று, உம் பொருட்டே உயிர் விடுகிறேன்....”[297]

என்று மிக நீண்ட உரையாற்றுகிறான் வாலீசன். நாடகத்தின் முதற் காட்சியிலேயே இத்தனை நீண்ட வசனம் காண்போரின் உள்ளங்களில் ஒருவித சலிப்பை ஏற்படுத்துமா என்ற ஐயம் ஏற்படலாம்.

ஆனால் தா.ஏ.ஞானமூர்த்தி அவர்கள் குறிப்பிடுவது போல் நாடகத்தின் ஓட்டம் கருதி இந்நீண்டவுரை தேவைப்படுகிறது. நாடகம் இக்காட்சியின் அடிப்படையிலேயே துவங்குகிறது என்பதாலும் அவசியமாகிறது. இவனது இத்தகைய உணர்ச்சிகரமான பேச்சு அன்றைக்கு மக்களால் பெரிதும் வரவேற்கப்பட்டது. இவ்வுரையின்போது ஏற்பட்ட ஆரவாரம் அடங்க பல நிமிடங்கள் காத்திருக்க வேண்டியிருந்தது என்று இந்நாடகத்தில் வாலீசனாக நடித்த சகஸ்ரநாமம் குறிப்பிட்டுள்ளதையும் கவனத்தில் கொள்ள வேண்டும். அன்றைய அடிமைச் சூழலில் இவ்வுரை மிகப் பொருத்தமானதே.

அதேபோல் இந்நாடகத் தலைவனான புரேசனின் உரைகளும் பல இடங்களில் நீண்டதாகவும் அதேநேரத்தில் உணச்சியூட்டக் கூடியதாகவும் அமைந்துள்ளன. வாலீசனுக்குப்பின் விடுதலைப் போராட்டத்தை முன்னெடுத்துச் செல்பவன் புரேசன். அவனது உணர்ச்சிகரமான உரை நாட்டின் அன்றைய நிலையை அப்படியே எடுத்துக் காட்டுவது போல் பல இடங்களில் அமைந்துள்ளன.

“...இதில் எண்ணிறந்த நோய்கள் தலைவிரித்தாடுகின்றன. ஏழை மக்களின் தொகை பெருகிக்கொண்டே இருக்கின்றன. நம் நாட்டை அண்டை நாட்டுப் படைகள் காத்துக் கொண்டிருக்கின்றன. பாணபுரத்து சேனை புதைந்து புல்லும் முளைத்துப் போயிற்று. நம் நாட்டு மக்களின் வீரம் குன்றப்பட்டு போய்விட்டது. நோயும், வறுமையும், கொடுமையும் அதிகரித்துப் போகவே, கலைமகளும் அவள் மாமியும் வேற்றுமைப் பட்டு வேற்று நாடுகளுக்கு ஓடி விட்டனர். நமது வியாபாரத் துறை தூர்ந்து போயிற்று. கைத் தொழில் செத்தது. அண்டை நாட்டரசரின் ஆட்சியால் நாம் சொல்லொண்ணாத் துன்பங்களை அனுபவித்து வருகின்றோம்.”[298]

என்று இந்தியா அன்று அடிமைப்பட்டதற்கான காரணங்களுள் ஒன்றை வெளிப்படுத்துவான். இதேபோல் இந்நாடகத்தில் பல இடங்களில் உணர்ச்சிகரமான, அதே நேரத்தில் இவனது பண்பையும் வாழும் சூழலையும் வெளிப்படுத்தும் பல வசனங்கள் உள்ளன.

உரையாடல்களின் சிறப்பு

நாடகத்தில் வசனம் செட்டாக, அளவோடு இருக்க வேண்டும். அந்தந்த மாந்தர்களின் தன்மைக்கு, இயல்புக்கு ஏற்றவாறு வசனம் இருத்தல் வேண்டும். வசனம் நாடக மாந்தர்களின் குணச்சித்திரத்தை விளக்குவதாக இருக்க வேண்டும். கதையின் வளர்ச்சிக்கு உதவுவதாக இருக்க வேண்டும். நிகழ்ச்சிகளுக்கு உரிய சுவையைக் கூட்டுவதாக இருக்க வேண்டும். உரையாடல்கள் எவ்வளவு சுவையாக இருந்தாலும் கதைக்கு புறம்பாக இருக்கக் கூடாது.

“வசனங்கள் எளிதில் புரிந்து கொள்ளக் கூடியவைகளாக இருக்க வேண்டும். கடினமான சொற்களையோ அல்லது குழப்பமான சொற்களையோ அமைக்கக் கூடாது. சிறு வாக்கியங்களில் எளிய சொற்களைப் பயன்படுத்த வேண்டும்.”

வசனங்கள் ஒன்றுக்கொன்று தொடர்புடையனவாக இருக்க வேண்டும். அதாவது முதல் வசனத்தைக் கேட்டதும், அடுத்த

வசனம் பேச வேண்டியவருக்குத் தன் வசனம் தானாக நினைவிற்கு வரவேண்டும்.[299]

ஆசிரியர் தான் உணர்த்த கருதுவனவற்றை உணர்த்தற்கு உரையாடல்தான் கருவியாக உள்ளது. நாடகப் பாத்திரங்கள் தாம் ஆற்றும் உரையாடல்களின் வாயிலாகத்தான் கருத்து விளக்கம் செய்கிறது. எனவே இது நாடகத்தின் சிறப்புக் கூறாகத் திகழ்கிறது.

"உரையாடல் நாடக ஆசிரியரின் தலையாய கருவியாகும். எனவே அதனை அவர் ஆற்றலுறப் பயன்படுத்த வேண்டும். இல்லையேல் நாடகம் சிறப்புறாது. புதின ஆசிரியர் போலத் தம் கருத்தை பல பகுதிகளில் விளக்கிக்கூற இயலாது. அதனை உரையாடல் வாயிலாகவே உணர்த்த வேண்டும் அல்லது உரையாடலின்படி நிகழும் செயலின் வாயிலாக உணர்த்த வேண்டும்"[300]

என்ற கருத்து முக்கிய இடம் பெறுகிறது.

இக்கருத்துகளின் அடிப்படையில் பல நாடகங்களை எடுத்துக்காட்டலாம். முதல் முழக்கம் நாடகத்தில் வரும் தாணாபதி பாத்திரத்தைக் குறிப்பிடலாம். கைது செய்யப்பட்ட தாணாபதி ஜாக்ஸனிடத்தில் பேசும் வசனம் ஆசிரியரின் நோக்கத்தை வெளிப்படுத்தும் விதமாக அமைந்துள்ளன.

"ஆ...ஆ...ஆ... அரக்கனின் ஆட்சி என் அன்னை நாட்டில் அடிவைக்கவா? அழியுங்கள்! அழியுங்கள்! பேயின் கோரம் என் தாய் மண்ணில் தலை காட்டவா? ஓட்டுங்கள்! ஓட்டுங்கள்! ஆ! என் தமிழ் நாட்டு வீரமணியே! உன்னை விழுங்க நச்சரவம் புகுந்து விட்டது... ஓட்டிவிடு! உறங்காதே! உறங்காதே! என்னை ஈன்ற தாய் இனச் செல்வமே! உன் மானம் மகிமை நிறைந்தது... மங்கவைக்கக் கரும்பாம்பு புகுந்து விட்டது.. ஒழித்துக் கட்டு! ஒழித்துக்கட்டு! களை பிடுங்கும் கையால் கத்தி ஏந்து! ஊஞ்சலாட்டிய கையால், அதன் நெஞ்சைப் பிளந்து சாய்த்துவிடு!..ஆ!ஆ!..."[301]

ஆசிரியர் விரும்பியபடி மக்களுக்கு விடுதலையின் தாகத்தை ஏற்படுத்த இவ்வுரையாடலை மிக அருமையாகப் பயன் படுத்தியுள்ளார். கேட்போரின் உள்ளத்தில் ஒருவித வேகத்தையும் எழுச்சியையும் ஏற்படுத்தக்கூடியதாக இவ்வுரை அமைந்துள்ளது.

'அன்னையே தெய்வம்' நாடகத்தில் அடிமைகளை மீட்டு நாட்டின் சுதந்திரத்திற்காகப் போராடுகிறான் புரட்சிப் புயல் வானழகன். இறுதியில் புரட்சி வெடிக்கிறது. அடிமைகளின்

மத்தியில் வானழகன் பேசும் எழுச்சியுரை அடிமைகளை பொங்கி எழச் செய்து புரட்சியை ஏற்படுத்தும் விதமாக அமைந்தது.

வான: "... உம். இத்தகைய தங்கச் சுரங்கங்கள்தான் ஏழைகளின் சவக்குழிகள். நம் சவக்குழிகளை நாமே வெட்டிக் கொள்ளும் வேலை இனி தொலையட்டும். வெடி வைத்து இதனை புதைத்து விடுங்கள். பொன்மேனிராயனை பொடியாக்குங்கள். மன்மதசகாயன் மண்டையோட்டில் அவன் இரத்தத்தை எனக்கு கொண்டு வாருங்கள். இன்பவாகனனது இருதயத்தை எனக்குத் தின்பண்டமாகத் தர வேண்டும். இளவரசன் ஞான தேவனையும் நம்பாதீர்கள். அனைவரையும் சிறைப்படுத்துங்கள். ஆயுதமில்லையே என்ற அச்சம் வேண்டாம். விடுதலை விழா கொண்டாடப் போகிறீர்களா? நமக்குத்தான் அந்த விழா. சுதந்திரத் தோழர்காள்! விடுதலைச் சுடர்காள்! பிரபுத்வ நாவற்பழங்களைக் கிளைகளிலிருந்து உலுக்கி விட்டுச் சாப்பிடுங்கள்...."[302]

என்று பலபட பேசுகிறான். எங்கே? வன்முறையைத் தூண்டும் வகையிலான பேச்சு என்று எண்ணலாம். ஆனால் ஆண்டாண்டு காலமாய் அடிமைப்பட்ட சமூகத்திடமிருந்து தத்துவ வார்த்தைகளை எதிர்பார்க்க முடியாதுதான். இவனது உணர்ச்சிகரமான பேச்சு அங்கே பெரும் எழுச்சிக்கு தேவைப்படுவதால் இத்தகைய வீரவுரைகள் அவசியமாகின்றன. இவ்விடத்தில் ஆசிரியர் மிக நேர்த்தியாக உரையாடலைப் பயன்படுத்தியுள்ளார்.

உரையாடல்களின் மற்றொரு சிறப்புப் பேச்சு நடையில் அமைவது. இவ்வுரையாடல்கள் மக்கள் பேசும் மொழியில் அமைதல் வேண்டும். செம்மாந்த இலக்கிய நடை மக்களைச் சென்றடையாது. நாடகங்கள் வாழ்வியலோடு இரண்டறக் கலந்தது என்பதால் அது மக்கள் மொழியில்தான் அமைய வேண்டும். இது குறித்து அறிஞர்களின் வழியில் ஆய்வு செய்தல் வேண்டும்.

"நாடக மொழி, நாடகம் கற்றோர் கல்லாதோர் ஆகிய அனைவரையும் கவர வேண்டும். ஆகையால் அது பேச்சு மொழியில் அமைந்ததே பொருத்தமாகும் (பேச்சு மொழி கொச்சை மொழியன்று)"[303]

என்ற கருத்தையும் மனங்கொண்டு ஆய்கிற போது ஆய்விற்குட்பட்ட அனைத்து நாடகங்களுமே மக்கள் மொழியில் அமைக்கப்பட்டுள்ளது சிறப்பிற்குரியது.

"நாடகம் என்பது வாழ்க்கையின் படப்பிடிப்பாக அமைய வேண்டுமானால் மக்கள் பேசும் மொழி அதில் இடம் பெற

வேண்டும். வாழ்க்கையில் மாந்தர்கள் எப்பொழுதும் பாடிக் கொண்டே இருப்பதில்லை"[304]

என்பதற்கேற்ப மக்கள் வாழ்க்கையோடு இயைந்த இக்கதாபாத்திரங்கள் பேசும் மொழியும் மக்கள் மொழியாக அமைய வேண்டும்.

பாத்திரங்களின் உரையாடல்கள் மிகவும் முக்கியமானவை. ஏனெனில் அவைகள் அந்தந்தப் பாத்திரங்களின் கருத்தினை உணர்த்தும் வண்ணம் அமைக்கப்படல் வேண்டும். முதல் முழக்கம் நாடகத்தில் தூக்குமேடையில் நிற்கும் ஊமைத்துரையின் பேச்சு இதற்குச் சான்றாகும்.

"பழம்புகழ் தமிழகமே! பார்புகழ் பாரதமே! என்மேல் குறையில்லை...என் குலத்தின் மேல் குறையில்லை... உன்னைத் தொட்ட அன்னியன் கையை வெட்டி எறியவே, அங்குலக் கணக்காய்ப் போரிட்டோம்... விடிவு வேறு விதமாகி விட்டது. குறையிருந்தால், அது உன்மேல்தான்! உன் மணிவயிற்றில் மக்களையும் பெற்றாய் - மாக்களையும் பெற்று விட்டாயே! என்றாலும், எங்கள் உதிரம் - நாங்கள் சிந்திய இரத்தம் உன்மடிமேல் அழியாது உறைந்தே கிடக்கும்! உன்னைத் தொட்ட அன்னியன் ஆண்மையை உடைத்து, அவனை வெளியே துரத்தும்வரை, அது மாறாது! கவலை வேண்டாம் தாயே! இந்த ஒரு ஊமையன் மறைகிறான் என மயக்கம் வேண்டாம்.. அம்மா.. உன் மடிமேல் ஓராயிரம் ஊமையன்கள் விளையாடுவார்கள்! ஒரு லட்சம் கட்டபொம்மன்களைக் காணுவாய்.. ஒரு கோடி தாணாபதிகள் தோன்றுவார்கள்.. அண்டிப் பிழைக்க வந்தவன் அரசாளவா? உண்டு வயிறு வளர்க்க உடன் பிறந்தாளரை காட்டிக் கொடுக்கும் கயவர் உன்மடிமேல் நடமாடவா?...[305]

என்று வினாக்களும் விடைகளுமாய் உணர்ச்சிகரமான உரையை நிகழ்த்துகிறான். மக்கள் பேசும் சாதாரண மொழியில் இவ்வுரைகள் அமைந்து மக்கள் மனதில் பெறும் மாற்றத்தை ஏற்படுத்தியுள்ளது.

உரையாடல்கள் கருத்தை உணர்த்தும் வாயில்கள் மட்டுமல்ல. பாத்திரங்கள் பேசும் உரையாடல்களில் அமைந்துள்ள சொற்களே அவர்களுக்குள்ள வேறுபாடுகளை உணர்த்துவனவாக இருத்தல் வேண்டும். அவை பாத்திரங்களின் உள்ளார்ந்த தன்மையை விளக்குதல் வேண்டும். அவர்களின் சொற்களிலும் செயல்களிலுமிருந்தே அவர்தம் ஆழமான உள்ளமும், ஆழமற்ற உள்ளமும், ஆன்மீகப் பெருமையும் அல்லது சிறுமையும்

வாழ்க்கைத் தத்துவமும் பார்வையாளர்களால் உணரும் வண்ணம் இருத்தல் வேண்டும்.

உரையாடல் நிகழ்ச்சிப் போக்கை முன் செலுத்தும் பண்புடையதாதல் வேண்டும். அஃது எந்த நிலையிலும் நிகழ்ச்சிப் போக்கை தடைசெய்வதாக அமைதல் கூடாது.

உரையாடல் வகைகளும் நாடக உத்திகளும்

> **"நாடக உரையாடல்கள், தற்கூற்று (தனிமொழி), புறக்கூற்று *(aside speech)*, முன்னிலைக் கூற்று *(open speech)*, வான்கூற்று (அசரீரி) என்னும் நான்கு நிலைகளில் வரும்"**[306]

என்று ஏ.என்.பெருமாள் அவர்கள் குறிப்பிடுகிறார். இவற்றுள் தனிமொழி, அசரீரி ஆகிய உரையாடல்கள் நாடகத்தின் உத்திகளாகவும் கருதப்படுகின்றன. இவற்றை நாடக உத்திகள் பகுதிகளில் விரிவாகக் காணலாம்.

நாடக - உத்திகள்

நாடகம் கலைக்கரசு என்று கூறுவர். அதற்கேற்ப நாடகங்கள் காண்போரின் உள்ளங்களில் இன்பத்தையும், மகிழ்ச்சியையும் நாடகம் பார்த்த நல்ல நிறைவையும் தரக்கூடியதாக இருக்க வேண்டும். இதற்கு நாடகாசிரியர்கள் பல உத்திகளையும் பயன் படுத்துவர். இவ்வுத்திகள் நாடகம் காண்போரை ஈர்ப்பதற்கு பலவிதங்களில் உதவி புரியும். பாத்திரங்கள் நேரடியாக விவரிக்க முடியாததை இவ்வுத்திகள் உணர்த்துகின்றன.

> **"நாடக நிகழ்ச்சிகளைக் கோத்துச் சிக்கல்களைப் புகுத்தி, அவற்றைத் தகுந்த முடிவுக்கு கொண்டு வருவதற்காக, ஆசிரியர்கள் பல உத்திகளைக் கையாள்கிறார்கள், சீராகக் கட்டுக்கோப்பு அமைவதற்கு, அவை பெரிதும் துணைபுரிகின்றன. சில உத்திகள் குறிப்பிட்ட காலத்துக்கு உகந்தனவாக உள்ளன. சில, எக்காலத்துக்கும் பொருந்தும் தன்மையுடன் விளங்குகின்றன.**[307]

என்று உத்திகளின் பயன் குறித்து ஏ.என்.பெருமாள் குறிப்பிடுகிறார். நாடகச் சிக்கல்களை கட்டுக்கோப்பு மாறாமல், தகுந்த உத்திகளின் வழி செயற்படுத்தலாம். இங்ஙனம் நாடகத்தில் பயன்படுத்தப்படும் நாடக உத்திகளாக கீழ்க்கண்டவற்றைச் சுட்டலாம்.

தனிமொழி, அசரீரி, கனவு, சகுனங்கள், கடிதம், பின்வருவது கூறல், விதியும் பயனும், விரதம், மீயாற்றல், நாடகத்துள் நாடகம் போன்றவைகளை சிறந்த நாடக உத்திகளாகக் கூறலாம்.

தனிமொழி

நாடகத்தின் உத்திகளில், 'தனிமொழி' என்ற உத்திக்கு தனியிடம் உண்டு. ஆசிரியர் தம் எண்ணக் கருத்தை வெளிப்படுத்த இவ்வுத்தியை பயன்படுத்திக் கொள்வார். நாடகப் பாத்திரங்கள் தம் உரையாடல்களின் வழி வெளிப்படுத்த இயலாததை 'தனிமொழி' வாயிலாக வெளிப்படுத்துவர்.

> **"தானே தனக்கு உரை செய்வது என்று கூறுவதைக் காட்டிலும், தானே தனது எண்ணத்தையும் செயல் திட்டத்தையும் வெளிப்படுத்தல் 'தனிமொழி' என்று கூறல் பொருத்தமாகும்."[308]**

> **"நாடக ஆசிரியர்கள் பாத்திரங்களின் தனிமொழிகள் மூலம் சில மறைச் செய்திகளையும் அவர்களுடைய அகப்பண்புகளையும் விளங்கச் செய்கிறார்கள். மேடையில் பாத்திரங்கள் தனியாக நின்று வாய்திறந்து பேசுவது மனித இயல்புக்கு உகந்ததாக இல்லை என்று கருதினாலும் நாடகத்தின் தேவை கருதி உலகத்துப் பெரும் நாடக ஆசிரியர்களும் இந்த உத்தியைக் கையாண்டுள்ளனர்"[309]**

> **ஒரு பாத்திரம் தனிமையில் நின்று ஒரு பொருளை எண்ணி ஒட்டியும் வெட்டியும் காரண காரியத்தோடு உரையாற்றுவதைத் தன்னோடோ அல்லது நாடகங்காண்பாரோடோ பேசுவதாகக் கூறாமல், அப்பாத்திரம் ஒரு சிக்கலைக் கருதிப் பெருஞ்சிந்தனையில் தீவிரமாக ஈடுபட்டுள்ளதாக மதிக்க வேண்டுவதே அறிவுடைமை என்று அறிஞர் உரைக்கின்றனர்.[310]**

என்று தனிமொழி குறித்தும், இவ்வுத்தியின் தேவை குறித்தும் விளக்கமளித்துள்ளார்கள் அறிஞர்கள். இதனடிப்படையில் இக்கருத்துகளின் துணைகொண்டு நமது ஆய்வுற்குட்பட்ட நாடகங்களில் இவ்வுத்திகள் பயன்படுத்தப்பட்டுள்ள பாங்கு குறித்து ஆய்வு செய்வது அவசியம்.

'நாம் இருவர்' நாடகத்தில் எல்லோரும் உறங்கியபின் ஜெயகுமாரின் தம்பி சுகுமார் மெதுவாக எழுந்து பணத்தைத் திருட பீரோவைத் திறக்கிறான். சத்தம் கேட்டுத் திருடன் என்று விழித்த ஜெயக்குமார் தன் தம்பியைப் பார்த்ததும் அதிர்ச்சியடைகிறான். தம்பிக்கு அறிவுரைக் கூறி படுக்க வைக்கிறான். அப்போது அவன் உள்ளத்தில் ஓடும் எண்ணக்குரல் இது..

> **ஜெயகுமார்: (உள்ளத்தின் குரல்) "ஆகா! எப்படி இருந்த என் தம்பி எப்படி மாறிவிட்டான்? அடிமைப்பட்ட நாட்டு மக்கள் கொஞ்ச நாளிலேயே அது தங்களோட நாடுங்கிறதை மறந்துட்டு, அவங்க நாட்டு மக்கள் கிட்டேயே லஞ்சம் வாங்கற**

இழிவான செயல் மாதிரி இல்லே என் தம்பியோட நிலைமை மாறிடுச்சு...”[311]

அதே நேரத்தில் சுகுமாரின் மனசாட்சியும் அவனை இடித்துரைக்கிறது. ஆனாலும் நண்பர்களால் கெட்டுப் போயிருந்த சுகுமார் தன் அண்ணன் மீது சந்தேகம் கொள்கிறான்.

சுகுமார்: (உள்ளத்தின் குரல்) “என் பிரண்ட்ஸ் சொன்னது முழுக்க உண்மை. என் சொத்திலே எனக்குப் பங்கு இல்லாமச் செய்யறதுக்கு சூழ்ச்சிதான் இது... நல்ல நாடகம் போடறாங்க... இதை நம்பிக்கிட்டு நான் இங்கே இருக்கிறதே தப்பு...”[312]

என்று அவனது எண்ண ஓட்டம் தடுமாறுகிறது. அண்ணன் தன் மீது கொண்டிருந்த அன்பை உணராதவனாய் நண்பர்களின் போலித்தனமான பேச்சில் மயங்கித் தன் அண்ணனையே தவறாக கருதும் எண்ணம் கொள்கிறான்.

இத்தனிமொழியின் வாயிலாக சுகுமாரின் அடுத்த நடவடிக்கைக்கான தொடர்ச்சி வெளிப்படுகிறது. நாடகம் பார்ப்பவர்களுக்கு சுகுமார் திருந்தவில்லை என்பதை உணர்த்துவதற்கு இவ்வுத்தி பயன்படுத்தப்பட்டுள்ளது. மறுபக்கம் ஜெயகுமாரின் நல்ல மனமும் வெளிப்படுகிறது. அவனது நாட்டுப் பற்றும் தெரிய வருகிறது.

‘அந்தமான் கைதி’ நாடகத்தில் இவ்வுத்தி பல இடங்களில் பயன்படுத்தப்பட்டுள்ளது. ஐம்பு படிக்கும் காலத்திலிருந்தே லீலாவை விரும்புகிறான். ஆனால், லீலா அவனது காதலை ஏற்காமல் பாலுவை விரும்புகிறாள். இது கண்டு கோபமுற்ற ஜம்பு இவ்வாறு பேசிக்கொள்கிறான். மனிதனின் வக்கிர எண்ணங்கள் தனிமையில்தானே வெளிப்படும்.

“லீலா! நீ பாலசுந்தரத்துடன் நடத்தும் காதல் நாடகம் எத்தனை நாளைக்கென்று பார்ப்போம். அவனுடன் சேர்ந்து கொண்டு பள்ளியில் பலர்முன் என்னை அவமதித்தாயல்லவா? இருக்கட்டும்! எப்படியும், என்றைக்காவது ஒரு நாளைக்கு இந்தக் கைகள் உன்னைத் தழுவாமலா போகும்?”[313]

இந்த வன்மம்தான் பொன்னம்பலத்தின் ஆசையைத் தூண்டச் செய்கிறது. இந்த ஆசையின் தொடர்ச்சிதான் நாடக வளர்ச்சிக்கும் காரணமாக இருக்கிறது.

லீலாவின் தாய், பொன்னம்பலம் இவர்களின் வலுக்கட்டாயத்தால் லீலாவிற்கு திருமண ஏற்பாடுகள் நடந்து முடிகிறது. இடையில் லீலாவால் சந்திக்க முடியாததால் நடந்த விசயங்களை பாலுவிடம் தெரிவிக்க இயலவில்லை. இந்நிலையில் லீலாவைச் சந்திக்க வந்த பாலு, லீலாவைக் காணாததால் தனக்குள் இவ்வாறு பேசுகிறான்.

"....லீலாவின் சம்மதமில்லாமலா நடந்திருக்கும்? ஏன் இருக்காது? இருக்கும்! இருக்கும்! பெண்களின் குணமே மதில் மேல் பூனைதானே? அப்படி அவள் சம்மதமில்லாமல் இந்தக் கல்யாண ஏற்பாடுகள் நடப்பதாயிருந்தால் இன்று மாலை இங்கு வந்து அவசியம் சந்திப்பதாகச் சொல்லிப் போன அவள், ஏன் இதுவரை என்னைச் சந்திக்காமல் இருக்க வேண்டும்? அடி சண்டாளி! துரோகி! என்னென்ன காதல் கதைகளெல்லாம் பேசி என்னை ஏமாற்றி வந்தாய்?"[314]

என்று தன்னை ஏமாற்றி விட்டாள் என்று கருதி லீலாவை வெறுத்துப் பேசுகிறான். தொடர்ந்து காட்சி 23இல் லீலாவின் புகைப்படத்தை வைத்துக் கொண்டு ஒருபக்கம் வெறுப்பாலும், மறுபக்கம் கொண்ட காதலால் ஆன தவிப்புடனும் பாலு பலவாறாக தனக்குள் பேசுகிறான்.

அதேபோல் லீலாவும் பாலுவின் புகைப்படத்தை கையில் வைத்துக்கொண்டு பலவாறாகப் பேசி தன் துன்பத்தை ஆற்றிக் கொள்கிறாள்.

14 வயது லீலாவை 60 வயது பொன்னம்பலம் பெண் கேட்டு நடராசனின் வீட்டிற்கு வருகிறார். தங்கை லீலாவின் வாழ்வை கெடுக்க வந்த கோடாரிக் காம்பு என்று கொதித்தெழுந்த நடராசன் பொன்னம்பலத்தை பலவாறாக திட்டி அனுப்புகிறான். இதனால் அவமானத்துடன் வெளியேறிய பொன்னம்பலம் ஆத்திர மிகுதியால் தனிமொழியாக பேசுகிறார்..

"என்ன மமதை! என்ன திமிர்! நிற்க நிழல் இல்லை! குடிக்க கூழில்லை! என் கௌரவமென்ன! அந்தஸ்தென்ன! கொஞ்சம்கூட கவனிக்காமல் பேசிட்டானே.... மடையன். கொள்ளிக்கட்டையை எடுத்துத் தலையை சொறிந்து கொள்வது போல் அவன் என்னைப் பகைத்துக் கொண்டான். இருக்கட்டும். கூடிய சீக்கிரம் திவான் பகதூர் பொன்னம்பலம் பிள்ளை யாரென்பதைத் தெரிந்து கொள்ளச் செய்கிறேன்."[315]

என்று தனக்குத் தானே பேசிக்கொள்கிறார். இந்த கோபத்தின் காரணமாகவே நடராசனை ரங்கூன் அனுப்பி வைக்கிறார் பொன்னம்பலம்.

கட்டாயத் திருமணத்திற்கு ஆளான லீலா தன் கற்பை காப்பாற்றிக்கொள்ள என்ன செய்வதென்று தெரியாது தவிக்கிறாள். திடீரென்று அவள் மனதில் உத்தி ஒன்று தோன்றுகிறது. பைத்தியமாக நடிக்க முடிவெடுக்கிறாள். அப்போது அவள் தனக்குள் பேசிக் கொள்ளும் வார்த்தைகள் வாயிலாக இவ்வுத்தி கையாளப்பட்டுள்ளது.

"ஆமாம், இதுதான் நல்ல யோசனை! வேஷம் நன்றாகவேயிருக்கிறது. ஆனால் யுக்தி பலிக்க வேண்டும்."[316]

என்று முடிவெடுத்து தொடர்ந்து பைத்தியமாக நடிக்கிறாள். இவ்வாறு இந்நாடகத்தில் பல இடங்களில் இவ்வுத்தி பயன்படுத்தப் பட்டுள்ளது.

'கதர்பக்தி' நாடகத்தில் காமாட்சியின் அண்ணன் ராகவனும், தந்தையும் சேர்ந்து முனிசாமிக்கு கட்டாயத் திருமணம் செய்து வைக்க முயற்சிக்கின்றனர். இதையறிந்த காமாட்சி தனக்குள் பேசுவது போல் தன் வெறுப்பை இவ்வாறு உணர்த்துகிறாள்.

"நானோ இந்த மூடனை மணம் செய்து கொள்வேன்! சண்டாளர்கள் கடைசியில் என் காதலரை வேசிக்கள்ளர் என்றல்லவோ சொல்லி விட்டனர்! அவர் உயரிய குணத்தை இவர்கள் என்ன அறிவார்கள்!"[317]

என்று தன் நெஞ்சில் பட்டதை பலவாறாகப் பேசுவாள்.

பதிபக்தி நாடகத்தில் குடியால் கெட்டழிந்த ராஜசேகரன் தான் கொலை செய்து விட்டதாக நினைத்து தப்பியோடும் போது ஆற்றங்கரையில் பேசுவது:

"நாவும் உலர்ந்து விட்டது! இந்த ஆற்றின் நீரையாவது உண்டு சிறிது இளைப்பாறுகிறேன். 'ஆ! தெய்வமே! தெய்வமே!' (திரும்பிப் பார்த்து) எங்கே யாராவது பின்தொடர்ந்து வருகிறார்களோ என்ற பயமே என்னை வாட்டுகிறது"[318]

என்று தொடர்ந்து பலபட பேசுகிறான். அப்போதுதான் அங்கிருந்து தப்பித்து இலங்கைச் செல்ல முடிவு செய்கிறான்.

பம்பாய் மெயில் நாடகத்தில் சுந்தரத்தின் தம்பி கோபாலன் தனிமையில் பேசும் காட்சி உள்ளது. தணிகாசல முதலியார் தன் மகள் நாகரெத்தினத்தை கோபாலனுக்குத் தர மறுக்கிறார். இதனால் மனமுடைந்த கோபாலன் தனிமையில் பேசுகிறான்:

"காரணம் ஒன்றும் விளங்கவில்லையே எனக்கு! எதனால் தணிகாசல முதலியார் என்மீது சந்தேகம் கொண்டு, தனது மகளைப் பணத்திற்காக நான் காதலிப்பதாகச் சொல்லினர்! ஆஹா! நானோ பணத்தின் பொருட்டுக் காதலிப்பவன்! என் கண்மணி நாகரெத்தினம், அவர் சொல்லியிருப்பதை உண்மையென்றோ நம்பியிருப்பாள்."[319]

என்று தொடர்ந்து பேசுகிறான்.

'ரத்தக் கண்ணீர்' நாடகத் துவக்கமே தனிக்குரலோடுதான் துவங்குகிறது. தொழுநோயால் இறந்துபோன மோகனுக்கு வைக்கப்பட்ட சிலையைக் காட்டி பாலுவின் பின்குரலோடு

நாடகம் துவங்குகிறது. கெட்டுச் சீரழிந்த மோகனின் வாழ்க்கையைத் திருப்புக் காட்சியாக அமைக்கப்பட்டுள்ளது. பாலுவின் குரலில்,

"உலகில் சீர்திருத்த செம்மல்களுக்கு, சிந்தனை சிற்பிகளுக்கு, நாட்டு விடுதலைக்குப் பாடுபட்ட மாபெரும் தியாகிகளுக்கு, செயற்கரியன பல செய்திட்ட பெரியார் அவர்களுக்குச் சிலைகள் அமைத்து அவர்தம் உயரிய கருத்துகளை நம் உள்ளத்தே கொள்ள வேண்டியது முறை! ஆனால் இங்கே காட்சியளிக்கும் இந்த பயங்கர சிலை அதற்கு நேர் மாறானது...."[320]

என்று தொடர்ந்து பேசுகிறான். இவ்வுத்திதான் நாடகம் காண வந்தவரை நாடகத்திற்குள் கொண்டு செல்கிறது.

உத்தி - மனசாட்சி

நாடகத்துள் பயன்படுத்தப்படும் உத்திகளுள் 'மனசாட்சி' என்ற உத்தியும் நாடக நலன் சார்ந்து வரக்கூடியதாகும். **ரத்தக் கண்ணீர்** நாடகத்துள் 'மனசாட்சி' என்னும் உத்தியும் பயன்படுத்தப் பட்டுள்ளது. மோகனின் கொடுமை தாளாத சந்திரா தற்கொலை செய்து கொள்ளத் துணிகிறாள். அப்போது அவளின் மனச்சாட்சியாக குரல் ஒலிக்கிறது. இவ்வுத்தியின் வாயிலாக விரக்தியின் எல்லைக்குப் போன சந்திரா, பாரதி கண்ட புதுமைப் பெண்ணாக உருப்பெறும் புரட்சியும் நடக்கிறது.

"பைத்தியக்காரி! சித்திரம் வரைய முடியவில்லை என்பதற்காக யாராவது சுவரை இடித்து விடுவார்களா! உனை மணந்தான் - பிரிந்தான் அது உன் தவறா? நீ ஏன் ஆலையில் சிக்கிய கரும்பாக அல்லல்படுகிறாய்? நீ விரும்பினால் நல்ல ஒரு ஆண்மகனை துணையாகக் கொண்டு ஏன் வாழக்கூடாது?..."[321]

என்று அவளுள் எழுந்த கேள்வியின் காரணமாகத்தான் அவள் மறுமணம் செய்து கொள்ள வேண்டும் என்ற உறுதியைப் பெறுகிறாள்.

ஸ்ரீதிலகர் காந்தி தரிசனம் நாடகத்தில் திலகர் மரணப்படுக்கையில் இருக்க அவரைப் பார்க்க வந்த ஹசரத் மோஹினி தனக்குள் பேசுவது:

"ஆஹா என் செய்வது? ஆண்டவனுடைய ஆக்ஞை எப்படியோ... என்னுடைய கதி எப்படியோ! இந்த தேசத்து ஜனங்களின் விதி எப்படியோ? ஆண்டவனே..."[322]

என்று தொடர்ந்து பேசுகிறார். திலகர் மரணமடைந்து விட்டால் இந்நாட்டு மக்களின் உரிமைக்காகவும், விடுதலைக்காகவும் போராடக்கூடிய தலைவர்கள் யார் இருக்கிறார்கள் என்ற துக்க மேலீட்டால் இவ்வாறு பேசிக்கொள்கிறார்.

'தேசபக்தி அல்லது சகோதரத் துரோகம்' என்ற நாடகத்தில் சிவாஜி கைது செய்யப்பட்டு பொன்மான் குன்றத்துக் கொலைகளத்தில் நிறுத்தப்பட்டபோது தனக்குள் பேசிக்கொள்வது:

> **"ஏ பரம்பொருளே! எனக்கு மரணம் சமீபித்து விட்டது, நல்ல தண்டனை இது. அரசனுடைய குற்றத்தைக் கண்டித்துப் பேசியதற்கு மரண தண்டனையா? நான் என் நாட்டிற்காகவும், என் தேச இளவரசிக்காகவும் பாடுபட்டதற்கு பலனாக நான் உயிர்விட வேண்டுமா? என்ன சட்டம்? என்ன நியாயம்?"**[323]

என்று தொடர்ந்து பேசச் செய்து நாட்டிற்காக மரணத்தை சந்திப்பது நாட்டிற்குச் செய்யும் தொண்டு என்பதை நாட்டு மக்களுக்கு உணர்த்தியுள்ளார் ஆசிரியர்.

'அன்னையே தெய்வம்' நாடகத்தில் அன்பு நாட்டு மக்களில் இளைஞர்களும், யுவதிகளும் பொன்மேனிராயனால் பிடிக்கப்பட்டு பனித்தீவில் அடிமைகளாக விற்கப்படுகின்றனர். இதனால் இவர்கள் மலைக்குகைகளில் ஒளிந்து மறைந்து வாழ்கின்றனர். இவர்களைப் பிடிப்பதற்காக மலைகளில் வெடி வைத்து பிடிக்க முயற்சிக்கின்றனர். அப்போது வாணியும், வேல்விழியும் தங்களுக்குள் பேசிக்கொள்வது:

> **"ஆம் இனி மீள வகையில்லை. இத்தனை மாதங்களாக திரும்பாததால் வானழகன் வாழ்வு முடிந்தேயிருக்க வேண்டும். அன்றி பனித்தீவின் அடிமைக் கூட்டத்தில் தள்ளப்பட்டிருக்க வேண்டும். ...." என்று அன்னை வாணி எண்ணுவதை இங்கு தனிமொழியாக வெளிப்படுத்தியுள்ளார் ஆசிரியர். அதே போல் வேல் விழியாளும் "எல்லாமிழந்தாகி விட்டது. இனி இந்த உடல் எதற்காக இருக்க வேண்டும்? இந்த உயிர் வாழவேண்டிய அவசியம் அவர் மறைந்த அன்றே மாறி விட்டது. நடைப்பிணமாக நான் ஏன் வாழுகிறேன்...."**[324]

என்ற எண்ணத்தால் உந்தப்பட்டவளாக போருடை தரித்து பொன்மேனிராயன் ஆட்கள் சிலரைக் கொண்டு சிறைப்படுவாள்.

இந்நாடகத்தில் பனித்தீவின் தலைவன் இன்பவாகனன் தனக்கு எதிரியாக முளைத்திருக்கும் மன்மத சகாயன் குறித்து தனிமொழியாக பேசுவான்:

> **"மடையன் மன்மத சகாயன் பெரு நோய்க்கிருமியைவிட மோசமாக என்னை அரித்துக் கொண்டேயிருக்கிறான். என் பதவியைக் கொத்தப் பார்க்கும் அவன் ஒரு பழைய**

மலைக்கழுகு..."[325]

என்று பேசுவான். இதைக்கேட்ட மக்கள் மீது அன்பு கொண்ட இளவரசன் ஞான தேவனின் தனிப்பேச்சு,

"இந்த ஏகாதிபத்திய மாளிகையின் பிரதம தூண்கள் இரண்டையும் பூசல் என்னும் புழு உள்ளூறக் குடைந்துவிட்டது. இனி வெட்டியெறிவதில் கஷ்டமேயில்லை"[326]

என்று எண்ணுகிறான். பனித்தீவில் உள்ள அடிமைகளுக்கு விடுதலை அளிக்க முடியும் என்று கருதுகிறான். அதன்படி புரட்சியைத் தூண்டி விடுதலைக்கு முயல்கிறான்.

உத்தி - அசரீரி

'அன்னையே தெய்வம்' நாடகத்தில் அசரீரி என்னும் உத்தியும் பயன்படுத்தப்பட்டுள்ளது. பொன்மேனிராயனின் அந்தரங்க படுக்கை அறையில் நள்ளிரவில் அசரீரி ஒலிக்கிறது. பொன்மேனிராயன் அன்பு நாட்டிலிருந்து மக்களை பிடித்து பனித்தீவில் விற்று ஏராளமான பொன்னையும் பொருளையும் குவித்து வைத்திருக்கிறான். பேராசையின் காரணமாக மேலும் மேலும் மக்களைப் பிடித்து விற்று வருகிறான். இந்நிலையில் இவனது செயல்களுக்கு எச்சரிக்கைத் தரும் பொருட்டு இவ்வுத்தி இந்நாடகத்தில் பயன்படுத்தப்பட்டுள்ளது.

அசரீரி: மனிதா உனக்குச் சொந்தமானது உலகில் எதுவுமில்லையே. ஆனால், உன் ஆட்டத்துக்கெல்லாம் சூத்திரக்கயிறாய் ஆடும் உனது உயிரே ஒரு நாளைக்கு உடம்பை விட்டு எங்கோ மறைந்து போகுமேடா. அதை எண்ணிப்பார். வீண் பொன்னாசை தொலைந்துவிடும்.

என்று அவனை அசரீரி எச்சரிக்கிறது.

அசரீரி: அடா பேராசைப் பேயே! தங்க மாளிகையா வேண்டும்? எங்கு கட்டப் போகிறாய்? வெள்ளி மலையின் மீதா? மடையனே! இயற்கைத் தாய் சீறியெழுந்து சிரிக்கும்போது உண்டாகும் ஒரு நிமிஷ பூகம்பத்திலே பெருகும் நாச வெள்ளத்திலே, நீயும் உன் தங்கமும், மாளிகையும், மூளையும் அனைத்துமே முழுகித் திணறி மூச்சற்றுப் பிரளய திமிங்கிலத்தின் இரையாகப் போகும்போது என்னடா செய்யப் போகிறாய்?[327]

என்று எச்சரிக்கிறது. இக்காட்சியில் ஐந்து முறை அசரீரி பேசி அவனது குற்றச் செயல்களை எடுத்துரைக்கின்றது. மனிதர்களுக்குள் எழும் மனக்குரலே இங்கு 'அசரீரி' என்று பயன்படுத்தப்பட்டுள்ளது.

உத்தி - 'நாடகத்துள் நாடகம்'

'கவியின் கனவு' நாடகத்தில் நாடகத்துள் நாடகம் என்ற உத்தி பயன் படுத்தப்பட்டுள்ளது. நடிக்கப்படும் நாடகத்தில் மற்றொரு நாடகம் நடைபெறுவதாக காட்டப்படும். கவியின் கனவு நாடக மேடையில் சிறு நாடக மேடை அமைக்கப்பட்டுள்ளது. 'ஏழை நாடக மன்றம்' சார்பில் 'கனவு' என்ற நாடகம் நடத்தப்படுகிறது. வேதம், மாயா, கவியரசர், அரசன் பராக்கிரமன் போன்ற கதாபாத்திரங்களால் நாட்டில் நடைபெற்ற உண்மை வரலாறு நாடகமாக நடத்தப்படுகிறது. இவ்வுத்திதான் நாடகத்தில் திருப்புமுனை. கதைப் போக்கையே மாற்றி இந்நாடகக் குழுவினரான மணிவண்ணனும் அவனது தங்கையும் அரண்மனைக்குள் செல்ல வாய்ப்பு ஏற்படுகிறது. இவர்களது வருகையால்தான் அரசனின் அதர்ம ஆட்சி முடிவுற்று நல்லாட்சி ஏற்படுகிறது.

உத்தி - 'கடிதம்'

இந்நாடகங்களுள் பயன்படுத்தப்பட்டுள்ள மற்றொரு உத்தி 'கடிதம்' ஆகும். நாடகத்தின் கதாபாத்திரம் மேடையில் இல்லாத நிலையில் அவர்களின் கருத்தையோ, செய்தியையோ மேடையில் நோக்கர்களுக்குத் தெரிவிக்கும் வகையில் இவ்வுத்தி பயன்படுத்தப்படும்.

பம்பாய் மெயில் நாடகத்தில் இவ்வுத்தி பல இடங்களில் பயன்படுத்தப்பட்டுள்ளது. தேசிய நிதிக்குப் பொருளீட்டும் பம்பாய் மெயில் பார்வதியைக் கடத்திச் சென்று வைத்துக் கொண்டு அவளது தந்தை சதாசிவ முதலியாருக்கு இவ்விதம் கடிதம் எழுதுகிறான்.

சதாசிவ முதலியாருக்கு,

உமது மகளைக் கொண்டு சென்றவன் நானே! நீர் இந்தக் கடிதம் கண்டதும் எனக்கு ஐம்பதினாயிரம் ரூபாய் கொடுப்பதாக தேசபந்து பத்திரிகையில் வெளியிட்டால், தங்களுடைய மகளை உங்களிடம் கொண்டு வந்து விடுகிறேன்.

இப்படிக்கு
பம்பாய் மெயில்[328]

பணம் தருவதாக தேசபந்துவில் அறிவித்துவிட்டு பார்வதியை விடுவித்ததும் பணம் தர முடியாது என்று முதலியார் கூறுகிறார்.

இதனால் கோபமுற்ற பம்பாய் மெயில் சதாசிவ முதலியாருக்கு மீண்டும் இவ்விதம் எழுதுகிறான்.

சதாசிவ முதலியாருக்கு,

தாம் மனவாள நாயுடு பேச்சைக் கேட்டுப் பணத்தைக் கொடுக்க மறுத்துப் பொய்யாக தேசபந்துவில் வெளியிட்டதை அறிவேன். எப்படியும் நான் சொல்லியபடி தாங்கள் வெளியிட்டதால், நான் சொன்ன சொல்லை நிலை நாட்ட, தங்கள் மகளைக் கொண்டு வந்து விட்டேன். நாளை திங்கட்கிழமைக்குள் நான் கேட்ட தொகையைக் கொடாவிட்டால், மறுபடியும் உமது பெண் என் வசமாய் விட்டாள் என்று எண்ணிக் கொள்ளும். பிறகு லட்சரூபாய் கொடுக்கவேண்டி வரும்.

இப்படிக்கு

பம்பாய் மெயில்[329]

எழுதியபடியே பார்வதியைக் கடத்திக் கொண்டு போன பம்பாய் மெயில் மீண்டும் எழுதுகிறான்.

"சதாசிவ முதலியாரே, பார்த்தீரா பம்பாய் மெயில் வல்லமையை! பேடி ராமசாமி நாயுடுவினால் என்ன ஆகும்! நான் லட்சரூபாய் பெற்றே தங்கள் மகளை விடுவிப்பேன்" என்று எழுதுகிறான்.

புதைபொருள் உள்ள ரகசிய வரைபடத்தை தணிகாசல முதலியார் வைத்துள்ளார். இதை தெரிந்து கொண்ட பம்பாய் மெயில் அந்த வரைபடத்தை எடுத்துச் சென்று விடுகிறான். இதுகுறித்து அவருக்கு மற்றொரு கடிதம் எழுதுகிறான்.

தணிகாசல முதலியார் கொலை வழக்கில் பம்பாய் மெயிலை காவல்துறை சந்தேகப்படுகிறது. இக்கொலை தொடர்பாக தான் நிரபராதி என்று பம்பாய் மெயில் இன்ஸ்பெக்டருக்கு எழுதிய கடிதம் என்று இந்நாடகத்தில் இவ்வுத்தி பல முறை பயன்படுத்தப்பட்டுள்ளது.

நாம் இருவர் நாடகத்திலும் இவ்வுத்தி பயன்படுத்தப் பட்டுள்ளது. கண்ணம்மா தன் காதலன் சுகுமாருக்கு எழுதிய கடிதம்.

ஆருயிர்க் காதலர் சுகுமார் அவர்களுக்கு, அபலை கண்ணம்மாவின் அன்பு வணக்கங்கள். உங்கள் இருப்பிடம் தெரியாமல் ஏங்கிய நாட்கள் பல. எண்ணாத எண்ணமெல்லாம் எண்ணி எண்ணிப் புண்ணான என் மனதிற்கு இன்றுதான் மகிழ்ச்சி ஏற்பட்டது. நான் உங்களை மணக்க என் தாய் சம்மதம் தந்துவிட்டார். உங்கள் வீட்டுப் பெரியவர்கள் மூலம்

என் தந்தையைச் சந்தித்து நம் திருமண விஷயமாக ஏற்பாடு செய்ய வேண்டுகிறேன். அவசரம் மற்றவை நேரில்.

உங்கள் இனிய முகத்தைக் காண
ஏங்கி நிற்கும் தங்கள்..[330]

என்று காதல் பொங்க தன் விருப்பத்தை வெளிப்படுத்திய இக்கடிதம் மூலம் இவ்வுத்தி அமைக்கப்பட்டுள்ளது.

கவியின் கனவு நாடகத்தில் சேனாதிபதியாகிய சுகதேவ் போர்முனையிலிருந்து திரும்பியதும் நாட்டில் அநீதியான அரசனுக்கெதிராக புரட்சியில் ஈடுபடுகிறான். அப்போது அரசனுக்கு அனுப்பிய மடலின் வழியாக ஆசிரியர் இவ்வுத்தியை பயன்படுத்தியுள்ளார்.

"வேந்தே! அநீதி நிலைக்காது. சத்தியம் வென்றது. தாங்கள் என்னிடம் உண்மையை ஒப்புக் கொண்டு அரசியலை விட்டுவிட வேண்டும். இன்றேல், உமதண்ணன் மகன் அமரநாதனுடன் அரண்மனை முற்றுகையிடப்படும். இப்படிக்கு சுகதேவ்"[331]

என்று கடிதம் எழுதுகிறான். இவ்வாறு இந்நாடகத்தில் இக்கடித உத்தி பயன்படுத்தப்பட்டுள்ளது.

அந்தமான் கைதி நாடகத்தில் ரங்கூன் சென்ற அண்ணன் நடராசனுக்கு நடந்தவைகளை விரிவாக எழுதி கடிதம் அனுப்புகிறாள் லீலா. இக்கடிதம் கண்ட நடராசன் நாடு திரும்பியதால்தான் கதைத் தொடர்ச்சி ஏற்படுகிறது. இவ்விதம் இவ்வுத்தி பல இடங்களில் பயன்படுத்தப்பட்டுள்ளது.

உத்தி - பழமொழி

இந்நாடகங்களில் பயன்படுத்தப்பட்டுள்ள மற்றொரு உத்தி 'பழமொழி' யாகும். **அந்தமான் கைதி** நாடகத்தில், **'பழமொழிகள்'** பல இடங்களில் பயன்படுத்தப் பட்டுள்ளன.

லீலாவின் அண்ணன் நடராசன் முற்போக்குச் சிந்தனையாளன். தேசத்திற்கும், சமூகத்திற்கும் தன்னால் இயன்றதை செய்ய வேண்டும் என்ற இலட்சியம் கொண்டவன். இதனால் வீட்டைப் பற்றிய சிந்தனையேதும் இல்லாதவனாய் பொது வேலைகளில் ஈடுபட்டு வந்தான். இதனால் இவன்மீது வெறுப்பு கொண்ட இவனது தாய் நடராசனை எப்போதும் திட்டிக் கொண்டே இருப்பார். இதனால் தன் தாயின் மீது கோபம் கொண்ட லீலா, தாயிடம் இப்பழமொழியைப் பதிலாகத் தருகிறாள்.

"வித்தைக்குச் சத்துரு விசனமும் தரித்திரமும்" என்பது போல் ஓயாக் கவலையும் பொழுது விடிந்து பொழுது போனால் சதா இடிச் சொல்லுமாக இருந்தால் அவர்தான் என்ன செய்ய முடியும்..[332]

என்று தன் அண்ணன் நடராசனின் நிலை குறித்து வருத்தத்துடன் தெரிவிப்பாள்.

படிக்கும் காலத்திலிருந்தே ஜம்பு லீலாவை விரும்புகிறான். ஆனால் லீலாவோ இவனை வெறுத்தொதுக்குகிறாள். விடாது தன்னைப் பின்தொடரும் ஜம்புவைக் குறித்து லீலா இவ்வாறு கூறுகிறாள்.

"என்னமோ நாய் முழுத்தேங்காய்க்கு ஆசைப்பட்ட கதையைப் போலத்தான்."[333]

என்று கூறுவதன் வாயிலாக, ஜம்பு விடாது என்னைச் சுற்றிக் கொண்டிருக்கிறான். இருந்து என்ன பயன்? என்பதையுணர்த்த இவ்வாறு கூறுகிறாள்.

வயதான மாமா பொன்னம்பலம் தன் தங்கையை மணப்பதற்கு பெண்கேட்டு வருகிறார். இதனால் கோபமுற்ற நடராசன் பொன்னம்பலத்தைக் கண்டபடி திட்டுகிறான். கோபத்துடன் பொன்னம்பலம் வீட்டை விட்டு வெளியேறுகிறார். அப்போது அவருடன் வந்த வேலையாள் முனியன் இவ்வாறு கூறுகிறான்.

"வெறுங் குறும்பா ஏழைக் குறும்புல்லே, எல்லாம் பட்டாதானே தெரியும்"[334]

என்ற பொதுவான இச்சமூகப் பார்வையை முன்வைக்கிறான். ஏழை சொல் அம்பலம் ஏறுமா? என்று கூறுவார்கள். அதன்படி ஏழைகள் என்றால் அவர்கள் மானம், மரியாதை என்றெதுவும் பார்க்கக் கூடாது என்ற கருத்தை இதன்வழி வெளிப்படுத்துகிறான்.

உத்தி - பத்திரிகை விளம்பரம்

இந்நாடகத்துள் பயன்படுத்தப்பட்டுள்ள மற்றொரு உத்தி பத்திரிகை விளம்பரம் ஆகும். பொன்னம்பலம் பிள்ளைக்கு நாலாம் தாரமாக பெண்தேடி பத்திரிகையில் வெளியிடப்பட்டுள்ள விளம்பரம் மற்ற நாடகங்களில் இல்லாத புதுமையான உத்தியாகும்.

மணமகள் தேவை

சுமார் 20 லட்ச ரூபாய்க்கும் மேற்பட்ட சொத்தும், செல்வாக்கும், அந்தஸ்தும் உள்ள ஒரு பிரபுவுக்கு நாலாந்தாரமாக ஒரு மணமகள் தேவை. பெண் அழகும், சொத்துக்களைக் காப்பாற்றும் ஆற்றலும், கல்வியறிவும் உள்ளவளாக இருக்க

வேண்டும். விருப்பமுள்ளவர்கள் கீழ்க்கண்ட விலாசத்திற்குப் புகைப்படத்துடன் எழுதவும்.[335]

என்று தேவைக்கேற்ப இவ்வுத்தி பயன்படுத்தி உள்ளது.

நாடகச் சுவைகள்

"உப்பில்லா பண்டம் குப்பையிலே" என்பார்கள். அதுபோல் சுவையற்ற நாடகங்கள் வீண். பார்ப்போரை மகிழ்விக்க, நாடகத்தின் இறுதிவரை அவர்களை இருத்திவைக்க நாடகத்திற்குச் சுவைகள் அவசியமாகிறது. தொல்காப்பியர் சுட்டும் எண்வகைச் சுவைகளும் கலந்து அமையப் பெற்ற நாடகங்கள் சிறந்த நாடகங்கள் எனப் போற்றப்படும்.

"சுவைகள் நாடகக் கதையை உணர்ச்சியுடன் விறுவிறுப்பாகப் பின்னிக் காட்டும் போது 8 வகைச் சுவைகளும் வேண்டிய அளவு கலக்கப்பட வேண்டும்"[336]

நகை, அவலம், இளிவரல், வியப்பு, அச்சம், வீரம், கோபம், இன்பம் ஆகிய எட்டும் நாடகத்தின் தேவைக்கு ஏற்ப கூட்டியும், குறைத்தும் அமைந்திருத்தல் வேண்டும். இத்தகையச் சுவைகள் பல நாடகங்களில் அமைந்திருத்தலை காண முடிகிறது.

சுவை- நகைச்சுவை

புலனுணர்வுச் சுவைகளுள் நகைச்சுவை என்பது எல்லோராலும் விரும்பத்தக்கதான சுவையாகும். இச்சுவை ரத்தக் கண்ணீர் நாடகத்தில் அமைந்துள்ளதைக் காணலாம். எல்லா செல்வங்களையும் காந்தாவிடம் இழந்த மோகன், குட்ட நோயால் பாதிக்கப்பட்டு, சமூகத்தால் ஒதுக்கப்பட்டு யாசகம் செய்து வாழ்கிறான். ஒருநாள் பாலுவும், பாலுவின் கைப்பெட்டியை தூக்கிக் கொண்டு கூலியும் எதிரில் வருகிறார்கள். வருவது பாலு என்றறியாத மோகன் பாலுவிடமே பசிக்குச் சோறு வேண்டும் என்று கேட்கிறான். அப்போது கூலிக்கும் மோகனுக்கும் மோதல் ஏற்படுகிறது.

மோகன்: பாரு சார்! என்னைப் பிச்சைக்காரப் பயலேங்கிறான்! இவன் பிர்லா பேரன்... பிச்சக்காரப் பய.. பெட்டிய தூக்கிட்டு வந்து எட்டணா வாங்கறான். நான் ஒண்ணும் தூக்காமலே சோறு வாங்கறேன்! உன்னைவிட நான் பெரியவன்தான் போடா! உம்..கும்!

கூலி: டேய் நீ இப்படி எடக்கு மடக்கா பேசறதுனாலேதாண்டா கடவுள் உன்னை இப்படி வச்சிருக்கார்.

மோகன்: ஆமா! கடவுள் இவனை டாப்லே வச்சிருக்கார்

என்னை அண்டர் கிரவுண்ட்லே வச்சிருக்கார்! கடவுளுக்கு இவனுங்கதான் வக்கீல்! பேசறானுங்க! கடவுள ஒரு எடத்திலே கும்பிடுவானுங்க ஒரு இடத்திலே உதைச்சு தள்ளுவானுங்க... திருட்டுப் பசங்க!

பாலு: என்னப்பா சொல்றே?

மோகன்: பின்னே என்னா! திருவண்ணாமலையிலே தீபம் எரிஞ்சா 'அரோகரான்னு' கன்னத்துலே போட்டுக்குவானுங்க.

கூலி: அது அக்னி பகவான் அதனாலே கன்னத்திலே போட்டுக்கறோம்.

மோகன்: அக்கினி பகவானே? கன்னத்திலே போட்டுக்கிறீங்களோ? வீடு பத்தி எரிஞ்சா மட்டும் ஏண்டா அய்யோ, அம்மான்னு வாயிலேயும் வயித்திலேயும் அடிச்சுக்கிறீங்க. அதிலே ஒரு பல்டி அடிக்கிறதுதானே! அதுவும் அக்னி பகவான்தானே! டேய்! என்னடா கதை உடுறீங்க![337]

என்று கேலியாகவும், கிண்டலாகவும் நகைச்சுவை ததும்ப மோகன் பேசுகிறான். ஒருபக்கம் நகைச்சுவைத் துதும்ப அமைந்திருந்தாலும் மறுபக்கம் பகுத்தறிவைப் புகட்டும் விதமாக இவனது பேச்சுகள் அமைந்திருப்பது மேலும் சிறப்புக்குரியதாகும்.

சுவை - வீரச்சுவை

வீரச்சுவை இந்நாடகங்கள் பலவற்றுள் பயின்று வந்துள்ளன. குறிப்பாக **பாணபுரத்து வீரன், முதல் முழக்கம், அன்னையே தெய்வம், அபிமன்யு** ஆகிய நாடகங்களில் இச்சுவை மிகுந்திருப்பதை அறிய முடிகிறது. பாணபுரத்து வீரன் நாடகத்தில் வாலீசனும், புரேசனும் பேசும் பல இடங்களில் இச்சுவை மிளிர்வதை அறியலாம்.

இந்நாடகத்தில் பாணபுரத்துக்கும், ஈசானபுரத்துக்கும் இடையே போர் நிகழவிருக்கிறது. போர்க்களத்தில் இரு தேசத்து படைகளும் அணிவகுத்து நிற்கிறார்கள். அப்போது புரேசன் தன் நாட்டு வீரர்களுக்கு ஆற்றும் வீரவுரை நம் உடலையும் புல்லரிக்கச் செய்கிற உணர்வோட்டம் உடையதாக அமைந்துள்ளது.

புரேசன்: "....ஆண்மையைவிட, பொருளைவிட, உயிரைவிட மானமே பெரிது. மானமின்றி வாழ்வோர் மானிகளல்லர். அம்மானத்தை நீங்கள் ஆறுமுறை விட்டுக் கொடுத்திருக்கிறீர்கள். இந்த ஏழாவது முறையேனும் அதனை நீங்கள் கைப்பற்றிக் கொள்ள வேண்டாமா? வாலீசரால் வணங்கப்பட்டு வந்த சுதந்தர தேவதை அதிரத அரசரால் கொல்லப்பட்டு வருகிறாள்.

> **வீரர்கள் என்று சொல்லிக் கொள்ளும் நீங்கள் அதனைப் பார்த்துக் கொண்டிருக்க விரும்புவீர்களா? அத்தேவியை நீங்கள் வசப்படுத்திக் கொள்ள வேண்டாமா? யுத்தத்தில் வெற்றி பெறுவது அல்லது இங்கேயே மாள்வது என்ற எண்ணமே இங்குள்ள வீரர்களின் உள்ளத்தில் குடிகொண்டிருக் கிறதென்று நம்புகிறேன். அவ்வுறுதி இல்லாதவர்கள் விலகிச் செல்லலாம். மற்றவர்கள் சத்துருக்களின் காப்பு நிலையம் அதிரும்படி ஜெயகோஷம் செய்யட்டும்....”[338]**

என்று தொடர்ந்து பலவாறாகத் தன் படை வீரர்களுக்கு வீரவுரை ஆற்றுகிறான். இதன்வழி இந்நாடகம் முழுமையுமே பல இடங்களில் இவ்வீரச் சுவை நிரம்பியிருப்பதைக் காண முடிகிறது. அதேபோல் முதல் முழக்கம், அன்னையே தெய்வம் போன்ற நாடகங்களில் இருக்கும் வீரச்சுவையை முந்தைய மேற்கோள்களின் வசனங்களிலிருந்தும் அறியலாம்.

□

5

விடுதலையில் நாடகக் கலைஞர்களும் – மக்கள் வெளிப்படுத்திய உணர்வலைகளும்

முன்னுரை

இயற்றமிழ், இசைத்தமிழ் ஆகிய இவ்விரண்டின் அடியாய் பிறந்ததே நாடகத் தமிழ். இயற்றமிழின் வழி இசைத்தமிழும், இயற்றமிழ் இசைத்தமிழ் ஆகிய இவ்விரண்டின் வழியே நாடகத் தமிழும் தோன்றியது எனப் பொருள் கொள்ளலாம். படித்தவர், பாமரர் என்ற பேதமின்றி அனைவரையும் தம்பால் ஈர்க்கும் ஆற்றல் பொருந்தியது நாடகக் கலை. இச்சிறப்பு கருதியே நாடகக் கலையானது கலைகளுக்கெல்லாம் அரசு என்று போற்றப்படுகிறது.

> **“நாடகம் கலைக்கரசு நாட்டின் நாகரிகக் கண்ணாடி பாமரர்களின் பல்கலைக் கழகம். உணர்ச்சியைத் தூண்டிவிட்டு, உள்ளத்தில் புதைந்து கிடக்கும் அன்பையும் அறிவையும் தூய்மையையும் வெளிப்படுத்தி, மக்களைப் பண்படுத்தும் மகத்தான கலை”**[339]

என்று நாடகக் கலையின் சிறப்பையும், ஆற்றலையும் தி.க.சண்முகம் குறிப்பிடுகிறார். இத்தகைய நாடகக் கலையை அன்றைய கலைஞர்கள் அனைவரும் நாட்டு விடுதலைக்காகவும், சமூகத்துக்காகவும், மக்களுக்காகவும் நன்முறையில் பயன்படுத்திக் கொண்டார்கள்.

சமுதாயமும் நாடகாசிரியரும்

> **“காலம் சமுதாயத்தைப் படைக்கிறது சமுதாயம் நாடகாசிரியனை உருவாக்குகிறது. நாடகாசிரியன் புதிய நாடகங்களைத் தீட்டுகிறான். காலத்தின் தேவையை - சமுதாயத்தின் உணர்வுகளை-கருத்தோவியம் ஆக்குபவன் அவன்”**[340]

என்பதுபோல் தான் வாழும் சமுதாயத்திற்குத் தரவேண்டிய இன்றியமையாச் செய்திகளை சொல்ல வேண்டியது கலைஞன் கடமையாகும். நாடகம் படைக்கும் கலைஞன் அதற்கு விதிவிலக்கன்று. அவன் தனது சமுதாய உணர்விலிருந்து அவற்றை வெளிக்கொணர வேண்டும். அந்த வகையில் விடுதலைப் போராட்டத்திலும் காலத் தேவைகளையுணர்ந்து நாடகங்களைப் படைத்தளித்தனர் பலர்.

"காந்தியடிகள் சுதந்திரப் போராட்டக் களத்தில் இறங்கியப் பிறகு ஆங்கிலேய அரசோடு ஒத்துழையாமை இயக்கம் நடந்த போதும், அந்நியத் துணிக்கடை, கள்ளுக்கடை மறியல் போராட்டக் காலங்களிலும், சாத்வீக சட்ட மறுப்பு இயக்கத்திலும், மக்கள் பல்லாயிரக்கணக்கில் ஈடுபட அக்காலங்களில் நடந்த நாடகங்களில் பங்கு கொண்ட நடிகர்களும், நடிகைகளும் தங்களின் தேச பக்திப் பாடல்களாலும், சுதந்திர தாகத்தை ஊட்டும் வீர வசனத்தாலும் உத்வேகம் ஊட்டினார்கள்.[341]

என்று முகவை இராசமாணிக்கம் கூறுவதுபோல் இந்திய விடுதலைப் போராட்டத்தில் காந்தியடிகளின் ஒத்துழையாமை இயக்கம், கள்ளுக்கடை மறியல், சட்டமறுப்பு இயக்கம் என்ற ஒவ்வொரு கட்டப் போராட்டத்தையும் நாடெங்கும் முன்னெடுத்துச் சென்று, மக்களை கிளர்ந்தெழச் செய்து, போராட்டத்தில் ஈடுபடச் செய்த பெருமைக்குரியவர்கள் நாடகக் கலைஞர்களே.

இந்தப் போராட்டத்தில் அவர்கள் அடைந்த இழப்புகள் ஏராளம். சந்தித்த சோதனைகள் எண்ணற்றவை. சொல்லொண்ணா துன்பங்களையும், துயரங்களையும் துச்சமாகத் கருதி தம் வாழ்வையே அர்ப்பணித்தவர்கள் ஏராளம்! ஏராளம்!! காலவெள்ளத்தில் கரைந்து போன அவர்களது வரலாறு இன்றைய தலைமுறையினர் அறியாத இரகசியமாகவே போய்விட்டது. இந்நிலையில் பதிவு செய்யப்பட்ட எஞ்சியவர்களின் வரலாறு கொண்டு வெகுசிலரின் பங்களிப்பு இவ்வியலில் ஆராயப்பட்டுள்ளது.

இவர்கள் ஆற்றிய பங்களிப்பின் அடிப்படையில் இவர்களை நாடகாசிரியர்கள், பாடலாசிரியர்கள், கலைஞர்கள் என்ற வரிசையில் பகுத்துப் பார்ப்பது சற்று பொருத்தமானதாகும். இவ்வறப்பணியில் பெண்கள் ஆற்றியுள்ள சிறப்பான பங்கும் குறிப்பிடத்தக்கது. கலைஞர்களின் எழுச்சிமிகு பாடல்களாலும், பேச்சாலும், நடிப்பாலும் உணர்ச்சிவயமான மக்கள் அம்மேடையிலேயே தம் எழுச்சியை வெளிப்படுத்திய வரலாற்று நிகழ்வுகளும் நடந்தேறின. இவைகளின் அடிப்படையில் இவ்வியல் பகுத்து அமைக்கப்பட்டுள்ளது.

விடுதலையில் நாடகாசிரியர்கள்

விடுதலைப் போராட்டத்தில் பல்வேறு தரப்பு கலைஞர்களும் பங்கு பெற்றிருப்பினும், விடுதலைச் சிந்தனையை தங்களது

நாடகங்களில் விதைத்து அதை மேடைகளில் உலாவரச் செய்த முழுமுதற் பெருமைக்குரியவர்கள் நாடக ஆசிரியர்களே. இச்சிந்தனையின் வெளிப்பாடாய்த் தம் வளமான கற்பனையாலும், புலமையாலும், வீரஞ்செறிந்த வசனங்களைப் புனைந்து நாடகங்களை நடத்திச் சென்றவர்கள் பலர். இவ்வழியில் தடம் பதித்தோரையும், அவர் வழியில் வடம் பிடித்துச் சென்றோரையும் அடையாளம் காட்டுவது அவசியமாகும்.

தெ.பொ.கிருஷ்ணசாமிப் பாவலர்

இவ்வறப் பணியில் தன்னை முதலில் ஈடுபடுத்தி மற்றவர்களுக்கு வழிநடைப் பாதையை அமைத்துக் கொடுத்தவர், நாடகப் பேராசிரியர் தெ.பொ.கிருஷ்ணசாமிப் பாவலர். பெற்ற தமிழ்ப் புலமையால் கிடைத்த தமிழாசிரியர் வேலையை விட்டெறிந்து, நாட்டு விடுதலைக்காக வீதியில் இறங்கி, போராட்டத்தில் குதித்தார். நாட்டிற்காக வீட்டைத் துறந்து, வீதி வீதியாக நாடகங்கள் நடத்தி மக்கள் மனதில் விடுதலையுணர்வை விதைத்தார்.

> **"நாட்டிலே சுதந்திர உணர்ச்சி கொந்தளித்துக் கொண்டிருந்த நேரத்தில், மக்கள் அடியை வாங்கிக் கொண்டு - உதையை வாங்கிக் கொண்டு - தியாகம் செய்து கொண்டிருந்த நேரத்தில், அந்த மக்களுக்கு உணர்ச்சியூட்டி, நாட்டிற்கு நல்லதைச் சொல்லி, தேசிய எழுச்சியைத் தூண்டி விட்டு, தடியடியானாலும் சரி, துப்பாக்கிக் குண்டுகளானாலும் சரி சிறை செல்வதானாலும் சரி ஏற்றுக் கொள்ளத் தயார் என்று துணிந்து முன்வந்த ஒரு சிறந்த நாடகப் பேராசிரியர் கிருஷ்ணசாமிப் பாவலர் என்பதை என்னால் உறுதியாகக் கூற முடியும். மேலும்.... பாவலர் அவர்கள் தம்முடைய திறமையை தமக்கு சொத்து சேர்க்கப் பயன்படுத்திக் கொண்டவரல்ல. தமது உள்ளத்திலே எழுந்த சுதந்திர உணர்ச்சி நாட்டு மக்களிடையே ஏற்பட வேண்டுமென்று விரும்பினார்."**[342]

என்று பாவலரின் மாணவராய் பல விடுதலை நாடகங்களில் நடித்துப் பயிற்சியும் புலமையும் பெற்ற, "மக்கள் திலகம்" திரு. எம்.ஜி.ஆர் அவர்கள் தெ.பொ.கிருஷ்ணசாமிப் பாவலரின் விடுதலைத் தொண்டை புகழ்ந்துரைப்பார்.

இவர் சென்னை சிந்தாதரிப் பேட்டையில் பொன்னுச்சாமி ருக்குமணி தம்பதியினருக்கு முதல் மகனாகத் 29.08.1890 இல் பிறந்தார். இவரின் தம்பி தெ.பொ.மீ ஆவார். தமிழில் பட்டம் பெற்று சென்னை முத்தியாலுப்பேட்டை உயர்நிலைப்பள்ளியில்

தலைமைத் தமிழாசிரியராகப் பணியாற்றினார். 1917இல் அன்னிபெசன்ட் அம்மையார் கைது செய்யப்பட்டபோது தம் பணியைத் துறந்து அரசியலில் ஈடுபட்டார். பம்மல் சம்பந்த முதலியார் தோற்றுவித்த, 'சுகுணவிலாச நாடக சபை'யில் சேர்ந்து சில காலம் நடித்தார். இதுகுறித்து பம்மல் சம்பந்த முதலியார் கூறுவதாவது:

"இவர் சிறு வயதில் என்னுடன் சுகுணவிலாச சபையில் நடித்தவர். என்னுடன் சாரங்கதாராவில் சுமந்திரராகவும் மனோகராவில் ராஜப்பிரியனாகவும் நன்றாய் நடித்தது ஞாபகமிருக்கிறது. இவர் தமிழில் நல்ல தேர்ச்சி பெற்றவர், கவிகள் பாடுவதில் சிறந்த பெயர் எடுத்தவர். ஒருவிதத்தில் இவரை ஆசுகவி என்றே கூறலாம். அவ்வளவு விரைவாக விருத்தங்கள் கட்டுவார். தனது நாடகங்களுக்கு வேண்டிய பாடல்களைத் தானே கட்டுவார்."[343]

என்று பாவலரின் நாடகப் பணியையும் அவரது தமிழ்ப் புலமையையும் எடுத்துரைப்பார். நாடகத் தந்தை சம்பந்தனாரோடு ஏற்பட்ட தொடர்பால் நாடகத் துறையில் ஈடுபாடும், நடிப்புத் துறையில் தேர்ச்சியும் கிடைக்கப் பெற்றார். பெற்றிருந்த நல்ல தமிழ்ப் புலமை சிறந்த நாடகங்கள் எழுதுவதற்கு இவருக்கு உதவியது. பாவலர் ஆங்கிலத்தையும் கற்றுத் தேர்ந்திருந்ததால் ஆங்கிலத்தில் பெற்றிருந்த இலக்கிய அறிவு நாடகங்களை தரமானதாகவும், இலக்கியச் சுவை வாய்ந்ததாகவும் அமைக்க உதவியது.

பாவலர் ஆங்கிலக் கல்வி கற்றுத் தேர்ந்திருந்ததோடு தமிழ் இலக்கியங்களையும், சங்கரதாசர், சிவசண்முகம் பிள்ளை, கவிராயர் போன்று கோ.வடிவேலு செட்டியார் போன்ற நல்லாசிரியரை அடுத்து முறையாகப் பாடங்கேட்டுப் புலமை பெற்றிருந்தவர். ஆதலால்தான், அவர் வாழ்ந்த காலத்துக் கேற்றவாறு தேசிய நாடகங்களையும், சமூக சீர்திருத்த நாடகங்களையும் எழுதினாலும் அவருடைய உரையாடல்களிலும் இசைப் பாடல்களிலும் இலக்கியச் சுவை ததும்பியிருக்கிறது.[344] என்று நாரண துரைக்கண்ணன் கூறியிருப்பதும் இங்கு நினைவு கூறத்தக்கது.

கலை மக்களுக்கானது என்பதை உணர்ந்திருந்த பாவலர் அன்றைய காலகட்டத்தை உணர்ந்து காந்தியக் கொள்கைகளை வலியுறுத்தும் நாடகங்களை எழுதினார். அன்றைய சமூக பொதுப் பிரச்சினைகளாக இருந்த மதுவிலக்கு, தீண்டாமைவிலக்கு,

குதிரைப்பந்தய ஒழிப்பு, கலப்பு மணம் ஆகியவற்றின் அவசியத்தை மக்களுக்கு உணர்த்தவும் சமூக சீர்திருத்த நாடகங்களை எழுதி அவற்றை நடுத்தர வகுப்பார் மத்தியிலும் பாமரர்களிடையிலும் நடத்த பாவலர் முடிவெடுத்தார். இம்முடிவிற்கேற்ப இவர் கதரின் வெற்றி, பதிபக்தி, பம்பாய் மெயில், தேசியக் கொடி, கவர்னர்ஸ் கப் போன்ற நாடகங்களை எழுதி, இயக்கி மேடையேற்றினார்.

தமிழகத்திலிருந்து இலண்டன் மாநகரத்திற்குத் தம் பாய்ஸ் குழுவை அழைத்துச் சென்று நாடகம் நடத்திய ஆற்றல் பெற்றவராக விளங்கினார். ஐந்தாம் ஜார்ஜ் மன்னர் பதவியேற்று 25 ஆண்டுகள் முடிவுற்றமைக்காக, இலண்டன் வெம்பிளி நகரத்தில் நடைபெற்ற கண்காட்சியில் நாடகம் நடத்த கவர்னரிடம் தனக்கிருந்த செல்வாக்கைப் பயன்படுத்தி தம் நாடகக் குழுவை அழைத்துச் சென்றார்.. இந்தியாவிலிருந்து அழைக்கப்பட்ட ஒரே நாடகக் குழூவாக சென்று வந்தது. சிங்கத்தின் குகைக்குள் சென்று வந்த வீரத்தைப் போல் இங்கேயும், ‘கதரின் வெற்றி’ நாடகத்தை நடத்தி அனைவரின் பாராட்டையும் பெற்றார்.

1932ஆம் ஆண்டில் இலண்டனில் வெம்பிளி கண்காட்சி நடந்தது. தனது சிறுவர் நாடகக் குழுவை கூட்டிக்கொண்டு இக்கலைக்காகக் கடல் கடந்தார். சேரன் செங்குட்டுவன் கண்ணகிக்குச் சிலை எடுக்க இமயத்திற்குப் புறப்பட்ட தமிழ் வீரத்தோடு இவரின் கலைவீரம் ஒப்பிட்டுப் பார்த்து மகிழத்தக்கது.[345]

என்று இலண்டன் வெம்பிளி கண்காட்சியில் இவரது நாடகக்குழு நடத்திய நாடகத்தின் சிறப்பை போற்றுவார் பேராசிரியர் ஆறு அழகப்பன்.

தமிழ் நாடகக்கலைக்கும், தமிழ்த் தேசியத்திற்கும், இந்திய விடுதலைக்குமென பெரும் பங்காற்றிய தி.க.சண்முகம் சிலகாலம் இவரிடம் பயிற்சி பெற்றவர் என்பதும் குறிப்பிடத்தக்கது. பின்னாளில் இவரது நாடகங்கள் பலவற்றை மேடையேற்றிய பெருமைக்குரியவர். அதோடு வசூல் குறையும் போதெல்லாம் இவரின் பதிபக்தி, பம்பாய் மெயில் போன்ற நாடகங்களை தாம் நடத்தியதாக தி.க.சண்முகம் குறிப்பிடுவார்.

“இந்தச் சமயம் திண்டுக்கல்லில் தெ.பொ. கிருஷ்ணசாமிப் பாவலர் அவர்கள் கம்பெனிக்கு வந்திருந்தார். சண்முகம் சகோதரர்கள் இவரிடம் நாடகப் பயிற்சி பெற்றிருந்ததால் அவரை கௌரவமாக வரவேற்று மரியாதைச் செய்தார்கள். சண்முகம் என்னிடம் இவரைப்பற்றிப் பல சிறப்பான நிகழ்ச்சிகளையெல்லாம் முன்பே கூறியிருந்தார். அவரைப் பார்த்ததும் மகிழ்ச்சியாகவே

இருந்தது. தூய கதராடை அணிந்திருந்தார். பண்பாக எல்லோரிடமும் பேசிப்பழகும் தன்மையுடையவர்"[346]

என்று சகஸ்ரநாமம் கூறுவதிலிருந்து அன்னாரின் எளிமையும், அமைதியும், அன்பும், நற்குணமும் வெளிப்படுகிறது. எல்லோாரையும் கவரும் அவரது நற்குணத்தை அன்னாரின் வாய்மொழியால் அறிய முடிகிறது.

தமிழ் வேறு, இந்திய தேசியம் வேறு என்ற தவறான உணர்வு பாவலரிடம் தலையெடுக்கவில்லை. மொழிப் பற்றையும் பாரத நாட்டுப் பற்றையும் ஒரு நாணயத்தின் இரண்டு பக்கங்களாகவே பாவலர் கருதினார். தமிழின் மூலம் தேசியத்தையும், தேசியத்தின் மூலம் தமிழையும் வளர்க்க முயன்றார். அந்த வகையிலே பாரதியார், திரு.வி.க., வ.உ.சி., வ.வே.சு ஐயர் ஆகியோருடன் சேர்த்து வைத்துப் பார்க்கத்தக்க நிலையிலே பாவலரின் பொது வாழ்வு அமைந்தது.[347]

என்று சிலம்புச் செல்வர் ம.பொ.சிவஞானம் கூறுவதற்கேற்ப எதிர்ப்புகள், சோதனைகள், எல்லாவற்றையும் கடந்து ஊக்கத்துடன் உழைத்த பாவலரின் பணி என்றும் தமிழ் மக்களால் நினைக்க வேண்டியதாகும். அவருடைய நினைவை நிலைநிறுத்த வேண்டிய பொறுப்பும் கடமையும் தமிழ் மக்களுக்கு உறுதியாக உண்டு.

சுப்பிரமணிய சிவா

பாவலரின் சம காலத்தில் வாழ்ந்தவர் சுப்பிரமணிய சிவா. ஆன்மீகத்தையும், தேசியத்தையும் இரு கண்களாகத் கருதி வாழ்வையே பாரத மாதாவுக்காகவும், தமிழன்னைக்காகவும் அர்ப்பணித்தவர். "தண்ணீர் விட்டோ வளர்த்தோம் சர்வேசா கண்ணீராற் காத்தோம்" என்று மகாகவி பாரதி கழிவிரக்கத்தோடு பாடியது போல் எண்ணற்றோரின் இரத்தத்தாலும், கண்ணீராலும், இன்னுயிராலும், ஈகங்களாலும் கிடைக்கப்பெற்ற சுதந்திரமே, இன்று நாம் அனுபவிக்கும் சுதந்திரக் காற்றாகும்.

இத்துன்பங்களை அனுபவித்தோர் பலர். அவருள்ளும் இக்கொடுமையால் தீரா தொழு நோய்க்காளாகி விரைவிலேயே புகழுடம்பெய்திய தியாகச் சீலர் சுப்பிரமணிய சிவா குறிப்பிடத்தக்கவர். தாம் அனுபவித்த சிறைக் கொடுமையை இவர் கூறக் கேட்கும் போது நம் கண்களில் கண்ணீரும், இதயத்தில் செந்நீருமே கசியும். இவரது சிறை வாழ்க்கையின் அனுபவங்களை இவர் வாயிலாகவே அறியலாம்.

“சவரம் செய்வதற்கு உபயோகிக்கப்படும் கத்திகள் சாணை பார்க்காத வெறும் இரும்புத் தகடுகள். சவரத்தினத்தன்று படும் கஷ்டம் இவ்வளவென்று சொல்லி முடியாது. அதிலும் என்னைப்போன்ற முரட்டு ரோமங்கள் உள்ளவர்கள்...! சவரம் செய்து கொள்ளுவதைவிட எந்த வேலையும் செய்யலாம். மரண வேதனையும் அனுபவிக்கலாம். ஞாயிற்றுக்கிழமை தோறும் சவரம் செய்து கொள்ளும்போது என் சரீரம் செத்துப் பிழைக்கும். ...என் சிறைவாசத்தின்போது கேழ்வரகே ஆகாரம். காலை 7 மணிக்குள்ளாக, கேழ்வரகு கஞ்சி, மத்தியானம் 11 மணிக்குக் கேழ்வரகு களி மாலை 5 மணிக்குக் கேழ்வரகு களி, காலை கஞ்சிக்கு ஒரு சட்னியும் மற்றிரண்டு வேளை ஆகாரத்துக்கு உப்பு உரப்பில்லாத ஒரு குழம்பும் அளிக்கப்படும்.[348]

மேலும்...

மல ஜலங்களை அப்புறப்படுத்தாமல் கிடக்கும் கக்கூஸ் ஆபாசமாக இருக்கும். தவிரவும் கைதிகள் எப்படிப்பட்ட பெரியவர்களானாலும் மலஜல சட்டிகளைத் தங்கள் கையாலேயே கக்கூஸுக்குச் சுமந்து செல்ல வேண்டும்.[349]

என்று சிறைச்சாலையில் தான் பெற்ற சித்திரவதைகளையும், கொடுமைகளையும் நம் உள்ளம் உணர்வு கொள்ள, இதயம் இரக்கம் கொள்ள விவரிப்பார். எத்தகைய, கொடுமை? உடலாலும், உள்ளத்தாலும் இவர் அடைந்த துன்பங்கள் எத்தகைய கொடியது?

இத்தனை கொடுமைகளை அனுபவித்த பிறகும், இவர் வாளாவிருக்கவில்லை. எப்பாடு பட்டாலும் நாட்டிற்கு விடுதலை பெற்றுத் தந்துவிட வேண்டும் என்ற வேகத்தால் மீண்டும் சிறைச் செல்ல துணிகிறார். எத்தனை முறை சிறையேகினாலும் சிறைச்சாலையை தவச்சாலையாக மாற்றினார்.

“சகோதரா, இப்பரந்த உலகிலுள்ளதைப் போலவே தீமைகளும், கஷ்ட நஷ்டங்களும் சிறைகளில் இருக்கின்றன. நாம் சத்தியத்துக்காகப் போராடுவதால் சிறைச்சாலைகள் நமக்குத் தவச்சாலைகளே. ஆகவே ஜன சமுதாயத்தினுடைய சுதந்திரத்தைக் காப்பாற்றுவதற்காகக் கம்பீரமாகச் சிறைச்சாலைக்குச் செல்லுதல் வெகுமானமேயாகும். ஆகையால், சகோதர சகோதரிகளே மயங்காதே, பிரமிக்காதே, சத்தியாக்கிரகியாய்விடு!”[350]

என்று இவர் கூறியிருப்பதிலிருந்து, இத்தனை கொடுமைகளுக்குப் பிறகும் இந்நாட்டையும் மக்களையும் நேசிக்கும் இவரது மனிதாபிமானம் நம் கண்களில் கண்ணீரை வரவழைக்கிறது. சிறைச்சாலையில் இருந்து விடுதலையானதும் தன் மேடைப்

பேச்சாலும், நாடகக் கலையாலும் நாடெங்கும் பிரச்சாரம் செய்து வந்தார். இதில் மக்களை எளிதில் கவரும் நாடகக் கலையை கையிலெடுத்துக் கொண்டு ஊரெங்கும் கூட்டு வண்டிகளிலும், இரயிலிலுமாகப் பயணம் செய்து பிரச்சாரம் செய்து வந்தார். இந்தப் பிரச்சாரத்திற்கு இவர் எழுதி இயக்கிய நாடகங்களே இவருக்கு பெரும் உதவியாக இருந்தன.

காலந்தோறும் வாழ்ந்த மாவீரர்களின் வீரவரலாற்றுக் கதைகளைக் கருவாகக் கொண்டு அவர் எழுதிய நாடகங்கள் பல. இப்படி அவர் எடுத்துக் கொண்ட தேசிங்குராஜன் கதைப்பாடல், சிவாஜி கதைப்பாடல் போன்றவைகள் முக்கியமானவை. இதுகுறித்து இவரின் சீடர் கூறுவதாவது:

தேசிங்குராசன் நாடகத்தில் தேசிங்குராசனாக என் நண்பர் சோழவந்தான் இரா.சீனிவாச வரதன் நடித்தார். அவருடைய மனைவியாக நான் நடித்தேன். நாங்கள் இருவரும் ஒன்றாகத் தோன்றும் பொழுது எல்லாம் ரசிகர்கள் கைதட்டி மகிழ்ச்சி ஆரவாரம் செய்வார்கள்.[351]

என்று இவரது நாடகங்களில் நடித்த இவரது சீடர் சோமையாசுலு குறிப்பிடுவார். மேலும் அவர் கூறுவதாவது:

“...ஆனால், அந்தக் காலத்தில் நடிப்பைப் பற்றி யார் கவலைப்பட்டார்? நாடகத்தில் விடுதலைப் போர் முழக்கம் இருக்க வேண்டும். அரசாங்கத்தைத் தாக்க வேண்டும். காந்தி புகழ் பாட வேண்டும். கதர்ப் பாட்டு வேண்டும். தேசியப் பாட்டு இல்லாமல் நாடகம் நடத்த முடியாது. சிவாவும் பிரச்சாரத்துக்காகத்தான் நாடகங்கள் எழுதினார்.”[352]

என்பதிலிருந்து

“சிவாஜி நாடகம் முழுக்க முழுக்கப் பிரச்சாரமே. சீனிவாச வரதன் சிவாஜியாகவும், சிவா குரு இராமதாசராகவும் நடித்தார்கள். முகலாயர்களை விரட்டி, மராட்டியர் விடுதலை பெற வேண்டும் என்று இருவரும் பேசிக் கொள்ளும் காட்சி பெரும் வரவேற்பைப் பெற்றது. வெள்ளையரை விரட்டி, இந்தியர் சுதந்திரம் பெற வேண்டும் என்ற கருத்து அதில் உள்ளடக்கமாக இருந்தது. இதன் காரணமாக அந்த நாடகத்துக்கு சிதம்பரத்தில் தடைவிதிக்கப்பட்டது. இதுபற்றி சட்டசபையில் சத்தியமூர்த்தி கேள்விகூடக் கேட்டார்.[353]

என்று கூறியதிலிருந்து இந்நாடகம் ஆங்கிலேய அரசால் தடை செய்யப்பட்ட செய்தியையும் அறிய முடிகிறது.

எப்படியாவது மக்களைத் தட்டி எழுப்ப வேண்டும் என்பதுதான் சிவாவின் ஆசை. அதற்காகத்தான் நாடகங்களை எழுதினார். எழுதியது மட்டுமல்ல அவரே வாத்தியாராக இருந்து, எல்கலோருக்கும் நடிப்பு பயிற்சியும் அளித்தார். மிகச் சிறந்த நாடகாசிரியராக விளங்கியதோடு இயக்குநராகவும், நடிகராகவும் விளங்கினார்.

"வீரமுரசு சுப்பிரமணிய சிவாவிற்கு மராட்டிய மன்னன் சிவாஜியின் மீது அளவற்ற பக்தியுண்டு. தமது ஆத்ம நண்பரான மதுரை சுந்தர பாரதியுடன் சேர்ந்து அனல் தெறிக்கும் வசனங்களுடன் மகாகவி பாரதியாரின் பாடல்களையும் இணைத்து, நாடகத்தை தயாரித்தார். 1923இல் நவராத்திரி பண்டிகையில் ஒன்பது நாட்களில் சக்திக்காக கொண்டாடுவதில், ஸ்ரீபாரத மாதாவுக்காக ஓர் தினத்தை அனுஷ்டித்து அன்றே 'வீரசிவாஜி' நாடகத்தையும் தொடங்கினார்".[354]

'வீரசிவாஜி' நாடகம் சிறப்பாக அமைந்திருப்பதைக் கண்ட சிவா இதனை தமிழ்நாட்டில் எல்லா ஊர்களிலும் நடத்தி இதன் மூலம் வரும் பொருளைக் கொண்டு ஸ்ரீபாரத மாதாவுக்குக் கோயில்கள் கட்ட நிதியுதவி திரட்ட முயன்றார்.[355]

என்று வீரசிவாஜியை உருவகமாகக் கொண்டு இவர் நடத்திய நாடகம் மக்களிடையே பெரும் எழுச்சியை ஏற்படுத்தியதை அறிய முடிகிறது. இந்நாடகங்கள் அச்சேறியதாக அறிய முடியவில்லை.

"தேசிய உணர்ச்சி ததும்பும் நாடகங்களை எழுதி, பல வாலிபர்களைக் கொண்டே நடிக்கச் செய்து தானும் அதிலே வேடந்தாங்கி நடித்திருக்கிறார். நம்முடைய "சிவம்" என்று மதுரை மாவட்ட தியாகிகள் மலர் தெரிவிக்கிறது.

இவர் எழுதி அச்சில் வெளிவந்துள்ள மற்றொரு நாடகம் 'திலகர் தரிசனம்' ஆகும். 1920 திலகர் உடல் நலம் குன்றி மரணத்தருவாயில் இருந்த போது இவர் எழுதிய 'திலகர் தரிசனம்' என்ற நாடகம் அன்றைய காலத் தேவையாக இருந்தது. இந்நாடகத்தில் ஸ்ரீநிவாச வரதன் காந்தியாகவும், சிவா அவர்கள் திலகராகவும் நடித்ததாக வரதன் கூறுவார். தன் வாழ்வையே இந்நாட்டிற்காகவும், மக்களுக்காகவும் அர்ப்பணித்த மாமனிதராவார்.

இந்நாட்டு மக்களால் இன்று மறக்கப்பட்டிருக்கும் எண்ணற்ற ஈகிகளில் இவரும் ஒருவர். சிறைச்சாலையில் தாம் பெற்ற தண்டனையால் 'குட்டம்' என்னும் கொடிய நோயால் பாதிக்கப்பட்டு, எல்லோராலும் ஒதுக்கப்பட்டு பரிதாபமாக இறந்த அன்னாரின் புகழை காலத்தால் கரையாமல் காப்பது நம் கடமையாகும்.

கோவை அய்யாமுத்து

இந்திய விடுதலையில் தன் வாழ்வை மட்டுமல்லாமல் தம் துணைவியாரையும் அழைத்துக்கொண்டு காந்தியின் உருவை தம் உள்ளத்திலும் அவரது கொள்கைகளை தம் வழியாகவும் கொண்டு வாழ்ந்தார். தம் சொத்துக்களையும் இத்தேசத்திற்கே ஈந்த அந்த மகானின் வாழ்க்கை இன்று ‘குடத்திலிட்ட விளக்காய்’ அமைந்து விட்டது. இன்றைய இளம் தலைமுறை இவரை அறியாதவர்களாகவே போனதற்கு எவரைக் குற்றவாளியாக்குவது?

> **“தீரர் அய்யாமுத்துவின் வீரம் செறிந்த உரைகளால் தமிழ் நாடே விம்மி எழுந்தது. அதன் காரணமாக அவர் தலைமையேற்றும், திறப்பு விழா உரை நிகழ்த்தியும், தீர்மானங்களை முன்மொழிந்தும் பங்கு கொண்ட அரசியல் மாநாட்டுகளுக்கும், விவசாயிகள் மாநாட்டுகளுக்கும், வாலிபர் மாநாடுகளுக்கும் கணக்கே இல்லை.”**[356]

என்று சிற்பி பால சுப்பிரமணியம் குறிப்பிடுவது போல் தம் பேச்சால், எழுத்தால் மக்களை மட்டுமல்ல காந்தி, இராஜாஜி, தந்தை பெரியார் என்று பலரையும் தம்பால் கவர்ந்த மக்கள் தலைவர் இவர்.

“கதர் என்றால் அய்யாமுத்து, அய்யாமுத்து என்றால் கதர்” என்று தலைவர் ராஜாஜியால் பாராட்டப்பெற்றவர். சமூக நீதிக்காக போராடிய பெரியார். சிறுவயதில் நல்லதங்காள் நடித்த அனுபவம் பெற்றவர். இதனால் இவருக்கு இயற்கையிலேயே நாடகத்தின்பால் ஈடுபாடு ஏற்பட்டது. நவாப் ராஜமாணிக்கம் அவர்களுக்கு ஏராளமான உதவிகள் செய்து அவரது நாடகக்குழு தொடர்ந்து இயங்க காரணமாய் இருந்தவர். பின்னாளில் இவர் எழுதிய ‘இன்பசாகரன்’ நாடகம் குறித்து இவர் கூறுவதாவது:

> **நான் இயற்றிய இன்பசாகரன் என்ற நாடகத்தை ராஜமாணிக்கம் கம்பெனியார் பொன்னமராவதியில் 1936 / ஜூன் மாதம் ஏழாம் தேதி அரங்கேற்றினார்கள். நாடகத்திற்கு நல்ல பெயரும், புகழும், பாராட்டுதல்களும் கிடைத்தன. சென்னை மாநகரில் ராயல் தியேட்டரில் அந்நாடகம் தொடர்ந்து 178 நாட்கள் 1937ஆம் ஆண்டில் நடிக்கப்பட்டது. அதன்பின் தமிழ்நாட்டிலும், கேரளத்திலும் அந்நாடகம் மூன்று ஆண்டுகளில் மொத்தம் 500 தடவைகள் நடிக்கப்பட்டது.**[357]

சென்னை பீப்பிள்ஸ் பார்க்கிள் இருந்த ராயல் தியேட்டரில் 08.10.1937 இல் இன்பசாகரன் நடத்தப்பட்டது. அந்த நாடகத்தில் தலைமையேற்ற புலுசு சாம்பமூர்த்தி அன்று பேசுகையில்,

“உங்கள் உணர்ச்சிகள் உச்ச நிலையை எய்தியிருக்கும் இச்சமயத்தில் நான் பேச எழுந்து நிற்கிறேன். என்னை இந்நாடகம் பார்க்க அழைத்தபோது, ஒருமணி நேரமே என்னால் இருக்க முடியுமென்று பேரம் பேசினேன். ஆனால் இந்நாடகத்தை ஆதிமுதல் அந்தம் வரை பார்க்கும்படி என்னை என் நாற்காலி அமர்த்திவிட்டது.

நானறிந்துள்ள தமிழ் சொற்பமே ஆயினும், இந்நாடகத்தை கஷ்டமின்றிப் பின்தொடர்ந்தேன். ஆனால் தமிழை நன்கறிந்த நீங்கள் நாடகத்தை என்னைவிட நன்றாக அனுபவித்திருப்பீர்கள்..

தற்கால நோக்கத்திற்கேற்ற இத்தகைய நாடகத்தைக்கூட அகில பாரத சர்க்கா சங்கக் காரியதரிசியும், எனது நண்பருமான அய்யாமுத்து அவர்களால் நூற்க முடியுமென்று நான் கொஞ்சம்கூட எதிர்பார்க்கவே இல்லை. மேடையின்மீது கைராட்டினத்தையும், கைத்தறியையும் அவர் புகுத்தியது எனக்கு அளவற்ற ஆனந்தமளித்தது. ஆசிரியரை நான் இதற்காக மனமார வாழ்த்துகிறேன்.[358]

என்று புலுசு சாம்பமூர்த்தி அவர்கள் இந்நாடகத்தின் சிறப்பையும், இந்நாடகத்திற்கு அன்றைக்கு மக்களிடம் பெற்றிருந்த வரவேற்பையும் குறிப்பிடுகிறார். மேலும் இந்நாடகம் இவரது எழுத்தாற்றலுக்கு நற்சான்றாக விளங்கியதெனலாம்.

எஸ்.டி.சுந்தரம்

தமிழ் நாடக உலகை நாட்டுவிடுதலைப் பாதையில் வழிநடத்திய பாவலரின் வழி வந்தவர் எஸ்.டி.சுந்தரம். இவரது ‘கவியின் கனவு’ நாடகம் மட்டும் 2,000 தடவைகளுக்குமேல் நடை பெற்றது என்ற புதிய வரலாற்றை உருவாக்கியவர். 1922ஆம் ஆண்டு, சேலம் மாவட்டத்திலுள்ள ஆத்தூரில் பிறந்தவர். தந்தையார் திரு.கே.துரைசாமி அவர்கள், தாயார் திருமதி பூங்கோதை அவர்கள். திருவையாறு ஓரியண்டல் ராஜா கல்லூரியில் தமிழ்ப் புலமை பெற்றார். விடுதலைப் போராட்டத்தில் பங்கேற்று சிறையேகியவர். சிறைச்சாலையில் உருவான ‘கருவே’ பின்னாளில் ‘கவியின் கனவு’ நாடகமாக பிரசவித்தது. எண்ணற்ற நூல்களையும், சிறந்த நாடகங்கள் பலவற்றையும் எழுதியுள்ளார்.

“திரு. எஸ்.டி.சுந்தரம் ஒரு சிறந்த கலைஞர் கவிஞர் நாடக ஆசிரியர் திரைப்பட இயக்குநர். கலை ஆர்வமும் தேச பக்தியும், ஒன்று திரண்டாற் போன்ற உத்தமர்”[359]

என்று நாடகக் கலை இதழ் இவரைப் போற்றியுள்ளது. பல சிறப்பான சாதனைகளை நிகழ்த்திய இவரது பிற்கால வாழ்வு சோதனையாகவும், வேதனையாகவும் அமைந்து போனது. இது விடுதலைப் போராட்ட வீரர்களின் வாழ்க்கையில் இயல்பானதொன்றோ?

கவியோகி சுத்தானந்த பாரதி

கவியோகி ஓர் இலக்கிய மேதை. மிகச் சிறந்த எழுத்தாளர். இவர் மிக விரும்பி நேசித்த கலை நாடகக் கலை. செய்யுள் நாடகம், இசை நாடகம், உரைநடை நாடகம் என்ற வகைகளில் நூற்றுக்கணக்கான நாடகங்களை இவர் எழுதியுள்ளார். இராணி மங்கம்மாள் போன்ற விடுதலையுணர்வு நாடகங்களையும் எழுதியுள்ளார்.

> **“அழகின் விளக்கமே கலை. கலை என்பது உள்ளிருந்து மலர்வது. அது சிந்தனைச் சிற்பம், உள்ளுணர்வின் கனவுக் காட்சி, இந்தக் கனவுக் காட்சியையே கவிஞன் காவியமாக்குகிறான். சிற்பி சிலை வடிக்கிறான். நடிகன் மேடைமேல் நவரச பாவனை காட்டி நடிக்கிறான். கலைகளில் என்னைக் கவர்ந்தது நாடகமே”**[360]

கலைக்கரசான நாடகத்தை இவ்வாறு போற்றுவார் சுத்தானந்த பாரதி. இவ்வாறு தான் நேசித்த நாடகக் கலையின் வாயிலாகவே நாட்டு மக்களுக்கு நாட்டுப்பற்றை ஊட்டிய நல்லோர் இவர்.

எம்.எஸ்.முத்துக்கிருஷ்ணன்

1906ஆம் ஆண்டு சென்னை வண்ணாரப் பேட்டையில் மாத்தூர் சோலை செட்டியாருக்கும் ஆவுடையம்மாளுக்கும் மகனாகப் பிறந்தவர். சங்கரதாஸ் சுவாமிகளிடம் நாடகப் பயிற்சி பெற்றவர். பல நாடகக்குழுக்களில் பணியாற்றி நாடக ஆசிரியராக உயர்ந்தார். பதிபக்தி, கதரின் வெற்றி போன்ற நாடகங்களை இயக்கி வெற்றிகரமாக நடத்திக் காட்டியவர்.

நாடக ஆசிரியராக இருந்ததோடு பல நாடக திரைப்பட கலைஞர்களை உருவாக்கியப் பெருமை இவருக்குண்டு. தமிழகத்தின் புகழ்பெற்ற எம்.ஆர். இராதா, ஆர்.எஸ்.மனோகர், டி.எஸ்.பாலையா, நடிகர் திலகம் சிவாஜி கணேசன் போன்ற பழம்பெரும் கலைஞர்களை அறிமுகப்படுத்திய பெருமைக்குரியவர்.

பாரதநாடு விடுதலை வேண்டிப் போராடிய போது கதராடையையே அணிந்து தேசியவுணர்வு நாடகங்களை நடித்துக் காட்டி தடை உத்தரவுகளை மீறிப் பலமுறை சிறை சென்றுள்ளார்.

வெ.சாமிநாத சர்மா

> **"பிறநாட்டு நல்லறிஞர் சாத்திரங்கள்**
> **தமிழ் மொழியிற் பெயர்த்தல் வேண்டும்**
> **இறவாத புகழுடைய புதுநூல்கள்**
> **தமிழ் மொழியிற் இயற்றல் வேண்டும்"**

என்று பாரதி கண்ட கனவை நனவாக்கிய பெருமகனார். பிறமொழி இலக்கியங்களைத் தமிழிலக்கிய உலகிற்கு கொண்டு வந்த பெருமைக்குரியவர். எழுபதுக்கும் மேற்பட்ட நூல்களைத் தமிழில் ஆக்கித் தந்தவர். கார்ல்மார்க்ஸையும், பிளாட்டோவையும், மாஜினியையும், ரூஸ்ஸோவையும், எய்ன்ஸ்டினையும் தமிழுலகிற்கு அறிமுகப்படுத்திய ஆசான். நாட்டுப்பற்று மிகுதியால் இவர் எழுதிய 'பாணபுரத்து வீரன்' நாடகம் விடுதலைப் போராட்ட நாடகங்களில் தலைமையிடத்தைப் பெற்றது.

> **நவசக்தியில் பாணபுரத்து வீரன் வெளிவந்து கொண்டிருந்த பொழுது அதைப் படித்து வந்த ஈ.வே.ராமசாமி நாயக்கர், 'பிரிட்டிஷ் ஆட்சியால் தடை செய்யப்படலாம்' என்று கூறினாராம்.**[361]

அவர் கூறியபடியே இந்நாடகம் பின்னாளில் தடைசெய்யப்பட்டது. அத்தகைய எழுச்சிமிகு கதையமைப்பையும், வசனங்களையும் உடைய நாடகத்தை எழுதிய பெருமைக்குரியவர்.

நாகலிங்கம் செட்டியார்

மதுரை நாகலிங்கம் செட்டியார் 1929ஆம் ஆண்டு நாடகச் சபையில் முக்கிய நடிகராகச் சேர்ந்தார். நாடக ஆசிரியராக இருந்து பல நாடகங்களை இயக்கினார். பதிபக்தி, கதரின் வெற்றி, சிம்பலைன், அபாயத்துக்கு உபாயம் ஆகியவற்றை இயக்கி வெற்றிகரமாக நடத்திக் காட்டினார்.

ஏனையோர்

டி.பி.பொன்னுச்சாமிப் பிள்ளை பாலகான நாடக சபையின் ஆசிரியராக இருந்தார். பம்பாய் மெயில் நாடகத்தை நாள்தோறும் பலமுறை நடத்தியுள்ளார். இதேபோல் 'நாம் இருவர்' நாடகத்தை தந்த ப.நீலகண்டன், 'அந்தமான் கைதி' நாடகத்தை எழுதிய கு.சா. கிருஷ்ணமூர்த்தி, 'முதல் முழக்கம்' நாடகம் எழுதிய

ரா.வேங்கடாசலம், 'ரத்தக் கண்ணீர்' நாடகம் எழுதிய திருவாரூர் கே.தங்கராசு ஆகியோர்களின் பங்களிப்பு காலத்தால் அழியாது.

விடுதலையில் பாடலாசிரியர்கள்

இப்போராட்டத்தில் நாடக ஆசிரியர்களைப் போலவே நற்பணியாற்றியவர்கள் பாடலாசிரியர்கள். நாடகச் சுவை கருதி நாடகத்தில் பாடல்கள் சேர்க்கப்பட்டு பாடப்படுவது வழக்கம். இப்பாடல்கள் அனைத்தும் புராண நாடகப் பாடல்களாக இருந்த சமயத்தில் அதை மாற்றி இடையிடையே தேசபக்திப் பாடல்களை பாட வைத்த பெருமைக்குரியவர்கள் பாடலாசிரியர்களே. இவர்களின் பங்குபணி குறிப்பிடத்தக்கது.

மதுரகவி பாஸ்கரதாஸ்

இந்நாட்டு விடுதலை வீரர்களின் வரலாற்றைப் புரட்டிப் பார்க்கும் போது நமக்குள் ஏற்படும் அதிர்வுகளும், அதிர்ச்சிகளும் மனதை விட்டு நீங்காத 'நடுகற்களாய்' நின்று விடுகின்றன. இவ்வகையில் விடுதலைப் போராட்ட வரலாற்று முகங்களில் வெளிப்படாமலேயே இருண்டு போன முகங்கள்தான் எத்தனை! எத்தனை!

விடுதலைப்போரின் ஒவ்வொரு நிகழ்வையும் உணர்வுகளாக்கி கலையின் மூலமாக மக்களின் கலைப்பசியை ஆற்றியதோடு, சுதந்திர தாகத்தை ஏற்படுத்தி மக்களின் மனதில் நீங்கா இடம் பெற்ற மதுரகவி பாஸ்கரதாஸின் வாழ்க்கை இன்றைக்கு நம்மில் பலரும் அறிந்தறியாத இரகசியமாகவே போய்விட்டது. அன்றைக்கு கல்வியறிவு இல்லாத நிலையில் நாட்டில் நடந்த முக்கிய நிகழ்வுகளையெல்லாம் பாடல்களாக்கி பாமரனும் பாடும் வண்ணம் எளிய பாடல்களாகத் தந்தவர் பாஸ்கரதாஸ். பாரதியின் பாடல்கள் இப்போது பேசப்படுகின்றன. ஆனால், அன்றைக்கு பாஸ்கரதாஸின் பாடல்களை பேசாதவர்களே இருக்க முடியாதாம்.

பாஸ்கரதாஸின் பாடல்களில் இந்திய தேசிய விடுதலை இயக்கப் பாடல்களே முதன்மை வகிக்கின்றன. ஒத்துழையாமை இயக்கம், கதர்பிரச்சாரம், ஜாலியன் வாலாபாக் படுகொலை, உப்புவரி எதிர்ப்புக் கொள்கை, நீலன் சிலை எதிர்ப்பு போன்ற இயக்கக் கொள்கைகளும், காந்தி, பகத்சிங் மற்றும் திலகர் உள்ளிட்ட நூற்றுக்கும் மேற்பட்ட இந்திய தேசியத் தலைவர்களைப் புகழ்ந்தும் இவர் பாடிய பாடல்கள் என்றும் அழியாத நிலைத்த

புகழுக்குரியதாகும்.

1926 ஆம் ஆண்டு மே மாதம் 30ஆம் தேதி மதுரையில் நடிகர் சங்கம் ஒன்று இவரது முயற்சியால் தொடங்கப்பட்டது. அச்சங்கத்தின் நோக்கங்களாக கீழ்க்கண்ட தீர்மானங்கள் நிறைவேற்றப்படுகின்றன.

- **அரங்கத்தில் அமுதினும் இனிய தமிழ் மொழியை வளர்த்தல்**
- **கவனிப்பாரன்றி மூலையில் கிடக்கும் நாடகக் கலையையும், தமிழ்மொழிச் சங்கீதத்தையும் தகுந்த முறையில் முன்னேற்றம் அடையச் செய்தல்.**
- **தேசத்தின் விசயங்கள் மல்கிக் கிடக்கும் நாடகங்கள் நடத்தி, அடிமைப்பட்ட இந்து நாட்டின் சுதந்திரத்துக்காக பாடுபடுதல்**

என்பதிலிருந்து இவர் உருவாக்கிய நாடகச் சங்கத்தின் வாயிலாக நிறைவேற்றப்பட்ட தீர்மானங்களைப் பற்றி அறியும் போது இவரது தமிழ்ப் பற்றையும், தேசப்பற்றையும், கலைப்பற்றையும் நம்மால் அறியாமலிருக்க இயலாது. அன்றைய நாளில் மதுரகவி பாஸ்கரதாஸின் பாடல்களை மேடையில் பாடாத நாடக நடிகையரே இல்லை எனலாம். சமூகத்தின் அடித்தட்டு மக்களையும் இவரது பாடல்கள் சென்று சேர்ந்தன.

“காந்தியோ பரம ஏழை சந்யாசி
கடவுளின் பிரதிநிதியாக விஸ்வாசி
சாந்த நெசவு விவசாய சுதேசி
சமத்துவ சுதந்திரம் தரும் உபன்யாசி

எனும் இவரது பாடலை ஓடும் ரயிலில் பிச்சையெடுப்பவர்கூட ஓயாது பாடுவது வழக்கமாக இருந்தது.363

என்ற செய்தியை அறியும் போது இவரது பாடல்கள் எத்தகைய தூரம் சமூகத்தின் அடித்தட்டு மக்களையும் சென்றடைந்திருக்கின்றன என்பதையும் மக்கள் மத்தியில் இவரது செல்வாக்கையும் உணர்ந்து கொள்ள முடிகிறது.

ப.ஜீவானந்தம்

தமிழ்த்தாய் ஈன்றெடுத்த தவப்புதல்வன். தென்பாண்டி நாட்டின் பெருவேந்தன் பூதப்பாண்டியன் பிறந்த மண்ணில் உதித்த புரட்சி வேந்தன். கேட்டோரையெல்லாம் தன் சிம்மக்குரலால் கட்டிப்போட்ட காந்த மனிதன். தன் பேச்சாலும் எழுத்தாலும் வையத்தை மாற்றிப்போட்ட மற்றொரு பாரதி. கேட்போர் உள்ளத்தையெல்லாம் உருகச்செய்து கண்ணீரை வரவழைத்த மாய மந்திரம் இவரது பாடல்கள். இதனாலேயே மேடைகளில் இவரது பாடல்களைப் பயன்படுத்தியதாக தி.க.சண்முகம் கூறுவார்.

ஜீவாவின் பாடல்கள் ஏகாதிபத்தியத்திற்கும் பாசிஸத்துக்கும் எதிராக ஈட்டியைப் பாய்ச்சும் மிதவாதிகளைச் சாடும் முதலாளித்துவத்துடன் மோதும் சாதிமத மூடப் பழக்கவழக்கங்களை எதிர்க்கும். நாட்டின் விடுதலை, சமூக சீர்திருத்தம், சமதருமம், பெண்ணுரிமை, மொழிப்பற்று ஆகியவை ஜீவாவின் பாடல்களில் ஒளிர்விடும். கலைஞர்கள் டி.கே.சண்முகம், பகவதி, கலைவாணர் என்.எஸ்கிருஷ்ணன், எம்.ஆர்.ராதா, சிவாஜி கணேசன் ஆகிய அரும்பெரும் கலைஞர்களெல்லாம் அன்று ஜீவாவையே சுற்றி நின்றனர்.[364]

என்று தியாகி ஐ.மாயாண்டி பாரதி அவர்கள் கூறுவதிலிருந்து இவரது பாடல்களில் இருந்த வேகமும், வீரமும், ஈர்ப்பும் வெளிப்படுகிறது.

மேலும் இவரது பாடல்களில் வேகமும், வீரமும், புரட்சியும், எழுச்சியும் மட்டுமா இருந்தது. ஏழை, எளிய மக்களின் ஜீவனாகவும், அவர்களது உள்ளக்கிடக்கையின் தாகமாகவும் அல்லவா இருந்தது.

“ஜீவாவின் பாடல் வர்க்கப் போராட்டத்தில் உழைப்பவனின் குரலாகப் பொங்குகிறது. அதன் அடிநாதம் சுதந்திரம், சமதர்மம், ஜாதிய விடுதலை, மத விடுதலை, மாதர் விடுதலை, தேசிய விடுதலை, சர்வதேச விடுதலை எனப் படிப்படியாக கட்டம் கட்டமாக விரிந்து, விகசித்துச் செல்லுகிறது.[365]

என்று இவரை நன்கு ஆய்வு செய்த பொன்னீலன் குறிப்பிடுவார்.

“தலைவராக தன்னைக் கருதாமலே தொண்டராகவே உழைத்து, உழைத்து சந்தனக் கட்டையைப் போலத் தேய்ந்து, தேய்ந்து உரு அழிந்தாலும் மற்றவர்க்கு மணம் பரப்புவதைப் போல - தன் வாழ்க்கையை, இன்பத்தை அழித்துக்கொண்டு அந்தத் தூய தன்மையால் ஏற்பட்ட சிறப்பை, மக்கள் சமுதாயத்திற்கு வழங்கி வந்தவர் ஜீவா” என்று அமரர் ஜீவாவின் மறைவின் போது பொன்மனச் செம்மல் எம்.ஜி.ஆர் அவர்கள் வழங்கிய இரங்கல் செய்தி காலந்தோறும் இவர் புகழை சுமந்து நிற்கும் பொன்னெழுத்துகளாகும்.

ஏனையோர்

இவர்கள் நீங்கலாக இன்னும் பல கவிஞர்கள் தங்கள் கால நிகழ்வுகளைப் பாடல்களாக்கித் தந்தனர். அவர்களை பெயரளவிற்கு அறிய முடிகிறதேயொழிய அவர்களின் பிற வரலாற்றுச்

செய்திகளை அறிய முடியவில்லை. “வந்தே மாதரமே -வாழ்வுக்கோர் ஆதாரமே”, “பஞ்சாப் படுகொலை பாரில் கொடியது படுபாவமுடையது”, “செல்லுவோம் சிறைச்சாலை” போன்ற பாடல்களை எழுதிய மதுரை சுந்தர வாத்தியார், “காக்கா காக்கா கடைகெட்ட காக்கா”, “ஆங்கிலப் பேய்களெல்லாம் திரண்டு கொண்டாடுது லண்டனிலே” இத்தகையப் பாடல்களை எழுதிய பூமி பாலகதாஸ், “இத்தனை காலமாய்க் குட்டிக் குட்டித்தலை மொட்டையடித்து விட்டார்”, “நஞ்சை புஞ்சைக்கும் வரி நாய் ஆடு மாட்டுக்கும் வரி”, “இப்படியே நெலமை இருந்தால்” என்பன போன்ற பாடல்களை எழுதிய ஓரடி முத்து வேல் பிள்ளை, “காந்தியின்னு சொல்லி எங்கேயோ இருந்தொரு கெழவர் வந்திருக்காராம்” என்ற பாடலை எழுதிய ராஜா எஸ். எஸ். சண்முகதாஸ் மற்றும் இராச சண்முகதாஸ், கம்பம் பாவலர் பீர் முகமது, கவிக்குஞ்சர வாத்தியார், இசக்கி முத்து வாத்தியார் போன்றோரின் பாடல்களும், இவர்களது வரலாறும் மீட்டெடுக்கப்பட்டு காலந்தோறும் காப்பாற்றப்பட வேண்டும்.

விடுதலையில் கலைஞர்கள்

விடுதலைப் போராட்டத்தில் நாடக ஆசிரியர்களும், பாடலாசிரியர்களும் எந்தளவிற்கு பாடுபட்டார்களோ, அதைவிட பன்மடங்கு பாடுபட்டவர்கள் இக்கலைஞர்கள். இவர்கள்தான் மக்கள்முன் களத்தில் நின்று போராடியவர்கள். நாடக ஆசிரியர்களும், பாடலாசிரியர்களும் செய்து தந்த நாடகப் பொம்மைகளுக்கு உயிர் கொடுத்தவர்கள். இதனால் இவர்கள் அடைந்த சிறைத்தண்டனைகளும், சித்திரவதைகளும் சொல்லி மாளாது. இவர்களைக் குறித்து இப்பகுதியில் காணலாம்.

விசுவநாததாஸ்

1886ஆம் ஆண்டு ஜூன் 16 ஆம்தேதி சிவகாசியில் மருத்துவ சமூகத்தைச் சேர்ந்த சுப்பிரமணியம் - ஞானம்மாள் தம்பதியினருக்கு மகனாகப் பிறந்தவர். நாடகக் கலையில் ஈடுபாடு கொண்டு புராண நாடகங்களில் நடித்து வந்தார்.

> **“தமிழ் நாடகத்தை உயிராக நினைத்தோர் பலர் இருக்கலாம். ஆனால் தமிழ் நாடகத்துக்காவும் பிறந்த நாட்டுக்காகவும் நாடக மேடையிலேயே உயிர் துறந்த நடிகர் விசுவநாததாஸ் ஆவார்”**[366]

என்று பேராசிரியர் இரவீந்திரன் அவர்கள் இவரது நாடக ஈடுபாடு குறித்து ரத்தினச் சுருக்கமாக குறிப்பிடுவார். அதுபோல் நாடகத்தையும் தேசவிடுதலையையும் தன்னுயிராகக் கருதியதாலேயே நடித்த மேடையிலேயே தன்னுயிரை இழந்தார்.

*1911*இல் காந்தியடிகள் தூத்துக்குடி வந்தபோது அவரது மேடையில் பாடும் வாய்ப்பு கிட்டுகிறது. அவரது பாடலைக்கேட்டு மகிழ்ந்த காந்தியடிகள் இவரது திறனை தேசவிடுதலைக்கு பயன்படுத்துமாறு கேட்டுக் கொள்கிறார். அதுமுதல் அதை வேதவாக்காக ஏற்றுக்கொண்டு தாம் நடித்த நாடகங்களிலெல்லாம் தேச விடுதலைப் பாடல்களைப் பாடுவதை கொள்கையாக வைத்துக் கொண்டார்.

> **"சிறப்பு நாடகக் கலைஞர்கள் பல மேடைகளில் இன்னிசை மழை பொழிந்து அதிகப் பொருளீட்டி வந்த காலத்தில், மிகப் பெரும் நடிகராக விளங்கியும், தேசியத்தின் மீதும், விடுதலை இயக்கத்தின் மீதும் கொண்ட தீராத வெறியால் வெள்ளைய ஏகாதிபத்தியத்தை விரட்டியடிக்கும் சாட்டையாகத் தம் குரல் வளத்தை மேடையில் தீட்டிக் கொண்டவர் விசுவநாததாஸ்"**[367]

என்று இவரது பணியை மதிப்பிடுவார் பேராசிரியர் இரவீந்திரன் அவர்கள்.

> **"நாடகம் என்பது கண்டு களிக்கத்தக்கது என்ற நிலையை மாற்றி, நாடகத்தால் நாட்டு மக்களிடம் எழுச்சியை உண்டாக்க முடியும் என்று நாடகக் கலையை ஆக்கப் பணிகளுக்கு உகந்த ஒன்றாக மாற்றிய தனிச்சிறப்பு இவருக்கு உரியது"**[368]

என்று ஆறு அழகப்பன் இவரது தியாகப் பணியைப் போற்றுவர்.

> **கொக்கு பறக்குதடி பாப்பா - வெள்ளைக்**
> **கொக்கு பறக்குதடி பாப்பா**

என்ற பாடலை தாஸ் அவர்கள் உச்சஸ்தாயில் பாட ஆரம்பித்ததும் அரங்கமே கைதட்டல்களால் அதிரும். போகும் இடங்களிலெல்லாம் ஆங்கில அரசாங்கம் இவரைக் கண்காணித்துக் கொண்டே இருக்கும்.

எந்த நாடகத்தில் நடித்தாலும் அதில் கதர்த்துணியால் தைத்த உடையை அணிவது, மேடையிலே தேசியப் பாடல்களைப் பாடுவது என்பனவற்றையே விரதமாகக் கொண்டு ஒழுகி வந்தார். காந்தியத்தை தம் வாழ்வின் இலக்காக கொண்டு வாழ்ந்தவர். இவரது கஷ்டங்களைக் கண்ட எட்டயபுர இளையராஜா காசிப்பாண்டியன், இவர் ஆங்கிலேயரை எதிர்க்கும் பாடல்களை நாடகங்களில் பாடாதிருந்தால் தாம் அவருக்கு உதவுவதாக

வாக்களித்தார். ஆனாலும் அதை ஏற்காமல் வறுமையுற்ற போதிலும் வழி மாறாமல் வாழ்ந்தவர். ஆங்கிலேய அரசுகூட இவர்தம் கொள்கைகளை மாற்றிக் கொண்டால் இவருக்கு மாதந்தோறும் குறிப்பிட்டத் தொகையை ஊதியமாக தருவதாகவும் கூறியது. இவைகளையெல்லாம் ஏற்காமல் தம் சொத்துக்களையும் உயிரையும் இந்நாட்டிற்காக அர்ப்பணித்தவர். தம் வாழ்நாளில் 29 முறை சிறை சென்று வந்த சீமான். உலகிலேயே அதிகமுறை சிறையேகியவர் இவர் ஒருவராகத்தான் இருக்கும்.

1940ஆம் ஆண்டு டிசம்பர் 31ம்தேதி இரவு சென்னை இராயல் அரங்கத்தில் இவரது வள்ளித்திருமணம் நாடகம் நடைபெற இருந்தது. இந்நாடகமே இவரின் கடைசி நாடகமாகவும், இந்நாளே இவர் வாழ்வின் கடைசி நாளாகவும் அமைந்து விட்டது. இதுகுறித்து இவரோடு நடித்து வந்த கே.பி.ஜானகியம்மாள் கூறுவதாவது:

“குறிப்பிட்ட தேதியில் விஸ்வநாததாஸ் நாடகத்திற்கு வந்தார். போலீஸ் படையும் இவரைக் கைது செய்ய நாடக அரங்கைச் சுற்றி நின்றது. நாடகத் தேதிக்கு மூன்றாம் நாள் வீடும் ஏலத்திற்கு வர இருந்தது. இந்தக் கவலையினால் அக்கலைஞரின் உள்ளம் வேதனையடைந்ததோடு இந்திய விடுதலை கீதத்தை பாடாதிருக்கும்படியான தடையும் அவர் மனதில் பெரும் போராட்டத்தை எழுப்பியது. இதனால் அவர் வழக்கத்திற்கு மாறாக வள்ளி நாடகத்தில் கழுகாசனத்தில் அமரந்தபடியே “மாயமான வாழ்வே இம்மண்மீதே” என்ற பாடலை சோகத்துடன் பாடினார். இரண்டாம் முறையும் பாடினார். மூன்றாம் முறையும் பாடிய படியே அவர் தலை சாய்ந்தது. நாடக மேடையிலேயே அவர் இயற்கையெய்தினார்.[369]

என்று கூறுகிறார். கண்ணீருக்கும் கையறுநிலைக்கும் காரணமாக அமைந்த இவரது வாழ்க்கையும் தேசப்பற்றும் என்றும் தமிழர் மனதில் வைத்து போற்றுதற்குரியதாகும். இவரது வாழ்வும் போராட்டமும் தனி ஆய்வுக்குரியதாகும்.

தி.க.சண்முகம்

இருபதாம் நூற்றாண்டில் சிறந்து விளங்கிய கலைச் செல்வங்களுள், தமிழ் நாடகக் கலையை புகழின் உச்சத்திற்கு கொண்டு சென்ற பெருமைக்குரியவர் தி.க.சண்முகம். இவரும் இவரது சகோதரர்களும் தங்களுடைய வாழ்க்கையை

இக்கலைக்காகவே ஈகம் செய்தனர். இக்கலையால் இவர்கள் சம்பாதித்தவைகளைவிட தேசப் போராட்டத்தில் ஈடுபட்டுதற்காக இழந்தவைகள்தான் அதிகம். இத்தகைய பெருமகனாரை..

"நாடகத் துறையின் தொல்காப்பியர்' எனவும், 'அவ்வை' எனவும், 'முத்தமிழ்க்கலா வித்துவரத்தினம்' எனவும், 'நடிகர்கோ' எனவும் 'நாடகத் தமிழ் வேந்தர்' எனவும் புகழப்பெற்ற தி.க. சண்முகம் அவர்கள் 1912ஆம் ஆண்டு ஏப்ரல் மாதம் 26ஆம் நாளில் பிறந்தார்"[370]

என்று தமிழ் நாடகத்துறைக்கு இவர் ஆற்றிய பங்களிப்பு கொண்டு இவரை பட்டங்களால் அலங்கரிப்பார் பேராசிரியர் இரவீந்திரன் அவர்கள்.

ஆறு வயதிலேயே தவத்திரு சங்கரதாஸ் சுவாமிகளின் நாடகக் குழுவில் சேர்ந்து பயிற்சி பெற்றார். 'வீர அபிமன்யு' நாடகத்தில் சிறந்த நடிப்பை வெளிப்படுத்தி சுவாமிகளின் பாராட்டைப் பெற்றார். பிற்காலத்தில் சங்கரதாச சுவாமிகளின் நாடகங்களோடு, பதிபக்தி, தேசியக்கொடி. கதர்பக்தி, கதரின் வெற்றி போன்ற நாடகங்களையும் நடத்தினார். பாவலரின் கீழ்ப் பெற்ற பயிற்சி தி.க. சண்முகத்திற்கு நாடகப் பயிற்சியில் இன்னொரு பரிமாணத்தைக் கொடுத்தது. சுமார் இரண்டரை மாத காலமே பாவலரின் கீழ்ப் பயிற்சி பெற்றிருந்தாலும், இப்பயிற்சியே பின்னாளில் இவர் பொன்னையும் பொருளையும் நாடாமல் தேச விடுதலையிலும், தமிழ்ப்பணி ஆற்றுவதிலும் தன்னை ஈடுபடுத்திக்கொள்வதற்கான துணிவைத் தந்தது.

"மேடையில் ஒழுக்கம், கட்டுப்பாடு பேணப் பெற்றன. சங்கரதாச சுவாமிகளின் நாடகங்களோடு, தேசிய உணர்வு, சமூகச் சீர்திருத்தம், தாய்மொழிப் பற்று போன்ற உணர்வுடைய நாடகங்கள் தொடர்ந்து மேடையேற்றம் செய்யப்பட்டன"[371]

என்று பேராசிரியர் குறிப்பிடுவது போல் சங்கரதாஸ் சுவாமிகளின் கீழ்ப் பெற்ற பயிற்சி தமிழ்ப் பணியாற்றுவதற்கும், பாவலரின் கீழ்ப் பெற்ற பயிற்சி தேசவிடுதலை ஆற்றுவதற்குமான ஆற்றலைத் தந்தது எனக் கொள்ளலாம்.

மிகச் சிறந்த சமூகச் சீர்திருத்த நாடகமான 'குமாஸ்தாவின் பெண்' நாடகம், அகிலமே போற்றிய 'அவ்வையார்' நாடகம். தமிழர்களின் வீரத்தை விளக்கும் 'இராசராசசோழன்' நாடகம் எனத் தேர்ந்த நாடகங்களை மேடையில் வழங்கிப் பெரும்பணி ஆற்றிய தி.க.சண்முகம் அவ்வையார் நாடகத்தில் அவ்வையாராக வேடமேற்று நடித்துப் புகழ்பெற்றதால் 'அவ்வை' சண்முகம் எனப்

பாராட்டப் பெற்றார். பிற நாடகக்குழுக்களைவிட மற்றவர்களால் குறிப்பிட்டுக் கூறும்படியான நாடகங்களை நடத்தி தமிழ் நாடக உலகில் தொடர்ந்து தனக்கென்றும் தன் நாடகக்குழுவிற்குமென்றும் தனிஇடத்தைப் பெற்றவர்.

தி.க.சண்முகம் படைத்தளித்த நாடகங்கள் ஒவ்வொன்றும் ஒவ்வொரு கடமையை நிறைவேற்றின. அது தேசியக் கடமையாகவோ, சமூகக் கடமையாகவோ, தமிழ்மொழி குறித்த கடமையாகவோ இருந்தன. இவரது நாடகப்பணியை தவிர்த்து விட்டு தமிழ் நாடக வரலாற்றை எழுதிவிட இயலாது.

நவாப் டி.எஸ்.இராஜமாணிக்கம்

தஞ்சாவூர் கீழ வீதியில் பிறந்தவர். தாயாரின் பெயர் குப்பம்மாள். கோவிந்தராஜ் அவருடன் பிறந்தவர். மனைவியின் பெயர் அங்கையற்கண்ணி அம்மையார். 1910ஆம் நுற்றாண்டிலேயே குடந்தை வெங்கடாசல பாகவதர் சிறுவர் நாடகக் குழு ஒன்றை அமைத்துச் சிறப்பாக நடத்தினார். நாடகத்தில் ஈடுபாடு கொண்ட இராஜமாணிக்கம் இக்குழுவில் சேர்ந்து நடிப்புப் பயிற்சி பெற்று சிறந்த நடிகராகத் தேர்ந்தார்.

“தொன்மங்களை, அவற்றிற்கே உரிய இயல்புடன் நாடகமாக்கித் தமிழ் மேடையை ஓர் அற்புத உலகமாகக் காட்சியளிக்கச் செய்த பெருமைக்குரியவர் டி.எஸ்.இராஜமாணிக்கம்”[372]

என்று பேராசிரியர் க.இரவீந்திரன் குறிப்பிடுவது போல் இவர் தமிழ் நாடக மேடையில் பல உத்திகளைப் பயன்படுத்தி காண்போரை வியக்க வைத்த வித்தகர். தான் நடத்திய புராண நாடகங்களில் அதுவரை எவருமே செய்திராத தந்திரக் காட்சிகளை மேடையேற்றி அதிசயங்கள் புரிந்தவர்.

நவாப் இராஜமாணிக்கத்தின் நாடக வாழ்க்கை 1924ஆம் ஆண்டில் தனியாகத் தொடங்கியது. இதுமுதல் முயன்று முன்னேறினார். இவர் கே.டி.நடராஜப்பிள்ளை நாடகக் கம்பெனியில் சேர்ந்து அடிப்படைப் பயிற்சி பெற்றார்.

“1927ஆம் நூற்றாண்டு சென்னையில் நடந்த ராமதாஸ் நாடகத்தில் இராஜமாணிக்கம் ‘நவாப்’ வேடம் தாங்கி நடித்தார். அவருடைய சிறப்பான நடிப்பைக் கண்டு வியந்த மக்கள் அன்று முதல் அவரை ‘நவாப்’ என்ற பட்டத்துடன் அழைத்துப் பாராட்டினர்”[373]

என்று இவர் 'நவாப்' என்று அழைக்கப்பட்டதற்கான காரணத்தைக் கூறுகிறார் பேராசிரியர் ஏ.என்.பெருமாள்.

நாடகம் பொதுமக்கள் இலக்கியமாகும் என்பதனை மெய்ப்பித்த பெருமை நவாப் இராஜமாணிக்கம் பிள்ளையையே சாரும். இவர் காலத்தில் பணவசூலுக்காக காமச்சுவை ததும்பும் நாடகங்களைச் சில குழுக்கள் நடத்தி வந்தன. இதனால் கற்றவர்கள் கண்கொண்டு பார்க்கும் பாவக்கலையாக இருந்த நிலையில் அதனை மாற்றியவர்களில் இவரும் ஒருவர். உயர்மட்டத்தில் இருந்தவர்கள், நடுத்தர எளிய மக்கள் இவர் நாடகத்தால் மதுவுண்ட வண்டாயினர். இவர் படைத்த "கலை மலர்கள்" இன்றும் பார்த்தவர்களின் எண்ணங்களில் வாடா மலர்களாக விளங்குகின்றன.[374]

என்ற புகழுக்குரைக்கேற்ப தமிழ் நாடக உலகில் புதிய மாற்றத்தையும் புதிய பாதையையும் வகுத்தளித்து நாடகத்தமிழுக்கு ஒரு புதிய மரியாதையை ஏற்படுத்தித் தந்த சங்கரதாஸ் சுவாமிகள், பம்மல் சம்பந்த முதலியார் அவர்களோடு சேர்த்து எண்ணத்தக்க பெருமைக்குரியவர் நவாப் இராஜமாணிக்கம்.

சென்னையில் நவாப் இராஜமாணிக்கம் கம்பெனி மிகவும் புகழ் பெற்று விளங்கியது. அனைவரும் நவாப் இராஜமாணிக்கத்தை 'வாத்தியார்' என்று அழைத்ததினால் அந்தக் கம்பெனியை 'வாத்தியார் கம்பெனி' என்று குறிப்பிடும் வழக்கம் இருந்தது. அதோடு இவர் காங்கிரஸ் இயக்கத்தில் மிகுந்த ஈடுபாடு உடையவராக கதராடையே அணிந்து வந்தார். ஒழுக்கத்தை உயிராக போற்றி வந்தார். ஏறக்குறைய 200க்கும் மேற்பட்ட கலைஞர்களை தம் நாடகக் குழுவில் வைத்து இயக்கி வந்தவர். நாடகப் பணியோடு ஓய்வு நேரங்களில் இராட்டையில் நூல் நூற்றல் போன்ற தேசப் பணிகளையும் செய்து நாட்டுத் தொண்டாற்றிய பெருமகனார்.

சகஸ்ரநாமம்

கோவையில் சிங்காநல்லூரில் 29.11.1913இல் பிறந்தவர். சிறுவயதிலேயே டி.கே.சண்முகம் நாடகக்குழுவில் சேர்ந்து பயிற்சி பெற்றவர். இங்கு இவருக்கு கிடைத்த நல்பயிற்சியும், ஒழுக்கமும், கட்டுப்பாடும், நாட்டுப்பற்றும், மொழிப்பற்றும் இவரது வாழ்வுக்கு அடித்தளமாய் அமைந்தது எனலாம். இந்நாடகக்குழுவில் நடைபெற்ற தேசபக்தி நாடகத்தில் வாலீசனாக வந்து புரட்சிக்கனல்

வீசும் வசனங்களை இடிமுழக்கமென முழங்கியவர். வாலீசன் தூக்கிலிடப்படும் காட்சியில் உண்மையாகவே தூக்கிலிடப்பட்டு ஆச்சரியப்படும் வகையில் மீண்டும் உயிர் பெற்றவர்.

> **"பாரதியார் மீதும் அவரது பாடல்கள் மீதும் மிகுந்த பற்றும் சுதந்திர வெறியும் மிக்கவராக எஸ்.வி.சகஸ்ரநாமம் விளங்கினார். இதன் காரணமாக ஆங்கிலேயர்களிடம் அடி உதைபட்ட அனுபவங்களும் இவருக்கு உண்டு" என்று ஜெகாதா குறிப்பிடுவார்.[375]**

> **நடிப்புக் கலைஞர்களைப் பற்றி 'கூத்தாடி' என்ற கேலிச் சொல் மறைந்து, சமுதாயத்தில் அவர்களுக்கும் நல்ல அந்தஸ்து கிடைத்துள்ளது போன்று கல்வி, சமுதாயத் துறைகளில் நாடகக் கலையின் இடம் உயர வேண்டும்[376]**

என்று விரும்பியவர். 1952ஆம் ஆண்டு 'சேவாஸ்டேஜ்' அமைப்பை ஏற்படுத்தி முப்பத்தாறு புது நாடகங்களைத் தந்து தமிழ் நாடகக் கலைக்கு வளம் சேர்த்தவர். தமிழ் நாடக உலகிற்கு இவர் செய்த பங்கு குறிப்பிடத்தக்கது.

கலைவாணர் என்.எஸ்.கிருஷ்ணன்

"சமூகத்திலுள்ள ஊழல்களை யார் மனமும் புண்படாமல் நளினமாக இடித்துக் காட்டும் தன்மை இவர் நாடகங்களுக்கு உண்டு. காலாட்சேபம் வில்லுப்பாட்டு இவைகளை இவர் இடம் பார்த்துத் தம் நாடகங்களில் புகுத்தினார். முதன் முறையாக இந்த உத்தியைத் தமிழ் நாடகங்களில் புகுத்திய பெருமை கலைவாணருக்கே உரியது"[377]

என்று நா.முகம்மது செரீபு இவரது நாடகங்களின் தனிச்சிறப்பைக் கூறுவார்.

தேசபக்தியால் உந்தித் தள்ளப்பட்ட என்.எஸ்.கே. சுதந்திர வேள்விக்கு தன்னால் இயன்ற ஏதாவது ஒரு முயற்சியை மேற்கொள்ள எண்ணினார். அப்போது 'தேசபக்தி' நாடகம் தயாராகிக் கொண்டிருந்தது. அந்நாடகத்தில் நாட்டுப்பற்றை ஊட்டும் விதமாக புதிதாக ஏதாவது செய்ய வேண்டும் என்ற துடிப்போடு 'காந்தி மகான் கதை' என்ற வில்லுப் பாட்டு நிகழ்ச்சியை வடிவமைத்து அதற்கான உரையாடல் பாடல்களை எழுதினார்.

நாடகத்தில் இது பெரிய வெற்றியைப் பெற்றது. மேலும் நாடகத்தின் இறுதிக் காட்சியில் என்.எஸ். கிருஷ்ணன் ராட்டையை

கையில் எடுத்துக் கொண்டு வரும் காட்சி வந்ததாலேயே இந்நாடகம் திருநெல்வேலி மாவட்டத்தில் தடைசெய்யப்பட்டது. இங்ஙனம் நடிப்புக்காக என்று மட்டும் இல்லாமல் நாட்டிற்காகவும் விடுதலைக்காகவும் போராடிய பெருமகனார் இவர்.

மன்னார்குடி நடராஜப் பிள்ளை

நடராஜப்பிள்ளை மன்னார்குடியில் பிறந்தவர். புராண நாடகங்களில் நடித்து வந்த இவர், நாட்டு விடுதலைப் போரில் மிகவும் ஆர்வம் கொண்டவரானார். உப்புச் சத்தியாக்கிரகம் நடந்தபோது தமிழகத்தில் இராஜாஜி தலைமையில் நடைபெற்ற உப்புச் சத்தியாக்கிரகத்தில் கலந்து கொள்வதற்காக நாடகம் நடிப்பதை நிறுத்திவிட்டு நாட்டு விடுதலைப் பணியில் தம்மை ஈடுபடுத்திக் கொண்டார். அதன் காரணமாக ஓராண்டு சிறைத் தண்டனைப் பெற்றார். விடுதலைக்குப்பின் மீண்டும் சில நாடகங்களில் நடித்தவர்.

எம்.எம்.சீனிவாசலு நாயுடு சகோதரர்கள்

எம்.எம்.சீனிவாசலு நாயுடுவும் கோவிந்தராஜுலு நாயுடுவும் சகோதரர்கள். இவர்கள் அரிச்சந்திரா நாடகத்தில் தோட்டி தோட்டிச்சியாக நடித்துப் புகழ்பெற்றவர்கள். இந்நாடகத்தில் ஒரே காட்சியை சுமார் ஒருமணிநேரம் மிகச் சுவையாக நடிப்பார்களாம்.

> **“இவர்களுக்குத் தேசப்பற்று மிகுதியாக இருந்ததால் தேசிய உணர்வுப் பாடல்களை நாடக மேடையில் பாடுவது வழக்கம். நாடகக் கலையும் நாட்டுப்பற்றும் இவர்களால் இணையாக வளர்ந்தன. மக்கள் பாராட்டும் தேசியக் கலைஞர்களாக இவர்கள் இருவரும் நாடக மேடைகளில் உலா வந்தனர்”**[378]

என்று பேராசிரியர் ஏ.என்.பெருமாள் அவர்கள் இவர்களது தேசியப் பணி குறித்துப் பேசுவார்.

எம்.ஜி.இராமச்சந்திரன்

பாவலரது பயிற்சியின் கீழ் ‘பதிபக்தி’ நாடகத்திலும் ‘கவர்னஸ்கப்’ நாடகத்திலும் முக்கியப் பாத்திரமேற்று நடித்தார். தேசிய எழுச்சியை ஊட்டி விடுதலை வேட்கையை மக்களிடையே பரப்பவல்ல இந்நாடகங்களில் நடித்தது பற்றி எம்.ஜி. இராமச்சந்திரன் பிற்காலத்தில் பெருமையுடன் குறிப்பிடுவார். நாடக ஆசிரியர் தெ.பொ.கிருஷ்ணசாமிப் பாவலர் அவர்களது

திறமையை நேரில் அனுபவிக்கும் பேற்றினை நான் பெற்றேன் என்று பின்னாளில் குறிப்பிடுவார்.

"உப்புச் சத்தியாக்கிரகப் போராட்ட காலத்திலும், காந்தி இர்வின் ஒப்பந்தம் நடைமுறையிலிருந்த சமாதான காலத்திலும், கதர் வளர்ச்சி - மதுவிலக்கு - தீண்டாமை விலக்கு ஆகிய ஆக்க வழிப்பணிகளுக்கு தமிழ்நாட்டிலே நாடகப் பேராசிரியர்களும் நடிகக் கலைஞர்களும் காங்கிரசுக்குத் துணையிருந்தனர். அப்போது காங்கிரசிலே கலந்திருந்த திரு. எம்.ஜி.இராமச்சந்திரன் காந்தியடிகளின் ஆக்க வழிப் பணிகளில் பெரும்பங்கு கொண்டார்"[379]

என்று இவரது தேசப்பணியை சுட்டிக் காட்டுவார் ம.பொ.சி. அவர்கள். மக்களால் இன்றளவும் நேசிக்கப்படும் புதுமை மனிதர்.

காளி என். இரத்தினம்

கும்பகோணம் பகுதியில் மலையப்ப நல்லூரைச் சார்ந்த நாராயண படையாச்சியின் மகனாகத் தோன்றி 13ஆம் அகவையில் ஜெகன்நாத அய்யரின் ஒரிஜினல் பாய்ஸ் கம்பெனி நாடகக்குழுவில் சேர்ந்து நடிக்கத் தொடங்கினார். கோவலன் கண்ணகி நாடகத்தில் காளி வேடம் ஏற்று சிறப்பாக நடித்ததால் பரமேஸ்வர அய்யர் என்பவரால் "காளி" என்ற பட்டம் வழங்கப்பட்டது. இதன்பிறகு இவர் காளி என்.இரத்தினம் என்று அழைக்கப்பட்டார். இவர் மதுரை ஒரிஜினல் பாய்ஸ் கம்பெனி நடத்திய நாடகங்களிலும் பங்கு கொண்டு நடித்துள்ளார். அவற்றுள் 'பதிபக்தி' நாடகம் இவருக்கு நல்ல மதிப்பைப் பெற்றுக் கொடுத்தது.

அந்தக் குழுவினர் 'பதிபக்தி' நாடகத்தைத் திரைப்படமாக எடுத்த போது காளி என். இரத்தினமும் திரைப்படவுலகில் காலடி எடுத்து வைத்தார். துப்பறியும் நிபுணராகவும் நகைச்சுவை நடிகராகவும் நடித்து மக்களை சிறப்பாக கவர்ந்துள்ளார். 1950ஆம் ஆண்டு அகால மரணமடைந்தார்

கே.என்.அனந்த நாராயண அய்யர்

நாட்டுப்பற்று மிகுதியாக உடையவர். தேசியவுணர்வு மிக்க பாடல்களைத் தேனாகப் பாடி மக்களை உணர்ச்சிப் பிழம்பாக மாற்றிய தேசியக் கலைஞர்,

காப்பி ரப்பர் தேயிலைக் கரும்புத்
தோட்டத்திலே நம் இந்தியரை

கூலி என்று பேர் கொடுத்து

ஐயையோ செய்யுகின்றார் கொடுமைதனை[380]

என்று பாடும்போது மக்களின் நரம்பு முறுக்கேறித் துடிப்பதைக் காணலாம்.

என்று இவரது பாட்டுத் திறத்தால் நாடக மேடைகளை விடுதலை மேடைகளாக மாற்றிய பெருமை இவரைச் சேரும்.

எம்.எம்.சிதம்பரநாதன்

“கலெக்டர் கடவுளல்ல

கான்ஸ்டபிள் எமனுமல்ல

அஞ்சிடோம் எதற்கும் - அரசியல்

ஆணவத்துக்கு அடிபணியோம்

என்று பாடி மக்களின் அச்சமகற்றி நாட்டுப்பற்று ஊட்டியவர்”[381] இவர்.

1920 ஆம் ஆண்டு தேசியப் போராட்டத்தில் ஈடுபட்ட இவர் நாடகத்தின் வாயிலாக மக்களுக்கு விடுதலையுணர்வு ஊட்டியவர். தேசியக் கருத்துகளை மேடையேறிப் பேசியதோடு அவைகளை அச்சிட்டும் அளித்தார். மகாத்மா காந்தி தென்னாடு வந்த போது அரிசன சேம நலநிதிக்காய் நாடகக் கலைஞர் சார்பாக வெள்ளிப் பேழையும் பணமும் கொடுத்து உதவினார். இவர் விடுதலைக்கான பணிகளை மேடைகளோடு மட்டும் நிறுத்திக்கொள்ளாமல் களத்திலும் நின்று பணியாற்றி வரலாறு படைத்தார்.

டி.எம்.காதர் பாட்சா

“நாடக மேடையில் தேசப்பற்று மிக்கப் பாடல்களை அச்சமின்றி பாடுவார். அதற்காக ஆங்கில ஆட்சி இவரை பலமுறை கைது செய்து நீதிமன்றத்தில் நிறுத்தியது. இவர் எதற்கும் கவலைப்படாது பலமுறை சிறை சென்றுள்ளார். விடுதலைப் பெற்றதும் விடுதலைப் பாடல்களைத் திரும்பவும் பாடிட இவர் என்றும் தயங்கியதில்லை.”[382]

இவர் வாழ்வில் நடந்த அதிசயத்தக்க நிகழ்வொன்று. இவரது தேசிய ஆர்வத்தைக் கட்டிப் போட முடியாத ஆங்கில அரசு கடைசியில் இவர்மீது கொலைக் குற்றம் சாட்டி இவரின் வாழ்வை இறுதியாக்க முயன்றது. இதனால் இவருக்கு மரண தண்டனை விதிக்கப் பட்டது. மரணத்தண்டனையின் போது கடைசி விருப்பமாக ஆர்மோனியத்தை வாங்கி ஒரு பாட்டு பாடுகிறார்:

“சுருளிமலை மீதில் மேவும் சீலா - உன்னைத்

தோத்தரித்தேன் சுப்பிரமணிய வேலா"

என்ற இப்பாடலைப் பாடுகிறார். அதிர்ஷ்டவசமாகவும் ஆச்சரியப்படத்தக்க வகையிலும் நிரபராதியென்று விடுதலை செய்யப்படுகிறார். இத்தகைய ஆச்சரியப்படத்தக்க மறுபிறவி எடுத்த வாழ்வுக்குரியவர் இவர்.

தியாகராஜ பாகவதர்

ஆங்கில அரசு கேட்டுக் கொண்டதற்கிணங்க இரண்டாம் உலகப் போரில் பாதிக்கப்பட்டோருக்கு உதவும் பொருட்டு நாடகம் நடத்தித் தர ஒத்துக்கொண்டார்.

> **"பாகவதரும் திருநீலகண்டர் நாடகத்தின் மூலம் வசூலித்து பணம் வழங்கினார். காங்கிரஸ் தலைவர் சத்தியமூர்த்தி பொன்விழாவுக்கு வந்து பாகவதரைப் புகழ்ந்து பாராட்டினார். அரசாங்கம் 'ஸர்' பட்டம் கொடுக்க முன்வந்தது. திருவெறும்பூர் கிராமத்தையே எழுதிக் கொடுப்பதாகவும் வேண்டுகோள் விடுத்ததை பாகவதர் நிராகரித்து விட்டார்"**[383]

என்று ஜெகதா இவரைப் பற்றிக் கூறுவார். மக்களுக்கு உதவவே நாடகம் நடத்த ஒத்துக்கொண்டார். ஆனால், ஆங்கில அரசு அளித்த பணத்தையும், பட்டத்தையும் தூக்கியெறிந்து தம் நாட்டுப் பற்றை வெளிப்படுத்தியுள்ளார்.

ஆனந்த நாராயண அய்யர்

இவர் 1927இல் "தேசிய நடிகர் சங்கம்" ஒன்றை தொடங்கினார். இவர் நாடகங்களில் பாடிய "கப்பலிலே இந்தியர்கள் படுகின்ற கஷ்டம்" என்ற பாட்டு மிகவும் புகழ் பெற்றது. நாடகங்களில் இவர் பாடுவதற்கு என்றே "சுதந்திர சூரியன் உதிக்கிற நேரம் தூங்காதே தமிழா!" என்ற பாடலை நாமக்கல் கவிஞர் எழுதிக் கொடுத்ததாக நாமக்கல் கவிஞர் தம் வாழ்க்கைச் சரிதத்தில் குறிப்பிட்டுள்ளார்.

கே.பி.கேசவன்

கேரளாவில் பிறந்து தமிழ் நாடகத் துறைக்கு பெரும்பணியாற்றியவர். 1936 வரை நாடகங்களில் நடித்து வந்த இவர் 1937இல் பல திரைப்படங்களில் நடித்துள்ளார். ராஜமோகன், பஞ்சாப் கேசரி, பம்பாய் மெயில், பதிபக்தி, இரு சகோதரர்கள் போன்ற நாடகங்களில் நடித்தார். பின்னர் இந்நாடகங்கள்

திரைப்படங்களாகத் தயாரிக்கப்பட்டபோது அவைகளிலும் நடித்துப் புகழ் பெற்றார்.

1934ஆம் ஆண்டு விருத்தாசலத்தில் கடலூர் முத்தையா தியேட்டரில் பம்பாய் மெயில் நாடகத்தில் நடித்தது மிகவும் சிறந்ததாக இருந்தது என்று நாடக மாமேதை அவ்வை தி.க.சண்முகம் அவர்கள் பாராட்டும் அளவிற்கு சிறந்த நடிப்பாற்றலை வெளிப்படுத்தியவர்.

கோவை இராமதாஸ்

மக்கள் கவிஞர் தோழர் ஜீவாவோடு நெருங்கிய நட்புக் கொண்டவர் இவர். தி.க.சண்முகம் இவரோடு சேர்ந்து நாடகங்களில் பல பாடல்களைப் பாடியவர். இவர் பாடிய 'ஜண்டா ஊஞ்ச்சா' என்ற ஹிந்திப் பாடல் மக்களால் பெரிதும் விரும்பப்பட்டது. பகத்சிங்கின் தோழர் பூதகேஸ்வர், பாட்லிவாலா போன்ற தீவிர தேசபக்தர்கள் திருச்சி மத்தியச் சிறையில் அடைக்கப்பட்டிருந்த போது அவர்களால் பாடப்பட்டது. போராட்ட வீரர்கள் வெளிவந்தனரோ இல்லையோ சிறையிலிருந்து வெளியேறிய இப்பாடல் இக்கலைஞரால் அன்று நாடெங்கும் பாடப்பட்டது.

"நம்முடைய கொடி மேலும் மேலும் உயரமாகப் பறக்கட்டும். அது நமக்கு வலிமையூட்டும். தாய் நாட்டுக்காக உடல், பொருள், ஆவி முழுவதையும் அர்ப்பணிக்க வாருங்கள்! அன்பான பாரதநாடு நம்முடைய நாடு! அன்புள்ளம் கொண்டோரே வருக! வீரர்களே வருக! சுதந்திர தாகம் கொண்டோரே வருக! பாரத மாதாவுக்கு ஜே என்று முழங்குக![384]

என்று **'ஜண்டா ஊஞ்ச்சா'** என்ற இப்பாடலுக்கான பொருள் விளங்குகிறது.

எஸ்.வி.சுப்பையா பாகவதர்

கலையார்வத்தால் வீட்டை விட்டு வெளியேறி டி.கே.எஸ். நாடகக் குழுவில் பயிற்சி பெற்று சிறந்த நடிகராக விளங்கினார். அதே போல் நாட்டுப் பற்றின் காரணமாக ஆங்கில ஆட்சியை எதிர்த்துப் போர்க்குரல் எழுப்பிய நாடகக் கலைஞருள் ஒருவர் எஸ்.வி.சுப்பையா பாகவதர். மதுவிலக்கு, கள்ளுக்கடை மறியல் போன்ற பலவற்றில் ஈடுபட்டு பலமுறை சிறை சென்றிருக்கிறார்.

கே.எஸ்.தேவுடு அய்யர்

நாட்டுப்பற்றுடன் நாடக மேடையில் நடித்து மக்களின் தேசியவுணர்வைத் தட்டி எழுப்பியதினால் ஆங்கில அரசால் தண்டிக்கப்பட்டார். இந்தியநாடு விடுதலைப் போரில் ஈடுபட்டிருந்தபோது நடைபெற்ற உப்புச் சத்தியாக்கிரகப் போரில் கலந்துகொண்டார். விடுதலை உணர்ச்சிப் பாடல்களை நாடக மேடையில் பாடினார்.

எஸ்.ஜி.கிட்டப்பா

தமிழ் நாடக உலகில் தமிழ் மக்களால் மறக்க வியலாத இடம் பெற்றவர். இவரது இசைத்திறத்தால் தமிழ் நாடகம் பெருமை பெற்றது எனலாம்.

> **“கிட்டப்பாவின் சங்கீதம் கர்நாடக இசையின் ஒரு மறுமலர்ச்சி. நாடக மேடையில் சுரம் பாடுவது இவர்கள் காலத்தில் நிறுத்தப் பட்டது. நாடக சங்கீதத்துக்கு உயர்வளித்தவர் இவரே எனலாம். இசைக்கச்சேரிக்குச் சென்று திரும்புவது போன்ற உணர்வையும், நாடகம் கண்ட திருப்தியையும் எஸ்.ஜி.கிட்டப்பா ஏற்படுத்தினார்”**[385]

என்று ஆறு. அழகப்பன் இவரது பாட்டுத்திறனைப் பற்றி மதிப்பிடுவார். நாடகம் பார்த்த அனைவரையும் இவரது இனிய கானம் காந்தத்தைப் போல் தம்பால் ஈர்த்துக் கொண்டது.

“இவரது சங்கீதம், மிகவும் சிலாகிக்கத்தக்கது, கந்தர்வக் கானம் என்றே இதைச் சிலர் கூறக் கேட்டிருக்கிறேன். பாடுவதில் மூன்று ஸ்தாயிகள் வரை எட்டுவார். அப்படியிருந்தும் ஒரு அபஸ்வரமாவது கேட்கப்படாது.”[386]

என்று இவரது பாட்டுத் திறனுக்கு நற்சான்றளிப்பார் நாடகத் தந்தை சம்பந்த முதலியார். இத்தகைய பெருமகனார் இளவயதிலேயே இயற்கை எய்திய கொடுமை நிகழ்ந்தது. வாய்ப்பு கிட்டிய போதெல்லாம் மேடையில் தேசியப் பாடல்களை பாடியவர்.

நாகர்கோவில் கே.மகாதேவன்

இவர் 1914 ஆம் ஆண்டு நாகர்கோயிலில் பிறந்தவர். சிறு வயதிலிருந்து நாடகத்தின்பால் ஈடுபாடுடையவராய் இருந்தார். வள்ளித் திருமணம் நாடகத்தில் நாரதராக வேடம் பூண்டு சிறப்பாக நடித்தவர். பின் டி.கே.எஸ். நாடகக் குழுவில் சேர்ந்து நடிக்கலானார். நாட்டுப்பற்று மிக்கவர். தீண்டாமை ஒழிப்பு தினம்

கொண்டாடி அதில் வள்ளித்திருமணம் கதா காலட்சேபம் செய்து மக்களைக் கவர்ந்தார்.

நடிகமணி டி.வி. நாராயணசாமி

1932ஆம் ஆண்டு எட்டயபுரம் இளையஜமீந்தார் காசிவிஸ்வநாத பாண்டியன் எழுதிய 'தயாளன்' நாடகத்தில் நடித்து தன் நாடக வாழ்வைத் துவக்கினார். பின் டி.கே.எஸ். நாடகக் குழுவில் சேர்ந்து நடித்துள்ளார். இந்நாடகக் குழுவால் நடத்தப்பட்ட 'தேசபக்தி' நாடகத்தில் நாகநாதனாக நடித்துள்ளார். பிறகு திராவிட இயக்கத்தோடு ஏற்பட்ட தொடர்பால் அறிஞர் அண்ணா, கலைஞர் கருணாநிதி போன்றோரின் நாடகங்களில் நடித்து புகழ் பெற்றார்.

சுந்தரராசன், சீனிவாச ஆழ்வார்

சுந்தரராசன், சீனிவாச ஆழ்வார் இருவரும் நாடகத்தின் இடையிடையே பாடல்களைப் பாடுவார்கள். பாரதியார் பாடல்கள்தான். சீனிவாச ஆழ்வார், திருநகரியைச் சேர்ந்தவர். நன்றாகப் பாடக்கூடியவர். பொதுக் கூட்டங்களிலும் பாடுவார். பாரதியார் பாடல்களுடன், மதுரகவி பாஸ்கரதாசுவின் பாடல்களையும் பாடுவார்கள். அந்தக் காலத்தில் இவரது பாடல்களுக்குத்தான் பெரும் வரவேற்பு இருந்தது.

ஏனையோர்

தி.க.சண்முகத்தின் சகோதரர் தி.க.பகவதி, இவர்தம் நாடகக் குழுவில் பணியாற்றிய டி.என்.சிவதாணு போன்றோர் இவ்வறப்பணியில் இணைந்து பணியாற்றிய அருந்தொண்டர்களாவார்கள். இவர்களோடு கும்பகோணம் கே.வி. நாராயணன் குறிப்பிடத்தக்கவர். கும்பகோணத்தில் "ஆரிய கான சபா" நடத்தினார். தேசிய நாடகங்களின் பட்டறையாக விளங்கிய இச்சபைக்கு பாரதியார் போய் வந்திருக்கிறார்.

விடுதலைப் போராட்டத்தில் வீராங்கனைகள்

இந்திய விடுதலை வேள்வி என்பது சாதி, மதம், மொழி, இனம், ஏழை, பணக்காரர் என்ற பேதமின்றி ஒன்றுபட்டு போராடிய போராட்டத்தின் அடையாளமே. அவ்வகையில், "ஆணுக்குப் பெண் இளைப்பில்லை காண்" என்று பாரதி பாடியது போல் விடுதலைப் போராட்டத்தில் ஆண்களுக்கு நிகராக

பெண்களும் கலந்து கொண்டுள்ளதை வரலாறு அறிவிக்கிறது. ஆண்களைவிட பெண்கள் பலவித இன்னல்களுக்கு உள்ளானபோதும் சற்றும் தயக்கமின்றி போராட்டத்தில் பங்கு பெற்றனர். சிறையேகிய போது தன் கைக்குழந்தையோடும் சிறை சென்றார்கள் என்பதை அறியும் போது இந்நாடு அவர்களுக்கு எத்தகைய கைம்மாறு செய்தது? என்ற வினாவும் எழுகிறது. இங்ஙனம் இவ்வறப்பணியில் தங்களை அர்ப்பணித்துக் கொண்ட ஈகிகள் சிலரைக் காண்போம்.

கே.பி. ஜானகி அம்மாள்

மதுரையில் பிறந்த ஜானகியம்மாள் நாடகக் கலைப்பணியில் தன் வாழ்க்கையை துவக்கினார். நாடகத்தில் ஆர்மோனியம் வாசித்த எஸ்.குருசாமி என்பவரை விரும்பி தன் காதல் கணவராக ஏற்றுக்கொண்டார். நாளடைவில் தேசபக்தி கொண்டு நாடகங்களில் தேசபக்திப் பாடல்களைப் பாடத்தொடங்கினார். பிறகு தம் கணவரால் விடுதலைப் போராட்டத்திற்கு ஊக்குவிக்கப்பட்டு போராட்டத்தில் கலந்து கொண்டார். எஸ்.குருசாமி காங்கிரஸ் இயக்கத்தில் ஆழமான பற்று கொண்டவர்.

> **"சுதந்திர இயக்கத்தில் மிகுந்த ஈடுபாடு கொண்டிருந்த குருசாமி ஜானகியையும் சுதந்திர இயக்கத்தில் மிகுந்த ஈடுபாடு கொள்ளச் செய்தார். ஜானகியோடு தொடர்ந்து விவாதித்து வந்ததோடு, காங்கிரஸ் பிரசுரங்களையும் ஜானகி படிக்கும்படிச் செய்தார். இவை அனைத்தின் விளைவாக ஜானகிக்கு அரசியல் ஆர்வம் அதிகரிக்கிறது. நாட்டு விடுதலைக்கு தன்னை அர்ப்பணித்துக் கொள்ள வேண்டுமென்ற உணர்வும் மேலோங்கியது"**[387]

என்று இவர் விடுதலைப் போராட்டத்தில் ஈடுபடுவதற்கு காரணமாயிருந்த பின்னணியை விளக்குவார் என்.ராமகிருஷ்ணன்.

> **"தங்கள் ஊருக்கு வந்து காங்கிரஸ் மேடைகளில் தேசபக்திப் பாடல்களைப் பாடவேண்டும் என்று அவருக்கு ஏராளமான கோரிக்கைகள் வந்தன. மதுரை கே.பி.ஜானகி தேசபக்திப் பாடல் பாடுவார் என்று அறிவிக்கப்பட்டால் பல்லாயிரக்கணக்கான மக்கள் காங்கிரஸ் கூட்டங்களுக்கு வருவது சர்வ சாதாரணமாகி விட்டது. ஜானகி இதற்காக பணம் வாங்குவதில்லை. தன் செலவிலேயே சென்று பாடி வந்தார். 1930ஆம் ஆண்டு முதல் 1936ஆம் ஆண்டுவரை தேசபக்திப் பாடல்களையே பாடி வந்தார்"**[388]

என்பதன் மூலம் மக்களிடம் இவரது பாடலுக்கு இருந்த வரவேற்பை அறிவதுடன், நாட்டுப்பற்றின் காரணமாக

கைப்பொருள் பாராது ஊர் ஊராய் சென்று இவர் ஆற்றிய திருப்பணியை அறியலாம்.

அவருடைய நாடகங்களில் காந்தியைப் பற்றிய பாடல்கள் இருக்கும். நேருவைப் பற்றிய பாடல்கள் இருக்கும். காங்கிரஸ் இயக்கத்தைப் பற்றியும், காங்கிரஸ்காரர்கள் எவ்வாறு தொண்டு செய்ய வேண்டும் என்பது பற்றியும் பாடல்கள் கணீரென்ற குரலில் ஒலிக்கும் என்பதோடு,

> **“காங்கிரஸ் கூட்டங்களில் பாரதியாருடைய “விடுதலை விடுதலை”, “பாரத சமுதாயம் வாழ்கவே”, “வந்தே மாதரம்” பாடல்களை அவர் விரும்பிப் பாடுவதுண்டு. அத்துடன் காங்கிரஸ்காரர்கள் காந்தி பெயரைச் சொல்லி செய்யும் தவறைச் சுட்டிக்காட்டக் கூடிய பாடலையும் ஜானகி பாடுவதுண்டு. “காந்தி சொல்லை தட்டாதீங்க காங்கிரஸ்காரர்களே...” என்ற உடுமலை நாராயண கவியின் பாடலைத் திரும்பத் திரும்ப பாடும்படி உண்மையான காங்கிரஸ்கார்கள் ஜானகியை கேட்பதுண்டு.”**[389]

இவர் பணத்திற்காகவோ பொருளுக்காகவோ அல்லாமல் நாட்டிற்காகவும் விடுதலைக்காகவும் மக்களுக்காகவும் செய்த கலைத்தொண்டு காலத்தால் என்றும் மறையாது.

விஸ்வநாத தாஸ் சிறந்த நடிகர். அவருடன் கதாநாயகியாக நடிக்க எந்த நடிகையும் முன்வரவில்லை. அவர் பிற்படுத்தப்பட்ட என்று கருதப்படுகின்ற ஒரு சாதியில் பிறந்தவர் என்பதே காரணம். ஆனால் கே.பி.ஜானகி இந்த சாதிய ஏற்றத்தாழ்வுகளை துச்சமாகக் கருதி விஸ்வநாத தாஸுடன் நாடகங்களில் இணையாக நடித்தார். பிறகு காங்கிரஸ் கட்சியில் இவர் கொண்டிருந்த ஈடுபாடு படிப்படியாகக் குறைந்து ஜீவாவின் தொடர்பால் கம்யூனிசக் கொள்கைகளால் ஈர்க்கப்பட்டு கம்னியூஸ்ட் கட்சியின் முக்கியத் தலைவராக உயர்ந்தார். இந்த முற்போக்குச் சிந்தனையே விஸ்வநாததாசுடன் இவர் நடிப்பதற்கான உறுதியைத் தந்தது எனக் கருதலாம்.

கே.பி.சுந்தரம்பாள்

> **“காந்தியோ பரம ஏழை சன்யாசி**
> **கருதும் சுதந்திர ஞான விஸ்வாசி**
> **சாந்த நெசவு விவசாய சுதேசி**
> **சமத்துவ சுதந்திரம் தரும் உபன்யாசி”**

என்று மேடைகள் தோறும் இவர் பாடிய பாடல்கள் 1932ஆம் ஆண்டிலேயே இசைத்தட்டாகவும் புத்தகமாகவும் வெளிவந்தது.

"பாட்டிலுள்ள குறில்களையும் நெடில்களையும் தமது குரல் மூலமாகவே சுட்டிக் காட்டுவது அவருக்கு கை வந்த கலையாகவே இருந்தது. 'ஞானப்பழத்தை பிழிந்து' என்கிறபோது 'ஞா' வை நீட்டிப் பாடுவதையும், ரசம் என்று பாடும்போது நீட்டாமல் குறுக்கிப் பாடுவதையும் கேட்டுப் பார்த்தால்தான் அதன் சுவை தெரியும்"[390]

என்று பெ.சிதம்பரநாதன் குறிப்பிடும் போது இவரின் இசை ஞானத்தை என்னென்பது!

இவர் 1908 ஆம் ஆண்டு கொடுமுடி என்னும் ஊரில் பிறந்தார். கொடுமுடி என்னும் பிறந்த ஊரின் பெயரையும் பாலாம்பிகை என்னும் அவரது தாயின் பெயரையும் சேர்த்து அவற்றின் ஆங்கில முதல் எழுத்துகளை சேர்த்தே மு.டீ என்று தன் பெயருக்கு முன்னால் இவர் அமைத்துக் கொண்டார்.

"1930ஆம் ஆண்டில் மகாத்மா காந்தி சிறைபிடிக்கப்பட்டார். அப்போது நாட்டின் பல பகுதிகளிலிலும் சென்று, "சிறை வாயதனில் அழுதாள் பாரதமாதா, காந்தியோ பரம ஏழை சந்யாசி" போன்ற தேசிய உணர்ச்சியூட்டும் பாடல்களால் மக்களின் தேசிய உணர்ச்சியைத் தட்டி எழுப்பி வந்தார் சுந்தரம்பாள்"[391]

என்று வி.என்.சாமி அவர்கள் இவரது தேசப்பணியை எடுத்துரைப்பார்.

திருமணமான ஒன்பதாவது வருடத்தில் கிட்டப்பாவிற்கு 28 வயதும் இவருக்கு 24 வயதும் நடைபெறும் போதே கிட்டப்பா இறந்து போகிறார். இதனால் மீளாத் துயருக்கு ஆளான கே. பி.சுந்தரம்பாள் இனிமேல் வேறு எந்த ஆண் நடிகர்களுடனும் சேர்ந்து நடிப்பதில்லை என்று விரதம் பூண்டார். பிறகு காந்தியடிகள் கேட்டுக் கொண்டதற்கிணங்க மேடையேறி தேசபக்திப் பாடல்களைப் பாடலானார். அது முதல் தேசபக்தி, தெய்வபக்தி இரண்டை மட்டுமே தன் வாழ்நாள் கொள்கையாக ஏற்று வாழ்ந்தார்.

எஸ்.ஆர்.ஜானகி

நாடெங்கும் நடைபெற்ற விடுதலை முழக்கம் இவரது உள்ளத்தில் ஊக்கத்தையளித்து விடுதலைப் போராட்டத்தில் இவரை ஈடுபடுத்தியது.

"1932ஆம் ஆண்டு என்று நினைவு. கள்ளிக்கோட்டையில் நாங்கள் முகாமிட்டிருந்தோம். கணபதி கான சபாவின் சார்பில்

டவுன் ஹால் தியேட்டரில் எங்களது 'அல்லி அர்ஜுனா' நாடகம் நடந்து கொண்டிருந்தது. நான் அர்ஜுனன் வேடம் ஏற்று நடித்துக் கொண்டிருந்தேன். அந்நிய துணி பகிஷ்கரிப்பு நிகழ்ச்சி நடைபெற்ற சமயம், அது கண்ணனூர், கள்ளிக்கோட்டை ஆகிய ஊர்களில் பொதுமக்கள் ஏராளமாகத் திரண்டு சென்று அந்நிய மில் துணிகளை நெருப்பிட்டுக் கொளுத்தினார்கள். அந்த வீர உணர்ச்சி என் உள்ளத்தில் ஓர் உந்துதலை ஏற்படுத்தியிருந்தது.[392]

என்று நாடெங்கும் நடைபெற்ற இத்தகைய நிகழ்வுகளைக் கண்டு தனது கொள்கைகளில் உறுதியாக நின்றார்.

"ஒரு முறை தூத்துக்குடியில் 'டம்பாச்சாரி' என்ற நாடகத்தில் ராஜபார்ட் வேடம் ஏற்று தேசபக்தி மிகுந்த பாடலைப் பாடிக் கொண்டிருந்தேன்.

வந்தே மாதரம் எண்ணுங்கள் - சுயாட்சி
வந்தே தீரும் எண்ணுங்கள்

என்ற பாடலைப் பாடிக் கொண்டிருந்தேன்"393

என்பதிலிருந்து அன்றைக்கு எத்தகைய நாடகங்கள் நடைபெற்றாலும் இடையிடையே விடுதலைப் பாடல்கள் பாடப்பட்டன என்பதை அறிய முடிகிறது. அத்துடன் மதுரையில் நடைபெற்ற பிரச்சாரத்தில் முத்துராமலிங்கத் தேவரின் சுதந்திர முழக்கம் கேட்டு மனம்மாறி அன்றிலிருந்து கதராடை அணிந்ததாகவும் தன் வாழ்க்கை அனுபவத்தை விளக்குவார்.

"அக்காலத்தில் கலை ஆர்வத்தால் நாடகத்தில் நடித்து வந்தாலும், நாட்டின் மீதுள்ள ஆர்வத்தால் எத்தனையோ நடிகர்கள் தேசபக்தி மிகுந்த பாடலைப் பாடி வந்தார்கள். நானும் தேசபக்தியினால் ஈர்க்கப்பட்டு நாட்டுப்பற்று மிக்க பாடல்களைப் பாடி வந்தேன்.

'கதர்க் கப்பல் கொடி தோணுதே'
'பகதூர் பகவத் சிங்கம்'
'சுதந்திர ஜோதி தெரியுது பாரீர்'

போன்ற பாடல்களையும், மகாகவி பாரதியாரின் 'நெஞ்சில் உரமுமின்றி' என்ற பாடலையும் பல முறை மேடையில் பாடியிருக்கிறேன்.[394]

என்று தனது விடுதலைப் பணியை நினைவு கூர்கிறார். மேடையில் தேச பக்திப் பாடல்களைப் பாடியதால் பயங்கரமான தொல்லைகளுக்கு இவர் ஆளாக நேர்ந்தது.

இவர் நாட்டிற்கு ஆற்றியப் பணிகள் என்றும் மறக்கவியலாததாகும்.

எம்.ஆர்.கமலவேணி

கமலவேணி தேசியவுணர்வுப் பாடல்களைத் தவிர வேறு எந்தப் பாடலையும் பாடுவதில்லை என்று பின்னர் விரதம் பூண்டார். இதனால் இவரைப் போலீசார் எச்சரித்தனர். பயன் இல்லை. 1942இல் ஈரோடு நகரில் கமலவேணி பாடிக்கொண்டிருந்தபோது கைது செய்து சிறையில் அடைக்கப்பட்டார்.

ஆறுமாதச் சிறைத் தண்டனை பெற்ற இவர் சிறை செல்லும் போது கைக்குழந்தையுடன் சென்றார். நாடு விடுதலை பெற்ற பிறகும் நாட்டு விடுதலைப் பாடல்களைப் பாடுவதை விடவில்லை.

> **“புகழ்பெற்ற ஹார்மோனியக் கலைஞர். இவர் தேசியப் பாடல்களைப் நாடகங்களில் பாடினார். மக்களிடையே தேசிய உணர்வைத் தூண்டிய இவரது எழுச்சி மிக்கப் பாடல்கள் “வெள்ளையனே வெளியேறு” இயக்கம் நடைபெற்றபோது தடைசெய்யப்பட்டது. 1942இல் ஆகஸ்டு புரட்சியின்போது “அண்டம் கிடுகிடுக்க லண்டன் நடுங்க அகிம்சைப் போர் தொடுத்தார் காந்தி மகான்” என்ற பாட்டை உணர்ச்சி ததும்ப பாடி ஹார்மோனியம் வாசித்தார். இதனால் போலீஸார் கைது செய்தனர்.**[395]

என்று தேசத்திற்கு இவர் ஆற்றிய பங்கு பணியை மதுரை மலர் விவரிக்கிறது. இவரது எழுச்சிமிகு விடுதலைப் பாடல்கள் ஆங்கில அரசை கிடுகிடுக்கச் செய்தது என்பதை இதன் வழி அறிய முடிகிறது.

டி.எஸ்.தாணு அம்மாள்

ஒரு சிறந்த நாடக நடிகையான இவர் தமது பரவசமூட்டும் நடிப்பின் மூலமும் எழுச்சியூட்டும் பாடல்கள் வாயிலாகவும் நாட்டுப் பற்றைத் தூண்டினார். 1943இல் சென்னை மாநில மாநாட்டில் தேசியக் கொடியை ஏற்றினார். இதனால் இவர் எட்டரை மாத சிறைத்தண்டனையை ஏற்றார். இவர் தமது சொத்தினை தேசிய இயக்கத்திற்கும் சத்தியாக்கிரகிகளுக்கும் வழங்கினார்.

கோமளம்

என் தாயார் கோமளம் நாடக மேடைகளில் தேசியப் பாடல்களைப் பாடி, சிறை சென்ற தேசிய நடிகை. நாடகத்தில் எந்த வேடத்தில் நடித்தாலும் அம்மா கதர்தான் கட்டுவார்.

வெள்ளையர் ஆட்சியை எதிர்த்து வசனம் பேசுவார். "நல்ல தங்காள்" நாடகத்தில் நல்ல தங்காளாக நடித்த என் தாயார் கதர்ச் சேலையுடன் மேடையில் தோன்றி "சுகாதானந்த வாழ்வு தருமே மகாத்மா உண்ணாவிரதமே! ஜெய வந்தே மாதரமே!" என்று பாடும்போது கைதாகி சிறை சென்றார் என்று கோமளத்தின் மகள் கோமளவள்ளி தன் தாயைப் பற்றிக் கூறியுள்ள செய்தியிலிருந்து அன்னாரின் தேசபக்தியை அறிய முடிகிறது.

ருக்மணி பாலா

ருக்மணி பாலா 1939இல் வீர கர்ஜனை படத்தில் நடித்தார். தேசிய நாடகங்களில் நடித்துப் புகழ் பெற்றவர். "காந்தியைப் பிடித்தார்" என்று இவர் பாடிய பாடல் மிகவும் புகழ் பெற்றது. இவர் பாடிய 'மதுவிலக்குப் பாடல்கள்' இசைத்தட்டில் வெளியானது.

எஸ்.ஆர். கமலம்

பிராமண குலத்தில் பிறந்த பெண்ணே தாசுடன் இணைந்து நடிக்கும் போது அவரோடு நாம் நடித்தால் தவறு என்ன? என்ற எண்ணத்தில்தான் மற்ற நடிகைககள் அவரோடு சேர்ந்து நடிக்க முன்வந்தனர். அப்படி முதன் முதலில் நடிக்க வந்த நடிகை எஸ். ஆர் கமலம். அதன் பிறகு திருச்சி காந்திமதி, நெல்லை கிருஷ்ணவேணி போன்றவர்கள் அவரோடு நடிக்கத் தொடங்கினார்கள். தீண்டாமைக்கெதிராக வாய் அளவில் பேசிக்கொண்டிராமல் உறுதியோடு வாழ்க்கையிலும் வாழ்ந்து காட்டியவர். அதோடு நாடக மேடையை தேசிய மேடையாக மாற்றிய பெருமையும் இவருக்கு உண்டு.

ஏனையோர்

நாடக மேடையில் பெரும் புகழ் பெற்று விளங்கியபோதிலும், ஆங்கிலேயரின் அடக்கு முறைகளுக்கு அஞ்சாமல் தேசப் பாடல்களை பாடியும் நாடகங்களில் நடித்தும் வந்த பிற கலைஞர்களுள் டி.எம்.சாரதாம்பாள் குறிப்பிடத்தக்கவர். கவிஞர்கள் பாஸ்கரதாஸ், இசக்கிமுத்து வாத்தியார், உடுமலை நாராயணக் கவி போன்றோரிடம் பாடல் பயிற்சி பெற்றவர். அவர்களின் பாடல்களை மேடைதோறும் பாடி சிறப்பு செய்தவர். ஆங்கிலேயரின் மிரட்டலுக்கு அஞ்சாது தேசியப் பாடல்களை பாடிய மற்றொரு

வீராங்கனை எம்.எஸ்.விஜயாள் ஆவார். மேடைதோறும் நாட்டுப் பாடல்களைப் பாடி புகழ்பெற்ற மற்றொரு வீராங்கனை எம்.எஸ். இராஜம் ஆவார். கம்னியூஸ்ட கட்சியில் சேர்ந்து மதுரை மக்களுக்கு பணியாற்றிய மகத்தான தலைவராக விளங்கினார்.

விடுதலைப் பணியில் சங்கரதாஸ் சுவாமிகள், சம்பந்த முதலியார்!

தமிழ் நாடக வரலாற்றில் தனக்கென தனியிடத்தைப் பெற்றவர்கள் சங்கரதாஸ் சுவாமிகளும், பம்மல் சம்பந்த முதலியாரும் ஆவார்கள். அன்று படித்தவர்கள் பரிகசித்தும் வெறுத்து ஒதுக்கியும் வந்த நாடகக்கலையை எல்லோரும் விரும்புகிற அருங்கலையாக மாற்றிய பெருமை இவர்கள் இருவரையுமே சாரும். “தமிழ் நாடகத் தலைமையாசான்” என்று போற்றப்பெரும் சுவாமிகளும், “தமிழ் நாடகத் தந்தை” என்று போற்றப்பெறும் சம்பந்த முதலியாரும் தமிழ் நாடகக் கலைக்கு ஆற்றியுள்ள பணியை வெறும் வார்த்தைகளால் வர்ணித்துவிட முடியாது. இவர்களின் பணியை பலரும் ஆய்வு செய்து பல ஆய்வுகளை வெளிப்படுத்தியுள்ளனர்.

இந்நிலையில் விடுதலைப்பணியில் தம்மை ஈடுபடுத்திக் கொண்ட எண்ணற்ற கலைஞர்களை அடையாளம் காட்டியுள்ள நிலையில் இவர்களின் பங்களிப்பு குறித்தும் நமக்குள் கேள்வி எழுவதும் இயற்கையானதே. இதையொட்டி இவர்களின் வாழ்க்கைச் சூழல், கால நிலை, மனநிலை, இவர்கள் இயற்கையில் கொண்டிருந்த ஈடுபாடு போன்றவைகளை ஆய்வு செய்தல் கடமையாகும்.

சங்கரதாஸ் சுவாமிகள்

இரண்டாம் வகுப்பு படித்த போதே படிப்புக்கு முழுக்கு போட்டு விட்டு சுவாமிகளின் நாடகச் சபையில் சேர்ந்து சுவாமிகளின் மரணம் வரை உடன் இருந்து அவரைத் தாங்கியவர் தி.க.சண்முகம். தி.க.சண்முகம் மட்டுமல்ல அவரது சகோதரர்களும் சுவாமிகளிடம் பயிற்சி பெற்றவர்கள். இதன் பயனாய் தமிழில் ஆழ்ந்த அறிவு கிட்டியது. சுவாமிகளிடம் இருந்ததால் இவர்கள் கற்றுக் கொண்டது நல்லொழுக்கமாகும். அதற்காகவே சிறுவர்களைக் கொண்டு ‘மதுரை தத்துவ மீனலோசனி வித்துவ பாலசபா’ என்ற நாடகக் கம்பெனியைத் தோற்றுவித்தார்.

“நடிகர்கள் ஒழுக்கமாகவும், கட்டுப்பாடாகவும் இருக்க வேண்டும் என்பதில் சுவாமிகள் மிகவும் அக்கறையுடையவராக இருந்தார். வெற்றிலை போடுவது, பொடி போடுவது, ‘பீடி

சிகரெட்' முதலிய லாகிரிப் பொருட்களை உபயோகிப்பது இவையெல்லாம் சுவாமிகளுக்குப் பிடிக்காது.[396]

என்று தி.க.சண்முகம் அவர்கள் குறிப்பிடுவதிலிருந்து சுவாமிகளின் தனிமனித ஒழுக்கத்தின் மேன்மையையும், சமூக அக்கறையையும் அறிய முடிகிறது.

வெறும் தெருக்கூத்துக் கலையாக எஞ்சி நின்ற நாடகக்கலையை இசையோடும், கதையமைப்போடும் ஒரு ஒழுங்கிற்குள் கொண்டு வந்தவர் சங்கரதாஸ் சுவாமிகளே. இவர் 40 அல்லது 42 நாடகங்கள் எழுதியிருப்பதாக சொல்லப்படுகிறது. புராண இதிகாசக் கதைகளை உள்ளடக்கிய அத்துணை நாடகங்களிலும் புதுமையைப் புகுத்தியவர். சமுதாயக் கருத்துகளையும் திருக்குறள் நெறிகளையும் விதைத்துச் சென்றவர். தமிழ் நாடகக் கலையை மேம்படுத்துவதற்காகவே தோன்றியவர் என்று குறிப்பிடலாம்.

"சங்கரதாஸ் சுவாமிகள் இல்லையென்றால் அடுத்த நாடகச் சமுதாயம் வளர்ந்திருக்க முடியாது"[397]

என்று டி.வி.இரமணன் அவர்கள் இவரது நாடகப் பணியை நன்முறையில் எடுத்துரைப்பார். இப்பெருமகனார் தமிழ் நாடகக் கலைக்காகவே வாழ்ந்து மறைந்தவர். இதற்காகவே தன் வாழ்க்கையை அர்ப்பணித்துக் கொண்டவர்.

நாடகக் கலையை வாழ்வாக கொண்டிருந்தாலும் தமிழையும் இனத்தையும் உயிராகக் கொண்டிருந்தார். தமிழிலே ஆழ்ந்த புலமை பெற்றவர். இலக்கண பிழையின்றி எழுதவும், பாடவும் ஆற்றல் வாய்ந்தவர். இதற்கு கீழ்க்கண்ட நிகழ்வொன்றே சான்றாகும். இது குறித்து கு.சா.கிருஷ்ணமூர்த்தி அவர்கள் கூறுவதாவது:

"என்னுடைய கடைசி வேண்டுகோள்! என்று ஒரேயொரு வார்த்தை சொன்னார்கள். அது ஒன்று போதும். அவர்க்கு தேசிய உணர்வோ சமுதாய உணர்வோ எந்த அளவுக்கு இருந்தது என்பதை நிறுவுவதற்கு."ஐயா, நான் சாகும்போது தமிழ்நாட்டிலே செத்தேன் என்று சொல்லுங்கள் ஐயா... அது ஒன்று போதும்" என்று கண்ணீர் மல்க, மனம் உருகப் பேசியதைக் கேட்டால் அவரது தமிழுணர்வு, இன உணர்வு எவ்வளவு உயர்ந்ததாக இருந்தது என்பதை நாம் உணரலாம். பேச்சின் கடைசியில் தமிழ்நாட்டிற்கு 'தமிழ்நாடு' என்ற பெயர் வைக்க வேண்டும் என்று சொல்லிவிட்டு உட்கார்ந்தார்.[398]

என்று அன்னாரின் 80வது ஆண்டு விழாவில் சுவாமிகள் பேசியதாக நிகழ்வொன்றை குறிப்பிடுகிறார்.

சுவாமிகள் இயற்கையிலேயே இல்லறத்தின் பால் பற்றில்லாமல் துறவறத்தையே தம் வாழ்வாக்கிக் கொண்டவர். ஒருபுறம் துறவறத்தையும், மறுபுறம் தமிழ் நாடகக் கலை வளர்ச்சியையுமே தம் வாழ்வின் நோக்கமாகக் கொண்டு வாழ்ந்தவர். தமிழ் மொழியில் அவர் பெற்றிருந்த ஆழ்ந்த புலமையும் அறிவும் தமிழ் மீது அவருக்கு தீராக் காதலை ஏற்படுத்தியது எனலாம்.

இவ்வகையில் இவர் ஒழுக்கத்தோடும், மொழி, இன உணர்வோடும் வாழ்ந்திருந்தாலும் தேச விடுதலையில் இவர் பங்களிப்பு ஏதும் செய்யவில்லை என்பதும் குறிப்பிடத்தக்கது. அதற்கு அவரது ஆன்மீக நாட்டமும், நாடகத்தின்பால் அவர் கொண்டிருந்த ஈடுபாடும், அவரது காலச்சூழலுமே காரணம் எனலாம்.

> **"சுவாமிகள் தேசியப் பாசறைக்குப் புறம்பாகவே வாழ்ந்தாரென்றாலும், தம்முடைய வாரிசுகளை அந்தப் பாசறைக்கு வழங்கிய பெருமை அவருக்கு உண்டு."**[399]

என்று சிலம்புச் செல்வர் ம.பொ.சிவஞானம் அவர்கள் கூறுவதையும் கவனத்தில் கொள்ள வேண்டும். அவ்வகையில் இவரின் முதன்மைச் சீடராக விளங்கிய அவ்வை தி.க. சண்முகமும் அவரது நாடகக் குழுவும் பின்னாளில் தமிழ் நாட்டிற்கும், நாடகக் கலைக்கும் ஆற்றிய மிகச் சிறந்த பங்களிப்பே இதற்குச் சான்றாகும். சிறந்த சமூகச் சீர்திருத்த நாடக சபையாகவும் விடுதலை இயக்க நாடகங்களை அதிகளவில் மேடையேற்றிய பெருமைக்குரியதாகவும் இந்நாடகச் சபை திகழ்ந்தது.

பம்மல் சம்பந்த முதலியார்

தமிழ் நாடகக் கலையென்னும் தேரின் வடம் பிடித்து, தமிழ் நாடகக் கலையை வழி நடத்திச் சென்ற மற்றொரு மூலவர் பம்மல் சம்பந்த முதலியார். தமிழில் நாடகங்களே இல்லையென்று கருதப்பட்ட நிலையில் எண்ணற்ற நாடகங்களை இயற்றி, இயக்கி மேடையேற்றி இக்கலையை வளப்படுத்தியப் பெருமைக்குரியவர்.

> **"1891ஆம் ஆண்டு முதல் 1964ஆம் ஆண்டு இறக்கும் வரை அயராது தமிழ் நாடக சேவை புரிந்தார். புஷ்பவல்லி தொடங்கி 'மனைவியைத் தேர்ந்தெடுத்தல்' வரையிலும் சிறியதும் பெரியதுமாக 94 நாடகங்களை மேடையேற்றிக் காணவும் படித்துச் சுவைக்கவும் தக்க முறையில் எழுதித் தமிழ் நாடகவுலகை வளப்படுத்தியுள்ளார்"**[400]

இத்தனை நாடகங்களையும் மேடையேற்ற ஏதுவாக தொழில் முறை அல்லாத நாடகக் குழுவொன்றை, 'சுகுண விலாச சபையை' நிறுவி அதன் மூலம் இந்நாடகங்களை மேடையேற்றினார். வெறும் கூத்தாடிகளின் கூட்டம் என்று இழித்துரைக்கப்பட்ட நாடகக் கலைக்கு நன்மதிப்பையும், மரியாதையையும் ஏற்படுத்தித் தந்தவர். பாமரர் என்றல்ல படித்தவர்களும் விரும்பிப் பார்க்கும் விதமாக இக்கலைக்கு புதுப்பாதை அமைத்துத் தந்தவர். நீதிபதியாக பணியாற்றியதால் சமூக நோக்கோடு நாடகங்களை ஆக்கித் தந்தவர்.

இலக்கியங்களைக் காலக்கண்ணாடி என்பார்கள் அதற்கேற்ப இவரின் நாடகங்களும் அன்றைய சமூகத்தைப் பிரதிபலிப்பதாகவே அமைந்திருந்தன.

> **"சமுதாயத்தில் சீர்கேடுகள் ஏற்படுவது இயல்பு. அவற்றை எடுத்துச் சொல்ல வேண்டிய பொறுப்பு படைப்பாசிரியர்களுக்கு உண்டு. சம்பந்த முதலியார் இந்தப் பொறுப்பை மறக்கவில்லை. அரிய முறையில் அங்கத நாடகங்களை எழுதிச் சமூகச் சீர்திருத்தப் பணிகளை மேற்கொண்டுள்ளார். சபாபதி நாடகங்கள் என்று 9 பாகங்கள் எழுதிச் சமூகத்தில் காணப்படும் பல்வேறு பிரச்சினைகளை அணுகுவதுடன் தனி மனிதக் குறைகள், குடும்பச் சிக்கல்கள், சமூகக் குறைபாடுகள் ஆகியவற்றைக் குறிப்பிட்டுக் காட்டுகிறார்"**[401]

என்பதன் வழி பல சமூக நாடகங்களை மேடையேற்றியதன் மூலம் சமூகத்திற்கான தனது பங்களிப்பையும் தவறாது செய்திருக்கிறார். அதேநேரத்தில் இவர் நேரடி அரசியலில் தன்னை ஈடுபடுத்திக் கொள்ளவில்லை. இந்தியா அடிமைப்பட்டிருந்த அக்காலகட்டத்தில் அரசியல் பிரச்சார இயக்கத்திலிருந்து ஒதுங்கியே வாழ்ந்தார். இந்திய விடுதலைப் போராட்டம் உச்சக்கட்டத்தை எட்டியிருந்த போதிலும் குறிப்பிடத்தக்க அளவில் இவர் இப்போராட்டத்தில் தன்னை அர்ப்பணித்துக் கொள்ளவில்லை. அதற்கான காரணத்தை இவரது மகனார் வரதராசன் பின்வருமாறு குறிப்பிடுகிறார்.

> **"என் தந்தை இரு பணிகளை வைத்துக்கொண்டு இருந்தார். ஒன்று, குடும்பத்தைக் காப்பற்ற மேற்கொண்டிருந்த நீதிபதிப் பணி, அடுத்தது, நாடகப்பணி. முதல் பணியை முடித்து விட்டு இரண்டாவது பணிக்கு வருவதற்கு மிகவும் சிரமப்பட்டார். ஏனெனில் முதல் பணி சட்ட திட்டங்களுக்கு உட்பட்டது.**

நாடகப்பணி இரண்டாவது பணி. இது விரும்பி ஏற்ற பணி. நாடகங்கள் இயற்றிப் பலதுறைகளில் பணிபுரிந்த ஆட்களையெல்லாம் ஒன்று திரட்டி, நாடக சபையையும் உண்டாக்கி வெற்றிகரமாக நாடகங்களை அரங்கேற்றி வந்தார்''[402]

என்று தஞ்சைவாணன் அவர்கள் அரிய செய்தியொன்றை குறிப்பிட்டுள்ளார். மேலும்,

"அவருடைய சூழ்நிலை, அவரது பதவி, அரசாங்கத் தொடர்பு, அவரைச் சுற்றியிருந்த மக்களின் தாக்கம் இவைகளெல்லாம் சேர்ந்து அவர் தன்னை அரசியலில் ஈடுபடுத்திக் கொள்ள முடியாத நிலையிலே கட்டுப்பட்டிருந்தார்''[403]

என்று கு.சா.கிருஷ்ணமூர்த்தி அவர்கள் சரியான ஒரு காரணத்தை முன்வைக்கிறார்.

அதோடு அரசியலில் இவர் அக்கறை செலுத்தவில்லையென்றாலும் சமூகத்தின் மீது மிகுந்த அக்கறையுடையவராக இருந்ததை அறிய முடிகிறது. சமூகத்தின்பால் இருந்த சாதி வேறுபாடுகள் களைய வேண்டும் என்று விரும்பினார். மக்கள் அனைவரும் சாதி மத வேறுபாடின்றி ஒற்றுமையாக வாழ விரும்பினார். இது பற்றி சம்பந்தனார் தம் சுய சரிதையில் குறிப்பிடுவதாவது,

"இந்தக் கட்சி பேதங்களெல்லாம் நீங்கி நமது தேசம் ஐக்கியமாவதற்கு தற்காலம் உள்ள ஜாதி பேதங்களெல்லாம் அறவே ஒழிய வேண்டும். முதலியார், நாயுடு, பிள்ளை என்கிற பிரிவுகளும் நீங்க வேண்டும். தீண்டாமை என்பது இருந்த இடம் தெரியாதபடி மறைய வேண்டும் அப்பொழுதுதான் நமது நாடு தலையெடுக்கும் என்று என் மனதில் கொஞ்சமேனும் சந்தேகமில்லை. இக்கொள்கைப் பற்றியே நான் என் பெயரின் பின்பாக 'முதலியார்' என்று எப்பொழுதும் கையெழுத்துப் போடுவதில்லை.''[404]

என்று கூறுவதிலிருந்து இவருடைய சமூகச் சிந்தனையும், மனித நேயமும், சாதி கடந்த சமத்துவப் பார்வையும் தெற்றென விளங்குகிறது.

இவரது எழுபத்தைந்தாவது வயதில் கண்பார்வை மங்கத் தொடங்கியது. இதனால் மனசஞ்சலம் அடைந்த இவர், உலகப் பற்றுகளையெல்லாம் துறந்து துறவு மேற்கொள்ள விழைகிறார். அதன்படி 1950ஆம் ஆண்டு சொத்துக்களையெல்லாம் தனது மகனிடம் ஒப்படைத்துவிட்டு வீட்டின் மாடியில் வசித்தார். பெண்ணாசை, மண்ணாசை, பொன்னாசைகளை துறந்த இவரால்

தமிழின்பாலும் தமிழ்நாடகத்தின்பாலும் இருந்த பற்றை மட்டும் இழக்கமுடியவில்லையே என்று குறிப்பிடுகிறார்.

"மேற்சொன்ன மூன்று பற்றுகளையும் நான் ஒழித்தபோதிலும் தமிழ் பாஷையிலுள்ள அதிலும் தமிழ் நாடகத்திலுள்ள பற்றை மாத்திரம் விட என்னால் முடியவில்லை. இதைப்பற்றி யோசித்து இது உலகப் பற்றை சார்ந்ததல்ல, தமிழ் பாஷைக்கு தமிழனாய் பிறந்த நான் செய்ய வேண்டிய கடமையாகும் என்று என் மனதை தேற்றிக் கொண்டேன்."[405]

என்று தமிழன்னை ஈன்றெடுத்த தவப் புதல்வனாம் சம்பந்தர் தன் தாய் மொழியிடத்து கொண்டிருந்த அளவில்லா பற்றை வெளிப்படுத்துகிறார். மேலும் தனது 81வது பிறந்தநாள் விழாவின்போது இவர் குறிப்பிட்ட வார்த்தைகள் இவரது ஆழ்ந்த தமிழ்ப் பற்றையும், இனப்பற்றையும் வெளிப்படுத்துகிறது. இன்னொரு பிறப்பைத் தான் விரும்பவில்லையென்றும் அப்படி மீண்டும் பிறக்க நேரிட்டால்,

"அப்பிறப்பிலும் நான் ஒரு தமிழ் நாடக ஆசிரியனாகவும் விநோதத்திற்காக தமிழ் நாடகங்களை நடிக்கும் நடிகனாகவும் இருக்க வேண்டும்."[406]

என்று கூறுவதிலிருந்து இவர் தமிழ் மொழியிடத்தும், தமிழ் நாடகத்தின்பாலும், தமிழ் இனத்தின் மீதும் கொண்டிருந்த அளவற்ற அன்பை அறிய முடிகிறது.

அதே போல் இவர் நேரிடையாக அரசியல் சார்ந்த, விடுதலை சார்ந்த நாடகங்களை எழுதவில்லையென்றாலும் இவர் எழுதிய, 'ராஜபுத்ர வீரன்' என்ற நாடகத்தை இங்கு கட்டாயம் குறிப்பிட வேண்டும். இவரது நண்பர் சேஷகிரி ஐயர் அவர்கள் கேட்டுக்கொண்டதற்கிணங்க, தசராக் கொண்டாட்டத்தின் கடைசி நாளுக்காக இவர் எழுதியதே இந்நாடகம். இந்நாடகம் எழுந்த சூழல் குறித்து இவர் குறிப்பிடுவதாவது.

"நான் யோசித்து, பட்டணமெங்கும் ஐரோப்பாவில் நடக்கும் பெரும் யுத்தத்தைப் பற்றியே பேச்சாயிருப்பதால், யுத்த வீரர்களைப் பற்றிய கதையாயிருக்க வேண்டும் என்று தீர்மானித்து, டாட் என்பவர் ராஜஸ்தானத்து சரிதையில் எழுதியிருக்கும் சில சந்தர்ப்பங்களை ஒருங்கு சேர்த்து, 'ராஜபுத்ரவீரன்' என்னும் நாடகத்தை விரைவில் எழுதி முடித்தேன். ஆயினும் இது உண்மையில் நடந்த சரித்திரமன்று."[407]

என அன்றையச் சூழலை பிரதிபலிக்கும் விதமாக எழுதப்பட்டது இந்நாடகம். ஆனால், இந்நாடகத்தின் கதையமைப்பு அடிமைப்பட்ட

இத்தேசத்தின் அடிமைநிலையை வெளிப்படுத்துவதாக அமைந்திருந்தது. தேசவிடுதலையில் வீரவுணர்வை ஏற்படுத்தும் விதமாக அமைந்திருந்தது என்கின்றனர். இது குறித்து அன்னிபெசன்ட் அம்மையார் கூறியதாக சம்பந்தனார் கூறுவதாவது:

“அக்காலம் “நியூ இந்தியா” என்னும் தினப் பத்திரிகையை பிரசுரம் செய்து வந்த பெசன்ட் அம்மை, இந்நாடகத்தைப் பார்த்து, மறுநாள் இதைப் பற்றி புகழ்ந்து பேசியதுமன்றி, இந்திய தேசியத்தில் தற்காலம் மழுங்கிப் போயிருக்கும் ஜனங்களின் வீர உற்சாகத்தை அபிவிருத்தி செய்ய, இந்நாடகமானது இந்திய தேச முழுவதும் ஆங்காங்கு ஆடவேண்டும்”[408]

என்று அன்னிபெசன்ட் அம்மையார் குறிப்பிட்டுள்ளதையும் நாம் கவனத்தில் கொள்ள வேண்டும். இவ்வாறு தமிழ் நாடகத்திற்கும், தமிழ் சமூகத்திற்கும் இவர் ஆற்றிய அரும்பணி நாடக உலகில் என்றும் நிலைத்தற்குரியது.

எனவே இந்நிலையில் இவர்கள் ஆற்றியுள்ள அரும்பணியின் அடிப்படையில்தான் இவர்களது பணிகளை மதிப்பிட வேண்டுமேயொழிய செய்யாத பணிகளைச் சுட்டிக்காட்டுவது சரியானதல்ல. இவ்விடத்தில் டி.வி.இரமணனின் கூற்றும் சாலப் பொருந்தும்.

> **“அவரவர்களுடைய மனப்பாங்கு, அவரவர்களுடைய நோக்கம் என்னவோ அதைத்தான் பிரதிபலிக்க முடியும். ஆகவே யார் என்ன செய்யவில்லை? ஏன் இதைச் செய்யவில்லை? என்று கேட்பதற்கு நமக்கு உரிமை கிடையாது. அவர்கள் என்ன செய்திருக்கிறார்கள் என்பதைப் பற்றி மட்டுமே நாம் ஒப்பு நோக்கி ஆராய வேண்டும்”**[409]

என்பதிலிருந்து இவர்களது பணிகள் தமிழ் நாடக வரலாற்றில் என்றும் அழிக்கவியலாத இடத்தைப் பெற்றுள்ளது. இவர்களது உயர்ந்த குணங்களும், கொள்கைகளும் தெற்றென வெளிப்பட்டாலும் தமிழ் நாடகத்தின்பால் இவர்கள் கொண்டிருந்த மாறாக்காதலும், வாழ்க்கைச் சூழலுமே இவர்கள் நேரிடையாக தேச விடுதலையில் தங்களை ஈடுபடுத்திக் கொள்ளாமல் போனதற்கு காரணங்களாகக் கூறலாம்.

எனவே, “தமிழ் நாடகத் தந்தை பம்மல் சம்பந்த முதலியாரும், தமிழ் நாடகத் தலைமையாசிரியர் சங்கரதாஸ் சுவாமிகளும்” விடுதலைப் போரில் நேரிடையான பங்களிப்பு செய்யவில்லையென்றாலும் அவர்கள் தமிழ் நாடகக் கலையை வளர்த்தெடுப்பதில் தங்கள் வாழ்வையே அர்ப்பணித்துள்ளனர்.

இவர்களின் நாடகப்பணி தமிழ் கூறும் நல்லுலகில் என்றும் அழியாது.

மக்கள் வெளிப்படுத்திய உணர்வலைகள்

விடுதலைப் போராட்டத்தில் மக்களை கொண்டு செலுத்தவும், ஊக்கமூட்டவும், உணர்ச்சியூட்டவும் நாளிதழ்கள், வார இதழ்கள், போன்றவை முக்கியப் பங்காற்றியப் போதிலும் இவ்விதழ்களைவிட மக்களிடம் உடனுக்குடன் நாட்டு நடப்புகளையும், காந்தியக் கொள்கைகளையும் கொண்டு சென்று மக்களை உணர்ச்சி வெள்ளத்தில் மிதக்க வைத்த பெருமையெல்லாம் நாடகக் கலைஞர்களையே சாரும்.

> **“நாங்கள் கூத்தாடிகளாகத்தான் இருந்தோம். ஆனால், காந்திய காலத்தில் நாங்கள் நாட்டுத் தொண்டர்களாக மாறினோம். நாடகங்கள் வாயிலாக நமது அடிமைத்தனத்தை - ஆங்கில ஆதிக்கத்தின் அக்கிரமங்களை - நாம் விடுதலை அடைய வேண்டிய அவசியத்தை பிரச்சாரம் செய்தோம். நாள்தோறும் எங்கள் நாடகங்களைப் பார்க்க ஆயிரக்கணக்கான மக்கள் திரண்டு வந்தார்கள். அவர்களிடம் விடுதலைச் செய்தியை எடுத்துச் சொன்னோம். நாடக அரங்குகளை பிரச்சார மேடைகளாக மாற்றினோம்”**[410]

என்று நகைச்சுவை நடிகர் திரு.டி.என்.சிவதாணு நேர்காணல் ஒன்றில் கூறியிருப்பதிலிருந்து விடுதலைப் போராட்டத்தில் அன்றைய நாடகக் கலைஞர்களின் பங்களிப்பு எத்தகைய மகத்தானது என்பது தெளிவாகிறது.

இந்நாடகங்களைப் பார்த்த மக்கள் உணர்ச்சி பொங்க மேடையிலேயே அந்நிய ஆடை புறக்கணிப்பு செய்தும், அந்நியப் பொருட்களை புறக்கணித்தும், கதராடை புனைந்தும் ஏற்படுத்திய வரலாற்று நிகழ்வுகள் நடந்தேறின. இது போன்று எத்தனையோ நிகழ்வுகள் நடந்திருப்பினும் கிடைக்கப்பெற்ற சில அனுபவங்கள் இப்பகுதியில் கூறப்பட்டுள்ளன.

விஸ்வநாததாஸ்

நாடகங்களை மக்களுக்கான விடுதலை ஆயுதமாக மாற்றிய மூலவர்களாக சுப்பிரமணிய சிவா, பாவலர் ஆகியோரைக் குறிப்பிடுவது போல் நாடகங்களில் முதன் முதலாக தேசவிடுதலைப் பாடல்களைப் பாடி மக்களை உணர்ச்சிக்கடலில் ஆழ்த்திய பெருமைக்குரியவராக தாஸ் அவர்களைக் கூறலாம். 1911ஆம்

ஆண்டு முதலே தான் நடித்த எந்த நாடகமானாலும் அதில் தேசபக்திப் பாடல்களைப் பாடிவந்தார்.

"கதர் கப்பல் கொடி தோணுதே
கரம் சந்திர மோகன்தாஸ் காந்தியின்
கதர் கப்பல் கொடி தோணுதே"

என்ற பாடலை உச்சக்குரலில் உணர்ச்சி ததும்பப் பாடும்போது மக்கள் மெய்மறந்து கேட்டு தேசிய உணர்ச்சி வெள்ளத்தில் மிதப்பார்கள்.[411]

என்று டாக்டர் ஏ.என்.பெருமாள் குறிப்பிட்டுள்ள வரலாற்று நிகழ்விலிருந்து, விஸ்வநாத தாஸ் அவர்களின் பாடலுக்கு மக்களிடம் காணப்பட்ட வரவேற்பை அறிந்து கொள்ள முடிகிறது.

தேசபக்திப் பாடல்களை பாடக்கூடாது என்று கடுமையான சட்டம் விதிக்கப்பட்டிருந்த நேரம், அப்போது விருதுநகரில் விஸ்வநாததாஸ் அவர்களின் நாடகம் நடைபெறுவதாக இருந்தது, அரங்கு முழுதும் கூட்டம் நிரம்பி வழிந்தது. அப்போது நடந்த நிகழ்வை கலைமாமணி எம்.கே. துரைராஜ் அவர்கள் விவரிக்கின்றார்.

"தாஸ் அவர்கள் மேடைக்கு வந்தவுடனே ரசிகர்கள் எல்லாம் ஒரே குரலில் தாஸ் அவர்களே 'பஞ்சாப் படுகொலையைப்' பற்றிய பாடலைப் பாடுங்கள் என்று கூச்சலிடுகிறார்கள். அமர்ந்திருந்த போலீஸ் மேலதிகாரி எழுந்து, 'தாஸ் நீ பாடாதே! போய்விடு' என்று உத்தரவிடுகிறார்.. தாஸ் அவர்கள் போகவில்லை. ரசிகர்களை அமைதியாக இருக்கச் சொல்லி கையமர்த்தி விட்டு போலீஸ் அதிகாரியைப் பார்த்துச் சொன்னார்., "அதிகாரி அவர்களே நான் மக்களைத் திருப்தி படுத்த வந்த மக்கள் கலைஞன் எனவே நான் பாடுகிறேன். நாடகம் முடிந்து நீங்கள் சட்டப்படி எடுக்க வேண்டிய நடவடிக்கையை எடுத்துக் கொள்ளுங்கள்" என்று கூறிவிட்டு உடனே பஞ்சாப் படுகொலை என்ற பாடலைப் பாடி மக்களை கண்ணீர் வெள்ளத்தில் ஆழ்த்தி ரசிக்கச் செய்து மறுநாள் கைது செய்யப்பட்டார்"[412]

என்ற செய்தி தனக்கு கொடுமையான சிறைத்தண்டனை வாய்க்கும் என்ற நிலையிலும் மக்களின் உணர்வுகளை மதித்து பாடிய நிகழ்வானது அவரது நெஞ்சுரத்தின் அடையாளமே.

"நாடக **மேடைகளில் உணர்ச்சியோடும் உருக்கத்தோடும் பாடிய இவரது பாடல்களைக் கேட்டுக் கண்ணீர் விட்டுக் கதறி அழுதவர் பலர். கம்பீரமாக நெஞ்சு நிமிர்த்திப் பாடிய இவரது பாடல்களைக் கேட்டு ஆவேசம் கொண்டு, விடுதலைப்**

போராட்டத்தில் பங்கு கொண்டோர் மிகப் பலர். கோடையிடியென இவர் முழங்கிய பாடல்களைக் கேட்டு மெய் சிலிர்த்தவர் ஏராளம் ஏராளம்!"[413]

என்று இவரைப்பற்றி விரிவாக ஆய்வு செய்து நல்ல நூல் ஒன்றையளித்துள்ள மு.செல்லப்பன் அவர்கள் இவரது வீரத்தையும், தீரத்தையும் வெளிப்படுத்துகிறார்.

சென்னை ஒற்றைவாடை அரங்கத்தில் நடைபெற்ற சுவையான நிகழ்ச்சி. அன்றைக்கு கோவலன் நாடகம், கனல் தெறிக்கும் பாடல்களைப் பாடிக்கொண்டிருந்தார். அங்கு வந்த காவல் துறை அதிகாரிகள் தேச விரோதப் பாடல்களைப் பாடினால் விஸ்வநாத தாசைக் கைது செய்வோம் என்றார்கள். மறுமொழியாக "இங்கிருந்து போய்விடுங்கள் இங்கே விஸ்வநாத தாஸ் என்று யாரும் இல்லை நான் கோவலன் என்னிடம் வீண்வாதம் செய்தால் என் வேலையாட்களால் இங்கிருந்து வெளியேற்றப்படுவீர்கள் என்றாரே.. உடன் அரங்கத்தில் முன்வரிசையில் அமர்ந்திருந்த ஒருவர் மகாத்மா காந்திக்கு ஜே! விசுவநாத தாசுக்கு ஜே! என்று முழங்கியவாறே மேடைக்கு வந்து தாம் அணிந்திருந்த ஆலையில் நெய்த ஆடையை மேடையிலேயே தீயிட்டார். இதனால் இவர் கைது செய்யப்பட்டு பிறகு விடுதலை செய்யப்பட்ட கூத்தும் நடந்தது. இங்ஙனம் இவரது நாடகங்கள் நடக்கும் இடங்களிலெல்லாம் மக்கள் உணர்ச்சி வயப்பட்டு விடுதலையுணர்வு கொண்டதும் இதனால் இவர் கைது செய்யப்பட்டு சிறையிலடைக்கப்படுவதும் வாடிக்கையான நிகழ்வாக அமைந்தது.

தி.க.சண்முகம்

தமிழ் நாடக உலகில் தனக்கென்று தனியிடத்தைப் பெற்றுள்ள தி.க.சண்முகம் அவர்கள் மேடையில் ஏராளமான தேசபக்திப் பாடல்களைப் பாடிய பெருமைக்குரியவர். மகாகவி பாரதியின் பாடல்களை தம் நாடகங்களில் புகுத்தி புதுமைச் செய்தவர். அதோடு அமரகவி ஜீவாவின் பாடல்கள் பலவற்றைப் பொருத்தமான இடங்களில் பயன்படுத்தி மக்களை கண்ணீரில் மிதக்கச் செய்தவர். இவர் கூறுவதாவது.

"நானோர் தொழிலாளி - ஒரு
நாய்க்குறும் சுகமேனும் வாய்க்கும் வழியில்லை
ஏனோ புவி வாழ்வு?

மிக உருக்கமான பாடல் இது. இப்பாடலைப் பதிபக்தி நாடகத்தில் தேயிலைத் தோட்டக் காட்சியிலே நான் பாடுவேன்,

சபையோரில் சிலர் கண்ணீர் விட்டு அழுவதைப் பலமுறை பார்த்திருக்கிறேன்"[414]

என்று தம் அனுபவத்தை நம்மோடு பகிர்வார். இங்கிருந்து இலங்கையின் தேயிலைத் தோட்டத்திற்கு அடிமைகளாய் கொண்டு செல்லப்பட்ட தமிழர்களின் துயரத்தை வெளிப்படுத்தும் இப்பாடலின் வழி விழிப்புணர்வு பெற்றோர் எண்ணற்றோர்.

"ஒருநாள் மயில்ராவணன் நாடகம் நடந்து கொண்டிருந்தது. நான் ராமராக நடித்தேன். சபையிலிருந்து ஏழைத்தொழிலாளர் வாழ்வு என்ற குரல் எழுந்தது. இன்னும் சில குரல்கள் காலுக்குச் செருப்புமில்லை என்று கூவின. சத்தம் அதிகரித்ததால் நான் மேடைக்கு வந்தேன். "இந்த வேடத்தில் நின்று கொண்டு அந்தப் பாடல்களைப் பாட என் மனம் இடம் தரவில்லை. அப்படி பாடினாலும் பாடுவதில் உணர்ச்சி இராது. நீங்கள் அமைதியாக இருந்தால் இறுதியில் வந்து பாடுகிறேன்" என்றேன். மக்கள் என் பேச்சைக் கைதட்டி வரவேற்றார்கள். நாடகம் முடிந்தது. சபையில் யாரும் எழுந்திருக்கவில்லை. வாக்களித்தபடி வேடத்தைக் களைத்துவிட்டு வந்து, நான் அவ்விரு பாடல்களையும் பாடினேன். சபையோர் அமைதியாக இருந்து கேட்டுவிட்டு கலைந்து சென்றனர்."[415]

என்று மற்றொரு வரலாற்றுச் செய்தியையும் கூறுகிறார். இவர் கூறுவதிலிருந்து இவரது பாட்டுத் திறமும், நாடகக் கலையின் நாடகத் திறனும் வெளிப்படுகிறது.

"தேச பக்தியே முக்தியாம்
தெய்வ சக்தியாம்
என்ற பாடலை நான் முதன் முதலில் பாடியதும் சபையோர் உணர்ச்சி வசப்பட்டு மகாத்மா காந்திக்கு ஜே!...என்று கோசமிட்டனர்"[416]

என்கிறார். அன்றைய காலகட்டத்தில் மக்களையெல்லாம் கவர்ந்த இப்பாடல் மக்கள் உள்ளத்தில் ஏற்படுத்திய உடனடித் தாக்கத்தையும் அறிய முடிகிறது.

அதேபோல் காரைக்குடியில் 'தேசபக்தி' நாடகத்தின் போது நடந்த ஒரு சுவையான நிகழ்வு. இந்நாடகத்தில் ஜீவாவின்,

"ஏங்கா தெழுந்திருடா - தோழனே
இல்லாமையை நசுக்கு
ஆங்காரமாய்ப் பொருது - ஆதிக்கம்
அத்தனையும் பொடி செய்..."

என்ற பாடலை உணர்ச்சிப் பொங்க அவர் பாடி முடிக்க, அரங்கமே கைதட்டல்களால் அதிர்கிறது. அப்போது முன்வரிசையில்

கண்மூடி தூங்கிய செட்டியார் ஒருவர் திடீரென்று எழுந்து "ஒன்ஸ்மோர்" என்று சத்தமிட அடுத்த காட்சிக்காக திரை தூக்கப்படுகிறது. ஆனால், செட்டியார் தொடர்ந்து, "சண்முகம் மீண்டும் அந்தப் பாட்டை பாட வேண்டும்" என்று வலியுறுத்த, அரங்கமே "ஒன்ஸ்மோர்" என்று கோரிக்கை வைக்கிறது. ஆனால் தி.க.சண்முகம் பாட மறுத்ததால் செட்டியார் கோபத்துடன் எழுந்து நின்று, "சண்முகம் அந்தப்பாட்டை மீண்டும் பாடுவதால் குடியொன்றும் முழுகிப்போய்விடாது" என்று முழக்கமிட வேறு வழியில்லாமல் மீண்டும் அந்தப் பாடலைத் தான் பாடியதாக தி.க.சண்முகம் குறிப்பிடுகிறார். இங்ஙனம் மக்களிடம் மிகுந்த செல்வாக்கும் உரிமையும் பெற்றவராய்த் திகழ்ந்ததோடு மேடையில் மக்களைக் கவரும் மாயக்கலைஞராகவும் தி.க.சண்முகம் திகழ்ந்ததையும் அறிய முடிகிறது.

"கோபிச்செட்டிப்பாளையத்தில் சமூக சீர்திருத்தச் சங்கத்திற்காகப் பெரியார் ஈ.வெ.ரா. தலைமையில் பம்பாய்மெயில் நடைபெற்றது. பெரியார் நாடகத்தைப் பிரமாதமாகப் பாராட்டினார். நல்ல வசூலும் ஆயிற்று. ஏற்கெனவே எங்கள்மேல் கோபம் கொண்டிருந்த பிராமணர்களுக்கு இந்த நாடக நிகழ்ச்சி மேலும் கோபத்தை மூட்டியது"[417]

என்பதிலிருந்து இந்நாடகத்தின் மூலம் தேச விடுதலை மட்டுமல்ல சமூக விடுதலையும் ஒருசேர நிகழ்ந்திருக்கிறது என்பதையும் அறிய முடிகிறது.

சகஸ்ரநாமம்

பகத்சிங் தூக்கிலிடப்பட்ட 35 நாட்களில்தான் 'தேசபக்தி' நாடகம் அரங்கேற்றப்பட்டது. இதில் வாலீசன் தூக்கிலிடப்படும் காட்சி முதற் காட்சியாக அரங்கேறும், இதில் வாலீசனாக நடித்த எஸ்.வி.சகஸ்ரநாமம் கூறுவதாவது: "தூக்கிலிடப்பட்ட காட்சி முடிந்ததும் மக்களின் பேரொலி பகத்சிங்குக்கு ஜே! கோஷம் இடியென முழங்குவதுடன் காட்சியும் முடியும். இதற்காகச் சில விநாடிகள் இந்தக் காட்சி மக்கள் ஆரவாரத்திற்காக நின்றுதான் திரையிடுவது வழக்கம்" என்று விளக்குவார். மேலும்,

"முதல் காட்சியில் தோன்றும் போதே மக்களுக்கு பகத்சிங்கைப் பற்றிய நினைவு வந்துவிடும். தூக்கிலிடப்படும் காட்சியைப் பார்த்ததும் அந்தக் காட்சியோடு மக்கள் இரண்டறக் கலந்து 'பகத்சிங் தூக்கிலிடப்பட்டதை நேரில் கண்டு கொந்தளித்து கோஷமிடுவார்கள்"[418]

என்று இந்நாடகத்தில் நடிக்கும்போது உண்மையாகவே தூக்குக் கயிற்றில் அகப்பட்டு மீண்டும் உயிர் பிழைத்து மறுபிறவி எடுத்த எஸ்.வி.சகஸ்ரநாமம் அவர்கள் கூறுவதிலிருந்து அக்கால மக்களின் மனநிலையையும், அவர்களின் தேசபக்தி ஆர்வத்தையும் அறிய முடிகிறது.

கிட்டப்பாவும் கே.பி.சுந்தரம்பாளும்

கிட்டப்பாவும் கே.பி.சுந்தரம்பாளும் வாழ்க்கையில் மட்டும் இணை சேர்ந்தவர்கள் அல்ல. கலைப்பயணத்திலும் சேர்ந்தே பயணித்தவர்கள். இருவரும் ஒரே நாடகத்தில் சேர்ந்தே நடித்து வந்தனர். அப்போது தேசபக்திப் பாடல்களைப் பாடி மக்களை மகிழ்வித்தனர். இவர்களது பாடல்களைக் கேட்டு தேச உணர்வு கொண்ட மக்கள் கரவொலி எழுப்பி கொண்டாடுவார்கள். இது குறித்து ஸ்டாலின் குணசேகரன் குறிப்பிடுவதாவது:

“ஆங்கிலேயர்களின் அக்கிரம ஆட்சிக்கு எதிரான பாடல்களை அந்த நாடகங்களின் இடையிலேயே கதையுடன் இணைத்துப் பாடினர். வெள்ளையர் எதிர்ப்புப் பாடலை புரிந்து கொண்ட மக்கள் உற்சாகத்துடன் கைதட்டி தங்களது உணர்வினை வெளிப்படுத்தினர்”[419]

என்று தேச விடுதலையுணர்வு பெருக்கெடுத்த அம்மக்களின் மனஉணர்வினை வெளிக்கொணர்வார். இவ்வகையில் கணவரும் மனைவியும் ஆற்றிய தேசத் தொண்டு நாட்டு மக்களுக்கு விருந்தாக அமைந்தது.

எஸ்.ஆர்.ஜானகி

நாடக மேடையில் விடுதலைப் பாடல்களைப் பாடி கைதாகிப் போன எஸ்.ஆர்.ஜானகி, தன் நாடக வாழ்வில் நிகழ்ந்த அனுபவத்தை நினைவு கூர்கிறார்.

> **“ஒரு முறை ‘அல்லி அர்ஜுனா’ நாடகம் நடந்தது. அப்போது அல்லியால் அர்ஜுனன் தண்டனை அடையும் காட்சி. இக்காட்சியில் கிருஷ்ணனிடம் அல்லியின் அதிகார வெறி குறித்து பேசும் போது மக்கள் குறுக்கிட்டு, “அல்லியின் அதிகார ஆட்சி இருக்கட்டும். ஆங்கில ஆட்சியின் அதிகார வெறி பற்றி ஒரு பாட்டுப் பாடுங்கள்...” என்று கேட்டுக் கொண்டார்கள். அவர்களின் விருப்பத்திற்கு இணங்க ஒரு**

தேசியப் பாடலைப் பாட ஆரம்பித்தேன். உடனே போலீஸ் சப் இன்ஸ்பெக்டர் கோபாலன் என்பவர் மேடைக்கு வந்து, "தேசியப் பாடல்களை பாடக்கூடாது, பாடினால் கைது செய்வேன்" என்று கூறினார். ஆனால், பொதுமக்கள், "தேசியப் பாடலைப் பாடித்தான் ஆகவேண்டும்" என்று கோரிக்கை விடுத்தனர். நானும் உணர்ச்சி வேகத்தில் தேசியப் பாடலைப் பாடினேன். உடனே சப்-இன்ஸ்பெக்டர் என்னை அந்த மேடையிலேயே கைது செய்தார். உடனே மக்கள் ஆரவாரம் செய்தனர். "கைது செய்யாதே!" என்று சொல்லியவாறு ஆர்ப்பாட்டம் செய்தனர். போலீசார் தடியடி நடத்தினர்"[420]

என்று தம் நினைவைப் பகர்வதோடு அடுத்தநாள் கைது செய்யப்பட்டு உடனே ஜாமீனில் விடுதலை செய்யப்பட்டதாவும் கூறுவார். மறுநாள் இந்நாடகம் தடைசெய்யப்பட்ட போதிலும் மீண்டும் இந்நாடகம் நடைபெற்றபோது எதிர்ப்புக்கஞ்சாமல் அதே பாடலைப்பாடினேன் என்று கூறுகிறார். அவ்வாறு இப்பாடலைப் பாடும்போதெல்லாம் மக்கள் எல்லாம் ஒரே குரலில் 'ஒன்ஸ்மோர்' என்று கேட்டதாகவும் கூறுவார்.

அன்றைக்கு நடைபெற்ற விடுதலை நாடகங்களான, தேசபக்தி, கதரின் வெற்றி முதலிய நாடகங்களில் பாரதமாதா தோன்றும் காட்சி வரும். அப்போது நாடகம் பார்க்க வந்த மக்கள் அனைவரும் ஒருசேர எழுந்து நின்று 'பாரதமாதாவுக்கு ஜே!' என்று முழக்கமிடுவார்கள். மெய்சிலிர்க்க வைக்கும் காட்சி என்று நாடக, திரைப்பட நடிகர் சி.தங்கராசு கூறியவற்றிலிருந்து, விடுதலைப் போராட்ட நாடகங்கள் அக்கால மக்களிடம் ஏற்படுத்திய தாக்கத்தையும், மிக்க ஆரவாரத்தோடு மக்கள் அதை ஏற்றுக்கொண்டதையும் அறிய முடிகிறது. விடுதலைப் போராட்டத்தில் நாடகங்கள் ஏற்படுத்திய வேகத்தை இந்நிகழ்வுகளின் வழி உறுதிப்படுத்திக் கொள்ளலாம்.

❑

முடிவுரை

இந்தியாவின் மீது படையெடுத்த அந்நியர்களுள் ஆங்கிலேயர் மட்டும் தங்களுடைய ஆதிக்கத்தை ஆழமாக வலுப்படுத்திக் கொண்டனர். இவர்களின் ஆதிக்கத்தை எதிர்த்து தமிழகத்தில் கி.பி.1750 முதல் கி.பி.1767வரை தொடர்ந்து பதினேழு ஆண்டுகள் விடாது போராடி களப்பலியான முதல் மாவீரன் பூலித்தேவனாவான். இவரைத் தொடர்ந்து கி.பி.1799இல் வீர மரணம் எய்திய வீரபாண்டிய கட்டபொம்மனும், மருது பாண்டியர்களும், வேலு நாச்சியாரும் ஆங்கிலேய கம்பெனியை எதிர்த்த மாவீரர்களாவார். கி.பி.1806இல் நடைபெற்ற வேலூர்ப் புரட்சி தோல்வியில் முடிவுற்றது. ஐம்பதாண்டுகளின் மௌனத்திற்குப்பின் 1858இல் வடஇந்தியாவில் நடைபெற்ற சிப்பாய் புரட்சியே 'முதல் இந்திய சுதந்திரப் போராக' கருதப்படுகிறது. இப்புரட்சியும் கொடூரமாக ஒடுக்கப்பட்டு ஆங்கிலேயரின் எதிர்ப்புக் குரல் முற்றிலுமாக நசுக்கப்படுகிறது.

1885இல் தோன்றிய காங்கிரஸ் இயக்கம், திலகர் வருகைக்குப் பின்னர்தான் (1906-1919) முதல் நாட்டின் சுதந்திரத்தைக் கோரும் இயக்கமாக மாறுகிறது. இக்காலத்தில்தான் மக்கள் சுதந்திரத்தின் அருமையை உணர ஆரம்பிக்கின்றனர். மக்களின் விழிப்புணர்வு காரணமாக ஆங்காங்கே எழுந்த போராட்டங்கள், காந்தியின் வருகைக்குப் பின் பெரும் எழுச்சியாக உருமாறுகிறது. காந்தியடிகளின் கொள்கைகள் மக்களைப் பெரிதும் கவர்ந்ததால் மக்கள் இவர் பின்னே அணிதிரண்டனர். அந்நேரத்தில் கல்வி, அரசியல் மற்றும் ஊடக வளர்ச்சி போன்ற காரணிகளால் நாட்டின் இலக்கியங்களிலும், கலைகளிலும் சுதந்திரத்தின் தாக்கம் வெளிப்படுகிறது. கட்டுரைகள், கதைகள், புதினங்கள் போன்ற இலக்கிய வடிவங்களிலும் இதழ்கள், திரைப்படங்கள் போன்ற ஊடகங்களிலும் நாடகம், நாட்டுப்புற கூத்துகள் போன்ற கலை வடிவங்களிலும் இதன் தாக்கம் வெளிப்படுகிறது. எல்லோரையும் தம்பால் ஈர்க்கும் ஆற்றல் பெற்ற 'கலைக்கரசான நாடகக்கலை' இங்கு ஆற்றிய பணி குறிப்பிடத்தக்கது.

தமிழ் நாடகங்களின் வளர்ச்சிப் போக்கில் டம்பாச்சாரி விலாசம், தாசில்தார் போன்ற சமூக நாடகங்கள் உயிர்பெறுகின்றன. இதையொட்டி எழுந்த 'ஆர்ய ஸபா' நாடகம் 'முதல் தேசிய நாடகம்' என்ற பெயரோடு வெளிவருகிறது. சுதந்திர தாகத்தால் உந்தப்பட்ட நாடகக் கலைஞர்கள் சிலர், தாம் நடித்த புராண

நாடகங்களில் தொடர்பே இல்லையென்றாலும் தேசபக்திப் பாடல்களை பாட ஆரம்பித்தனர். இதுகண்ட தெ.பொ. கிருஷ்ணசாமிப் பாவலர் 1920இல் தேசிங்குராசன் போன்ற கதைகளை வைத்து தேசபக்தியை பரப்ப முயன்றார். மக்களிடம் பெரும் வரவேற்பைக் கண்ட பாவலர் அதன் பிறகு, கதரின் வெற்றி, பதிபக்தி, பம்பாய் மெயில், கதர் பக்தி, தேசியக் கொடி போன்ற பல நாடகங்களைத் தம் நாடகக் குழுவின் மூலம் அரங்கேற்றுகிறார். நாடெங்கும் இந்நாடகங்களுக்கு கிடைத்த வரவேற்பைக் கண்ட பாவலரின் நண்பர் திரு.எஸ்.எம். சச்சிதானந்தம் பிள்ளை இந்நாடகங்களைத் தம் நாடகக் குழுவின் மூலம் அரங்கேற்றுகிறார். அத்துடன் தேசபக்தி அல்லது சகோதரத் துரோகம் என்ற நாடகத்தையும் எழுதி அரங்கேற்றுகிறார்.

சுப்பிரமணிய சிவா தம் மேடைப் பேச்சைக் காட்டிலும், நாடகக் கலைக்கு கிடைத்த வெற்றியைக் கண்டு வீரசிவாஜி, திலகர் காந்தி தரிசனம் போன்ற நாடகங்களைத் தனது 'ஸ்ரீபாரதவிலாஸ்' நாடக சபையின் வாயிலாக அரங்கேற்றினார். இவர்களின் பாதையில் வெ.சாமிநாதசர்மா, சுத்தானந்த பாரதி, எஸ்.டி.சுந்தரம், கு.சா.கிருஷ்ணமூர்த்தி போன்ற நாடகாசிரியர்கள் இவ்வறப் பணியாற்றுகின்றனர். சாமிநாதசர்மா எழுதிய 'பாணபரத்துவீரன்' நாடகத்தை 'தேசபக்தி' என்ற பெயரால் தி.க.சண்முகம் குழுவினர் அரங்கேற்றினர். எஸ்.டி.சுந்தரம் அவர்களின் 'கவியின் கனவு' நாடகம் தமிழகத்தில் பெரும் வெற்றியைப் பெற்ற நாடகமாகும். ப.நீலகண்டன் எழுதிய 'நாம் இருவர்' நாடகம் சிறப்பான சமூக மற்றும் விடுதலை இயக்க நாடகமாகும்.

பாவலர் ஏற்படுத்திய பால மனோகர பாய்ஸ் கம்பெனி, மதுரை ஒரிஜினல் பாய்ஸ் கம்பெனி, ஸ்ரீபாலசண்முகானந்த சபா, என்.எஸ்.கே. நாடக சபா, மதுரை தேவி பால விநோத சங்கீத நாடக சபா, சக்தி நாடக சபா போன்ற நாடகக் குழுக்கள் இந்நாடகங்களை மேடையேற்றிய பெருமைக்குரிய நாடகக் குழுக்களாகும்.

காந்தியடிகளின் கொள்கைகளே விடுதலைப் போராட்டத்தை வழிநடத்திச் சென்றது என்பதால், அதன் தாக்கங்கள் நாடகங்களிலும் வெளிப்பட்டன. காந்தியக் கொள்கைகளான தேசபக்தி, மதுவிலக்குப் பிரச்சாரம், கதர் பிரச்சாரம், பெண்ணுரிமைகள், தீண்டாமையொழிப்பு, தொழிலாளர் முன்னேற்றம், மதநல்லிணக்கம், சமத்துவம், சகோதரத்துவம் போன்ற கொள்கை முழக்கங்கள் இந்நாடகங்களில்

வெளிப்பட்டன. இக்கருத்துகளை நாடகாசிரியர்கள் தாங்கள் எழுதிய நாடகப் பாத்திரங்களின் வாயிலாக மக்களிடம் கொண்டு சேர்த்தார்கள். மக்களிடம் மாற்றத்தை ஏற்படுத்தும் இத்தகைய கருத்துகள் தங்களது நாடகங்களில் வெளிப்படுமாறு பார்த்துக் கொண்டார்கள்.

அன்றைக்கு நிகழ்ந்த அரசியல் நிகழ்வுகள், காந்தியடிகளின் அறப்போராட்ட நிகழ்வுகள் அத்தனையையும் தாங்கள் எழுதிய நாடகப் பாடல்கள் வாயிலாக பாடலாசிரியர்கள் உடனுக்குடன் வெளிப்படுத்தினார்கள். பாரதியின் பாடல்களுக்கு இருக்கும் வரவேற்பைப்போல் பெரும் வரவேற்பைப் பெற்ற மதுரகவி பாஸ்கரதாசின் பாடல்கள் இங்கு குறிப்பிடத்தக்கது. பகத்சிங்கின் மரணம், பஞ்சாப் படுகொலை, காந்தியடிகளின் இலண்டன் பயணம் என்று ஒவ்வொரு நிகழ்வையும் பாடல்களாக்கி அந்தச் செய்தியையும், செய்திகளின் தாக்கத்தையும் மக்களிடம் கொண்டு சென்றவர்கள் இப்பாடலாசிரியர்களே. சுந்தரவாத்தியார், இசக்கிமுத்து வாத்தியார், ராஜா எஸ்.எஸ்.சண்முகதாஸ், பூமி பாலகதாஸ் போன்ற கவிஞர்களின் பங்கு பணி குறிப்பிடத்தக்கது.

இவர்கள் எழுதித் தந்த தேசபக்திப் பாடல்களை மேடைகள்தோறும் பாடி அதற்காக சிறைத்தண்டனை பெற்றவர்கள் ஏராளம். தன் கம்பீரமான குரலால் தான் நடித்த புராண நாடகங்களில் கூட தேசபக்திப் பாடல்களைப் பாடி மக்களை திக்குமுக்காடச் செய்தவர் ராஜபார்ட் நடிகர் விஸ்வநாததாஸ் ஆவார். சிறைத்தண்டனைகளை பலமுறை பெற்றபோதிலும் அஞ்சாது பாடி வந்தவர். வள்ளித்திருமணம் நாடகத்தில் தேசபக்திப் பாடலைப் பாடும்போது இன்னுயிரை ஈந்து ஈகியானவர்.

எண்ணற்ற சமூக நாடகங்களையும், தேசபக்தி நாடகங்களையும் மேடையேற்றியவர் தி.க.சண்முகம் ஆவார். தமிழ் நாடக வரலாற்றில் இவரின் பங்கு பணி குறிப்பிடத்தக்கது. காளி.என். இரத்தினம், எம்.எம்.சிதம்பரநாதன் போன்ற எராளமான கலைஞர்கள் இவ்வரிசையில் பின் தொடர்வர். பின்னாளில் திரைப்பட வானில் ஒளிவீசிய மக்கள் திலகம் எம்.ஜி.ஆர், கலைவாணர் என்.எஸ்.கிருஷ்ணன் போன்றோர்களும் தேசபக்தியால் விளைந்தவர்களே. ஆண் கலைஞர்களுக்கு நிகராக பெண் கலைஞர்களும் பங்குபணி ஆற்றியுள்ளனர். கே.பி.ஜானகி அம்மாள், கே.பி.சுந்தரம்பாள், எம்.ஆர்.கமலவேணி, எஸ்.ஆர். ஜானகி போன்றோர்கள் குறிப்பிடத்தக்கவர்கள்.

இந்நாடகங்கள் நடைபெறும் போது மக்களிடம் காணப்பட்ட எழுச்சி அலைகள் வரலாற்றின் பக்கங்களில் என்றும் நிலைக்கத் தக்கது. நடிகர்கள் பாடலைப் பாடும்போது மக்களின் கரகோஷம் விண்ணைப் பிளக்கும். ஆரவாரம் அரங்கை அதிரச் செய்யும். பாடலை மீண்டும் பாடும்படி வற்புறுத்தி கோஷமிடுவார்கள். பல நேரங்களில் கண்ணீர் விட்டு அழுதிருக்கிறார்கள். எல்லாவற்றையும்விட ‘அந்நிய ஆடை எரிப்புப் போராட்டம்’ உச்ச நிலையில் இருந்த போது, உணர்ச்சி வயப்பட்ட மக்கள் தாங்கள் அணிந்திருந்த அந்நிய நாட்டு ஆடைகளை மேடையிலேயே தீயிட்டு கொளுத்திய நிகழ்வுகளும் நடந்தன. விடுதலைப் போராட்ட நாடகங்களின் வரலாற்றில் இந்நிகழ்வுகள் மணிமகுடங்களாகும். மேலும் நடித்த கலைஞர்களுக்குத் தாம் அணிந்திருந்த நகைகளை நாடக மேடையிலேயே கழற்றி வீசிய நிகழ்வுகளும் நடந்திருக்கின்றன. இச்செய்திகளின் வழி இந்நாடகக் கலைக்கு இருந்த ஈர்ப்பும், வலிவும் வெளிப்படுகிறது.

இந்நாட்டு சுதந்திரப் போராட்டத்தில் ஏனைய கலைகளைவிட, இதழ்கள் போன்ற ஊடகங்களைவிட என்றும் அழிக்கவியலாத வரலாற்றுப் பதிவுகளை தமிழ் நாடகக் கலையும், நாடகக் கலைஞர்களும் செய்திருக்கின்றனர். கால மாற்றத்தின் வளர்ச்சிப் போக்கில் அல்லது அவசரயுகத்தில் நாம் இக்கலையின், இக்கலைஞர்களின் பங்களிப்பை மறந்து விடாமல் இருக்க இவ்வாய்வு முயற்சித்திருக்கிறது. இக்கலையின் ஈகமும், இக்கலைஞர்களின் தியாகமும் என்றென்றும் போற்றுதற்குரியதாகும். ❑

நேர்காணல்

தியாகி ஐ.மாயாண்டி பாரதி, மதுரை - நாள் - 19.06.2011

1. தங்கள் இயற்பெயர் என்ன? தங்கள் குடும்பம், பிறந்த ஊர், பெற்றோர், கல்வி, தொழில் போன்ற விவரங்கள் என்ன?

எனது இயற்பெயர் மாயாண்டி. மதுரை சொந்த ஊர். இது பின் தங்கிய சாதி, மரத்தச்சர் வகுப்பு, அப்பா பெயர் இருளப்பன். பாட்டனார் பெயர் மண்டையன் ஆசாரி. "அவரு பெயராலதான் இந்தத் தெருவை மண்டையன் ஆசாரி சந்து"ன்னு சொல்றாங்க. வசதியான குடும்பம், எங்களுக்கு இங்க நெறைய வீடுகள் உண்டு. ஜனத்தொகை கம்மி. அதனால், வருமானம் கிடையாது. 10ம் வகுப்பு வரை படிச்சிருக்கேன். 1937இல் பத்தாம் வகுப்பு முடிச்சேன்.

2. 'மாயாண்டி பாரதி' என்ற பெயர் ஏற்படக் காரணம் என்ன?

எனக்கென்று எதுவும் இல்லை. இப்பெயரை வைத்தவர்கள், பாரதியின் கூட இருந்தவர்கள். பாரதியின் நண்பர்கள் சிதம்பர பாரதி, சுப்பிரமணிய சிவாவின் சீடர்கள் ஸ்ரீநிவாச வரதன், தியாகராஜ சிவம் இவர்கள்தான் எனக்கு இப்பெயரைச் சூட்டினர். நான் பேசுவதே பாடல்களாகத்தான் வரும். பூரா பாட்டுத்தான். நாட்டு நிலைமைப் பற்றியும், அந்நியரைப் பற்றி பேசும் போதும் பாரதியின் பாடல்களைப் பாடுவேன். மேலும் நாமக்கல் கவிஞர் பாடல், புரட்சிக்கவி பாரதிதாசன் பாடல்கள் ஆகிய கவிஞர்களின் பாடல்களைப் பற்றியே பாடுவதால் எனக்கு இப்பெயர் ஏற்பட்டது. சொந்தமா எனக்குன்னு பேச்சு கிடையாது. அப்பவே நான் நல்லாப் பாடுவேன். முத்துராமலிங்கத் தேவர் போன்றோர்கள், "மாயாண்டி பேசட்டும்" என்று கேட்டுக் கொள்வார்கள். என் பேச்சு முழுதும் பாடல்களாகவே இருக்கும். (பாரதிதாசனின் உலகப்பன் பாட்டை பாடுகிறார்)

3. தாங்கள் ஆற்றிய இலக்கியப்பணி என்ன?

படுகளத்தில் பாரத தேவி, வெள்ளையனே வெளியேறு, அரசு என்றால் என்ன?, பேராசை மகன், கம்பெனியைக் கலக்கிய கட்டபொம்மன் ஆகிய நூல்களை எழுதியுள்ளேன்.

4. தங்களின் இயக்கப் பணி எத்தகையது?

நான் ஆரம்பத்தில் காங்கிரஸ் இயக்கத்தில் இருந்தேன். 1947வரை காங்கிரஸில் இருந்தேன், பிறகு சி.பி.ஐயில 20 வருஷமும், சி.பி.எம் கட்சியில 25 வருஷமும் பணி செய்திருக்கிறேன்.

5. இதழியல் பணிகள் யாவை?

சென்னையிலிருந்து வெளிவந்த லோக சக்தி, பாரத சக்தி, திரு.வி.க நடத்திய நவசக்தி, ஜீவா அவர்கள் நடத்திய ஜனசக்தி, பிறகு தீக்கதிர் இந்த இதழ்களில் துணையாசிரியராகப் பணிபுரிந்திருக்கிறேன். சாப்பாடு மட்டுந்தான் தருவார்கள், காசு எதுவும் கிடையாது. மூன்று அல்லது நான்கு ஆண்டுகள் இங்கே வேலை செய்திருப்பேன்.

1939இல் பாரத சக்தி இதழில் எழுதினேன். தெருக்கூத்து பார்த்ததால் எனக்கு வீர பாண்டிய கட்ட பொம்மனைப் பத்தி அத்துப்படி. அப்ப வீரபாண்டிய கட்டபொம்மனைப் பற்றி வடக்க யாருக்கும் தெரியாது. வெள்ளைக்காரனுக்கும் தெரியாது. 250 வருடம் ஆனதால் வெள்ளைக்காரனுக்கும் தெரியாது. அதனால 'கம்பெனியைக் கலக்கிய கட்டபொம்மன்' என்ற நூலை எழுதினேன். அதற்காக ஆங்கில அரசு என்னை கைது செய்ய தேடியது. நான் வேலை செய்த பத்திரிகை ஆபீசுக்கு போலீஸ் வந்து, "*who is he? where isthe bad boy?*" என்று கேட்டுக்கொண்டு வந்து விட்டார்கள். இரண்டாம் உலகப் போர் தொடங்கிய நேரம். அப்ப, "பட்டாளத்தில சேராத, பணம் காசு கொடுக்காதன்னு" எழுதினேன். போலீஸ் தேடினதால அங்கிருந்து இங்கு வந்து விட்டேன்.

5. அன்றைக்கு 'படுகளத்தில் பாரத தேவி' என்ற நூல் இளைஞர்கள் மத்தியில் ஏற்படுத்திய தாக்கம் என்ன?

1939ஆம் ஆண்டு இந்நூல் எழுதப்பட்டது. கடுமையான அடக்குமுறைகள் அவிழ்த்து விடப்பட்டபோது பாரதத் தாயின் அடிமை விலங்கொடிக்க இளைஞர்களைத் தட்டியெழுப்பியது இந்நூல்.

தேசத் தலைவர் காமராசர், தேசபக்தர் என்.ஆர், தியாகராசன், போன்ற தலைவர்களும் இந்நூலை வாங்கி இளைஞர்களுக்குக் கொடுத்து இளைஞர்களை அணி திரட்டினர். தேசபக்தர் பசும்பொன் முத்துராமலிங்கத் தேவரும் இந்நூலை வாங்கி இளைஞர்களுக்கு அளித்தார்.

தமிழகம் மட்டுமல்ல பர்மா, மலேயா, சிங்கப்பூர், இந்தோசீனா, இலங்கை, தென்னாப்பிரிக்கா போன்ற நாடுகளுக்கும் எடுத்துச் சென்று எண்ணற்ற இளம் தேசபக்தர்களை உருவாக்கியது. இளைஞர்களைத் தட்டியெழுப்பி விடுதலைப் போராட்டத்தில் ஈடுபடுத்தியது.

6. சுதந்திரப் போராட்ட வீரர்கள் சமிதி அமைப்பின் நோக்கம் செயல்பாடு என்ன?

சுதந்திரத்திற்குப் பிறகு ஜெயிலுக்குப் போய் வந்தவங்களுக்கு மத்திய, மாநில சர்க்கார் எதுவும் செய்யல. இளமை இருந்த போது விறுவிறுன்னு ஜெயிலுக்குப் போயிட்டான். பின்னால வயசானப்ப பிழைக்க வழியில்ல. காமராஜர் போன்றவங்க சுதந்திரத்திற்குப் போராடியதற்கு கூலியான்னு கேட்டாங்க. இப்படி கஷ்டப் பட்டவங்களுக்கு உதவி செய்யத்தான் இந்த அமைப்பு தோன்றியது.

7. சுதந்திரப் போராட்டத்தில் ஈடுபட்டதால் கிடைக்கப் பெற்ற தண்டனை எத்தகையது?

சுதந்திரப் போராட்டத்தில் ஈடுபட்டதற்காக 1940 லிருந்து 47வரை பல தடவை ஜெயிலுக்குப் போயிருக்கேன். சுதந்திரத்துக்குப் பிறகு 1948லிருந்து 1952வரை கம்னியூசத்திற்காக ஜெயிலுக்குப் போயிருக்கேன்.

8. தங்களது சிறை அனுபவம் குறித்து கூறுங்கள்?

அரை அங்குல தகட்டை, மணல் போட்டு தேச்சப் பிறகு அத வைச்சுதான் தலையில முடியை சிரைப்பார்கள். அப்ப தலையெல்லாம் ஒரே ரத்தம் கொட்டும், முடி எடுக்கறவனைப் பார்த்து "நீ அம்பட்டனானுன்னு கேட்டா", "தேவமாருன்னு" சொன்னான். "நீ ஏன் இந்த வேலைய செய்றன்னு" கேட்டதுக்கு, "அம்பட்டன்னு சொல்லச் சொல்லி போலீஸ்காரன் அடிக்கிறான்னு" சொன்னான். முத்துராமலிங்க தேவருன்னாலும், பால தண்டாயுதமாக இருந்தாலும் அப்படித்தான் சிரைப்பான்.

சிறுநீர்போகனும்னா மண்சட்டி பாத்திரம்தான் தருவாங்க. அதுலதான் ஒண்ணுக்கு போகனும். காலையில கொண்டுபோய் வெளியில கொட்டிடனும். 40, 50 பேரை ஒண்ணா அடைச்சு வைச்சுருப்பாங்க. காலையில திறந்து விடுவாங்க, அப்ப எல்லாரும் வெளிய போகனும்.

9. தேசத் தலைவர்களோடு தங்களுக்கு இருந்த தொடர்பு எத்தகையது?

பெருந்தலைவர் காமராசரோடு தொடர்புண்டு, திரு. வி.க.அவர்களோடு தொடர்புண்டு. ஜீவானந்தத்தோட நெருக்கம் உண்டு. ஜானகியம்மாளோடு உடன் இருந்து பணியாற்றியுள்ளேன். முத்துராமலிங்கத் தேவர் எனது பேச்சை விரும்பிக் கேட்பார்.

10. நாடகக் கலைஞர்களோடு தங்களுக்கிருந்த தொடர்பு எத்தகையது?

நான் சிறுவனாக இருந்த போது பாஸ்கரதாஸ் எங்கள் வீட்டிற்கு வருவார். மேலவீதியில இருந்த எங்க வீட்டு மாடியில நடிகைகள்

ராஜலெட்சுமி, முத்துலெட்சுமின்னு அக்கா தங்கச்சிங்க வாடகைக்கு இருந்தாங்க. அவங்களுக்கு பாட்டுச் சொல்லித்தர அடிக்கடி பாஸ்கரதாஸ் அங்க வருவார். அப்ப நான் சின்னப்பையன் பார்த்திருக்கேன். தூக்கு எடுத்துட்டுப் போய் டீ வாங்கிட்டு வந்து தருவேன். அதான் எனக்குத் தெரியும்.

ஜானகி அம்மா எங்க வீட்டுக்குப் பக்கத்திலதான் இருந்தாங்க அப்பவே தெரியும். அப்புறம் ஜனசக்தியில துணையாசிரியராக இருந்தபோது நல்ல பழக்கம் உண்டு.

11. தங்களைக் கவர்ந்த தெருக்கூத்து எது?

தெருக்கூத்து வடிவங்களைப் படித்தவர்கள் பார்க்க மாட்டார்கள். வண்டி இழுப்பவர்கள், தொழிலாளிகள், கிராமத்தார்கள், படிக்காதவர்கள் இவர்கள்தான் இக்கூத்துகளைப் பார்ப்பார்கள். அப்ப மதுரையில கட்டபொம்மு கூத்து நடக்கும். ஒரு நாடகம் பத்து நாட்கள் நடக்கும். ஒவ்வாரு இடத்திலேயும் பத்து நாட்கள் நடக்கும். ஒரே கதைய பத்து நாட்கள் தொடர்ந்து நடத்துவார்கள். அந்தக் கூத்துகளை நான் தவறாமல் போய்ப் பார்ப்பேன். அந்தக் கூத்துகள் தான் என்னை ஒரு தேசபக்தனாய், போராளியாய் மாற்றியது.

12. விடுதலையுணர்வு நாடகங்கள் வெளிப்படுத்திய உணர்வலைகள் எத்தகையது?

விஸ்வநாததாஸ் நாடகங்கள் பார்த்திருக்கேன். அவரை பத்தி நல்லா தெரிஞ்சிருக்கேன். வள்ளித்திருமணம் நாடகம் பார்த்திருக்கேன். அவரு திருமங்கலம்.

"கொக்கு என்றால் கொக்கு
நம்மைக் கொல்ல வந்த கொக்கு
தேம்ஸ் நதிக்கரையின் கொக்கு" (பாடுகிறார்)

என்று கொக்குப் பாட்டு பாடுவார். ஜனங்கள் எல்லாம் கைதட்டி வரவேற்பாங்க.

13. தி.க.சண்முகம் அவர்கள் நடத்திய தேசபக்தி நாடகங்களைப் பற்றிக் கூறுங்கள்?

தி.க.சண்முகமும் அவரு தம்பி பகவதியும் தேசபக்தி நாடகங்களை நல்லா நடத்திக்கிட்டிருந்தாங்க. ஜீவாவுக்கு ரொம்ப வேண்டியவங்க. அவங்க நடத்தின நாடகத்த பார்த்த மகிழ்ச்சிய, ஆபீசல ஜீவா சொல்வாங்க. அவங்க தேசியவாதிங்க. அவங்க உடை தேசியம், அவங்க பேச்சு தேசியம் அவங்க தேசியமாகவே வாழ்ந்தாங்க.

14. இன்றைய சமூகத்திற்கு தாங்கள் கூறும் ஆலோசனை என்ன?

நம்ம பாட்டன், பூட்டன் மக்கள் எல்லாம் சுயநலமின்றி சுதந்திரத்திற்காகப் போராடினார்கள். ஏழையாக்கப்பட்ட மக்கள்தான் போராடினார்கள். பாரத சுதந்திரம் பொதுவானது. இதற்குக் காரணம் உன் அப்பா, அம்மா எல்லாரும் கஷ்டப்பட்டாங்க. மாரியாத்தா, காளியாத்தான்னு எல்லோருமே வேண்டிக்கிட்டாங்க. இதையெல்லாம் மறந்துடாம நெனைச்சுப் பார்த்து சுதந்திரத்தைக் காப்பாத்தணும்.

நாள்: 19.06.2011

❑

விடுதலைப் போரில் மேடை நாடகப் பாடல்கள்

காந்தி கை பாணம்

ராட்டினமே காந்தி கைபானம் நாளும்
நம்மைக் காக்கும் பிரமாணம் - சுதேசிய (ராட்டி)

நாட்டிற்கதர் வேலைச்சூட்டி நற்கங்கணம்
நன்றாய்க் கட்டுவோம் தினம் - நாகரிக (ராட்டி)

வீட்டிற்கு வீடிது மெய்யாக வேண்டுமே
மீட்சி பெறத் தூண்டுமே பாஸ்கரன்
ஆட்சித் தமிழ் தோன்றுமே - மிக முழங்கிடும் (ராட்டி)

- மதுரகவி பாஸ்கரதாஸ்,
விடுதலைப் போராட்டகாலப் பாடல்கள், பக்.53.

கை ராட்டையைச் சுற்றுவோம்!

நம்பிக்கைக் கொண்டெல்லாரும்
கைராட்டைச் சுற்றுவோம்
கைராட்டைச் சுற்றுவோம்
சுய நாட்டைப் பற்றுவோம் (நம்பிக்கை)

ராணுவ பலம் நமக்கேது கதர்
ராமபாண மிப்போது - நம்
நடையொரு பகைவர்கள் அடியொடு மடிகுவர்
நாளும் தப்பாது தினம்
- மதுரகவி பாஸ்கரதாஸ்,
விடுதலைப் போராட்டகாலப் பாடல்கள், பக்.53.

கொக்குப் பறக்குதடி பாப்பா!

கொக்குப் பறக்குதடி பாப்பா நீயும்
கோபமின்றிக் கூப்பிடடி பாப்பா... (கொ)

கொக்கென்றால் கொக்கு நம்மைக்
கொல்ல வந்த கொக்கு
எக்காளம் போட்டு நாளும் இங்கே
ஏய்த்துப் பிழைக்குதடி பாப்பா.... (கொ)

வர்த்தகம் செய்ய வந்த கொக்கு நமது
வாழ்வைக் கெடுக்க வந்த கொக்கு
அக்கரைச் சீமை விட்டு வந்து ...கொள்ளை
அடித்துக் கொழுக்குதடி பாப்பா... (கொ)

தேம்ஸ் நதிக்கரையின் கொக்கு அது
திண்ண உணவில்லாத கொக்கு பொல்லா
மாமிச வெறிபிடித்த கொக்கு இங்கே
வந்து பறக்குதடி பாப்பா...... (கொ)

கொந்தலான மூக்குடைய கொக்கு அது
குளிர்பனி கடல் வாசக் கொக்கு
அந்தோ பழிகாரக் கொக்கு நம்மை
அடக்கி ஆளுதடி பாப்பா......(கொ)

மக்களை ஏமாற்ற வந்த கொக்கு அதன்
மமதை அழிய வேண்டும் பாப்பா
வெட்க மானமில்லா அந்தக் கொக்கு இங்கே
மடியப் பறக்குதடிப் பாப்பா..... (கொ)

பஞ்சாபில் படுகொலை செய்த கொக்கு அது
பழிபாவம் பார்க்காத கொக்கு
அஞ்சாமல் பாஸ்கரன் தமிழ்பாடி அதை
அடித்து விரட்ட வேண்டும் பாப்பா....(கொ)

- பாஸ்கரதாஸ் எழுதி, விஸ்வநாத தாஸ் பாடிய பாடல்
நூல்: வீரத் தியாகி விஸ்வநாத தாஸ், பக். 66.

வந்தே மாதரம்

இந்தியர்கள் நம்மவர்க்குள்
ஏனோ வீண் சண்டை?

அனுபல்லவி

இந்தியரே நம்மவரை
வந்தவர்கள் ஆட்சிசெய்ய
தந்திர உபாய
நமது சமயச் சண்டையே! (இந்தியரே)

சரணம்

ஒரு தாய் வயிற்றில் வந்த
உத்தம சகோதரனாம்
பெருகு மத ஜாதிபேதம் பேசலாகுமோ? (இந்தியரே)

இந்து முசல்மான் ஒற்றுமை
நிறைந்த அல்லாஹு அக்பர்
வந்தே மாதரம் புகன்று வாழ்த்திடுவோமே! (இந்தியரே)

- மதுரகவி பாஸ்கரதாஸ்,
விடுதலைப் போராட்டகாலப் பாடல்கள், பக்.55.

கதர் கப்பல்

பல்லவி

கதர் கப்பல் கொடி தோணுதே
கரம் சந்த்ர மோகனதாஸ் காந்தி இந்தியா சுதேச - (கதர்)

அனுபல்லவி

அதற்கப்பால் ஞானாகாசம்
அதிலே பாரதவாசம்

இதற்குள் சிவப்பிரகாசம்
    இனி நமக்குச் சந்தோசம்

சரணம்

மானிடச் சிப்பிக் குள்ளே
    மகாத்மா ஓர் முத்துப் போலே
ஞான வடிவம் கொண்டு
    நம்மைக் காக்க வந்த தாலே
லௌகீகம் விட்டால்
    வைதீகம் பெற்றால்
மெய்தேகம் நாம்
    நன்றாய்க் கொள்வோம் நாகரிகம்

பஞ்சத்தைப் பஞ்சால் வெல்வோம்
    படையை உடையால் கொல்வோம்
வஞ்சத்தை விட்டகல்வோம்
    மறை நேர்க்கும் இந்த
முறையேற்கும் மகாத்மா
உரைகாக்கும் நம்
மணமக்கள் மானங் காக்கும்

- **நூல் வீரத் தியாகி விஸ்வநாத தாஸ்,** பக்.67.

பஞ்சாப் படுகொலை

பல்லவி

பஞ்சாப் படுகொலை பாரில் கொடியது
    பழிபாவ முடையது

அனுபல்லவி

அஞ்சாப் பெரும் வம்பனாம் சிறியவன்
    அறநிலைத் தப்பிய சிறியவன் வேலை

சரணங்கள்

அயல் தேசத்தார் அநியாயத்தால்
செயல் மாயத்தால் மாண்டு மடிந்து

அண்டையில் நின்றவர் துண்டமாகவே
குண்டு மடிந்திட குண்டுகள் பட்டது

படைக்கலத்தினால் அடக்கலாமென
மடக்கருத்துடன் கிடக்கலமாமிது

படுக்கவைத்து கைமடக்கி வைத்துடல்
நடுக்கமுற நகத்தூசி குத்தின

பங்க மிகுந்து பயங்கொள அந்தோ
அங்கு முறிந்து ரணங்கள் நிறைந்தது

கற்புக்கரசிகள் பொற்பழிந்திட
கற்பனை செய்தது செப்பத்தரமல

கண்ணீர் விட்டுக் கதறிக் கதறித்
தண்ணீர் கேட்டுச் சாய்ந்து மடிந்தனர்

தாயுந் தந்தையுஞ் சேயிழந்துமே
தரையில் புரண்டு அலறித் துடித்தது

ஏந்திளையாரிடத்துச் சேலையுரிந்து
சாய்ந்திடவே வெகுகோரமிகுந்தது

இந்தியர்கள் வருந்தி அலைந்திட
நொந்து கலங்கிட அந்தோ செய்தது

ரத்த ஆறு பெருக்கேடுத் தோடிட
சித்ரவதையே மிகுந்திடச் செய்திட

தேச நேச விஸ்வாசன் பாஸ்கர
தாசன் ஓதினேன் மோசம் மோசமே...

பாஸ்கரதாஸ் எழுதியது-
நூல் வீரத் தியாகி விஸ்வநாததாஸ், பக்.70.

சுந்தர வாத்தியார் எழுதியது

பரம்பரையாய் நமது பாட்டன் முப்பாட்டன்மார்கள்
விரும்பும் கை ராட்டினத்தை விடலாகுமா?
கரும்புக் கட்டோடிருந்தால் எறும்பு தன்னாலேவரும்
கண்டதில்லையோ தேசத் தொண்டர்களே!
பிள்ளைபோலே வளர்த்து - பிராயமாகிய தென்னம்
பிள்ளையைக் காசினியோர் பேராசையால்
கள்ளுக் குத்தகை தனக்கு காட்டிக் கொடுத்ததாலே
கப்பல் கப்பலாய் செல்வம் கரையேறுதே...

தமிழ் நாடக வரலாறு, கு.சா.கிருஷ்ணமூர்த்தி.

கெருவம் மிகுந்த நீலன்

பாட்டு

கெருவம் மிகுந்த நீலன் மகாக்
கேவலக் கொடுங்கோலன் - அவன்
உருவத்தை இந்த ஞாலம்
உடைத் தெறிவது தான் சீலம் (கெ)

தருமம் மிகுந்த சென்னையில்
சண்டாள னான நீலனின் சிலை
நிரந்தரமாய் நிற்பதோ? இந்
நிலையை நாம் சகிப்பதோ? (கெ)

தொகையறா

ஆயிரத்தி எண்ணூற்றி ஐம்பத்தி ஆறாம்
ஆண்டு ஜூன் மாதம் நான்காம் தேதி
ஸ்ரீகாசிக் கிளர்ச்சிக்குப் பின் ஜெனரல்
நீலன் இரத்த வெறித் திமிர் மீறியே
தூயகுணச் சீக்கியர் வாழ் கிராமமெங்கும்
வெள்ளைத் துருப்புகள் தமை யேவினான்
தாயென்றும் சேயென்றும் தள்ளாத கிழவரென்றும்
தயவு தாட்சண்ய மின்றியே (கெ)

தாக்கிப் பல நூறு உயிர்களைப் போக்கிப்
பல பேர் உடலைச் சாலை மரக்கிளைகள் தோறும்
தூக்கிலிட்டே மாட்டித் தொங்கவிட்டும்
பலரைத் துரத்தித் துரத்திக் கொன்றும்

தீக்கிரையாய் ஆக்கிச் செல்லும் திசையனைத்தும்
பிணக்காடாய்ச் செய்தான் - அந்தப்
போக்கிரிக்குச் சிலையெடுத்துப்
போற்றுவதை இந்தியர் நாம் பொறுக்கலாமோ? (கெ)

தணியாக் கொலைவெறி கொண்டவன்
தயை தாட்சண்யம் இல்லாதவன்
மனிதாபிமான மற்றவன் பல
மக்கள் உயிரைப் பறித்தவன்
துணிவோடு ஒன்று கூடுவோம் அவன்
துரோகச் செயலைச் சாடுவோம்
அநியாயக்காரன் சிலைதனை
அடியோடு நொறுக்கிப் போடுவோம் (கெ)

- நூல் வீரத் தியாகி விஸ்வநாத தாஸ், பக்.72-73

பாடல் உடுமலை முத்துச்சாமிக் கவிராயர்

இந்திய மகா ஜனங்களே - கேட்பீர்
என்னுடைய விண்ணப்பம் ஒன்றென்ன வெனிலோ
சிந்தையில் உணர்ந்திடுவீரே - நமது
தேசமது நாசமுறும் செய்திதனையே (இந்திய)

அயல் நாட்டினரெல்லாம் - இங்கே
அண்டிவந்து சந்தையென இந்தியாவையே
வயமாய்க் கைக் கொண்டபின் - தமது
வர்த்தகத்தை மெத்த மெத்த விர்த்தி செய்ததால்
வடிந்த தின்னாட்டின் பொருள் - பிழைத்திட
வழியற்றுத் தொழிலற்று ஏழ்மையுற்ற நம்
அடிமை விலங்கை உடைக்க - நமது
அண்ணல் காந்தி சொன்ன மொழி தன்னை மதிப்பீர் - (இந்திய)

ஐயன் ரகுராமன் - முன்னர்
ஆண்டு பதிநான்குவரைக் கானகத்தில்
அணிந்தது பட்டுடையா - வெல்வட்டுடையா
செம்பட்டுடையா சார் ஜட்டுடையா - வனத்தில்
சுரண்டியெடுத்த மரப்பட்டைகளன்றோ

அவற்றினும் முரடோதான் - கதருடை?
அங்கத்தில் புனைவதானால் பங்கமென்னவோ?
அறையில் நில்லாதா? அழகு தராதா?
அறிவு தராதா - ஆண்மை வராதா சிந்திப்பீர் - (இந்திய)

- தமிழ் நாடக வரலாறு, கு.சா.கிருஷ்ணமூர்த்தி

ஓரடி முத்துவேல் பிள்ளை பாடிய பாடல்

இத்தனை காலமாய்க் குட்டிக் குட்டித் தலை
மொட்டையடித்து விட்டார்
அத்தனை குட்டையும் பட்டுப்பட்டு மிக
மெத்தனமாகி விட்டோம் (இத்தனை)

கண்ணிகள்

ஆதியில் ஈஸ்ட் இண்டியன் கம்பெனி திறந்த பாட்டை
அவர் இந்தியாவில் புகுந்து அடித்தார் தேட்டை - மிக
அதிகமாய் கொண்டு போனார் பணமூட்டை - அங்கு
ஆளுக்கு ஆள் கொள்ளையில் பங்குகள் போட்டே - கொள்ளை

அடிப்பதற்கே இந்தியா சந்தை பேட்டை -
அப்போதே ராணிக்கு முடி சூட்டிவிட்டே - நாட்டை
அரசாளும் உரிமை உடன் படிக்கையிட்டே- அதைச்
சரிவர நடத்தாமல் சதி செய்திட்டே - வெள்ளைச்
சனியன்கள் சுரண்டியது இந்திய நாட்டை

(நடைச்சிந்து)

நஞ்சை புஞ்சைக்கும்வரி, நாய் ஆடு மாட்டுக்கும் வரி,
கஞ்சி குடிக்கப் போடும் கடல்தரும் உப்புக்கும் வரி
அஞ்சிக் கும்பிட்டு வணங்கும் ஆலயங்களுக்கும் வரி
பஞ்சை ஏழைகள் குடிக்கும் மதுபானங்களுக்கும் வரி
இத்தனை வரிகொடுத்தும் ஏதும் பலனில்லை - கார்டு
முக்காலணா, கவர் ஒண்ணே காலணா,
ஏறும் ரயில்பாதை மைலுக்கு அரையணா

(பாட்டு)

இப்படியே நெலமை இருந்தால் எப்படி நாம் பிழைப்பது
இங்கிலீஷ்காரன் கொழுத்திட வரி கொடுக்கவா நாம் உழைப்பது
இதைத் தடுத்து நிறுத்தி எதிர்க்கக் காந்தி தாத்தா வந்தாச்சு -
வெள்ளையன்
தகிடுதத்தம் மக்களுக்கெல்லாம் நல்லாப் புரிஞ்சுப் போச்சு
- அதனாலே இப்ப
ஆட்டங் கொடுத்துப் போச்சி ஆங்கிலக் கோட்டை
அதனுற் புகுந்து நொறுக்குது மகாத்மா
காந்தியின் கைராட்டை - வெள்ளை
வேட்டை நாயைத் துரத்தியடித்து
மீட்கவேணும் நாட்டை - விரைவில்
விடுதலை பெறத் தவறினால் கையில்
எடுக்கணும் திருவோட்டை - ஆமாம் (இத்தனை)

- தமிழ் நாடக வரலாறு, கு.சா.கிருஷ்ணமூர்த்தி
சுந்தர வாத்தியார் எழுதியது

ராகம்: சிந்து பைரவி தாளம் - ஆதி

செல்லுவோம் சிறைச்சாலை - மகாத்மா
செப்பிய முறைபோல - இக்காலே - (செல்)
வெல்லுவோம் மதியாலே - சுயாட்சி
வேண்டுமென் பதனாலே - இந்நாளே - (செல்)

அன்னையின் கர்ப்பத்தில் ஈரைந்து மாதம் நாம்
அடைபட் டிருக்கவில்லையோ? அதைவிடக் கஷ்டமோ
அந்நியரின் சிறைக் கொடுமை ஆத்மாவை வென்று விடுமோ?

தாரணியில் இருட்டறையில் ராம
தாசரும் சிறையிருந்தார் - நம்மைப் படைத்த
பிரம்மணம் சிறையிருந்தார் பாண்டவர் முன்
பெரும் வனவாசம் புகுந்தார் அதனால் நாமும் - (செல்)

அவனன்றி ஓரணுவும் அசையாதெனும் பெரிய
ஆன்றோர்கள் உரையை மீறி
அசைத்திடுமோ துப்பாக்கி குண்டு பீரங்கியெனும்
ஆயுதப் படைகள் சீறி

சந்தச் சரபகீதம் - ராஜா சண்முக
தாசன் உரையே வேதம் - நன்நீதம் - (செல்)

கான்ஸ்டேபிள் என்ன எமனா - நம்மைத் தண்டிக்கக்
கலெக்டர் துரைதான் சிவனா - சும்மா மிரட்டும்
இன்ஸ்பெக்டர் தான் பிரம்மனா - போலீஸ் : ரைட்டர்
என்ன சித்ரகுப்தனா - அஞ்சாமல் இன்றே - (செல்)

- தமிழ் நாடக வரலாறு, கு.சா.கிருஷ்ணமூர்த்தி

வங்கதேச பந்து

இந்து நேச வங்கதேச பந்துவை இழந்தனம்
என்ன காலம் என்று ஓலம் இட்டுமே தளர்ந்தனம் - (இந்து)

செந்திரு மடந்தை வாழும் தீரசித்த ரஞ்சனன்
சீர்மிகுந்த பாரதத்தாய் திலக நேந்ர அஞ்சனன்
ஈடில்லாத தங்கம் - எதிரிக்கோர் சிங்கம்
க்ரீடிபோல் அங்கம் கீர்த்திப் பிரசங்கம்
கேட்டபேர் கண்ணீர் வடிக்க
நாட்டுளோர் மனம் துடிக்க - (இந்து)

(தொகையறா)

ஆயிரத்தி எண்ணூற்றி எழுபது நவம்பர் ஐந்தாம்தேதி தன்னில்
அரும்புகழ் மோகன்தாஸ் புத்திரராய் அவதரித்து அரியகல்வி
நேயமுடனே இருபதாம் வயதினிலே நேர்ந்ததிருநாமம் ஓங்க
நிருதர்வளர் சீமையிலே படித்துச் சட்டமுறை நீதிவாய்ந்த
தூயகுண தாதாபாய் பார்லிமென்டில் இடம் பெறவே
துணையாய் நின்றார் - மற்றும்
இந்து முஸ்லீம் சோதரரை இகழ்ந்த ஜான்மக்லீனை
எதிர்த்து வென்றார்
தேசமெல்லாம் கொண்டாடும் அரவிந்தர் வழக்கிலும்
வாதாடி வென்றார் மற்றும் பல
தேசபக்தர் வழக்குகளில் தர்ம வக்கீலாய்
நின்று உழைத்தார் - (இந்து)

(தொகையறா)

கண்ணியர்தன் தந்தை பட்ட பதினாறு லட்சம் மணிக்கடனை
திண்ணமுடன் சம்பாதித்து பாக்கியின்றி தீர்த்தபின்னும்

எண்ணறிய பெரும் பொருள் திரட்டியே தானம் செய்து
ஒத்துழையாமை இயக்கம் பெருக்கிய
புண்ணியர், பெரும் பொருளனைத்தும்
பொது நலத்திற்கே கொடுத்தார்
புதுமையிலும் புதுமையன்றோ - (இந்து)

- விஸ்வநாததாஸ் பாடியது, -
தமிழ் நாடக வரலாறு, கு.சா.கிருஷ்ணமூர்த்தி

பகத்சிங்

பகதூர் பகவத் சிங்கம் - தேசபக்தி மான்கள் தங்கம்
சுகதேவ் ராஜகுரு - தோழமை இலங்கும் (பக)

சுகுண ஸ்ரீகிருஷ்ண சிங்கமவர் தரும் தூய வீரநற் பாலனாம்
சுதந்தரம்சேர் இந்தியாவே துலங்கவந்த நற்சீலனாம் (பக)

புகுந்தார் சிறைதனிலே புரட்சி வாழ்க்கையிலே
பகைமையால் பெரும் பழியை வாங்கிட
பாவம்சேர் போலீஸ் கமிஷனர்
மாண்ட வழக்கில் மீண்டும் இவரை
வலிய சேர்ந்திடலாயினர்
அந்தோ சித்திரவதை அகம்பாவமிதே
வெந்தும் வேகாமலிருந்த பிணங்களை
வேட்டை செய்தது அரசாங்கமே
வெட்கம் கெட்டோம் துக்கப்பட்டால்
வீரர்கள் பழி ஓங்குமே
இரவுஏழு மணிக்குத் தூக்கில் இடுவதற்கொரு சட்டமா
இறந்தவர் பிணத்தை ராவி நதியில் விட இவர் இஷ்டமா -
வெந்தும் வேகாமல் இருந்த பிணங்களை
வேட்டை செய்த தரசாங்கமே
வெட்கங் கெட்டே துக்கப்பட்டால்
வீரர்கள் பழிஓங்குமே (பக)

- தமிழ் நாடக வரலாறு, கு.சா.கிருஷ்ணமூர்த்தி

❑

துணைநூற் பட்டியல்

முதன்மை ஆதாரங்கள்

கிருஷ்ணசாமிப் பாவலன் தெ.,	---	**கதர் பக்தி,** பதிப்பு B.N. பிரஸ், மௌண்ட் ரோடு, மெட்ராஸ்.
கிருஷ்ணசாமிப் பாவலன், தெ.,	14.03.31	பதி - பக்தி, பதிப்பு B.N. பிரஸ், மௌண்ட் ரோடு, மெட்ராஸ்.
கிருஷ்ணசாமிப் பாவலன், தெ.,	04.04.31	**பம்பாய் மெயில்,** பதிப்பு B.N. பிரஸ், மௌண்ட் ரோடு, மெட்ராஸ்.
கிருஷ்ணமூர்த்தி, கு.சா.	---	**அந்தமான் கைதி** பாரி நிலையம், பிராட்வே, சென்னை-1.
சச்சிதானந்தம் பிள்ளை, எஸ்.எம்.	---	**தேசபக்தி அல்லது சகோதர துரோகம்.**
சாமிநாத சர்மா, வெ.,	2005	**பாணபுரத்து வீரன்,** வளவன் பதிப்பகம், தியாகராயர் நகர், சென்னை17.
சாமிநாத சர்மா, வெ.,	2005	**அபிமன்யு,** வளவன் பதிப்பகம், தியாகராயர் நகர், சென்னை17.
சுத்தானந்த பாரதியார்,	1943	**இராணி மங்கம்மாள்,** அன்பு நிலையம், இராமச்சந்திரபுரம், திருச்சி ஜில்லா.
சுந்தரம், எஸ்.டி.,	1993	**கவியின் கனவு,அணியகம்,** 5,செல்லம்மாள் தெரு, சென்னை- 30.
சுந்தரம், எஸ்.டி.,	1965	**அன்னையே தெய்வம்,** நாதன் பதிப்பகம், சி.ஐ.டி நகர், சென்னை- 35.

சுப்பிரமணிய சிவா,	1920	**ஸ்ரீதிலகர் காந்தி தரிசனம்,** பம்பாய் சர்தார் கிருஹம்.
தங்கராசு, திருவாரூர்.கே.,	1998	**ரத்தக் கண்ணீர்,** புகழ் நிலையம், இராசா அண்ணாமலைபுரம், சென்னை- 28.
நடராசன், தி.ம.,	1933	**வீரன் அல்லது தீண்டாமை வழக்கு,** கணேசர் பிரிண்டிங் ஒர்க்ஸ், காரைக்குடி.
நீலகண்டன், ப.,	1981	**நாம் இருவர் நாடகம்,** வெளியீடு எஸ்.வி.சகஸ்ரநாமம், சேவாஸ்டேஜ், சென்னை -14.
வேங்கடாசலம், ரா.,	1957	**முதல் முழக்கம்,** அருணோதயம் வெளியீடு, 39, ராயப்பேட்டை, சென்னை -14.

துணைமை ஆதாரங்கள்

அப்பாத்துரை, க.,	2003	**இந்திய மக்கள் விடுதலை** இயக்க வரலாறு, பூம்புகார் பதிப்பகம், பிராட்வே, சென்னை- 600 108.
அய்யாமுத்து, கோவை. அ.,	1973	**எனது நினைவுகள்,** வானதி பதிப்பகம், தி.நகர், சென்னை -17.
அருணகிரி, அ.,	1993	**விடுதலைப் போரில் தமிழ் இலக்கியம்,** வானதி பதிப்பகம், தி.நகர், சென்னை.
அழகப்பன், ஆறு.,	1987	**தமிழ் நாடகம் தோற்றமும் வளர்ச்சியும்,** அண்ணாமலைப் பல்கலைக் கழகம். சிதம்பரம்.

அறந்தை நாராயணன், (தொ.ஆ)	1998	**விடுதலைப் போராட்டகாலப் பாடல்கள்,** நேஷனல் புக் டிரஸ்ட், இந்தியா.
அறந்தை நாராயணன்,	1995	**சுதந்திரப் போரில் தமிழ்த் திரைப்படம்,** நியூ செஞ்சுரி புக் ஹவுஸ் பிரைவேட், சென்னை-98.
ஆண்டியப்பத் தேவர், வி.ஆ.,	2006	**விடுதலைப் போரின் மறத்தமிழர் உண்மை வரலாறு,** தேவர் முரசு, மதுரை.
இரவீந்திரன். க.,	1987	தி.க சண்முகம் நாடகங்கள் வெளியீடு "எழினி", குமரி மாவட்டம்.
இரவீந்திரன், க.,	2008	தமிழ் நாடக வெளிப்பாட்டுக் களங்கள், உலகத் தமிழாராய்ச்சி நிறுவனம்., சென்னை.
இராமசுவாமி, மு., முருகேசன்., ரூகோவிந்தசாமி., (ப.ஆர்)	1999	**இருபதாம் நூற்றாண்டுத் தமிழ் நாடகங்கள்,** உலகத் தமிழாராய்ச்சி நிறுவனம், தரமணி, சென்னை- 13.
இராமநாதன், வி.கரு.,	1995	**பாரதியார் கவிதைகள்,** ஸ்ரீஇந்து பப்ளிகேஷன்ஸ், தியாகராயநகர், சென்னை.
கணேசன், கு.,	2009	**இந்திய இலக்கியச் சிற்பிகள்** சுப்பிரமணிய சிவா, சாகித்திய அகாதெமி, புதுதில்லி.
கலியாண சுந்தரனார், திரு.வி.,	2003	**இந்தியாவும் விடுதலையும்,** பூம்புகார் பதிப்பகம், பிராட்வே, சென்னை.
கிருஷ்ணமூர்த்தி, கு.சா.,	1990	**தமிழ் நாடக வரலாறு,** பூங்கொடி பதிப்பகம், மயிலாப்பூர், சென்னை-4.
கிருட்டிணசாமி, வி., (வி.கலைமணி)	1993	**தமிழில் சமூக நாடகம்,** பாண்டியன் பைந்தமிழ்ப் பதிப்பகம், கலைஞர்

		கருணாநிதி நகர், சென்னை- 600 078.
குணசேகரன், கே.ஏ.,	1984	**நாடக அரங்கம்,** இராதா பதிப்பகம், புதுக்கோட்டை.
குமரவேலன், இரா.,	1978	தமிழ் நாடக ஆய்வு, டாக்டர் அரசு பதிப்பகம், சென்னை.
குமரவேலன், இரா.,	1991	**தமிழ் நாடக வளர்ச்சி விடுதலை இயக்கமும் திராவிட இயக்கமும்,** தமிழரசி வெளியீட்டகம், சென்னை- 92.
குருசாமி, மா.பா.,	1996	**இதழியல் கலை,** குரு-தேமொழி, திருச்செந்தூர்.
சக்திப் பெருமாள்,	1984	**அரங்கக் கலை,** வஞ்சிக்கோர் பதிப்பகம், மதுரை- 18.
சக்திப் பெருமாள்,	1990	**தமிழ் நாடக வரலாறு,** ஜி.பதிப்பகம், மதுரை.
சகஸ்ரநாமம், எஸ்.வி.,	1991	**திரும்பிப் பார்க்கிறேன்,** நியு செஞ்சுரி புக் ஹவுஸ் (பி) லிட், சென்னை-98.
சண்முகம், தி.க.,	1981	**நாடகக் கலை,** பாரி நிலையம், சென்னை-1.
சண்முகம், தி.க.,	1986	**எனது நாடக வாழ்க்கை,** வானதி பதிப்பகம், தி.நகர். சென்னை-17.
சாந்தா,அ.,&மோகன்.வீ.,	2006	**மக்கள் ஊடகத் தொடர்பியல் அடிப்படைகள்,** மீடியா பப்ளிகேஷன்ஸ், ஆனையூர், மதுரை- 625 017.
சாமி, அ.மா.,	1993	**19-ஆம் நூற்றாண்டுத் தமிழ் இதழ்கள்,** நவமணி பதிப்பகம், சென்னை-4.

சாமி, அ.மா.,	*1998*	**இந்திய விடுதலைப் போர்: செந்தமிழ் தந்த சீர்,** நவமணி பதிப்பகம், சென்னை- 4.
சாமி, வி.என்.,	*2003*	**இந்திய விடுதலைப் போரில் தமிழக மகளிர்,** கவிதா வெளியீடு, தி.நகர், சென்னை-17.
சாமிநாத சர்மா, வெ.,	*2005*	**வரலாற்றறிஞர் வெ.சாமிநாத சர்மா நூல் திரட்டு – 11,** வளவன் பதிப்பகம், தியாகராய நகர், சென்னை-17.
சிவஞானம், ம.பொ.,	*1997*	**விடுதலைப் போரில் தமிழ் வளர்ந்த வரலாறு,** பூங்கொடி பதிப்பகம், மயிலாப்பூர், சென்னை-4.
சிவஞானம், ம.பொ.,	*1988*	**நாடகப் பேராசிரியர் - சதாவதானி கிருஷ்ணசாமிப் பாவலர் வாழ்க்கை வரலாறு,** பூங்கொடி பதிப்பகம், மயிலாப்பூர், சென்னை-4.
சிவஞானம், ம.பொ.,	*1982*	**விடுதலைப் போரில் தமிழகம், (முதல் தொகுதி),** பூங்கொடி பதிப்பகம், மயிலாப்பூர், சென்னை.
சிவஞானம், ம.பொ.,	*1982*	**விடுதலைப் போரில் தமிழகம் 2ம் தொகுதி,** பூங்கொடி பதிப்பகம், மயிலாப்பூர், சென்னை.
சுப்பிரமணியம், ரா., *(தொ.ஆ)*	---	**நாடகச் சிந்தனைகள்,** வானதி பதிப்பகம், சென்னை-17.
சூரிய நாராயண சாஸ்திரியார், வி.கோ.,	*2004*	**நாடகவியல், உலகத் தமிழாராய்ச்சி நிறுவனம்,** தரமணி, சென்னை.
செல்லப்பன், கா.,	*2003*	**தமிழில் விடுதலை இலக்கியம்,** நியூ செஞ்சுரி புக் ஹவுஸ் பிரைவேட் லிமிடெட்,

		சென்னை-98.
செல்லப்பன், மு.,	1996	**வீரத்தியாகி விஸ்வநாத தாஸ்,** வெளியிடுவோர் அ.சாரதா, கோவில் பட்டி- 628 501.
செல்வராஜ், டி.,	2002	**ஜீவானந்தம்,** சாகித்ய அகாதெமி, பெரொஸஷா சாலை, புதுதில்லி-1.
சேரன், ம.,	1996	**இந்திய நாடகம் ஒரு கூர்ந்த கண்ணோட்டம்,** சேரன் பதிப்பகம், சென்னை-94.
ஞானமூர்த்தி, தா.ஏ.,	1989	**இலக்கியப் படைப்பியல்,** நாவலர் புத்தக நிலையம், மதுரை- 1.
தமிழ்ச்செல்வி, பெ.,	1980	**டாக்டர் மு.வ.அவர்களின் நாடகங்கள்,** அருள் ஒளி பதிப்பகம், சென்னை-34.
திரவியம், N.,	2005	இந்திய விடுதலைப் போரில் வ.உ.சி, மணிவாசகர் பதிப்பகம், பாரிமுனை, சென்னை-108.
திரவியம், கா.,	1982	**தேசியம் வளர்த்த தமிழ்,** பூம்புகார் பிரசுரம் பிரஸ், சென்னை-1.
நடராசன், ம.,	2002	**விடுதலைப் போரில் பூலித்தேவன்,** தமிழ் அரசிப் பதிப்பகம், ஆழ்வார்பேட்டை, சென்னை-18.
நாரண துரைக்கண்ணன்.,	---	**தமிழில் நாடகம்,** வானதி பதிப்பகம், தி.நகர், சென்னை-47.
நீலகண்டன், ப.,	1994	**நாடகமேடை,** மதுரை காமராசர் பல்கலைக் கழகம், மதுரை-21.

பகவதி, கு., (ப.ஆ)	2000	**தமிழ் நாடகம்- நேற்றும் இன்றும்,** உலகத் தமிழாராய்ச்சி நிறுவனம், சென்னை-13.
பம்மல் சம்பந்த முதலியார்	1998	**நாடக மேடை நினைவுகள்,** உலகத் தமிழாராய்ச்சி நிறுவனம், தரமணி, சென்னை 113.
பம்மல் சம்பந்த முதலியார்	1963	**என் சுயசரிதை,** சென்னை சங்கீத நாடக சங்கம், சென்னை.
சம்பந்த முதலியார், ப.,	1964	**நான் கண்ட நாடகக் கலைஞர்கள்,** சென்னை சங்கீத நாடக சங்கம், சென்னை.
பரட்டை & பிரிட்டோ.,	1988	**ந(ப)டிக்க நாடகம் எழுதுவது எப்படி?,** வைகறைப் பதிப்பகம், திண்டுக்கல்-4.
பிள்ளை, கே.கே.,	2007	**தமிழக வரலாறு மக்களும் பண்பாடும்,** உலகத் தமிழாராய்ச்சி நிறுவனம், தரமணி, சென்னை-113.
பெருமாள், எஸ்.ஏ., (தொ.ஆ)	2005	**சுதந்திரப் போரில் கலை ஆயதமேந்திய கம்யூனிஸ்டுகள்,** நியு செஞ்சுரி புக் ஹவுஸ் (பி) லிட், சென்னை.
பெருமாள், ஏ.என்.,		**இருபதாம் நூன்றாண்டில் தமிழ் நாடகம்,** தேன்மழை வெளியீடு, ஆலந்தூர், சென்னை-16.
பெருமாள், ஏ.என்.,	1979	**தமிழ் நாடகம் ஓர் ஆய்வு,** தமிழ்ப் பதிப்பகம், அடையாறு, சென்னை -600 020.

பெருமாள், ஏ.என்.,	*1978*	**உலக அரங்கில் நாடகம்,** பூம்புகார் பிரசுரம், சென்னை-600 013.
பெருமாள், ஏ.என்.,	*1990*	**நாடகச் சிந்தனைகள்,** ஸ்ரீவெங்கடேஸ்வரா பதிப்பகம், பரங்கி மலை, சென்னை-16.
பொன்னீலன்,	*2007*	**ஜீவா என்றொரு மானுடன்,** நியு செஞ்சுரி புக் ஹவுஸ் (பி) லிட், சென்னை.
மணி, பெ.சு	*1998*	**விடுதலைப் போரில் தமிழ் இதழ்கள்,** மணிவாசகர் பதிப்பகம், பாரிமுனை, சென்னை-600 108.
மணி, பெ.சு.	*2004*	**வீரமுரசு சுப்பிரமணிய சிவா,** பூங்கொடி பதிப்பகம், மயிலாப்பூர், சென்னை-4.
மாணிக்க வாசகன், ஞா., **(உ.ஆ)**	*1998*	**புறநானூறு மூலமும் உரையும்,** உமா பதிப்பகம், மண்ணடி, சென்னை-1.
முகம்மது செரீபு. நா.,	*1977*	**நாடகத் தமிழ், முன்னேற்றம் வெளியீடு,** மானாமதுரை, இராமநாதபுரம்-606.
முத்தையா, பி.எல்., (ப.ஆ) விளக்கம்-விமர்சனம் பி.ஸ்ரீ	*2008*	**மனோன்மணியம்,** நியூ செஞ்சுரி புக் ஹவுஸ் பிரைவேட் லிமிடெட், அம்பத்தூர், சென்னை-8.
முருகபூபதி, ச.,(தொ.ஆ)	*2009*	**மதுரகவி பாஸ்கரதாஸின் நாட்குறிப்புகள்,** பாரதி புத்தகாலயம், சென்னை-18
ராமகிருஷ்ணன், என்.,	*1990*	**அம்மா ஜானகி,** காலம் வெளியீடு, மதுரை-2.

வரதராசன், மு.,	2008	**தமிழ் இலக்கிய வரலாறு,** சாகித்திய அகாதெமி, இரவீந்திர பவன், புதுதில்லி-110 001.
வேலுச்சாமி, ந.,	2008	**மனோன்மணீயம்** சுந்தரம்பிள்ளை, சாகித்திய அகாதெமி, புதுதில்லி-1.
ஜீவா,	2007	**ஜீவாவின் பாடல்கள்,** நியு செஞ்சுரி, சென்னை.
ஜெகாதா,	2004	**இந்திய நாடக மேடையில் கொடிகட்டிப் பறந்தவர்கள்,** சேது அலமி பிரசுரம், தியாகராயநகர் சென்னை-17.
ஸ்டாலின் குணசேகரன், த.,	2007	**வரலாற்றுப் பாதையில் - 1** குமரன் பதிப்பகம், தி.நகர், சென்னை-600 017.
ஸ்டாலின் குணசேகரன், த.,(தொ.ஆ)	2000	**விடுதலை வேள்வியில் தமிழகம், பாகம் 2** நிவேதிதா பதிப்பகம், 78 மாணிக்கம்பாளையம், ஈரோடு-638 004.
ஸ்ரீநிவாச ஸர்மா,	1989	**வடமொழி நாடக இலக்கிய வரலாறு,** அண்ணாமலைப் பல்கலைக் கழகம், அண்ணாமலைநகர்.
ஸ்ரீநிவாச வரதன், ரா.,	2006	**நானறிந்த சுப்பிரமணிய சிவா,** பரத் புக்ஸ் மேற்கு சைதாப்பேட்டை, சென்னை-15.
ஆசிரியர் பெயர் இல்லை	1998	**தமிழ் நாடக மேடை முன்னோடிகள்,** உலகத் தமிழாராய்ச்சி நிறுவனம், தரமணி, சென்னை-600 113.

இதழ்

அழகப்பன், ஆறு., 1971-72 **நாடகக் கலைப் பேழை-2,** விற்பனை உரிமை: பாரி நிலையம், 59 பிராட்வே, சென்னை-1

மலர்

ஆசிரியர் பெயர் இல்லை --- **விடுதலைப் போராட்டத்தில் வீரத் தமிழ் மகளிர்,** வெளியீடு காந்தி மியூசியம், மதுரை 1.

ஆங்கில நூல்கள்

Kironmoy Raha, 1993 *BENGALI THEATRE,* *NATIONAL BOOK TRUST INDIA,* *A5/Green park,* *New Delhi-110 016,*

Joseph Adrien Anto, G., 2010 *STRRING LEGACY OF POOLITHEVAN* *The first Freedom Fighter,* *Published by. MAANDAN,* *Gathedral Street,* *Puducherry- 605 001.*

□

அடிக்குறிப்புகள்

ஒன்று

நாட்டு விடுதலையும் நாடகக் கலையும்

1. பாரதியார், மகாகவி பாரதியார் கவிதைகள், ப.28.
2. கா. அப்பாத்துரை, இந்திய மக்கள் விடுதலை இயக்க வரலாறு, ப.49.
3. *G.JOSEPH ADRIEN ANTO, STIRRING LEGACY OF POO-LITHEVAN,The first Freedom Fighter, Introdu.*
4. திரு.வி.கலியாண சுந்தரனார், இந்தியாவும் விடுதலையும், ப.78.
5. கே.கே.பிள்ளை, தமிழக வரலாறு மக்களும் பண்பாடும், ப.452.
6. ம.பொ.சிவஞானம், விடுதலைப் போரில் தமிழகம் தொகுதி (1), ப.30.
7. மேலது, ப.40.
8. திரு.வி.கலியாண சுந்தரனார், இந்தியாவும் விடுதலையும், ப.77.
9. மேலது, பக்.77-78.
10. மேலது, ப.153.
11. பாரதியார், மகாகவி பாரதியார் கவிதைகள், ப.38.
12. G.JOSEPH ADRIEN ANTO, STIRRING LEGACY OF POO-LITHEVAN,The first Freedom Fighter *p.52.*
13. ம.நடராசன், விடுதலைப் போரில் புலித்தேவன், ப.53
14. வி.ஆ.ஆண்டியப்பத் தேவர், விடுதலைப் போரின் மறத்தமிழர் உண்மை வரலாறு, ப.21.
15. மேலது, ப.21
16. ம.பொ.சிவஞானம், விடுதலைப் போரில் தமிழகம், ப.76.
17. திரு.வி.கலியாண சுந்தரனார், இந்தியாவும் விடுதலையும், ப.194.
18. கா.திரவியம், தேசியம் வளர்த்த தமிழ், பக்.7-8.
19. என். திரவியம், இந்திய விடுதலைப் போரில் வ.உ.சி, ப.13.
20. மேலது, ப.17.
21. என். திரவியம், இந்திய விடுதலைப் போரில் வ.உ.சி, ப.18.
22. மேலது, ப.23.
23. ம.பொ.சிவஞானம், விடுதலைப் போரில் தமிழ் வளர்ந்த வரலாறு, ப.25.

24. அஸ்வகோஷ், 'நவீனத் தமிழ் நாடகம்', இருபதாம் நூற்றாண்டுத் தமிழ் நாடகங்கள், ப.266
25. G.JOSEPH ADRIEN ANTO, STIRRING LEGACY OF POOLITHEVAN,The first Freedom Fighter p.24.
26. இரா.குமரவேலன், தமிழ் நாடக வளர்ச்சி, ப.59.
27. G.JOSEPH ADRIEN ANTO, STIRRING LEGACY OF POOLITHEVAN,The first Freedom Fighter p.3.
28. திரு.வி.கலியாண சுந்தரனார், இந்தியாவும் விடுதலையும், ப.135.
29. கா.செல்லப்பன், தமிழில் விடுதலை இலக்கியம், ப.2.
30. அஸ்வகோஷ், 'நவீனத் தமிழ் நாடகம்', இருபதாம் நூற்றாண்டுத் தமிழ் நாடகங்கள், ப.266
31. கா.திரவியம், தேசியம் வளர்த்த தமிழ் ப.13.
32. மா.பா.குருசாமி, இதழியல் கலை, ப.54.
33. அ.மா.சாமி, 19 - ஆம் நூற்றாண்டுத் தமிழ் இதழ்கள், ப.265.
34. அ.சாந்தா, 'தமிழ் இதழ்களின் வளர்ச்சி ஒரு கண்ணோட்டம்',
மக்கள் ஊடகத் தொடர்பியல் அடிப்படைகள், ப.11.
35. ம.பொ.சிவஞானம், விடுதலைப் போரில் தமிழ் வளர்ந்த வரலாறு, ப.223.
36. அறந்தை நாராயணன், சுதந்திரப் போரில் தமிழ்த் திரைப்படம், ப.6.
37. ம.பொ.சிவஞானம், விடுதலைப் போரில் தமிழ் வளர்ந்த வரலாறு ப.224.
38. மேலது, ப.224.
39. கா.செல்லப்பன், தமிழில் விடுதலை இலக்கியம், ப.43.
40. மேலது, ப.53.
41. க.இரவீந்திரன், தி.க.சண்முகம் நாடகங்கள், ப.9.
42. மு.சேரன், இந்திய நாடகம் ஒரு கூர்ந்த கண்ணோட்டம், ப.346.
43. தியாகி, ஐ.மாயாண்டி பாரதி, நேர்காணல்,
44. ஞா.மாணிக்கவாசகர், புறநானூறு, ப.53.
45. நா.முகம்மது செரீபு, நாடகத் தமிழ், பக்.6-7
46. சக்திப் பெருமாள், தமிழ் நாடக வரலாறு, ப.12.
47. மு.வரதராசன், தமிழ் இலக்கிய வரலாறு ப.293.
48. நா.முகம்மது செரீபு, நாடகத் தமிழ், ப.43.

49. ப.சம்பந்த முதலியார், நான் கண்ட நாடகக் கலைஞர்கள், ப.32.
50. ந.வேலுசாமி, மனோன்மணீயம் சுந்தரம் பிள்ளை, ப.41.
51. சுந்தரம் பிள்ளை, மனோண்மணியம், பக்.206-207
52. கா.திரவியம், தேசியம் வளர்த்த தமிழ், ப.159.
53. இரா.குமரவேலன், தமிழ் நாடக வளர்ச்சி, ப.47.
54. தி.க.சண்முகம், நாடகக் கலை, ப.15.
55. இரா.குமரவேலன், தமிழ் நாடக வளர்ச்சி, ப.41.
56. அ.அருணகிரி, விடுதலைப் போரில் தமிழ் இலக்கியம், பக்.321-322
57. ஸ்ரீநிவாச வரதன், நானறிந்த சுப்பிரமணிய சிவா, ப.76.
58. மு.சேரன், இந்திய நாடகம் ஒரு கூர்ந்த கண்ணோட்டம், ப.223
59. மேலது, ப.232.
60. மேலது, ப.232.
61. மேலது, ப.133.
62. Kironmoy Raha, BENGALI THEATRE, P.67.
63. மு.சேரன், இந்திய நாடகம் ஒரு கூர்ந்த கண்ணோட்டம், ப.136.
64. மேலது, ப.86
65. மேலது, ப.25.

இரண்டு

தமிழ் நாடக மேடையில் விடுதலை வெளிப்பாடு

66. அ.மா.சாமி, இந்திய விடுதலைப் போர்; செந்தமிழ் தந்த சீர், ப.32.
67. ஏ.என்.பெருமாள், இருபதாம் நூற்றாண்டில் தமிழ் நாடகம், ப.222.
68. மேலது, ப.235
69. மேலது, ப.247.
70. மேலது, ப.262.
71. மேலது, பக்.273-274.
72. அ.மா.சாமி, இந்திய விடுதலைப் போர்; செந்தமிழ் தந்த சீர், ப.325
73. ம.பொ.சிவஞானம், விடுதலைப் போரில் தமிழ் வளர்ந்த வரலாறு, ப.229.
74. அ.மா.சாமி, இந்திய விடுதலைப் போர்; செந்தமிழ் தந்த சீர்,ப.339

75. தெ.கிருஷ்ணசாமிப்பாவலன், பதி-பக்தி, முன்னுரை, பக்.3-4
76. தெ.கிருஷ்ணசாமிப்பாவலன், பம்பாய் மெயில், முன்னுரை,
77. மேலது, முன்னுரை
78. தெ.கிருஷ்ணசாமிப்பாவலன், கதர; பக்தி, முன்னுரை,
79. நடிகன் குரல் அக்டோபர; 1965
80. எஸ்.எம்.சச்சிதாநந்தம் பிள்ளை, தேசபக்தி அல்லது சகோதர துரோகம், முகவுரை, ப.1.
81. தி.ம.நடராசன், வீரன் அல்லது தீண்டாமை வழக்கு, முகவுரை, ப.1.
82. அ.மா.சாமி, இந்திய விடுதலைப் போர்; செந்தமிழ் தந்த சீர், பக்.341-342.
83. பெ.சு.மணி, இந்திய இலக்கியச் சிற்பிகள், வெ.சாமிநாத சர்மா, ப.105
84. மேலது, ப.105
85. அவ்வை.தி.க.சண்முகம், எனது நாடக வாழ்க்கை, ப.239.
86. வெ.சாமிநாத சர்மா, அபிமன்யு நாடகம், முன்னுரை, ப.61
87. அ.அருணகிரி, விடுதலைப் போரில் தமிழ் இலக்கியம். பக்.516-517.
88. ஏ.என்.பெருமாள், இருபதாம் நூற்றாண்டில் தமிழ் நாடகம், ப.265.
89. மேலது, ப.265.
90. அவ்வை.தி.க.சண்முகம், எனது நாடக வாழ்க்கை, ப.498.
91. ப.நீலகண்டன், நாம் இருவர்; நாடகம், முன்னுரை, ப.ிஓ.
92. வி.கிருட்டிணசாமி, தமிழில் சமூக நாடகம், ப.130.
93. மேலது, ப.130.
94 மேலது, பக்.125-126.
95. மேலது, ப.97.
96. ஏ.என்.பெருமாள், இருபதாம் நூற்றாண்டில் தமிழ் தமிழ் நாடகம், ப.119.
97. அ.அருணகிரி, விடுதலைப் போரில் தமிழ் இலக்கியம், ப.511.
98. எஸ்.வி.சகஸ்ரநாமம், திரும்பிப் பார்க்கிறேன். ப.82.
99. அவ்வை.தி.க.சண்முகம், எனது நாடக வாழ்க்கை, ப.338.
100. மேலது, ப.281.
101. மேலது, ப.355.
102. அவ்வை.தி.க.சண்முகம், எனது நாடக வாழ்க்கை, ப.237.

103. எஸ்.வி.சகஸ்ரநாமம், திரும்பிப் பார்க்கிறேன். பக்.69-70.
104. ச.முருகபு+பதி, மதுரகவி பாஸ்கரதாஸின் நாட்குறிப்புகள், பக்.215-217.
105. அவ்வை.தி.க.சண்முகம், எனது நாடக வாழ்க்கை, ப.239.
106. மேலது, ப.240.
107. அ.மா.சாமி, இந்திய விடுதலைப் போர்; செந்தமிழ் தந்த சீர், ப.343.
108. எஸ்.வி.சகஸ்ரநாமம், திரும்பிப் பார்க்கிறேன். ப.76.
109. தி.க.சண்முகம், அந்தமான் கைதி நாடகம், அறிமுகவுரை, ப.4.
110. ரா. வேங்கடாசலம், முதல் முழக்கம், அறிமுகவுரை, ப.5.
111. அவ்வை.தி.க.சண்முகம், எனது நாடக வாழ்க்கை, ப.253.
112. எஸ்.எம்.சச்சிதாநந்தம் பிள்ளை, தேசபக்தி அல்லது சகோதரத் துரோகம், முகவுரை, ப.1.
113. அவ்வை.தி.க.சண்முகம், எனது நாடக வாழ்க்கை, ப.421.
114. எஸ்.வி.சகஸ்ரநாமம், நாம் இருவர், முன்னுரை, பக்.12-18.
115. அவ்வை.தி.க.சண்முகம், எனது நாடக வாழ்க்கை, ப.452.
116. ப.சம்பந்த முதலியார், நான் கண்ட நாடகக் கலைஞர்கள், ப.20.
117. மேலது, ப.20.
118. எஸ்.டி.சுந்தரம், கவியின் கனவு, முன்னுரை, ப.5.

மூன்று

விடுதலை இயக்க நாடகங்களில் கருத்து வெளிப்பாடுகள்

119. இரா.குமரவேலன், தமிழ் நாடக ஆய்வு, ப.94.
120. மேலது, ப.70.
121. பெ.தமிழ்ச்செல்வி, டாக்டர்; மு.வ. அவர்களின் நாடகங்கள், ப.48.
122. தெ.கிருட்ணசாமிப் பாவலன், பதி - பக்தி, ப.10.
123. மேலது, பக்.20-21.
124. மேலது, பக்.66-67.
125. மேலது, ப..67.
126. தெ.கிருஷ்ணசாமிப் பாவலன், பம்பாய் மெயில், ப.14.
127. மேலது, ப.32.
128. மேலது, ப.32.
129. மேலது, ப.32.

130. மேலது, பக்.15-16.
131. மேலது, ப.16.
132. மேலது, ப.28.
133. மேலது, ப.18.
134. மேலது, ப.109.
135. மேலது, பக்.107-108.
136. மேலது, பக்.111-112.
137. மேலது, ப.112.
138. மேலது, பக்.30-31.
139. எஸ்.எம்.சச்சிதாநந்தம் பிள்ளை, தேசபக்தி அல்லது சகோதர துரோகம். பக்.21-22.
140. மேலது, பக்.59-60.
141. மேலது, ப.75.
142. மேலது, ப.39.
143. சுப்பிரமணிய சிவா, 'ஸ்ரீ திலகர; காந்தி தரிசனம்', வீரமுரசு சுப்பிரமணிய சிவா, ப.365.
145. மேலது, ப.366.
146. மேலது, ப.367.
147. தி.ம.நடராசன், வீரன் அல்லது தீண்டாமை வழக்கு, பக்.3-4.
148. மேலது, பக்.9-10.
149. மேலது, பக்.12-13.
150. மேலது, பக்.8-9.
151. மேலது, பக்.50-51.
152. வெ.சாமிநாதன், பாணபுரத்து வீரன், பக்.5-6.
153. மேலது, பக்.7-8.
154. மேலது, ப.12.
155. மேலது, ப.17.
156. மேலது, ப.39.
157. மேலது, ப.40.
158. மேலது, ப.31.
159. மேலது, ப.34.
160. மேலது, ப.57.
161. மேலது, ப.58.
162. வெ.சாமிநாதன், அபிமன்யு, ப.70.
163. மேலது, பக்.81-82.
164. மேலது, ப.104.
165. மேலது, ப.75.

166. சுத்தானந்த பாரதி, இராணி மங்கம்மாள், ப.இ
167. மேலது, ப.இ
168. எஸ்.டி.சுந்தரம், கவியின் கனவு, ப.7.
169. மேலது, ப.8.
170. மேலது, ப.82.
171. மேலது, ப.155.
172. மேலது, ப.155.
173. ப.நீலகண்டன், நாம் இருவர். பக்.7-8.
174. மேலது, ப.10.
175. மேலது, ப.58.
176. கு.சா.கிருஷ்ணமூர்த்தி, அந்தமான் கைதி, ப.31.
176. மேலது, பக்.40-41.
179. மேலது, பக்.41-42.
180. மேலது, ப.45.
181. மேலது, ப.81.
182. மேலது, ப.93.
183. மேலது, பக்.108-109.
184. மேலது, ப.109.
185. மேலது, ப.111.
186. எஸ்.டி.சுந்தரம், அன்னையே தெய்வம், ப.25.
187. மேலது, ப.31.
188. மேலது, பக்.136-137.
189. மேலது, ப.143.
190. கே.தங்கராசு, ரத்தக் கண்ணீர், ப.12.
191. மேலது, ப.24.
192. மேலது, ப.41.
193. மேலது, ப.63.
194. மேலது, ப.60.
195. மேலது, ப.69
196. மேலது, பக்.94-95.
197. ரா.வேங்கடாசலம், முதல் முழக்கம், ப.68
198. மேலது, பக்.86-87.
199. மேலது, பக்.100-101.
200. மேலது, ப.102.
201. மேலது, ப.113.
202. சக்திப் பெருமாள், தமிழ் நாடக வரலாறு, ப.9.
203. மேலது, ப.13.

204. ஆறு அழகப்பன், தமிழ் நாடகம் தோற்றமும் வளர்ச்சியும், ப.525.
205. மு.செல்லப்பன், வீரத்தியாகி விஸ்வநாததாஸ், ப.52.
206. ம.பொ.சிவஞானம், விடுதலைப் போரில் தமிழகம், (2) ப.162.
207. மு.செல்லப்பன், வீரத்தியாகி விஸ்வநாததாஸ், ப.12.
208. அ.மா.சாமி, இந்திய விடுதலைப் போர்; செந்தமிழ் தந்த சீர், ப.349.
209. அறந்தை நாராயணன், விடுதலைப் போராட்டகாலப் பாடல்கள், பக்.59-60.
210. அ.மா.சாமி, இந்திய விடுதலைப் போர்; செந்தமிழ் தந்த சீர், பக்.349-350.
211. மேலது, ப.350.
212. அ.அருணகிரி, விடுதலைப் போரில் தமிழ் இலக்கியம், ப.534.
213. மேலது, ப.535.
214. அ.மா.சாமி, இந்திய விடுதலைப் போர்; செந்தமிழ் தந்த சீர், ப.351.
215. மேலது, ப.352.
216. டி.வி.நராயணசாமி, 'ஸ்பெஷல் நாடகங்கள்', இருபதாம் நூற்றாண்டுத் தமிழ் நாடகங்கள், பக்.95-96.
217. மேலது, ப.96.
218. மேலது, பக்.95-96.
219. தி.க.சண்முகம், எனது நாடக வாழ்க்கை, ப.281.
220. மேலது, ப.282.
221. மேலது, பக்.292-293.
222. மேலது, ப.336.
223. ஜீவா, ஜீவாவின் பாடல்கள், ப.9.
224. தி.க.சண்முகம், எனது நாடக வாழ்க்கை, ப.337.
225. ஜீவா, ஜீவாவின் பாடல்கள், ப.62-63.
226. மேலது, ப.5.
227. நா.முகம்மது ஷெரீபு, நாடகத் தமிழ், ப.47.
228. ஜீவா, ஜீவாவின் பாடல்கள், ப.46.
229. மேலது, ப.75.
230. அ.மா.சாமி, இந்திய விடுதலைப் போர்; செந்தமிழ் தந்த சீர், ப.354.
231. அறந்தை நாராயணன், விடுதலைப் போராட்டகாலப் பாடல்கள் ப.51.

232. கு.சா.கிருஷ்ணமூர்த்தி, தமிழ் நாடக வரலாறு, ப.174.
233. மேலது, ப.162..
234. அ.மா.சாமி, இந்திய விடுதலைப் போர்; செந்தமிழ் தந்த சீர், ப.361.
235. அறந்தை நாராயணன், விடுதலைப் போராட்டகாலப் பாடல்கள் பக்.54-55.
236. மேலது, ப.54.
237. டி.கே.முத்துச்சாமி, ராஜா பத்ருஹரி
238. கு.சா.கிருஷ்ணமூர்த்தி, தமிழ் நாடக வரலாறு, ப.157.
239. மேலது, ப.158.
240. மேலது, பக்.121-122.
241. மேலது, பக்.176-177.
242. மேலது, ப.180.
243. அ.மா.சாமி, இந்திய விடுதலைப் போர்; செந்தமிழ் தந்த சீர், ப.329.
244. தெ.கிருஷ்ணசாமிப் பாவலன், கதர; பக்தி .ப.36.
245. மேலது, ப.38.
246. எஸ்.டி.சுந்தரம், கவியின் கனவு, ப.5.
247. மேலது, ப.156.
248. எஸ்.டி.சுந்தரம், அன்னையே தெய்வம், ப.10.
249. மேலது, ப.64.
250. மேலது, ப.96.
251. கு.சா.கிருஷ்ணமூர்த்தி, அந்தமான் கைதி, ப.9.
252. மேலது, ப.10.
253. சுத்தானந்த பாரதி, இராணி மங்கம்மாள்,
254. மேலது,
256. மேலது,
254. வெ.சாமிநாதன், அபிமன்யு, ப.75

தலைப்பு நான்கு

விடுதலை இயக்க நாடகங்களின் அமைப்பு கரு உத்திகள்

255. ஸ்ரீநிவாச ஸர்மா, வடமொழி நாடக இலக்கிய வரலாறு, ப.1.
256. நா.முகம்மது செரீபு, நாடகத் தமிழ், ப.6.
257. ஸ்ரீநிவாச ஸர்மா, வடமொழி நாடக இலக்கிய வரலாறு, ப.1.

258. ஏ.என்.பெருமாள், உலக அரங்கில் நாடகம், ப.52.
259. ஏ.என்.பெருமாள், நாடகச் சிந்தனைகள், ப.30.
260. தா.ஏ.ஞானமூர்த்தி, இலக்கியப் படைப்பியல், ப.2.
261. கே.ஏ.குணசேகரன், நாடக அரங்கம், ப.74.
262. தா.ஏ.ஞானமூர்த்தி, இலக்கியப் படைப்பியல், ப.99.
263. மேலது, ப.20.
264. பெ.தமிழ்ச்செல்வி, டாக்டர்.மு.வ.அவர்களின் நாடகங்கள், ப.24.
265. வி.கோ. சு+ரியநாராயண சாஸ்திரியார், நாடகவியல், ப.27.
266. வி.கோ. சு+ரியநாராயண சாஸ்திரியார், நாடகவியல், ப.24.
267. ஏ.என் பெருமாள், நாடகச் சிந்தனைகள், ப.30.
268. மேலது, ப.135.
269. பெ.தமிழ்ச்செல்வி, டாக்டர்.மு.வ.அவர்களின் நாடகங்கள், ப.13.
270. கே.ஏ.குணசேகரன், நாடக அரங்கம், ப.74.
271. ஏ.என் பெருமாள், நாடகச் சிந்தனைகள், ப.31.
272. தா.ஏ.ஞானமூர்த்தி, இலக்கியப் படைப்பியல், ப.4.
273. ஏ.என் பெருமாள், நாடகச் சிந்தனைகள், ப.137.
274. தா.ஏ.ஞானமூர்த்தி, இலக்கியப் படைப்பியல், ப.2.
275. திருவாரூர; கே.தங்கராசு, ரத்தக் கண்ணீர் ப.12.
276. மேலது, ப.15.
277. ப.நீலகண்டன், நாம் இருவர்.ப.8.
278. மேலது, ப.10.
279. தா.ஏ.ஞானமூர்த்தி, இலக்கியப் படைப்பியல், ப.45.
280. தெ.பொ.கிருஷ்ணசாமிப் பாவலன், பதி - பக்தி, ப.33.
281. அவ்வை தி.க.சண்முகம், முதல் முழக்கம். அறிமுகவுரை, ப.8.
282. ரா.வேங்கடாசலம், முதல் முழக்கம், ப.101.
283. தெ.கிருஷ்ணசாமிப் பாவலன், பம்பாய் மெயில், ப.24.
284. பெ.தமிழ்ச்செல்வி, டாக்டர் மு.வ. அவர்களின் நாடகங்கள், ப.47.
285. ஏ.என்.பெருமாள், நாடகச் சிந்தனைகள், ப.138.
286. தெ.கிருஷ்ணசாமிப் பாவலன், பதி - பக்தி, ப.26.
287. ப.நீலகண்டன், நாம் இருவர், பக்.45-46.
288. திருவாரூர்.கே.தங்கராசு, ரத்தக் கண்ணீர;, ப.65.
289. ஏ.என்.பெருமாள், நாடகச் சிந்தனைகள், ப.17
290. கு.சா.கிருஷ்ண மூர;த்தி, அந்தமான் கைதி, ப.10.

291. மேலது, ப.10.
292. மேலது, ப.31.
293. மேலது, ப.45.
294. மேலது, பக். 141-142
295. பெ.தமிழ்ச்செல்வி, டாக்டர் மு.வ.அவர்களின் நாடகங்கள், பக்.35-36.
296. தா.ஏ.ஞானமூர்த்தி, இலக்கியப் படைப்பியல், ப.3.
297. வெ.சாமிநாதன், பாணபுரத்து வீரன், பக்.5-8.
298. மேலது, ப.12.
299. பரட்டை, நடிக்கபடிக்க நாடகம் எழுதுவது எப்படி, ப.141.
300. தா.ஏ.ஞானமூர்த்தி, இலக்கியப் படைப்பியல். ப.3.
301. ரா.வேங்கடாசலம், முதல் முழக்கம், பக்.25-26.
302. எஸ்டி.சுந்தரம், அன்னையே தெய்வம், ப.136.
303. தா.ஏ.ஞானமூர்த்தி, இலக்கியப் படைப்பியல், ப.102.
304. .சக்திப்பெருமாள், அரங்கக் கலை ப.159.
305. ரா.வேங்கடாசலம், முதல் முழக்கம், பக்.137-138..
306. ஏ.என்பெருமாள், உலக அரங்கில் நாடகம், ப.57.
307. ஏ.என்.பெருமாள், தமிழ் நாடகம்-ஓர்ஆய்வு, ப.201.
308. ஏ.என்.பெருமாள், உலக அரங்கில் நாடகம், ப.83.
309. ஏ.என்.பெருமாள், தமிழ் நாடகம்-ஓர்ஆய்வு, ப.201
310. ஏ.என்.பெருமாள், உலக அரங்கில் நாடகம், ப.82.
312. ப.நீலகண்டன், நாம் இருவர், ப.48.
313. மேலது, ப.49.
314. கு.சா.கிருஷ்ணமூர்த்தி, அந்தமான் கைதி, ப.27.
315. மேலது, ப.84.
316. மேலது, ப.48.
317. மேலது, ப.97.
318. தெ.கிருஷ்ணசாமிப் பாவலன், கதர; பக்தி, பக்.71-72.
319. தெ.கிருஷ்ணசாமிப் பாவலன், பதிபக்தி, பக்.43-44.
320. தெ.கிருஷ்ணசாமிப் பாவலன், பம்பாய் மெயில்; ப.30.
321. திருவாரூர; கே.தங்கராசு, ரத்தக் கண்ணீர், ப.7.
322. மேலது, ப.67.
323. சுப்பிரமணிய சிவா, ஸ்ரீதிலகர; காந்தி தரிசனம், ப.360.
324. எஸ்.எம்.சச்சிதானந்தம் பிள்ளை, தேசபக்தி அல்லது சகோதரத்துரோகம், ப.75.
325. எஸ்.டி.சுந்தரம், அன்னையே தெய்வம், பக்.109-110.
326. மேலது, ப.126.

327. மேலது, ப.127.
328. மேலது, பக்.29-31
329. தெ.கிருஷ்ணசாமிப் பாவலன், பம்பாய் மெயில்;, ப.27.
330. மேலது, ப. 38.
331. ப.நீலகண்டன், நாம் இருவர;, ப.85.
332. எஸ்.டி.சுந்தரம், கவியின் கனவு, ப.144.
333. கு.சா.கிருஷ்ணமூர்த்தி, அந்தமான் கைதி, ப.32.
334. மேலது, ப.35.
335. மேலது, ப.52.
336. மேலது, ப.18.
337. ஏ.என் பெருமாள், நாடகச் சிந்தனைகள், ப.31.
337. திருவாரூர;.கே.தங்கராசு, ரத்தக் கண்ணீர;, பக்.121-122
338. வெ.சாமிநாதன், பாணபுரத்து வீரன், ப.53.

ஐந்து

விடுதலையில் நாடகக் கலைஞர்களும் மக்கள் வெளிப்படுத்திய உணர்வலைகளும்

339. தி.க.சண்முகம், நாடகக் கலை, ப.15.
340. இரா.குமரவேலன், தமிழ் நாடக ஆய்வு, ப.70.
341. ம.பொ.சிவஞானம், கிருஷ்ணசாமிப் பாவலர்; வாழ்க்கை வரலாறு, ப.27.
342. அ.மா.சாமி, இந்திய விடுதலைப் போர்; செந்தமிழ் தந்த சீர், ப.346.
343. ப.சம்பந்த முதலியார், நான் கண்ட நாடகக் கலைஞர்கள், ப.15.
344. நாராண துரைக்கண்ணன், தமிழில் நாடகம், ப.98.
345. ஆறு அழகப்பன், தமிழ் நாடகம் தோற்றமும் வளர்ச்சியும், ப.529.
346. எஸ்.வி.சகஸ்ரநாமம், திரும்பிப் பார்க்கிறேன், ப.76.
347. ம.பொ.சிவஞானம், ‘சதாவதானி தெ.பொ.கிருஷ்ணசாமிப் பாவலர;’ தழிழ் நாடக மேடை முன்னோடிகள், ப.48.
348. பெ.சு.மணி, வீரமுரசு சுப்பிரமணிய சிவா, ப.402.
349. மேலது, ப.404.
350. மேலது, ப.405.
352. அ.மா.சாமி, இந்திய விடுதலைப் போர்; செந்தமிழ் தந்த சீர; ப.336.
353. மேலது, ப.336.
354. மேலது, ப.337.

355. அ.அருணகிரி, விடுதலைப் போரில் தமிழ் இலக்கியம், பக்.511-512.
356. மேலது, ப.512.
357. சிற்பி பாலசுப்பிரமணியம், ‘கோவை.அ.அய்யாமுத்து’, விடுதலை வேள்வியில் தமிழகம், ப.10.
358. அ.அய்யாமுத்து, எனது நினைவுகள், ப.404.
359. மேலது, பக்.439-440.
360. ஆறு அழகப்பன், நாடகக் கலை பேழை-2, பக்5
361. நா.முகம்மது செரீபு, நாடகத் தமிழ் ப. 35.
362. பெ.சுமணி, இந்திய இலக்கியச் சிற்பிகள், வெ.சாமிநாத சர்மா, ப.105.
363. அ.மா.சாமி, இந்திய விடுதலைப் போர்; செந்தமிழ் தந்த சீர், ப.360.
364. ஜெகாதா, இந்திய நாடக மேடையில் கொடிகட்டிப் பறந்தவர்கள், ப.30.
365. எஸ்.ஏ.பெருமாள், சுதந்திரப் போரில் கலை ஆயுதமேந்திய கம்யூனிஸ்டுகள், ப.7.
366. பொன்னீலன், ஜீவா என்றொரு மானுடன், ப.322.
367. க.இரவீந்திரன், தமிழ் நாடக வெளிப்பாட்டுக் களங்கள், ப.194.
368. மேலது, ப.194.
369. ஆறு அழகப்பன், தமிழ் நாடகம் தோற்றமும் வளர்ச்சியும், ப.532.
370. என்.ராமகிருஷ்ணன், அம்மா ஜானகி, ப.20.
371. க.இரவீந்திரன், தமிழ் நாடக வெளிப்பாட்டுக் களங்கள், ப.183.
372. மேலது, ப.185.
373. மேலது, ப.188.
374. ஏ.என்.பெருமாள், இருபதாம் நூற்றாண்டில் தமிழ் நாடகம், ப.118.
375. ஆறு அழகப்பன், தமிழ் நாடகம் தோற்றமும் வளர்ச்சியும், ப.564.
376. ஜெகாதா, இந்திய நாடக மேடையில் கொடிகட்டிப் பறந்தவர்கள், ப.59.
378. எம்.கே.மணி சாஸ்திரி, ‘எஸ்.வி.சகஸ்ரநாமம்’, தமிழ் நாடக மேடை முன்னோடிகள், ப.151
379. நா.முகம்மது செரீபு, நாடகத் தமிழ், ப.36.

380. ஏ.என்.பெருமாள், இருபதாம் நூற்றாண்டில் தமிழ் நாடகம், ப.139.
381. ம.பொ.சிவஞானம், விடுதலைப் போரில் தமிழகம், (2) ப.100.
382. ஏ.என்.பெருமாள், இருபதாம் நூற்றாண்டில் தமிழ் நாடகம், ப.141.
383. மேலது, ப.144.
384. மேலது, ப.158
385. ஜெகாதா, இந்திய நாடக மேடையில் கொடிகட்டிப் பறந்தவர;கள், ப.45.
386. எஸ்.ஏ.பெருமாள், சுதந்திரப் போரில் கலை ஆயுதமேந்திய கம்யூனிஸ்டுகள், ப.5.
387. ஆறு அழகப்பன், தமிழ் நாடகம் தோற்றமும் வளர்ச்சியும், ப.542.
388. ப.சம்பந்த முதலியார், நான் கண்ட நாடகக கலைஞர்கள், ப.11.
389. என்.ராமகிருஷ்ணன், அம்மா ஜானகி, ப.15.
390. மேலது, ப.23.
391. மேலது, பக்.23-24.
392. பெ.சிதம்பரநாதன், ‘கே.பி.சுந்தரம்பாள்’, விடுதலை வேள்வியில் தமிழகம் (2), ப.283.
393. வி.என்.சாமி, இந்திய விடுதலைப் போரில் தமிழக மகளிர், ப.44.
394. அ.மா.சாமி, இந்திய விடுதலைப் போர்; செந்தமிழ் தந்த சீர் ப.359.
395. மேலது, ப.358.
396. மேலது, ப.358.
397. மதுரை மலர், ப.8.
398. தி.க.சண்முகம், எனது நாடக வாழ்க்கை, ப.41.
399. டி.வி.இரமணன், ‘கலந்துரையாடல்’, இருபதாம் நூற்றாண்டுத் தமிழ் நாடகங்கள், ப.181.
400. கு.சா.கிருஷ்ணமூர்த்தி, ‘கலந்துரையாடல்’, இருபதாம் நூற்றாண்டுத் தமிழ் நாடகங்கள், ப.178.
401. ம.பொ.சிவஞானம், விடுதலைப் போரில் தமிழ் வளர்ந்த வரலாறு, ப.217.
402. ஏ.என்.பெருமாள், ‘சம்பந்த முதலியாரின் நாடகங்கள்’, இருபதாம் நூற்றாண்டுத் தமிழ் நாடகங்கள், ப.129.

403. மேலது, ப.130.
404. தஞ்சைவாணன், 'கலந்துரையாடல்', இருபதாம் நூற்றாண்டுத் தமிழ் நாடகங்கள், பக்.165-166.
405. கு.சா.கிருஷ்ணமூர்த்தி, 'கலந்துரையாடல்', இருபதாம் நூற்றாண்டுத் தமிழ் நாடகங்கள், ப.173.
406. பம்மல். சம்பந்த முதலியார், என் சுயசரிதை, ப.46.
407. மேலது, ப.66.
408. மேலது, ப.75.
409. பம்மல் சம்பந்த முதலியார், நாடக மேடை நினைவுகள், ப.482.
410. மேலது, ப.482-483.
411. டி.வி.இரமணன், 'கலந்துரையாடல்', இருபதாம் நூற்றாண்டுத் தமிழ் நாடகங்கள், ப.181.
412. அ.மா.சாமி, இந்திய விடுதலைப் போர்; செந்தமிழ் தந்த சீர், ப.361.
413. ஏ.என்.பெருமாள், இருபதாம் நூற்றாண்டில் தமிழ் நாடகம், பக்.106-107.
414. எம்.கே.துரைராஜ், 'இருபதாம் நூற்றாண்டு நாடகங்களில் ஸ்பெசல் நாடகங்கள்' இருபதாம் நூற்றாண்டுத் தமிழ் நாடகங்கள், பக்.106-107.
415. மு.செல்லப்பன், வீரத்தியாகி விஸ்வநாத தாஸ், ப.41.
416. தி.க.சண்முகம், எனது நாடக வாழ்க்கை, பக்.336-337.
417. மேலது, ப.337.
418. மேலது, ப.240.
419. அவ்வை.தி.க.சண்முகம், எனது நாடக வாழ்க்கை, ப.292.
420. எஸ்.வி.சகஸ்ரநாமம், திரும்பிப் பார்க்கிறேன், ப.72.
421. த.ஸ்டாலின் குணசேகரன், வரலாற்றுப் பாதையில்... தொகுதி 1, ப.163.
422. அ.மா.சாமி, இந்திய விடுதலைப் போர்; செந்தமிழ் தந்த சீர; ப.359.

------

www.ingramcontent.com/pod-product-compliance
Lightning Source LLC
LaVergne TN
LVHW060212051026
849517LV00005B/1385